ராஜா வந்திருக்கிறார்

● அன்பார்ந்த வாசகருக்கு,

வணக்கம்.

காலச்சுவடு நூலை வாங்கியமைக்கு நன்றி.

நூலின் உள்ளடக்கம், உருவாக்கம், அட்டைப்படம் இன்ன பிற அம்சங்கள் பற்றிய உங்கள் கருத்துகளையும் ஆலோசனைகளையும் காலச்சுவடு வரவேற்கிறது. தகவல், எழுத்து, வாக்கியப் பிழைகள் தென்பட்டால் அவசியம் தெரிவித்து உதவுங்கள். நூல் தயாரிப்பில் கடும் குறைபாடு இருப்பின் மாற்றுப் பிரதி உங்களுக்குக் கிடைக்கக் காலச்சுவடு ஏற்பாடு செய்யும்.

மின்னஞ்சல்: publisher@kalachuvadu.com

காலச்சுவடு நாகர்கோவில் அலுவலகத்திற்குக் கடிதம் அனுப்பலாம்.

தங்கள்
எஸ்.ஆர். சுந்தரம் (கண்ணன்)
பதிப்பாளர் — நிர்வாக இயக்குநர்

Unauthorised use of the contents of this published book, whether in e-book or hardcopy format, for any type of Artificial Intelligence (AI) training — including but not limited to Machine Learning, Deep Learning, Natural Language Processing, Computer Vision, Chatbot Training, Image Recognition Systems, Recommendation Engines, and Language Models — is strictly prohibited without prior licensing from the publisher. Any such unauthorised use may result in legal action.

ராஜா வந்திருக்கிறார்
தேர்ந்தெடுத்த சிறுகதைகள்
கு. அழகிரிசாமி (1923–1970)

புதுமைப்பித்தன் பரம்பரை எழுத்தாளர். இடைசெவலில் பிறந்தவர். சென்னையிலும் மலேயாவிலும் *பிரசண்டவிகடன், சக்தி, தமிழ்நேசன்* முதலான பத்திரிகைகளில் பணியாற்றியவர். சிறுகதை, கட்டுரை, மொழிபெயர்ப்பு, பதிப்பு, நாடகம், கவிதை, நாவல் ஆகிய இலக்கிய வகைகளில் தனித்தன்மையுடன் செயல்பட்டவர். எளிய நடை, சித்திரிப்பின் லாவகம், உள்ளோடும் துயர இழை, மிதக்கும் நகைச்சுவை, கமழும் மண்ணின் மணம் என அழகுகள் கூடிவந்த கலை அழகிரிசாமியின் எழுத்து. எழுத்துலக அங்கீகரிப்பின் அடையாளமாக சாகித்திய அக்காதெமி விருது இறப்புக்குப் பின் அவருக்கு வழங்கப்பட்டது. தமிழில் சிறுகதைக்காக இப்பரிசைப் பெற்ற முதல் எழுத்தாளர்.

இத்தொகுப்பில் அவரது எல்லாக் கதைகளும் காலவரிசையில் இடம்பெறுகின்றன. பல கதைகள் முதன்முதலாக நூலாக்கம் பெறுகின்றன. நவீனத் தமிழ் இலக்கிய வரலாற்றில் கு. அழகிரிசாமியின் இடத்தை இத்தொகுப்பு நிலைநிறுத்தும்.

பழ. அதியமான் (பி. 1961)
தொகுப்பாசிரியர்

வ.ரா.வின் படைப்புகளில் ஆய்வுசெய்து முனைவர் பட்டம் பெற்றவர்.

'தி.ஜ.ர.', 'அறியப்படாத ஆளுமை: ஜார்ஜ் ஜோசப்', 'வ.ரா.', 'சக்தி வை. கோவிந்தன்', 'சென்னைக்கு வந்தேன்', 'கு. அழகிரிசாமி சிறுகதைகள்: முழுத் தொகுப்பு', 'பெரியாரின் நண்பர்: டாக்டர் வரதராஜுலு நாயுடு வரலாறு', 'சேரன்மாதேவி குருகுலப் போராட்டமும் திராவிட இயக்கத்தின் எழுச்சியும்', 'பாரதி கவிதைகள் முழுத் தொகுப்பு', 'பாரதியின் பாஞ்சாலி சபதம்', 'நவீனத் தமிழ் ஆளுமைகள்', 'கிடைத்தவரை லாபம்', 'வைக்கம் போராட்டம்', 'சலபதி 50: தொடரும் பயணம்', 'சரஸ்வதி காலம்', 'நான் கண்ட எழுத்தாளர்கள்' ஆகிய நூல்களின் ஆசிரியர்/ தொகுப்பாசிரியர், பதிப்பாசிரியர். தமிழ்ச் சிந்தனை வரலாறு தொடர்பான ஆய்வுகளில் ஈடுபட்டிருப்பவர். அகில இந்திய வானொலியில் உதவி இயக்குநராகப் பணியாற்றி ஓய்வு பெற்றவர். சென்னையில் வசிக்கிறார்.

மனைவி: டாக்டர் அமுதா, மகள்: ஆழி

கு. அழகிரிசாமி

ராஜா வந்திருக்கிறார்
தேர்ந்தெடுத்த சிறுகதைகள்

தேர்வும் தொகுப்பும்
பழ. அதியமான்

காலச்சுவடு பதிப்பகம்

ராஜா வந்திருக்கிறார் ♦ சிறுகதைகள் ♦ ஆசிரியர்: கு. அழகிரிசாமி ♦ © அ. சீதா லக்ஷ்மி ♦ முதல் பதிப்பு: டிசம்பர் 2012, பதினைந்தாம் பதிப்பு: ஆகஸ்ட் 2025 ♦ வெளியீடு: காலச்சுவடு பப்ளிகேஷன்ஸ் (பி) லிட்., 669 கே.பி. சாலை, நாகர்கோவில் 629001

raajaa vantirukkiRaar ♦ ShortStories ♦ Author: G. Alagiriswamy ♦ © A. Sitalakshmi ♦ Language: Tamil ♦ First Edition: December 2012, Fifteenth Edition: August 2025 ♦Size: Demy 1 x 8 ♦ Paper: 18.6 kg maplitho ♦ Pages: 280

Published by Kalachuvadu Publications Pvt. Ltd., 669 K.P. Road, Nagercoil 629001, India ♦ Phone: 91-4652-278525 ♦ e-mail: publications @kalachuvadu.com ♦ Printed at Mani Offset, Chennai 600077

ISBN: 978-93-81969-39-7

08/2025/S.No. 484, kcp 5947, 18.6 (15) ass

பொருளடக்கம்

முன்னுரை: எப்படி எழுதினாரோ?	9
வெந்தழலால் வேகாது	15
ரச விகாரம்	27
திரிபுரம்	39
"ராஜா வந்திருக்கிறார்"	51
சாப்பிட்ட கடன்	70
அன்பளிப்பு	82
பாலம்மாள் கதை	103
கல்யாணகிருஷ்ணன்	111
திரிவேணி	120
அழகம்மாள்	129
சுயரூபம்	147
இரு சகோதரர்கள்	158
இருவர் கண்ட ஒரே கனவு	174
குமாரபுரம் ஸ்டேஷன்	183
திருவொற்றியூர் வல்லி	202
தேவ ஜீவனம்	215
அபார ஞாபகம்	231
தன்னையறிந்தவர்	243
முகக் களை	262

முன்னுரை

எப்படி எழுதினாரோ?

கு. அழகிரிசாமியின் படைப்புலகம் பெரும்பாலும் கிராமத்து வாழ்க்கையைச் சார்ந்தது. குடும்ப வாழ்க்கை, மனிதர்களின் மன அவசம், பலவீனங்கள், காதலர்களின் மன எண்ணங்கள், குழந்தைகளின் உலகம், மனிதர்களின் செயல் சிறுமைகளை வெளிப்படுத்தும் வாழ்வின் யதார்த்தங்கள் எனச் சிலவற்றைக் குறிப்பிட்டு அவரது கதைகள் காட்டுகின்றன.

அழகிரிசாமி கிராமத்தில் எழுதத் தொடங்கியிருந் தாலும் ஓரிரு கதைகள் தவிர மற்ற எல்லாக் கதைகளை யும் சென்னையில்தான் எழுதினார். 'காற்று' திருவல்லிக் கேணி வீட்டில் உருவானது. 'இரு சகோதரர்கள்' கதை யில் ஒண்டுக்குடித்தன சிரமம் பதிவாகியுள்ளது. இப்படி நகரம் சார்ந்த சூழ்நிலையின் தாக்கமும் அவரது கதை களில் இருந்தன.

அவரது கிராமம் சார்ந்த களன் பெரும்பாலும் கரிசல் பூமி என்றாலும் கி.ரா.வைப் போல் அதை மட்டுமே அவர் களனாக்கிக்கொள்ளவில்லை. "அவன் பிறந்த மண்ணையும் அவனோடு வாழ்ந்த மக்களையும் அந்தச் சூழலையும் வைத்து எழுதிய கிட்டத்தட்ட 35 கதைகளைத் தனியாக ஒரு தொகுப்பாகக் கொண்டுவர ஆசை இருந்தது எனக்கு" என அழகிரிசாமி சிறுகதைகள் தொகுப்பின் (2002, சாகித்திய அக்காதெமி) முன்னுரை யில் கி. ராஜநாராயணன் குறிப்பிடுகிறார். 105 கதைகளில் 35 போலத்தான் கரிசல் மண் வாசம் வீசும். மற்றவை எல்லா பூமிக்கும் பொதுவானவை. உலக மனிதர்களின் கதை.

வாழ்க்கை அனுபவங்களைச் செரித்துக்கொண்டு பின் வெளியிடுபவர் அழகிரிசாமி. பல கருக்கள் மனசுக்குள் விழுந்து பல காலத்துக்குப் பிறகே கதையாக வெளியேவரும் என அவரே கூறியுள்ளார். க.நா. சுப்ரமண்யம்கூட அழகிரிசாமி குறைவாக எழுதுபவர் என்று சொன்னார்: "எழுதுவது மிகவும் குறைவுதான். உள்ளத்தில் உள்ள சரக்கை அள்ளித் தருகிற வேகம் போதாது" (இலக்கிய வட்டம், 17 ஜனவரி 1964). அனுபவத்தைக் கலையாக்க அவர் எடுத்துக்கொள்ளும் ஜீரண காலம் கூடுதலாக இருக்கலாம். அதனாலேயோ என்னவோ மலேய வாழ்க்கை, இலங்கைப் பயணம் பற்றிய சுவடுகள் அவரது கதைகளில் அநேகமாக இல்லை எனலாம்.

மலேயாவில் வாழ்ந்த ஐந்தாண்டில், சில மலாய் சொற்கள் பயிலும் ஒரே ஒரு கதை 'ஆதாரம் இருக்கிறதா?' மட்டும்தான் எழுதினார். 'கார் வாங்கிய சுந்தரம்' என்ற மற்றொரு கதையில் கதைக்களன் மட்டும்தான் மலேயா. அந்தக் கதைமாந்தர்களை மணச்சநல்லூரிலும் நீங்கள் பார்க்க முடியும். பத்திரிகைத் தொழில் படைப்பு ஊற்றை அடைத்துவிடும் என்று அதற்குக் காரணம் சொன்னார். ஆனால் அங்கே சிறுகதைப் பயிற்சி வகுப்பு ஒன்றை சிரத்தை யுடன் நடத்தினார்.

தமிழ்ச் சிறுகதையின் தரத்தை இந்திய அளவுக்கு உயர்த்திய அழகிரிசாமியின் அமரத்துவம் பொருந்திய சிறுகதைகளுள் ஒன்று 'சுயரூபம்' என்கிறார் பிரபஞ்சன். பசி, அதன் அரக்க முகத்தை, மனிதர்களின் கையாலாகாத நிர்க்கதி நிலையை அருமையாக மனம் துடிக்கத்துடிக்கச் சொன்ன இத்தரத்துக் கதைகள் தமிழில் வெகு சொற்பமாகத் தான் இருக்க முடியுமென்பது பிரபஞ்சனின் மதிப்பீடு. சுயரூபம் கலைமகளில் வந்த கதை.

"ராஜா வந்திருக்கிறார்" அழகிரிசாமியின் ஆகச் சிறந்த கதைகளுள் ஒன்று. குழந்தைகளின் மன உலகத்தைப் பற்றிய அக்கதை கி. ராஜநாராயணனைப் பாதித்த விதம் வேறாக இருக்கிறது: 'கு. அழகிரிசாமியின் அம்மாவுக்கு அவன் பேரில் அப்படி ஒரு பிரியம். "ராஜா வந்திருக்கிறார்" கதையில் தனது தாயார் தாயம்மாவுக்கு ஒரு கோயிலே கட்டியிருக்கிறான். அந்தக் கதையை இப்போது படிக்க நேர்ந்தாலும் கண்கள் ஈரமாகிவிடும் எனக்கு.'

இந்தக் கதையில் வரும் அம்மாவைப் போலவே 'பாலம்மாள்' கதையிலும், 'அழகம்மாள்' கதையிலும் மனத் தைப் பிழிகிறார்கள் அந்தப் பெயருடைய பெண்கள். இந்த

எல்லாவற்றிலும் நடுத்தர வர்க்கத்து குடும்பப் பெண்களின் துயரம் கதையாகியிருக்கிறது. பாலம்மாள், தன் தங்கை வாங்கிக்கொடுத்த கம்மலை ஒரு வருஷம்கூடத் தொடர்ந்தாற் போலப் போட்டுக்கொள்ள முடியவில்லை. அடகு வைத்து, வைத்தே 30 வருஷத்தை வாழ்ந்து தீர்த்தவள். ஏதோ எப்படியோ கடைசியில் அதை மீட்டபோது போட்டுக்கொள்ள வயதில்லை. இப்படி ஒரு தாயாரைக் கண் முன் எந்தப் பிரயாசையும் படாமல் கொண்டுவந்து நிறுத்திவிடுகிறார் அழகிரிசாமி. அவர் வந்த சுவடோ போன சுவடோ தெரியவில்லை என்பதுதான் பலம்.

அழகம்மாளின் கொடுந்துன்பம் வேறு விதமானது. சிலரைப் போல ஒரே கணத்தில் முடிவுசெய்து பிரிந்துவிட முடியாதவர்கள் அழகம்மாள் – கிருஷ்ணக் கோனார் தம்பதியினர். படித்த மகன்கூடப் பிடிக்காதவருக்கு எதற்கு கழுத்தைச் சாய்த்தாய் என அம்மாவைக் கேட்டானே தவிர விடுதலையாகிப் போக யோசனை சொல்லவில்லை. பிடிக்காத கணவனை விலக்க முடியாத அழகம்மாள்கள் இன்னும்தான் இருக்கிறார்கள். இதில் யாரைக் குற்றஞ் சொல்லுவது என்று தெரியவில்லை. அழகிரிசாமி யார் பக்கமும் சிறிதும் சாயாமல் கதையை முடித்திருக்கிறார். நொந்து நொம்பலப்பட்டுக் கண்ணீர் விடும் பெண்கள் பக்கமல்லவா கலைஞனான அழகிரிசாமி பரிந்து பேசியிருக்க வேண்டும் என்று நமக்குக் கேள்வி கேட்க முடியும். ஆனாலும் கதையில் ஆயிரம் மர்மங்களை மூடி வைத்திருக்கிறார் அழகிரிசாமி. மகன் வரும் நேரத்தில் மட்டும் அழகம்மாள் அவனது எரிச்சலான பார்வைக்குப் பிறகும் அலங்காரம் செய்துகொண்டு மினுக்குவது ஏன் எனத் தெரியவில்லை. படிப்பவனின் வாழ்க்கை அனுபவத்திற்கேற்ப மர்மங்கள் புரியும், புரியாமலும் நீடிக்கும். இம்மாதிரியான கதைகள் ஒரு ரகத்தன.

அண்ணனின் குடும்பத்திற்கே உழைத்து ஓடாகிப்போன தம்பி ஒரு நாள் அண்ணியைப் பெண்டாள முயல்கிறான். தற்செயலாய் அண்ணன் அதைப் பார்த்துவிடுகிறான். தம்பி துடிக்கிறான். அண்ணன் வாய் பேசவில்லை. அவளோ விருப்பு வெறுப்பற்று உணர்ச்சிகளற்று வறுமையில் பிணமாகிக் கிடப்பவள். தம்பியை ஒரு வார்த்தை கேட்காமல் ஊருக்கு அனுப்பிவிடுகிறான். தானோ தம்பியோ மனைவியோ தீர்க்க முடிகிற பிரச்சனை அல்ல இது என்று பொருமி முடிக்கிறான் அண்ணன். இது ‘இரு சகோதரர்கள்’ கதை. சம்பவம் அல்ல முக்கியம். சம்பந்தபட்டவர் மனநிலைதான் அழகிரிசாமி தேர்ந்துகொள்ளும் களன். இதுவும், ‘முகக் களை’, ‘பார்த்தது’

போன்ற கதைகளும் மனஉலக சஞ்சாரம் கொண்ட இன்னொரு வகைக் கதைகள்.

'திரிவேணி' ரகக் கதைகள் அழகிரிசாமி கதைகளில் தனி வகை. அவற்றின் நடையும் மொழியும் பெரும்பான்மைக் கதைகளிலிருந்து வேறுபட்டவை. இசை ஆர்வலர்கள், மரபார்ந்த மனம் படைத்தவர்கள், தெய்வம் மனுஷ்ய ரூபம் என்கிற மாந்த நேயர்கள் என்னும் தனித்தனிக் கூட்டத்தவரையும் மொத்தமாகக் கவர்ந்து விடுபவை இவை. கி.ரா. தான் தொகுத்த அழகிரிசாமி கதைத் தொகுப்பில் கடைசிக் கதையாகத் 'திரிவேணி'யை வைத்ததுகூட சோகம் கலந்த சாந்தி நிறைந்த மனத்தோடு வாசகன் அழகிரிசாமியிடமிருந்து பிரிய வேண்டும் என்றுதானோ என்றுகூட எனக்குத் தோன்றியது.

'திரிவேணி என்கிற அழகிரிசாமியின் இந்தக் கதை தமிழில் இதுவரையில் வெளிவந்திருக்கும் கதைகளில் சிறந்த ஒன்று என்பது என் அபிப்பிராயம். அதைப் படித்தவர்கள் எல்லோரும் என் அபிப்பிராயத்தை ஏற்றுக்கொள்வார்கள் என்பது பற்றி எனக்குச் சந்தேகமேயில்லை' என்கிறார் க.நா.சுப்ரமண்யம். காலம் தலைகீழாய் மாறித் தொங்கும் இன்றும் அந்தக் கதை இளகிய மனம் படைத்தவர்களை நெகிழச் செய்துவிடும் என்றுதான் தோன்றுகிறது.

'வெந்தழலால் வேகாது' புராணக் காட்சியைப் புதிய கோணத்தில் படம் பிடித்த கதை. புதுமைப்பித்தன் தானே கலைமகளுக்குக் கொண்டுபோய் பிரசுரத்துக்கு ஏற்பாடு செய்த கதை. 'ரசவிகாரம்' வார்த்தைகள் அற்று உணர்ச்சியை வாசகனுக்குள் பாய்ச்சிவிடும் கதை. 'திரிபுர'த்தைப் போல வறுமையைக் கலையாக்கும் இன்னொரு கதையை நாம் தேட வேண்டும். இப்படி ஒவ்வொன்றைப் பற்றியும் சொல்லிக் கொண்டே போகலாம். 'அபார ஞாபகம்', 'தன்னையறிந்தவர்' எல்லாம் விமர்சகர்களால் இன்றும் விரிவாகப் பேசப்படாத சிறந்த கதைகள்.

விதவிதமான கதைகள், படித்துச் சுவைக்க வேண்டியவை. அவற்றை என்ன எழுதினாலும் தீராது. ஏதோ ஒரு ஊற்றைக் கொண்டிருக்கின்றன அவை. தோண்டத் தோண்டச் சுரக்கின்றன.

கு. அழகிரிசாமியை முதலாக வாசிக்கும் வாசகர்களுக்குத் தோதான தேர்ந்தெடுத்த கதைகளின் தொகுப்பு இது. மிகுந்த சிரமத்துடன் செய்யப்பட்ட கதைத் தேர்வு இது. தேர்ந்தெடுப்பில்

அழகிரிசாமியின் இளைய மகன் சாரங்கனின் விருப்பமும் கலந்துள்ளது. கு. அழகிரிசாமியின் கதை சொல்லும் ஆற்றலின் பன்முகங்களையும் பிரதிபலிப்பது கதைத்தேர்வில் கவனம் கொள்ளப்பட்ட முக்கிய அம்சம். பின்பற்றும் நோக்கமில்லை என்றாலும் கால வரிசையில் கதைகள் அமைந்துள்ளன. அவரது அனைத்துக் கதைகளையும் படிக்கும்போது கிடைக்கும் உணர்ச்சியை இச்சிறுதொகுப்பு தந்துவிட வாய்ப்பில்லை என்றாலும் அதை ஓரளவுக்கு எட்டிப் பார்த்துவிடும்.

19 கதைகள் கொண்டு ஒரு வடிவாக இருந்தாலும் இத் தொகுப்பு ஒருவகையில் பூந்திதான். வாசகர்கள் கு. அழகிரிசாமி யின் சிறுகதைகள் – முழுத்தொகுப்பு என்ற லட்டைச் சாப்பிட வேண்டும்.

பெங்களூரு பழ. அதியமான்
1 டிசம்பர் 2012

வெந்தழலால் வேகாது

நடு ராத்திரி. மதுரை நகரிலே அரவமற்று ஒரே அமைதி பரவியிருக்கும் நேரம். இருளின் மோனத்தோடு இழைந்து மெல்லென்று வீசிக்கொண்டிருக்கும் இளங் காற்றில் சொக்கேசர் சந்நதிக் கோபுர வாயிலில் இருக்கும் தென்னை மரப்பட்டைகள் லேசாக ஆடிக்கொண்டிருந் தன. அந்தச் சிறிய சலசலப்பு ஏறக்குறையக் கோவில் பள்ளியறை வரைக்கும் முட்டியதே, மௌனத்தை அளந்து காட்டுவதுபோல இருந்தது.

பள்ளியறையில் மனித உருப்பெற்று ஒரே படுக்கை யில் படுத்துக்கொண்டிருக்கும் தம்பதிகளில் மீனாட்சி மட்டும் களைப்பின் மிகுதியால் அயர்ந்து உறங்கிக்கொண் டிருந்தாள். அளவுகடந்த களைப்பு நித்திரையில் கரைந்து கொண்டிருக்க, அந்தச் சுகத்தில் மோன இரவோடு ஐக்கிய மாகித் தன்னை மறந்து கிடந்தாள் அவள். ஆனால் அவள் உறங்கியபின்னும் உறக்கம் கொள்ளாது கண்விழித்துக் கொண்டிருந்தார் சுந்தரர். இந்தப் பெருநகரத்தில் உறக்கம் இல்லாமல் அவதிப்படும் ஒரே மனிதர் — அதாவது மனித உருவில் இருப்பவர் அவர் ஒருவர்தாம்.

அன்று அவருங்கூடத்தான் களைத்துப் போயிருந்தார். அந்த நள்ளிரவுக்கு சுமார் நாலைந்து நாழிகைகளுக்கு முன்புதான் தம் உடலில் ஒரு பாகத்தையே தன்னதாகக் கொண்டிருக்கும் தம் தேவியையுங்கூட விட்டுத் தனியாகச் சுடுகாட்டுக்குப் போய் பேய்க் கணங்களுடன் பூமியதிர நாட்டியமாடிவிட்டு வந்திருந்தார். அவருக்குச் சந்தோஷம் மிகுதியாகிவிட்டாலும் அல்லது வெறி அகங்காரம் முதலிய குணங்கள் கொழுந்துவிட்டு எரிந்தாலும் உடனே அவற்றின் விளைவாக உலகத்துக்கு ஊழிபிறந்து விடாமல்

தடுக்க அவர் கையாளும் ஒரு தந்திரம் நாட்டியந்தான். அந்த நாட்டியந்தான் அவருடைய நிம்மதியற்ற பரபரப்பை மாற்றும் மருந்தாகவும் இருந்தது.

அன்று என்ன, அவருடைய வெறிக்கு ஓர் அளவு இருந்ததா! தம்மாலேயே தம் வெறியைத் தாங்க முடியாமல் அவருடைய சரீரம் சிரமப்பட்டுக் கொண்டிருந்தது. முடிந்த மட்டும் தம் கோபக் கனலை நக்கீரன்மேல் பாய்ச்சிய பின்னும் அது அவிந்தபாடில்லை. சகிக்க முடியாதநிலை வந்துவிடவும் சுடு காட்டுக்குப் போனார் சுந்தரர். அவருக்கே உரிய அந்தக் கொடு கொட்டியாட்டத்தை அவர் ஆடியபோது, பிணங்களைப் பக்ஷித்துக் கொண்டிருந்த பேய்க் கணங்கள்கூட அஞ்சி அவ் விடத்தைவிட்டு ஓடிவிட்டன. பூமி அதிர்ந்த போது சிதையில் எரிந்த பிணங்களைக் கூடத் தூக்கித் தூக்கியடித்தது. வான மெங்கும் சுள்ளிகளும் தீக்கங்குகளும் வாரியெறியப்பட்டன போல் வெடித்துப் பறந்தன. அவருடைய காலில் அகப்பட்டு அன்று பொடியான மண்டையோடுகள் . . !

இந்த வெறியாட்டத்தில் அவருடைய அகங்காரத்தின் வேகம் சற்றுத் தணிந்தது உண்மைதான். ஆனால், உறக்கத்தைக் கெடுக்க அவர் மனத்தைப் பிறாண்டிய சிந்தனைகளுக்குக் கணக் கில்லை. அன்று பகல் முழுவதும் தம் கோவில் மண்டபத்தில் நடந்த விஷயங்கள் அவர் நினைவுக்கு வந்தன. அவை அம் மட்டோடு நில்லாமல் அவர் மறந்தும் மறவாமலும் சிந்தையில் வைத்திருந்த மற்றும் பல நினைவுகளையும் சதையும் ரத்தமு மாக புண்ணாக்கிப் பிடுங்கிக்கொண்டு வந்து மனக் கண்முன் நிறுத்தின. கட்டிலில் சிறிது புரண்டு படுத்தார் சுந்தரர். மீனாட்சி இந்தச் சலனத்தால் விழித்துவிடக்கூடாதே என்று அப்படியே அமைதியோடு படுத்துக்கொண்டார்.

அன்று காலையில்தான் சுந்தரருடைய பணியைத் தலை மேல் தாங்கிப் பொதிகையிலிருந்து அகஸ்தியர் வந்தார். சுந்தரருக்கு, தம் ஆதிக்கத்தைப் பிரபஞ்சத்தின் கடைக் கோடிவரைக்கும் நிலைநாட்டியிருப்பதோடு, மனித இருதயத்தின் பரப்பில் எள்ளத்தனை இடமுமின்றி அங்கும் தம் ஆதிக்கத்தைப் பரப்ப வேண்டுமென்ற ஓர் ஆவேசம் பிறந்திருந்தது. தம் நெற்றிக்கண் ணால் வெந்து துடித்த அந்தக் கீரனை ஒன்றும் தெரியாதவனாக்கி அவனுக்கு இலக்கணம் உபதேசிக்கவைக்க வேண்டுமென்று தான் குறுமுனியைப் பொதிகையிலிருந்து வரவழைத்தது. கீரனும் சுந்தரருடைய உத்தரவுக்கு அடங்கி ஆலய மண்டபத் துக்கு ஓடிவந்தான். வந்து அகஸ்தியரைக் கண்டதும் அவனுக்கு விஷயம் ஒன்றும் விளங்கவில்லை என்றாலும், தமிழ் வளர்க்கும்

குறுமுனியைத் தலைகுனிந்து வணங்கினான். சங்கப் புலவர்களின் முன்னிலையில் தன்னை வதைத்ததும் போதாதென்பது நெற்றிக் கண்ணனின் திருவுளமோ என்று அவன் உள்ளத்தில் வேடிக்கையாக ஓர் எண்ணம் பிறந்தது. கம்பீரமாக வீற்றிருந்த சுந்தரரைப் பார்த்தான் நக்கீரன். சுந்தரர் நெற்றிக் கண்ணைத் திறக்க வில்லையே ஒழிய, அவர் முகத்தில் அந்தக் கண்ணின் கனலெல்லாம் பரவிச் சுடர் வீசிக்கொண்டுதானிருந்தது. அவரைப் பார்த்ததும் நக்கீரன் பொங்கிவரும் சிரிப்பை அடக்க முடியாமல் சிரித்துவிட்டான். திரிபுரம் எரியச் சிரித்த சுந்தரர் இந்தச் சிரிப்பைக் கண்டதும் உண்மையாகவே நடுங்கி விட்டார். கீரன் எதிர்த்து நின்றாலும், கீழ்ப்படிந்தாலும் அவனுடைய கட்சியே எப்படியோ வெற்றி பெற்றுக்கொண்டு வருகிறது என்று சுந்தரருக்குப்பட்டது. மீனாட்சி ஒன்றும் புரியாமல் விழித்தாள்.

அகஸ்தியர் சுந்தரர் கட்டளைக்கு இணங்கி இலக்கணச் சூத்திரங்களை ஒவ்வொன்றாகச் சொல்லிக்கொண்டு போனார். இந்த வாய்ப்பாடு கீரனுக்குத் தெரியாத பிரணவ மந்திரம் அல்ல. ஆனாலும் கேட்டுக்கொண்டே வந்தான். அகஸ்தியர் ஒரே நாளில் இலக்கணப் பாடத்தை முடித்துவிட்டார். சிஷ்யனும் ஒரே நாள் பாடம் கேட்ட மாத்திரத்தில் இலக்கணத்தைத் தலைகீழாக ஒப்பிக்கவும் தயாராக இருந்தான்.

குறுமுனி விடைபெற்றுக் கொண்டார். அப்போது சுந்தரர் அறியாதவாறு அவரும் நக்கீரனும் பரஸ்பரம் ஒருவரைப் பார்த்து ஒருவர் புன்னகை செய்துகொண்டார்கள். அப்புறம் திரும்பி சுந்தரரைப் பார்த்த கீரன் முன்போல் சிரிக்கவில்லை. ஆனால் அதற்குப் பதிலாக அவர் சிரித்துக்கொண்டு, ‘போகலாம்’ என்று சொல்லிக் கம்பீரமாக அவனுக்கு விடை கொடுத்து அனுப்பினார்.

அவருடைய வெறியின் தழற் கொழுந்துகள் மட்டுக்கு மிஞ்சி உள்ளுக்குள்ளேயே வீசிச் சுழன்று கொண்டிருந்தன. கடைசியில் அவை அவரையே சுட்டன. சுடுகாட்டுக்கு நாட்டியம் ஆடப்போனதில் அவருடைய அகங்காரம் தணிந்தும் மனதுக்கு நிம்மதி பிறக்கவில்லை. மறுபடியும் ஒரு தடவை முகத்தைத் தேய்த்துக் கொண்டு மீனாட்சியின் பக்கம் திரும்பிப் படுத்தார். அவருடைய கை அவள்மேல் தவறி விழுந்தது. உடனே கையை மடக்கிக் கொண்டு தூங்குவதுபோல் பாவனை செய்தார் சுந்தரர். கட்டிலின் அசைவு அவரைக் காட்டிக் கொடுத்துவிட்டது. லேசாகக் கண்ணயர்வு நீங்கி விழித்தாள் மீனாட்சி. ‘இன்னும் அவர் உறங்காமலா இருக்கிறார்?’ என்ற சந்தேகம் அவள் நித்திரையைப் பரிபூர்ணமாகக் கலைத்துவிட்டது. ‘நேரம் தெரியா

மல் பேய்க் கணங்களோடு கூத்தாடியது போதாதென்று இரவெல் லாம் கொஞ்சிக் குலாவி 'கும்மாளி' போட்டுக்கொண்டிருந்தவர் களைப்புத்தீர உறங்காவிட்டால் உடம்பு என்னத்துக்காகும்?' என்று பெண்ணுக்கே உரிய ஒரு கவலை அவளைத் தாக்கியது. ஆனாலும் சுந்தரர் உறங்குவதும் உறங்காததும் சந்தேகமாக இருக்கும் நிலையில் ஒன்றும் பேச்சுக் கொடுக்கக்கூடாது என்று நினைத்து அவரது முகத்தை மட்டும் தன் வலது கையால் தடவிக்கொடுத்தாள். கை, தவறுதலாக நெற்றிக் கண்ணின் இமையில் பட்டுவிட்டது. சூடு பொறுக்காமல் கையைச் சடக் கென்று பின்னுக்கு இழுத்து உதறினாள். அன்று அந்தக் கண்ணின் உஷ்ணம் எவ்வளவோ குறைந்து போய் இருந்தும் அவளால் அதைத் தாங்க முடியவில்லை. 'உறங்கும்போது கூட இந்தக் கனல் ஆறி அவியக்கூடாதா?' என்று எண்ணி மீனாட்சி அவருடைய புஜங்களையும் மார்பகத்தையும் சிறிது கழித்துத் தொட்டுப் பார்த்தாள். உடலும் கொதித்தது. 'திக் திக்' என்று அவர் மார்பு அசாதாரணமாகத் துடிக்க ஆரம்பித்தது. உடனே யோசனை செய்யாமல், தூங்கவில்லையா? என்று உரக்கக் கேட்டுவிட்டாள். அவள் சத்தம் போட்டுப் பேசியது பள்ளியறைப் பேச்சாக இல்லாமல், அதிர்ச்சியோடு எதிரொலி செய்யவே சுந்தரர் கொஞ்சம் பயந்தார்.

"தூக்கம் வரவில்லைதான். அதற்குக் கூப்பாடு எதற்கு?" என்று மெதுவாகச் சொன்னார்.

பார்வதியும் 'பிரக்ஞை'யடைந்து தன் குரலைத் தாழ்த்திக் கொண்டாள்.

"முன்னால் பஸ்மாஸுரனுக்குப் பயந்துகொண்டிருந்த போது, தூங்காமல் இருந்த மாதிரி அல்லவா கண் விழித்துக் கொண்டிருக்கிறீர்கள்? இப்போது எந்த ராக்ஷஸன் பயமுறுத்த வந்திருக்கிறான், இந்த இரவிலே?" என்று வேடிக்கையாகக் கேட்டாள் மீனாட்சி. இதற்குச் சுந்தரர் பதில் ஒன்றுமே சொல்ல வில்லை. அவருக்குப் பஸ்மாஸுர உபாக்கியானம் ஒரு பேய்க் கதை. ஆனால் அன்று, அதைக் கேட்டதும் அவருக்குப் பயம் நடுக்காவிட்டாலும் அவமானமாக இருந்தது. அந்தப் பெரிய தோல்வியை எண்ணிச் சுந்தரர் அந்த நாளில் வருந்திய போது மீனாட்சிதான்; 'இது தோல்வியா? முன்பின் யோசியாது அஸுர னுக்கு வரம் கொடுத்த சிந்தனா சூன்யம்' என்று கருதி அதை மிகவும் மெருகான பாஷையில் சொல்லிச் சுந்தரருக்கு ஒருவாறு ஆறுதலளித்தாள்.

எதாவது பேசவேண்டும் என்ற கருத்துடன் "அகஸ்தியர் சுகமாகப் பொதிகை சென்றிருப்பாரல்லவா, இந்நேரம்?" என்று சுந்தரர் கேட்டார்.

"இவ்வளவு நேரம் எதற்கு? மாலையில் புறப்பட்டவர் இந்தப் பன்னிரண்டு காத தூரத்தைக் ககன மார்க்கத்தில் கடந்து செல்ல இவ்வளவு நேரம் எதற்கு? அவருடைய வரவு பார்த்துக் காத்திருக்கும் பத்தினி லோபமுத்திரையை ஏமாற்றாமல் பொழுதோடேயே போயிருப்பார்; போய் உறங்கியும் இருப்பார்" என்று அழுத்தமாகச் சொல்லி நிறுத்தினாள் மீனாட்சி. ஆனால் அவள் எதிர்பார்த்தபடி இந்த ஹாஸ்யத்தைக் கேட்டுச் சுந்தரர் சிரிக்கவில்லை. அவள் பேசியதையே கேளாதவர்போல மேலும் தொடர்ந்து, "நக்கீரனை அன்று பொற்றாமரைக் குளத்திலிருந்து கரையேற்றியதும் பேசாமல் இருந்திருக்க வேண்டும். அவனுக்கு இன்று இலக்கணம் உபதேசிக்கச் செய்ததை இப்போது நினைத் தால் மிகவும் சங்கடமாக இருக்கிறது" என்று சுந்தரர் குழந்தை யைப்போல் மீனாட்சியிடம் சொன்னார். தம் வெற்றி தோல்வி களைக் கூறி இன்பதுன்பத்தைப் பகிர்ந்து கொள்ளும் அந்த இடத்தில் எப்போதும் போலவே அவர் குழந்தையானார்.

"ஏன் இப்படி உறங்காமல் கஷ்டப்படுகிறீர்கள்? நடந்த காரியம் நடந்துவிட்டது. நானுங்கூட அப்போதே சொல்ல நினைத்தேன். கீரனுக்கு இலக்கணம் தெரியாமலா அவனைச் சங்கத்தின் தலைமை ஸ்தானத்தில் கொண்டு போய் வைத்திருக் கிறார்கள்? நீங்கள் அவனை எரித்ததும் போதாதென்று மேலும் மேலும் இம்சைபடுத்துவானேன்? இப்படித் தூங்காமல் கஷ்டப் படுவானேன்? சரி சரி, உறங்குங்கள்" என்று சொல்லிச் சுருண்டு கிடந்த புலித்தோலை இழுத்து அவர் உடலை நன்றாகப் போர்த்தினாள்.

"அப்போதே யோசனை செய்யாமல் போனேன்."

சுந்தரர் மேலும் மேலும் பசலையாகிக் கொண்டே வந்தார். சிறிது நேரம் மௌனமாக இருந்தாள் மீனாட்சி.

"யோசனை செய்திருக்க வேண்டிய சந்தர்ப்பம் இது ஒன்று மட்டும் இல்லையே; மன்மதனை எரித்தபோது நீங்கள் கொஞ்சம் யோசனை செய்திருந்தால் பாவம், அவனை இப்படி அங்கமில்லா மல் பிசாசுமாதிரி ஆவியாக அலையவிட்டிருப்பீர்களா? அவன் தலையெழுத்து, அன்று நிஷ்டை கலைந்து கண்ணைத் திறந்த போது, உங்கள் நெற்றிக்கண் முதலாவதாகத் திறந்துவிட்டது.

அவனைச் சபித்துவிட்ட நாமோ குழந்தை பெற்று ஒரு வருக்கு ஒருவர் இணை பிரியாமல் இருப்பதில் ஒன்றும் குறைய வில்லை. உங்களுக்கு நெற்றிக்கண் இருக்கும் தைரியத்தில் நீங்கள் 'யோசனை எதற்கு?' என்றே முடிவு கட்டிவிட்டது போலவே தோன்றுகிறது. உலகத்தில் உங்கள் கண்ணால் முதல் முதலில் எரிந்து சாம்பலானது உங்கள் சிந்தனா சக்திதான்."

மீனாட்சி அடுக்கிக்கொண்டே போனாள். சுந்தரர் தாம் எந்த எண்ணங்களை எண்ணி உள்ளுக்குள்ளேயே அவதிப்பட்டுக் கொண்டு இருந்தாரோ, அவற்றையே அவள் வெளிப்படையாகச் சொல்லிக்கொண்டு வந்தாள். சுந்தரருக்கு மனவியாகுலம் தரும் அந்தச் செய்திகள் மீனாட்சி வாயிலிருந்து வெளிப்படும் போது வேதனை அதிகப்படுவதுபோலப் பட்டது.

"மீனாட்சி, நக்கீரன் கடைசி வரையில் தான் சொன்னதைப் பிழை என்று ஒப்புக்கொள்ளவில்லை" என்று தாம் மறைத்து மறைத்து வைத்திருந்த விஷயத்தையே சொல்லிவிட்டார் சுந்தரர். இதையே தம் காதில் படும்படியாகச் சங்கத்தில் யாரும் சொல்லி விடுவார்களோ என்று பயந்துதான் நக்கீரனை எரித்த மறு விநாடியில் அந்த இடத்தைவிட்டு உடனே வெகு வேகமாக அவர் தம் இருப்பிடத்துக்கு வந்துவிட்டார்.

பார்வதி அந்த விஷயத்தின் மறுகாட்சியைச் சுட்டிக் காண்பித்தாள்.

"நீங்கள் சொன்னதுதான் சரியென்று நீங்களும் அவனுக்குக் கடைசிவரையில் நிரூபிக்கவில்லையே?"

பேசினால், சம்பாஷணை செய்தால், துக்கம் குறையும் என்ற உலகானுபவம், சுந்தரர் விஷயத்தில் தலைகீழாக இருந்தது. பார்வதி ஒன்றையும் கவனியாமல், சுந்தரருடைய துயரம் தேங்கிய முகத்தையும் அந்த இருட்டு நேரத்தில் காணமுடியாத நிலையில் பேசிக்கொண்டே போனாள்.

"பரணர் இருக்கிறாரே, அவரே வாய்த்துடுக்காக ஞானப் பூங்கோதையின் கூந்தலிலுள்ள இயற்கை மணத்தை உண்மை யென நிரூபிக்க வேண்டும் என்று கேட்டுக்கூட இருப்பார். ஆனால் எதையும் கவனியாமல் சம்ஹாரத்துக்குச் சித்தமாக இருக்கும் உங்கள் நெற்றிக் கண்முன் யார்தாம் என்ன செய்ய முடியும்?"

"ஆனாலும் இந்தப் பரணரும் கபிலரும் இந்தக் கீரனும் என்னைப் பற்றி அன்றுமுதல் என்ன நினைத்திருக்கிறார்கள் என்பது உனக்குத் தெரியாது. நக்கீரனை எரித்த அன்று நடந்த நிகழ்ச்சிகள் எல்லாவற்றையுமே தருமி வந்து என்னிடம் சொன்னான். அதாவது ..."

மேலும் மேலும் பேசிக்கொண்டே நேரத்தைத் தூங்காமல் கழிப்பதை விரும்பாத மீனாட்சி விஷயத்தை ஒரு முடிவுக்குக் கொண்டு வருவதற்காக, "நாம் தமிழ்நாட்டுக்கு வந்தபின், நீங்கள் சங்கடப்படுவது இப்போதுதான். இனியாவது உங்களை

இன்னார், இப்படிப்பட்டவர் என்று அவர்கள் தெரிந்து நடந்து கொள்வார்கள். நீங்களும் அவர்கள் வழிக்குப் போகவேண்டாம்" என்று சொன்னாள். ஆனால் சுந்தரருடைய மனவெளியிலோ, தருமி சொன்னதெல்லாம் இரண்டாவது முறை நாடகம் போட்டது.

○ ○ ○

சுந்தரர் சங்கத்தைவிட்டு வெளியே போய்விட்டார்.

'குற்றம் குற்றமே' என்ற சொற்கள் இன்னும் எதிரொலி செய்வது நிற்கவில்லை. ஆனால், வெப்பம் தாங்கமாட்டாமல் நக்கீரன் கையையும் காலையும் உதறிக்கொண்டே பொற் றாமரைக் குளத்தில் போய்க் குதித்துவிட்டான். சுந்தரரின் நெற்றியிலிருந்து பாய்ந்த அந்தத் தீ, தண்ணீரில் அவிந்து விடுமா? குளத்துள் குதித்தும் அவனுடைய பதைபதைப்பு நிற்கவில்லை. தீப்பட்ட பாகத்தில் தண்ணீர் படவே கீரனுடைய உடம் பெல்லாம் கொப்புளங்கள் வெடித்துவிட்டன. அவற்றை உறுத்தும் தாமரைக்கொடிகளிடையே காந்தல் பொறுக்க மாட்டாமல் நீந்திக்கொண்டிருந்தான்.

சங்கப் புலவர்களுக்கு என்ன செய்வது என்றே தோன்ற வில்லை. கீரனைக் கொண்டுவந்து கரையில் வைத்தால் அவன் வெந்து நீறாகிப் போய்விடுவான். தண்ணீருக்குள்ளோ காந்தலும் உயிர்போகாத அவஸ்தையும்? எல்லாப் புலவர்களும் சுவரைப் பிடித்துக் கொண்டு நின்றனர். ஒரு பக்கத்தில் நின்றுகொண் டிருந்த தருமியின் கண்களில் கண்ணீர் பொங்கியது. அவனுடைய நெஞ்சம் திக்திக்கென்று அடித்துக் கொண்டிருந்தது. யாரும் காணாத விதமாக அதைத் துடைத்துவிட்டு நின்றான்.

இந்தக் கூட்டத்தை விட்டுச் சற்றுப் பின்புறமாகத் தள்ளி இருவர், ஒருவர் முகத்தை ஒருவர் பார்த்த வண்ணம் மிகுந்த ஆழ்ந்த யோசனையோடு பேசிக் கொண்டிருந்தார்கள். சங்கத்துச் சான்றோர்களில் உயர் பதவி வகிக்கும் அந்த இருவருடைய பேச்சுகளையும் தருமியும் மற்றும் இரண்டொரு புலவர்களும் கவனித்துக் கொண்டிருந்தனர்.

"தருமிக்கு ஆயிரம் பொன் கொடுக்க வேண்டுமென்றால் சுந்தரர் தம் கையிலிருந்தே கொடுத்திருக்கலாம். இந்த அவஸ்தை யெல்லாம் நேருவானேன்? பாட்டு எழுதிக்கொடுத்து அதில் குற்றம் இருக்கிறது என்று கீரனார் சொல்லப்போக, அவருக்கு கோபம்வர ... கீரர்படும் இந்தக் கஷ்டத்துக்கு என்ன செய்வது?" என்று பொறுமையில்லாமல் கேட்டார் பரணர்.

கபிலருடைய புருவங்கள் நெறிந்து சுருங்கிக் கொண்டிருந்தன. ஆனால் அவருடைய முகத்தில் சாந்தம் குலையவில்லை. ஏதோ, ஆழ்ந்த உண்மையை வேதனையின் நடுவே தேடுவது போன்ற பாவம் அவர் முகத்தில் பிரதிபலித்தது. பரணருடைய பேச்சைக் கேட்டும் முகத்தைச் சற்றும் திரும்பாமலேயே, “சுந்தரரிடம் புலவர்கள் எல்லோரும் போய் கீரனைக் காப்பாற்றச் சொல்ல வேண்டியதுதான். வேறு செய்வது என்ன?” என்றார்.

“முதல் முதலில் சங்கப் பலகை வேண்டுமென்று அவரிடம் நம் புலவர்கள் முறையிடப் போன நாள் முதல் நம் புலவர்களுக்குச் சுந்தரரிடம் எடுத்ததற்கெல்லாம் போவதுதான் வளமையாகி விட்டது. சுந்தரருக்கும்கூட இங்கு வந்து போவது நித்திய நியமமாகிவிட்டது” என்று பரணர் கூறியபோது, நக்கீரரின் அவஸ்தையை வந்து ஒரு புலவர் பரிதாபமாகக் கூறினார்.

“போனால், அவர் கோபம் தணிந்து வருவார் என்று நினைக்கிறேன். கோபப்பட்ட மறுவினாடியில் அவர் எத்தனையோ அசுரர்களையுங்கூட மன்னித்து அருள் செய்திருக்கிறார்” என்று கூறினார் பரணர்.

இதைக் கேட்ட கபிலர் ஏளனமாகப் புன்னகை செய்து கொண்டே, “புறப்படுங்கள்” என்று சொன்னார். அவருடைய கோரமான புன்னகையைக் கண்ட தருமியின் உள்ளம் கூசியது. ‘நல்லவேளையாக இந்த இடத்தில் சுந்தரர் இல்லை’ என்று நினைத்துக் கொண்டு, புலவர்களைப் பின் தொடர்ந்து கோவிலை நோக்கி நடந்தான்.

கோபத்தின் விளைவு யுகம் யுகமாக முத்திரை போட்டுவிட இருந்ததைத் தடுக்கச் சுந்தரருக்குத் தெய்வாதீனமாக இந்தச் சந்தர்ப்பம் கிடைத்தது. அவர் கைவசம் இருக்கும் மன்னிப்பு நக்கீரனுக்கு மட்டும் இல்லாமல் அவருக்குமே பாதுகாப்பளிக்கப் பயன்படுத்தப்பட்டது. அவர், புலவர்கள் சந்தியில் வந்து வேண்டிக் கொள்ளவும் யாதொரு மறுப்பும் கூறாமல் அப்படியே எழுந்து பொற்றாமரைக் குளத்துக்கு வந்தார். அங்கே போய் நக்கீரனைக் கண்டதும் அவருடைய மனத்தில் சற்று அட்டம் ஜனித்தது. அந்தப் பலவீனத்தை மறைக்க முயன்றபோது அவர் உள்ளத்தில் பின்னும் அகங்காரம் பிறந்து சீறியது. நக்கீரனை அதோடு விட்டுவிட அந்த ஊழிக்கூத்தருக்கு மனம் வரவில்லை.

“கீரனே !”

புலவர்கள் அஞ்சி ஒடுங்கித் தலைதாழ்ந்து பின் நின்றார்கள். கபிலருக்கு ஒரு பெரிய பயம். நக்கீரனைத் தான் செய்தது குற்றம், சொன்னது பிழை என்று ஒப்புக் கொள்ளும்படி கேட்டு

விட்டுத்தான் அவனைக் காப்பாற்றுவாரோ சுந்தரர் என்று எண்ணி நெஞ்சம் கலங்கினார். அவருடைய கண்கள் கோவை யாகச் சிவந்திருந்தன.

கீரன் சுந்தரரை நோக்கி ஒன்றும் சொல்லாமல் கைகூப்பி னான். கபிலர் இதைக் கண்டு மௌனமாகத் தலைகுனிந்து நின்றார்.

"கீரனே, நீ துதிக்கும் அந்தக் காளத்தீசர் மீது, நேரிசை வெண்பாக்களால் ஓர் அந்தாதியை இப்போதே பாடினால் உன்னை கரையேற்றுவோம்" என்றார் சுந்தரர்.

கபிலர் மனம் மகிழ்ந்தது. பின் நிகழ இருக்கும் காரியங்களில் கவனம் செலுத்த வேண்டியது அனாவசியம் என்று அவருக்குத் தோன்றியது.

கீரன் தண்ணீரில் இருந்தவாறே காளத்தியீசரையும் கைலாச பதியையும் துதித்துப் பாடினான். இந்த அந்தாதியைச் சிவன் சொல்லாமல் யார் சொல்லியிருந்தாலும், எப்போது வேண்டு மானாலும் பாடக் கூடியவன் கீரன். ஆனால் இப்போது இந்த அந்தாதி கீரனைக் காப்பாற்றும் தோணியாக உதவியது. சுந்தர ருக்கும் தம்மைத் தப்புவித்துக் கொள்ள இதைவிட வேறு உபாயம் என்ன இருக்கிறது?

அந்தாதி பாடி முடிந்ததும் சுந்தரர் தம் வலக்கரத்தைக் கீரனை நோக்கி நீட்டினார். நக்கீரன் இருக்கும் இடம் வரைக்கும் கரம் நீண்டது. அவன் காந்தத்தினால் ஆகர்ஷிக்கப்பட்டவனைப் போல் மேலே கிளம்பிவந்து சுந்தரருடைய கரத்தைப் பற்றினான். அவருடைய கரம் பழைய நிலைக்கு வந்தது. கீரன் கரை சேர்ந் தான். எல்லாம் ஜாலவித்தையைப் போல ஒரே அதிசயமாக இருக்கவே புலவர்கள், அஞ்சி ஒடுங்கி கைகட்டி வாய் புதைத்து நின்றார்கள். கபிலருடைய சாந்தம் பரவிய முகத்திலே ஒரு புன்னகை சிறிது சலனம் உண்டாக்கியது. அவர், தம் சிரிப்பை அடக்கிக் கொண்டு ஏதோ சிந்தனையில் ஆழ்ந்தார்.

நக்கீரன் கூப்பிய கரங்களை எடுக்கவில்லை. சுந்தரர் ஒருமுறை அவனைக் கூர்ந்து பார்த்தார். அவருடைய கண்கள் கூசின. முகத்தைச் சுழித்துக் கொண்டு கீரனுடைய தலைக்கு மேல் தம் கையை உயர்த்தி ஆசி சொல்லிவிட்டு உடனே தாமதியாமல் அவ்விடத்திலேயே அந்தர்த்தானம் ஆகிவிட்டார். கீரனோடு அதற்குமேல் ஒரு வார்த்தைகூடப் பேசவில்லை சுந்தரர்.

சுந்தரர் போய்விட்டார். கீரனுடைய மேனியில் புண்பட்ட வடுக்களே தெரியவில்லை. உடலில் சுட்ட வடுக்கள் என்னவோ மறைந்துவிட்டன . . .

மற்ற புலவர்கள் மகிழ்ச்சியால் ஆரவாரிக்க, கபிலர் அவனுடைய கையைப் பற்றிக்கொண்டே சங்கத்துக்குள்ளே நடந்தார். அன்றைய தினம் தமிழ் ஆய்வதற்கு நேரமில்லை. ஏனென்றால் மாலை நேரமாகிவிட்டது. சங்கத்தார் சபை கலைந்து வீட்டிற்குப் புறப்பட்டனர். கடைசியில் எஞ்சி நின்றவர்கள் கபிலர், பரணர், நக்கீரன், தருமி ஆகிய நால்வருமே. தருமி, கீரனுடைய காலில் விழுந்து நமஸ்காரம் செய்துவிட்டு எழுந்தான். கீரனுக்குச் சிரிப்பாக இருந்தது எல்லாம். நால்வரும் மெதுவாக கட்டிடத்தைவிட்டு வெளியே வந்தனர்.

வயது முதிர்ந்த கபிலர் தள்ளாடித் தள்ளாடி நடந்தார். மேல் வானத்தை அவர் கண்கள் ஏறிட்டுப் பார்த்துக்கொண்டிருந்தன. பரணர் ஏதேதோ பேசிக் கொண்டிருந்தார். தருமி அஞ்சி ஒடுங்கிப் பின்னோடு வந்துகொண்டிருந்தான்.

“சங்கத்தின் ஆரம்பகாலம் ஓரிடையூறு இல்லாமலே நடந்து வந்தது. ஒருநாள் இந்தப் புலவர்கள் ஒன்று கூடிப்போய், தம் காரியத்தை பேசாமல் கவனித்துக்கொண்டிருந்த சுந்தரரை, சங்கப்பலகை செய்து தரவேண்டுமென்று கேட்டார்கள். அதிலிருந்து சங்கத்தின் தமிழாராய்ச்சியில் கூட அவர் சொன்னதையே வேத வாக்காக ஒப்புக்கொள்ள வேண்டிய நிர்ப்பந்தம் ஏற்பட்டுவிட்டது, பார்த்தீர்களா? பள்ளியறையிலே வைத்து ஒருவன் தன் மனைவியின் நகத்துக்குக்கூட இயற்கை மணம் இருக்கிறது என்று புகழலாம். அப்படிப்பட்ட விஷயங்களை அந்த உலகிலிருந்து பெயர்த்துக் கொண்டு வந்து பௌதிக சாஸ்திர உண்மையாக்கிவிட சுந்தரர் இவ்வளவு பயங்கரமான நடவடிக்கையைக் கைக்கொண்டது எனக்கு மிகவும் அருவருப்பாக இருக்கிறது” என்று பேசிக்கொண்டே போனார் பரணர்.

கபிலர் சிரித்துக்கொண்டு, “கீரன் பிழைத்து வந்ததனால் உமக்கு இந்தத் துணிவா . . ? கலையுலகத்தில் எப்படிப்பட்ட செல்வாக்கெல்லாம் நுழைந்து அதிகாரம் பெறுகிறது என்று பார்த்தீர்களா? இதற்குக் காரணமாக இருந்தது கீரனையும் நம்மையும் சேர்ந்த புலவர்கள்தாம் என்பதையும் மறந்துவிடாதீர்” என்று நீளமாகப் பேசினார். சென்ற இரண்டு நாட்களிலும், அவர் ஒரே தடவையில் இத்தனைச் சொற்களைச் சேர்த்துப் பேசினது இல்லை. அவருடைய ஒவ்வொரு சொல்லிலும் கானல் நெருப்பு பறந்துகொண்டிருந்தது.

கீரன் ஒன்றுமே பேசவில்லை. தருமியின் முகத்தில் ஏதோ தெம்பு காணப்பட்டது. ‘புலவர்கள் பேசிக்கொண்டிருந்ததையெல்லாம் சுந்தரருக்குப் படும்படியாகச் சொல்லிவிட்டால்

தான் என்ன?' என்று நினைத்தான். சுந்தரரால் இனிப் புலவர்களை என்ன செய்யமுடியும் என்ற துணிவுதான் அவனுக்கு. கபிலரும் பரணரும் பேசிய சொற்களை அவனுக்கு ஏற்கெனவே யாரோ சொன்னது போலவோ அல்லது தானே நினைத்தது போலவோ ஒரு பிரமை தட்டியது, புலவர்கள் பேசியதைக் கேட்டுக்கொண்டே வந்தான்.

பரணர், "சுந்தரர் கீரரை கரை ஏற்றியதும் அங்கே ஒரு க்ஷணங்கூட நிற்கவில்லை. கீரரைப் பார்த்து வேறு ஒன்றும் கேட்கக்கூட இல்லையே!" என்று வியப்போடு கேட்டார்.

"கேட்கவா? எதைக் கேட்பது?" இவை கபிலருடைய வார்த்தைகள்.

○ ○ ○

தருமி வந்து சொன்ன செய்தி அனைத்தும் சுந்தரருக்கு அவிந்த சினத்தைக் கிளறிவிட்டதே ஒழிய, தருமி நினைத்தது போல் ஒன்றையும் அறிவுறுத்தி விடவில்லை. அந்தக் கோபாக்கினியில் கீரனுக்கு இலக்கணமும் உபதேசிக்கச் செய்துவிட்டார். அவருடைய துயர நெருப்பை மற்றொரு நெருப்பு வந்து அணைக்குமா என்று நினைத்துப் பார்க்கவில்லை அவர்.

இரவு வெகுநேரமாகிவிட்டது. குளிர்காற்று, சாளரத்து வழியே பாய்ந்து வீசியது. மீனாட்சிக்குச் சற்றுக் குளிர் நடுங்கியது. ஆனால் சுந்தரரின் உடம்பிலோ ஓர் உணர்வும் இல்லை. அன்று பகலும் அதற்கு முதல் நாளும் நடந்த நிகழ்ச்சிகள் அழிக்க முடியாத கோரச்சித்திரங்களாக அவருக்குத் தோற்றமளித்துக் கொண்டிருந்தன. 'விர்' என்று ஜன்னல்வழி வீசும் காற்றின் ஓலத்தில் நக்கீரன் சொன்ன குற்றம் குற்றமே என்ற சொற்கள் எரிச்சலாகக் கேட்டுக்கொண்டிருந்தது சுந்தரருக்கு. தம்மைப் பிணைத்திருக்கும் மீனாட்சியின் கைகளை விடுவித்தார். இப்போதும் மீனாட்சியின் கை அவருடைய நெற்றியைத் தொட்டுக் கொண்டே வந்தது. நெற்றியில் காளவாயாக கொதித்துக் கொண்டிருந்த அந்தக் கண்ணில் சூடு சற்றுக் குறைந்திருந்ததை ஸ்பரிஸத்தில் உணர்ந்துகொண்ட கயற்கண்ணி, 'அகங்காரம் இம்மட்டாவது குறைந்ததே' என்று சந்தோஷப்பட்டாள். ஆனால், அவருடைய உடல் இயற்கைக்கு மாறான சூட்டுடன் பொரிந்து கொண்டிருந்ததும் அவருடைய மார்புத் துடிப்பின் வேகமும் அவளுக்கு மிகுந்த பயத்தை அளித்தன.

சுந்தரர் மனச்சாந்திக்காக எழுந்து வெளியே வந்தார். பள்ளியறையை விட்டு வெளியே வரும்போது மீனாட்சி, "எங்கே? மனசையும் உடம்பையும் ஏன் இப்படி அலட்டிக்

கொள்கிறீர்கள்? இனிமேல் சங்க விவகாரம் ஒன்றுக்கும் நீங்கள் போக வேண்டாம்” என்றாள்.

மீனாட்சி இப்படிச் சொல்லும்போது சுந்தரரால் சகிக்க முடியவில்லை. ஆனால், கீரனுடைய சொற்களையே மாறி மாறி நினைவுபடுத்திக் கொண்டு கஷ்டப்பட்டவர் அவருடைய உபதேசத்தையே அனுஷ்டிப்பது என்று உடனே பிரதிக்ஞை செய்துகொண்டார்.

தம் உணர்வற்றுச் சுந்தரர் வெளிவாசலுக்கு வந்தார். அங்கே சந்நதியின் படியின்மேல் வெள்ளையாக ஒரு மூட்டை இருந்தது. சற்றுக் குனிந்து கூர்ந்து பார்த்தார். அவர் முதல்நாள் பாட்டெழுதித் தருமிக்கு வாங்கிக் கொடுத்த பொற்கிழி!

சுந்தரர் திடுக்கிட்டுப் போனார். ‘தருமியுங்கூட பொற்கிழியை வேண்டாமென்று கொண்டு வந்து என் முன்னாலேயே வைத்து விட்டான் ..!’

அவருடைய வாய் முணுமுணுத்தது. அவரால் நிற்கவே முடியவில்லை பழையபடியும் பள்ளியறைக்கு வந்து படுக்கையில் ‘தொப்’பென்று விழுந்தார். பயந்தடித்துக்கொண்டு எழுந்த மீனாட்சி, அவர் தலையை எடுத்துத் தன் மடியில் வைத்துக் கொண்டு அவருடைய உடம்பையும் நெற்றியையும் தொட்டுப் பார்த்தாள். உடம்பில் ஒரே வேர்வை. நெற்றிக்கண் கைலாச பர்வதத்தின் பனிக்கட்டியைப் போலக் குளிர்ந்து போயிருந்தது.

அதே சமயத்தில்தான், விடிந்துவிட்டது என்பதற்கு அடையாளமாக எங்கோ ஒரு சேவல் கூவியதும் கேட்டது.

கலைமகள், **மே 1946**

ரச விகாரம்

1

அது நடந்து மூன்று நாட்களாகிவிட்டன. முதலியாருக்கு அன்றிருந்த கோபம் இன்றில்லைதான். கோபம் அவிந்திருந்தது; ஆனால் தீ அவியவில்லை; இன்றும் கனல் பறக்க, உள்ளச் சொக்கப்பனையில் தழல் கொழுந்து களைச் சுழற்றிச் சுழற்றி வீசிக்கொண்டுதான் இருந்தது.

"அப்படி அக்கிரமமாகத் தொட்ட கையை ஒடித்து நாய்க்குப் போட்டிருக்க வேண்டாம்? போக்கிரிப் பயல்!" என்று அன்று குமுறிய மைத்துனர் பாபநாச முதலியாரின் சொற்களும் சங்கரலிங்க முதலியாரின் ஞாபகத்துக்கு அடிக்கடி வந்துகொண்டிருந்தன. 'பயலைக் கண்டிச்சுத் தான் இருக்கணும். இப்படிவிட்டது தப்பு. இனியும் அவன் மனசு திருந்திச் சும்மா இருப்பானா? போன இடத்திலேயும் நாலு பெரிய மனுஷாள் வீட்டில், நிறை பொலியிலேயே இந்தக் கழுதை வாய் வைக்காமல் இருக்கப் போகுதா? சும்மா விட்டது தப்புத்தான்.'

இந்த முறையிலும் சங்கரலிங்க முதலியார் தம் தப்பிதத்தை நினைத்துப் பார்ப்பதின் மூலம் தம்மைத் தாமே தாக்குப் பிடித்து மன உளைச்சலை எட்டி மிதிக்கப் பார்த்தார். 'ஆண்மை செயலிழக்கவில்லை. ஆனால், தப்புப் பண்ணிவிட்டோம்' என்ற நினைப்பே அவருக்கு ஆதரவு. ஆனால், அந்த நெஞ்சுத்தீ மடியில் கட்டிய நெருப்பைப் போல நெஞ்சைச் சுட்டு எரித்தது. அதைச் சகிப்பதற்கு, தாம் பழிக்குப்பழி வாங்கத் தவறிய 'முட்டாள்தனம்', அந்த 'முட்டாள் தன'த்துக்கு பாபநாச முதலியாருக்கு முன் பெருந்தன்மையென்று வியாக்கியானம் செய்து

கொண்ட தப்பிதம் – எல்லாவிதத் தவறு தப்பிதங்களும் சேர்ந்து அவருக்கு இருப்புக் கவசங்களாக, வஜ்ர அங்கிகளாக வந்து உதவின. 'என்ன இருந்தாலும் . . . எதுக்கு நம்ம புத்தி அப்படிப் போச்சு? கொஞ்ச நேரத்துக்கு முன்னாலே கொலை செய்யக் கூடத் தயாரா இருந்தோம். அப்புறம் அந்தப் பயலையும் அந்தச் சிறுக்கியையும் ('உம் ஜாக்கிரதையாகப் பேசுடா சங்கரலிங்க முதலி! என்ன இருந்தாலும் அவள் பெத்த மகள்; சிறுக்கின்னு சொல்லுதையா நீ?' – இப்படியும் தம்மைத் தாம் அதட்டிக் கொண்டு சிந்தனையைத் தொடர்ந்தார்.) அந்தக் கழுதையையும் பார்த்த பிறகு அப்படி என்ன எழவுக்குச் சாந்தம் பிறந்தது? பயல், வசிய மை வைத்திருந்து, நம்மைப் பணிய வச்சுட்டானா?

அன்றிருந்த கோபம் இன்றில்லை. ஆனால் கோபம் குறையக் குறையத் தீ வளர்ந்தது; நினைத்துப் பார்க்கப் பார்க்கத் தீ வளர்ந்து கொண்டே வந்தது.

○ ○ ○

இரண்டு வருஷங்களுக்கு முன்பு என்றோ ஒருநாள் அம்பா சமுத்திரத்தில் ஒரு கல்யாண வீட்டில் வைத்து முதலியார் தியாகராஜனைப் பார்த்தார். கல்யாணத்துக்குப் போய், முகூர்த்தம் முடிந்து எழுந்திருப்பதற்கு முன்னமேயே, அந்தச் சொற்ப காலத்தில், ஸ்ரீவைகுண்டத்தைச் சேர்ந்த நாலைந்து ஊர்களிலிருந்து வந்தவர்களின் வாய்மொழியில் தியாகராஜ னைப் பற்றி வந்த பாராட்டுகளுக்கும் புகழ்ச்சியுரைகளுக்கும் கணக்குக் கிடையாது. முதலியார் இதைக் கேட்டுக் கேட்டு அசந்து போய்விட்டார். ஒவ்வொருவரும் வந்து, தியாகராஜனைப் பற்றிச் சொல்லும்போது, அவன் முகத்தைச் சற்று ஏறிட்டுப் பார்ப்பார். அப்போது அந்தப் பாராட்டுரைக்கும், முதலியாருடைய கற்பனைக்கும் ஏற்றவாறு அவன் முகம் அவருக்குக் காட்சியளிக் கும். தியாகராஜன் ஊராகிய முரப்பநாட்டைச் சேர்ந்த ஒருவர் வந்து, "தியாகராசன் பி.ஏ.தான் படிக்காமல் வந்துவிட்டான். எப்.ஏ. படிக்கும்போது உடம்புக்குச் சொகமில்லாமப் போச்சு. ஆனால், இந்தக் காலத்துப் பயல்களைப்போல் ஒரு பீடி சிகரட்டு, பொடிபோயிலை, வெத்திலை பாக்கு – இப்படி ஏதாவது ஒண்ணுண்ணு அவன் சென்மத்திலே தொட்டறிஞ்சிருக்க மாட்டான்" என்றெல்லாம் சொல்லிக்கொண்டு வரும்போது வழக்கம்போல முதலியார் தியாகராஜனைப் பார்த்தார். அப்போதுதான் ஒருவர் தாம்பூலத் தட்டை எடுத்துத் தியாக ராஜனுக்கு முன்பாக நீட்ட, அவன் பக்கத்திலே இருந்த பெரியவர் களுக்குக் கொடுக்கும்படி மிகவும் பவ்வியமாய் ஆக்ஞாபித்தான்.

("ஆஹா! பெரிய வீட்டுப் பிள்ளைன்னா இதுதான்!" – இது முதலியார்.) பக்கத்தில் இருந்தவர்களுக்குத் தாம்பூல சேவை யானபின் பழையபடியும் தியாகராஜன் முன் தட்டேந்திய ஆசாமி வரும்போது, இரண்டு விரல்களால் எண்ணி எடுப்பது போல இரண்டே இரண்டு வெற்றிலை, ஒரு சின்ன பாக்குத் துண்டு – இவற்றை எடுத்து, பக்கத்திலே ஜமக்காளத்தில் வைத்து விட்டு வழக்கம்போல் உட்கார்ந்துகொண்டான்.

"பாத்திகளா? வெத்திலை எடுத்ததைப் பாத்திகளா இன்னேன்..?" என்றார் முரப்பநாட்டு முதலியார்.

"இரண்டு வெத்திலைகளை உபசாரத்துக்கு எடுத்துக்கிட்டது" என்று பூரிப்போடு சிரித்தார் முதலியார்.

"இதில்லையா பிள்ளைக்கு லெச்சணம்?"

சங்கரலிங்க முதலியாருக்குத் தியாகராஜனோடு ஒரு நிமிஷ மாவது உட்கார்ந்து பேசவேண்டும் என்ற ஆசை. "திருநெல்வேலிச் சீமையிலே நம்ம முதலிகள் எந்தக் காலத்திலேயும் அடுத்தவனை இறக்கி வச்சுப் பேசறதுதான் வளமை. ஆனால், இந்த முரப்ப நாட்டுப் பிள்ளையாண்டானைப் பத்தி, வந்தவனுலே ஒருத்த னாவது ஒரு சொட்டைச் சொல் சொல்லக் காணோமே!" – இந்த சந்தோஷத்தில் மூழ்கிய முதலியார் கடைசியில் தியாக ராஜனோடு கொஞ்சம் உட்கார்ந்து பேசினார். அவனுக்குக் கல்யாணமான செய்தியைக் கேட்டுத் தெரிந்துகொண்டார். பிறகு, குலம் கோத்திரங்களை விசாரித்துக்கொண்டிருந்த போது, அவன் தம் மனைவியுடைய பாட்டனார் வகையில் ஒட்டிய, தமக்கு மகன் முறையாக உள்ள உறவினனாகப் போய் விடவே, முதலியார் மனம் மகிழ்ந்து, அந்த மகிழ்ச்சியை உலகத் துக்குப் புலப்படுத்தும் முறையில், "ஐயா! ரத்தத்திலே ஒட்டின அந்த உறவு எங்கே போகும்? பாட்டன் பூட்டன் காலத்திலே யிருந்து மனுசத்தரம் சம்பாதிச்ச குடும்பத்திலே பிறந்தவக நாமெ... தம்பியைப் பத்தி நல்லாக் கேள்விப்பட்டுக்கிட்டேன். தம்பி முரப்பநாட்டுக்குத் திரும்புறப்போ, நம்ம ஊருக்கும் கொஞ்சம் விலகிட்டுப் போகலாமே!" என்று அவனைத் திருநெல்வேலிப் பேட்டைக்கு வந்து போகச் சொன்னார் முதலியார்.

"மன்னிக்கணும், இன்னொரு சமயம் வர்ரேனே!"

'மன்னிக்கணும்.' – சம்பிரதாயபூர்வமாக ஆங்கிலத்தில் பிரயோகிக்கும் பதம் இது என்று முதலியாருக்குத் தெரியாது. 'மன்னிக்கணும்' என்ற சொல்லுக்கு உண்மையான அர்த்தம்

எதுவோ அதை அப்படியே வியாக்கியானம் செய்து, தியாக ராஜனுடைய பெருந்தன்மையைப் பாராட்டினார் முதலியார்.

2

பேட்டைக்கு வந்த முதலியாருக்கு, ஒரு யோசனை உதித்தது: 'பண்ணைக் காரியங்களைக் கவனிப்பதற்கு ஆண் வாரிசு இல்லை. வயசு அறுபதை எட்டிப் பிடிக்க இன்னும் கோடி வருசமா இருக்கு? அப்படியிருக்கிறப்போ தியாகராஜனைக் கொண்டுவந்து பண்ணைக்குக் காரியஸ்தனாக்கிவிட்டால் என்ன?'

இந்த யோசனை கோழிக் கர்ப்பம் போல மாதம் கழியும் முன்பே பூரண உருப்பெற்றுவிட்டது. முரப்பநாட்டுக்கே போய்க் காரியத்தை முடித்து, முதலியார் வெற்றிகரமாகத் திரும்பிய இரண்டொரு நாட்களுக்குள்ளாகத் தியாகராஜன் பேட்டை வந்து சேர்ந்தான். தம் வீட்டுக்கு எதிர் வரிசையில் நாலைந்து வீடுகள் தள்ளியிருந்த செளகரியமான வீட்டில், வேண்டிய தயாரிப்புகளோடு தியாகராஜனைக் கொண்டுபோய்க் குடி யமர்த்தினார். உடல் அசெளகரியத்தினால் தியாகராஜனுடைய மனைவி அப்போது அவனோடு வரவில்லையென்ற போதிலும், குடும்பக் காரியங்களுக்கு வேண்டிய பண்டபாத்திரங்களும் தட்டுமுட்டுச் சாமான்களும் வீட்டை அடைத்துக்கொண் டிருந்தன. மனைவி வரும் வரையில் முதலியார் வீட்டிலேயே தியாகராஜன் சாப்பாடு வைத்துக்கொள்ளுவது என்று ஏற்பாடு.

3

தியாகராஜன் வந்து இரண்டு வருஷங்களாகப் போகின்றன. துரதிர்ஷ்டவசமாக அவனுடைய மனைவி இன்னும் க்ஷய ரோகம் குணமாகாமல் நாகர்கோவில், ஆசாரிப்பள்ளம் க்ஷய ரோக ஆஸ்பத்திரியிலேயே இருந்து வந்தாள். மாதத்துக்கு ஒரு தடவை தியாகராஜனிடமிருந்து ஆஸ்பத்திரியில் அவன் மனைவி யோடிருக்கும் தாயாருக்குப் பணம் போகும்; மாதத்துக்கு இரண்டு தடவைகள் தியாகராஜன் போவான்.

இந்த இரண்டு வருஷங்களிலும் முதலியாரின் நெல் மகசூலின் வரவு முந்திய வருஷங்களைவிட இரட்டிப்பாக இருந்தது. பண்ணையில் ஏற்படும் செலவுகளும் ஒன்றுக்குப் பாதியாகக் குறைந்தன. முதலியாருக்கு இப்போது நிம்மதியான வாழ்க்கை. வீட்டில் சுபிக்ஷம் பெருகியதற்கு, தியாகராஜன் தம் வீட்டில் காலெடுத்து வைத்த நேரபலன், அவன் கைராசி,

அவனுடைய சாமர்த்தியம் – இவைதாம் காரணங்கள் என்ற அசைக்க முடியாத நம்பிக்கை அவருக்கு.

'ஆம்பளைப் பிள்ளையில்லேன்னு குறைப்பட்டதுக்குப் பகவான் அனுப்பி வைச்ச ஜேஷ்ட புத்திரன் ராசையா (அதாவது தியாகராஜன்). பார்வதிக்கும் அண்ணன் கிடைச்சான்.'

இப்படிப்பட்ட மனத்தீர்மானத்தின் அடிப்படையில், தியாக ராஜனைப் பற்றி ஊராரிடம் புகழ்ந்து 'பேசாத நாளெல்லாம் பிறவா நா'ளாக முதலியார் காலம் கழிக்கும் சந்தர்ப்பம்...

அன்று இரவு பத்துமணிக்குத்தான் ஒரு ஜோலியாக பாளையங்கோட்டைக்குப் போன முதலியார் திரும்பிவந்தார். அப்போது சமையல்காரன் தன் வீட்டுக்குப் போய்விட்டான். அதனால், முதலியாரின் மகள் பார்வதியே வந்து முதலியாருக்கு இலை போட்டாள். கூழ் வடகத்தையும், முறுக்கு வற்றலையும் இலையில் வைத்துக்கொண்டே, "இன்னிக்கு அண்ணாச்சியும் சாப்பிட வரக் காணோமே! எங்கே போயிருக்காகளோ?" என்று மெல்லிய குரலில் சொன்னாள் பார்வதி.

"என்ன, இன்னுமா சாப்பிடலே? டவுனுக்குப் போன பிள்ளை இன்னும் திரும்பலயா? யாரையும் அனுப்பிப் பார்த்துட்டு வரச்சொல்லக் கூடாதோ? மணி பத்தாகியும் சாப்பிட வரல்லேன்னா, இப்படியா கவனிக்காமல் இருக்கிறது? வெளியே யாரும் இருந்தா கூப்பிட்டுப் போகச் சொல்லு" என்று படபடப்பாகச் சொல்லிவிட்டு அரைகுறையான மனத்துடன் ஒரு கூழ் வடகத்தை எடுத்து வாயில் போட்டுக்கொண்டார் முதலியார்.

பார்வதி ஆளனுப்பிவிட்டு, உள்ளே வந்து சாதத்தை எடுத்துக் கொண்டு வந்தபோது, முதலியார் சிரித்துக்கொண்டே, "எனக்கு முறுக்கு வத்தல் எதுக்கு வச்சே, பார்வதி? பல் பூராவும்தான் காத்தடிச்சாலும் தலை சுத்தியாடுதுன்னு உனக்குத் தெரியுமே?" என்று சொல்லிவிட்டுச் சாதத்தை நெய்யில் குழைத்தார்.

உள்ளே போன பார்வதிக்குச் சிரிப்பு வந்தது; லஜ்ஜையும் வந்துவிட்டது. கீழுதட்டை இறுகக் கடித்துக்கொண்டு, பக்கத் திலிருந்த தூணில் நாலைந்து தடவை காரணமில்லாமல் தொடர்ந்து தட்டினாள். சபையில், சந்தோஷத்தால் கரகோஷம் செய்யும் தாளகதி அவள் தட்டிலே ஒலித்தது. அப்பாவுக்கும் தியாகராஜனுக்கும் வித்தியாசம் தெரியாமல் முறுக்கு வற்றலை அப்பாவுக்கு எடுத்து வைத்துவிட்டாள்! இப்படித் தன்னை மறந்துவிட்ட தன் அசட்டுத்தனம் என்ற பேரின்பத்தில் ஆழ்ந்து,

வற்றல் குழம்போடு பார்வதி வெளியே வந்தபோது, வாசலில் செருப்புச் சத்தம் கேட்டது.

‘அவர் வந்துவிட்டார்!’ – நாணம், சந்தோஷம் என்ற இரு தந்திகள் தம் உராய்வினால் அவளுடைய மனமாளிகையில் மின்விளக்குப் போட்டன.

அவ்வளவுதான். அவள் கைகள் செம்பில் நீர் மொள்ள, கால்கள் வாசற்படிக்கு இழுக்க, வெளியே வந்தாள். தியாக ராஜன் கைகால் கழுவி உள்ளே வருமுன்பே, “ஏது இவ்வளவு நேரம்?” என்றார் முதலியார்.

“கொஞ்சம் சோலியிருந்தது. தருவைக்குப் போயிருந்தேன். வேலாயுதம் பிள்ளையிடம்...”

“அவன்தான் நகட்டு வாரிப் பயலாச்சே. ‘குடுக்க வேண்டிய ரூபாயிலே, ஏதோ பத்து அஞ்சைத் தள்ளிட்டாவது கணக்குத் தீர்த்திரடா, உனக்கும் நல்லது; எனக்கும் நல்லது’இன்னு நூறு தடவை சொல்லியும், இந்தா அந்தா, இப்போ பெறகுன்னு தவணை போட்டுக்கிட்டும், பாத்த இடத்திலே துண்டை யிறக்கறதும், பல்லை இளிக்கறதுமாயிருக்கான். பயலை நூறு எரனூறு செலவழிச்சாவது கோர்ட்டிலே இழுத்தடிச்சாதான் ரூபாயைக் கீளே வைப்பான்...”

தியாகராஜன் இடைமறித்து, ஆனால் பணிவான குரலில், “இனிமேலே கோர்ட்டுக்கு எதுக்கு?” என்றான்.

முதலியார் நிமிர்ந்து உட்கார்ந்து, தியாகராஜனைக் கூர்ந்து கவனித்தார்.

“ரூபா வந்திட்டது. மேலரத வீதியிலே, கிளப்பிலே சாப்பிட்டு விட்டுக் கையைத் துடைச்சுக்கிட்டு வெளியே வந்தார். சந்தர்ப்பமா பார்த்துக்கிட்டேன். முதலிலே வழக்கம்போலத்தான் பேச ஆரம்பிச்சார். கொஞ்ச நேரம் பேசிக்கிட்டு இருந்தோம். கடைசி யிலே, ‘தருவைக்கு வந்துட்டு வாருங்களேன். ரூபாயைக் கணக்குப் பாத்து நோட்டை ஓச்சிறலாம்’ இண்ணார். போய் ரூபாயை வாங்கிக்கிட்டு வந்தேன்.”

“என்ன அதிசயமாயிருக்கே ராசையா! கல்லிலே நார் உரிச்ச கதையாவில்லே இருக்கு! அப்போ தம்பி ‘புரோ’ நோட்டைக் கையோடே கொண்டு போச்சா?”

“போறப்போ எதுக்கும் இருக்கட்டும்னு ‘பாக்கட்’லே வச்சிகிட்டுப் போனேன்.”

"அப்படியா!"

முதலியார் சந்தோஷத்தோடு வெளியே கை கழுவ வந்தார். தியாகராஜன் ரசத்தைச் சாதத்தில் மாறி மாறிப் பிசைந்து குழைத்துக்கொண்டு சாப்பிட்டான்.

முதலியாருடைய சந்தோஷத்தைப் பார்வதியின் சந்தோஷம் வென்றது. இரண்டு கண்களின் திருஷ்டியையும் ஒரு கண்ணின் ஊசிமுனைக் கோணப் பரப்பில் கேந்திரப்படுத்தி தியாக ராஜனைப் பார்த்தாள் பார்வதி. தியாகராஜன் சுற்றுமுற்றும் பார்த்துவிட்டு இடது கையால் தன் சட்டைப் பையிலிருந்து ஒரு புனுகுச் சிமிழையும், இரண்டு ரோஜாப்பூக்களையும் எடுத்து நீட்டினான். பார்வதி கையை நீட்டும்போது புனுகுச் சிமிழை மட்டும் கொடுத்து, "ஊஹூம், இதை இப்போ தரமாட்டேன்" என்று 'குசு குசு'வென்று சொல்லிவிட்டு ரோஜாப் பூக்களைப் பழையபடியும் சட்டைப் பையில் வைத்துக்கொண்டு சாப்பிட்டு எழுந்தான் தியாகராஜன்.

'மக'னை வழியனுப்பிவிட்டு, மகளை வீட்டுக்குத் தாழிடும் படி கூறிவிட்டு, வாசல் திண்ணையிலிருந்த கட்டிலில் போய்ச் சாய்ந்தார் முதலியார்.

பார்வதியும் வாசல் கதவுக்கு இரட்டைத் தாழ்ப்பாள் போட்டுப் பத்திரப்படுத்திவிட்டு, வீட்டின் நாலைந்து கட்டுக் களைக் கடந்து புறவாசல் கூடத்தில் போய்க் காற்றாடப்படுத்தாள்.

4

இன்னும் கோழி கூப்பிடவில்லை. உதயத்தின் ஒளி படர் வதற்கு இனி ஒரு நிமிஷமோ இரண்டு நிமிஷமோ என்றிருக்கும் இந்தச் சந்தர்ப்பத்தில் ...

எதிர் வீட்டிலிருந்து இயற்கை உபாதையின் பொருட்டு சந்தர்ப்ப வசமாக வெளியே வந்த மைத்துனர் பாபநாச முதலியார் சுற்றுமுற்றும் கைப் பாட்டரியினால் அடித்துப் பார்த்தார். அப்போது தம் வீட்டுக்கு நாலைந்து வீடுகள் தள்ளியிருக்கும் ஒரு வீட்டு வாசலில் ஒரு கரிய உருவம் சுவரோடு பாட்டரி வெளிச்சத்திற்கு அஞ்சி ஒண்டியதைப் பார்த்துக்கொண்டார்.

'யாரோ எவனோ?' என்ற பயம் முதலில் அரிச்சல் எடுத்தது. அப்புறம் கூர்ந்து பார்த்தார். நிற்பது, பெண்ணுருவம்! செக்கச் செவேலென்றிருந்த அதன் புடவை இருட்டில் தன்னை எவ்வளவுக்கு மறைக்கிறதோ, அவ்வளவுக்கு வெளிச்சத்தில் தன்னை எடுத்துக் காட்டியது.

அது ராசையாவின் வீடுதான் என்பதை மனசில் நிச்சயப் படுத்திக்கொண்டு, "யாரது?" என்று உரக்கக் கேட்டார் பாபநாச முதலியார்.

பதில் இல்லை.

மறுமுறையும் அப்படியே கேட்டார். பதில் இல்லை. பாட்டரியும் கையுமாகப் பக்கத்தில் போனார். போய்ப் பார்த்தால் . . .

பார்வதி!

வாசற்படி கடவாதவளாய், அந்தப்புரத்திலேயே பருவ மடைந்த நாள் முதல் காலம் கழித்து வந்த பார்வதி!

"என்ன இங்கே இருக்கே பார்வதி?" என்று மெல்லொலியில் உசாவினார். சொல்லின் வைரம் புழுவரித்துப் போய்க் கலகலத்தது.

அவருடைய கேள்விக்குப் பதில் ஏது?

வீட்டு வாசல் பூட்டிக் கிடந்தது. உள்ளே எரிமலை குமைந்து கொண்டிருந்தாலும், பூமியின் வெட்ட வெளியில் அமைதி குடிகொள்ளும் பாவனையில் அந்த வீட்டில் ஒரே அமைதி; எட்ட நின்று அடுத்தவர்களின் இருதயத் துடிப்பையும் கேட்கக் கூடிய அமைதி.

பாபநாச முதலியாருக்கு விஷயம் புரிய வேறு கேள்விகள், வேறு காரணங்கள் தேவையாக இருக்கவில்லை.

"கதவைத் திறடா, அயோக்கியப் பயலே" என்று ஒரு தடவை உரத்துக் கூவியதோடு நிறுத்திக்கொண்டார். ஒழுக்கக்குறைவை விட, ஒழுக்கக்குறைவின் பகிரங்கமே மனிதனுக்கு எமன் என்ற ரகசியம் 'பட்'டென்று நெஞ்சில் பட்டது முதலியாருக்கு. பார்வதியைக் கவனியாமல், 'விறுவிறு' என்று வந்து தம் அத்தான் வீட்டுக் கதவைத் தட்டினார். வேலைக்காரன் கதவைத் திறந்தான். கட்டிலில் படுத்திருந்த அத்தான் சங்கரலிங்க முதலியாரை எழுப்பினார். அடித்துப் புடைத்துக் கொண்டு எழுந்தார் முதலியார்.

விஷயம் அவருக்குத் தெரிவிக்கப்பட்டது. தீக்குச்சி பெட்டியில் இருக்கும்போது உள்ள நிலைக்கும், பெட்டியில் கிழித்தபின் உள்ள நிலைக்கும் உள்ள வித்தியாசம்போல, முதலியாரின் சாதுவான கண்கள் திடீரென்று தீக்கங்குகளாய் விட்டன. மீசை துடித்தது. பேச்சையும் கொன்றுவிட்டது, கோபம். கோபம் இருக்க இருக்க மேலே போய், முதலியாரின் பூதசடலத்தின்

எல்லையையும் கடந்து எங்கோ மேல் நோக்கிச் சென்று கொண்டிருந்தது.

"எங்கே அவள்? அந்த இடத்திலேயே இரண்டு பேரையும் நிலவறையிலே வச்சிருக்கப்படாதா?

"நன்றிகெட்ட பயல்! வேஷக்காரன் ... அந்த நாயை மகனாக வச்சிருந்ததுக்கா இது? தங்கச்சி முறைன்னு குலம் கோத்திரம் விசாரிச்சுத் தெரிந்தும், இப்படி முறைகெட்ட காரியம் செய்தவனை வெட்டி வச்சுட்டுத்தான் மறு சோலி ...

"எங்கே அவள் ..?

"... ... ..."

கோபத்தால் என்ன சொல்லுவது, என்ன செய்வது என்றே தெரியவில்லை அவருக்கு. மைத்துனர் எழுந்து பார்வதியை அழைத்துவர வெளியே போனார்.

கோபம் வளர்ந்தது.

'அண்ணனும் தங்கையுமா இது ...?'

மனசு ஒரு ரசத்துக்கும் ஒத்துவராது, ரசவிகாரத்துடன் அபசுரம் பேசியது. ஒரே குழப்பம்! நல்லது கெட்டது என்று வேறுபடுத்த இயலாத, எட்டாத தொலைதூரத்துக்கு அவரைக் கொண்டுபோய்விட்டது அவருடைய கோபம். கோபம் என்ற எல்லையையும் தாண்டி வேறு ஏதோ ஒன்றாக ஆய்விட்டது அந்தக் கோபம். முதலியாரும் ஏதோ ஒன்றுதான் செய்துகொண்டிருந்தாரே ஒழிய, கோபம் கொண்ட உணர்ச்சியும் நினைவும் அவரிடம் இல்லை!

பழைய சித்திரத்துக்கும் – மனசுக்குள் பரிசுத்தவானாகத் தியாகராஜனைப் பாவித்து, தெய்வம்போல அவ்வளவு புனித பாவத்தை அவனுக்குக் கற்பித்து, அவனைத் தமக்கு ஜேஷ்ட குமாரனாக்கி, தம் மகள் பார்வதிக்கு உடன் பிறந்தவன் என்று எழுதிப் பார்த்த அந்தப் பழைய சித்திரத்துக்கும் – இப்போது நிலைகுலைந்துபோய், ஒரு வழியிலும் சேராமல் முரண்பட்டுக் கண்முன் தெரியும் அலங்கோலச் சித்திரத்துக்கும் உள்ள தலைகீழ் விரோதத்தை அவரால் தாங்க முடியவில்லை. மிகமிகக் கேவலமான முறைகேடு, தம் சொந்த வீட்டிலேயே பிரத்தியக்ஷமாக நிகழ்ந்ததனால் ஏற்பட்ட விகாரமும், அதனடியாகப் பிறந்த கோபமும், குழப்பநிலையும் அவர் உள்ளத்தில் ஒன்றாகப் பிணைந்துபிணைந்து சிதறின. முதலியார், முதலியார் என்ற

தத்துவத்தைக் கடந்து அர்த்தமற்று ஏனோ, எங்கோ, எப்படியோ சுய பிரக்ஞையின்றி உட்கார்ந்துவிட்டார்.

பார்வதி புறவாசல் வழியாகத்தான் உள்ளே வந்தாள். குனிந்த தலையுடன் சுவரோரம் நிற்கும் பார்வதியைப் பார்த்தார் முதலியார். 'வாரி முடித்த கொண்டை வரிசை குலைந்து,' இரவு சாப்பிடும்போது தலையில் காணப்படாத இரண்டு கசங்கிய ரோஜா மலர்கள் இப்போது கூந்தலில் தொடுக்கிக்கொண்டிருக்க, தலைகுனிந்தவண்ணம் வந்து நின்றாள் பார்வதி. புனுகு வாடை வீட்டில் அலைமோதி, முதலியாரின் நாசியில் மயானப் புகை யாக வீசியது.

முதலியார் கூர்ந்து பார்த்தார். அவருடைய தொண்டை அடைத்துக் கட்டிக்கொண்டது. பேச, கைகால் ஆட்ட, அப்பால் திரும்ப – எதற்கும் வழியற்று உயிரிழந்திருந்தார். "உம்" என்று சொல்லிச் செருமிவிட்டு மௌனமாக அந்த இடத்தைவிட்டு நகர்ந்தார். துரோபதை துகில் உரியப்படும் காட்சியைக் கண்டும் தருமனுக்குப் பணிந்து கைகட்டிய வீமனாகப் பின்னோடு நடந்து வந்தார் மைத்துனர். சிறிது நேரம் விபரீதமான ஒரு மௌனம் நிலவியது. அந்த மௌனத்தினிடையே . . . "பாபநாசம் . .!"

அமைதியோடு, தெளிவோடு, ஆனால் ஈனசுரத்தில் வார்த்தை புறப்பட்டது:

"உடனே கணக்குப் பார்த்து அவனை – (திக்கிக் கொண்டு) – அவரை விடியறதுக்குள்ளே ஊருக்கு அனுப்பிடுங்கோ."

"அனுப்பவா? ஒத்தக் கையை வாங்காமே அவனை அனுப்ப, இந்தப் பாபநாசம் சீலையைக் கட்டிக்கிட்டு இருக்கல்லே! பேடிப் பயல்னு நினைக்கவா அவன்? அது . . ."

"உஸ், சத்தம்! மனசை அடக்குங்கோ. அடே, கந்தையா போய் அவரைக் கூட்டியா – பேசாமக் கூட்டியா" என்று சொல்லி வேலைக்காரனை அனுப்பிவிட்டுக் கையைப் பிசைந்தார்; வானத்தைப் பார்த்தார். கண்களில் கோபப்பெருக்கு ரத்தமாய்ப் பொங்கிப் பொங்கி உறைந்தது. கோபம் இன்னும் மேலே போய்க் கொண்டிருந்தது. கோபம் கொடுக்க நினைத்த தண்டனையின் அளவு, உயிர்ச் சேதத்தையும் கடந்து அப்பாலும் எத்தனையோ காத தூரம் போய்விட்டது.

முக்காடிட்டுக் கொண்டு வந்தான் தியாகராஜன். வந்து நின்றான்.

முதலியார் உட்காரச் சொன்னார். உட்கார்ந்தான்.

வெகு சீக்கிரமாகவும் அமைதியாகவும் கணக்குப் பார்க்கப் பட்டது.

"மச்சினர்கிட்டே தஸ்தாவேஸுக்களைப் பார்த்து எடுத்துக் குடுத்திடுங்க."

"சரி" என்று தலைகுனிந்துகொண்டு பதில் சொன்னான் தியாகராஜன்.

பக்கத்திலுள்ளவர்களுக்குத்தான் முதலியார் பேசுவதாகத் தோன்றியதே ஒழிய, முதலியாருக்கு அப்படித் தோன்றவில்லை.

"ஏதாவது காப்பி கீப்பி போடச் சொல்லிச் சாப்பிட்டு . . ."

"வேண்டாம், நான் போறேன்."

பாபநாச முதலியாருக்குத் தம் அத்தான்மீது வந்த கோபத் துக்கு அளவே இல்லை.

சங்கரலிங்க முதலியாருக்குக் கோபம் விஸ்வரூபம் எடுத்தது. கோபம் தன் பரப்பின் திகாந்தங்களைக் கடந்து மேலும் படர்ந்தது. ஆனால், அங்கே ஒரே அமைதிதான் நிலவியிருந்தது!

ஒரு ரசத்துக்கும் ஒரு குணத்துக்கும் ஒட்டாத இந்தக் குழப்ப நிலையிலிருந்து, அந்தர நிலையிலிருந்து, இறங்கி மனிதனோடு மனிதனாக மாற முதலியார் பழைய நினைவையும் புதிய நினைவையும் மறந்துவிட்டு, அப்போதைய கணத்தையே தம் ஆயுளின் ஆதி அந்தங்களாகக் கொண்டு தாம் தப்பும் உபாயத்தை எட்டிப் பிடித்தார். அவருடைய பூத உடலும் நெஞ்சும் துடித் தாலும், அவரைவிட்டு விலகிய மனத்தின் ரசப் பண்பு தன் வாழ்க்கையில் கத்தரிப்பு விழாமல் வாழ்க்கையை நீடித்துக் கொண்டுபோகத் துடித்தது.

"சரி கந்தையா, வண்டி எடுத்துக்கிட்டுப் போயி பேட்டை டேசனிலே விட்டுட்டுவா."

இத்தோடு காரியம் முடிந்தது. எப்படியோ முடிந்தது.

தியாகராஜன் போய்விட்டான்.

மௌனமாக அவனைப் பின்தொடர்ந்து போனார் பாபநாச முதலியார்.

கட்டிலில் படுத்த முதலியார் சிறிது நேரத்தில் எழுந்து நின்றார். உச்சத்தில் நின்ற கோபம் ஏறியதோ, தணித்ததோ . . ?

'ஊரைவிட்டு அவன் ஒழியட்டும்' என்ற ஒரே நினைப்புத் தான் அவருக்கு.

பழையபடியும் கட்டிலில் படுத்தார். விடிவதற்குக் கொஞ்ச நேரமே இருந்தது. கோபம் மனசைப் பிசைந்தது. கோபத்தின் உச்சத்தில், கோபத்தையே துணையாகக் கொண்டு, உள்ளே இழையோடியிருந்த ரசம் தன் கத்திரிப்பைப் பழையபடியும் பொருத்தி முதலியாரைப் பிரக்ஞைக்குக் கொண்டுவந்து மனிதனாக்கியது.

அவர் தம் மனப்பளிங்கில் ஒட்டிய களங்கத்தை அறவே வழித்தெறிந்துவிட்ட பிரமைக்கு உவமையாக...

வைகறை ஒளியில் வெளுத்த கீழ்வானின் பகைப் புலனில், நிழற்படம்போலப் பேட்டை ஸ்டேஷனை நோக்கிச் செல்லும் இரட்டை மாட்டுவண்டி கன்னங்கரேலென்ற உருவத்துடன் நகர்ந்துகொண்டிருந்தது; சாவதானமாக நகர்ந்துகொண்டிருந்தது.

சக்தி, **ஜனவரி 1948**

திரிபுரம்

பஞ்சம் வந்துவிட்டது.

பஞ்சம் வந்துவிட்டால் என்ன? மக்கள் பட்டினி கிடப்பதோடு மட்டுமில்லாமல் மற்றொரு பரிதாபகரமான காரியத்தையும் செய்வார்கள். அதாவது, ஒரு பஞ்சப் பிரதேசத்தைவிட்டு அதைவிடக் கொடுமையான மற்றொரு பஞ்சப் பிரதேசத்திற்குக் குடிபெயர்ந்து செல்லுவார்கள். பட்டினிப் பட்டாளங்கள் ஏதோ நம்பிக்கையுடன் ஒரே சாலையில் எதிர் எதிர் திசையில் பிரயாணம் செய்வது பஞ்சத்தின் கோரமான அலைக்கழிவுகளில் ஒன்று.

கோவில்பட்டிப் பிராந்தியத்திலிருந்து பல ஏழைகள் 'கூடை தலைமேலே குடி வாழ்க்கை கானகத்தில்' என்று குடும்பத்துடன் வடக்கு நோக்கி நடந்தனர்; வடக்கே இருந்து அதிசயம்போல அதே கோவில்பட்டியை நோக்கிப் புறப்பட்டுச் சென்றனர், ஆந்திர தேசத்து ஏழைகள் இருவர். அந்த இருவர்தான் நரசம்மாவும் அவளுடைய ஏக புத்திரியும் சுயரார்ஜிதச் சொத்துமான வெங்கட்டம்மாவும். நரசம்மாவின் கணவன் பட்டினியினால் செத்தான் என்பது உண்மை; ஆனால் காலராவில் செத்தான் என்று மானத்துக்கு அஞ்சி நரசம்மா பொய் சொன்னாள். பட்டினிகிடந்து செத்தான் என்று சொல்லுவது அவமானம் அல்லவா?

கணவன் செத்தான். குடும்பத்தின் தாங்கமுடியாத ஒரு சுமை குறைந்தது. மனிதப் பிண்டம் எவ்வளவு பெரிய சுமை என்பதை நிறுத்துக் கண்டறிய பஞ்சப் பிரதேசத் திற்குச் செல்ல வேண்டும். மற்ற இடங்களில் நம் அபிப் பிராயத் தராசு பொய் சொல்லிவிடும். நெடுமூச்சு விட்டாள் நரசம்மா. அவள் வாழ்க்கையில் பாதி விமோ

சனம் பிறந்தது, உழைத்துச் சம்பாதிக்கும் தைரியம் கொண்ட தன் கணவனை மணந்தபோது; முழு விமோசனமும் பிறந்தது அவன் செத்தபோதுதான். பட்டினியும் நோயும் வாட்டி வதைக்கும் கணவனை, பட்டினி கிடக்கும் மனைவியும் மகளும் கண்ணாரப் பார்த்துக்கொண்டு எத்தனை நாட்களைத்தான் தள்ள முடியும்? பரஸ்பரம் எதுவும் செய்து சமாளித்துக்கொள்ள முடியாத நரசம்மாவின் குடும்பத்துக்கு, அது எவ்வளவோ பெரிய சுமையாக இருந்தது. பிறருக்குத் தெரியாமல் தனியே பட்டினி கிடந்தால் வேதனையாகத்தான் இருக்கும். பரஸ்பரம் தெரியும்படியாகப் பலர் பட்டினி கிடந்தால் ஒவ்வொருவருக்கும் தாங்க முடியாதபடி அவமானமாக அல்லவா இருக்கிறது!

கடைசியில் அவன் ஒரு வழியாகச் செத்தான். நரசம்மா அழுதாள்; வெங்கட்டம்மா பரிதவித்தாள். விரைவில் இருவருக்கும் ஞானோதயம் பிறந்தது. பட்டினி கிடப்பவன் உயிரோடிருக்கும்போது அழுதால் அர்த்தம் உண்டு; செத்த பிறகு அழுவது கேலிக் கூத்தல்லவா? அழுகையை நிறுத்தினார்கள்; செத்தவனை அடக்கம் செய்தார்கள். நரசம்மா விதவைக் கோலம் பூண்டாள். அதாவது கழுத்தில் கிடந்த வெறும் மஞ்சள் கயிற்றை அறுத்துப் போட்டாள். அதில் இருந்த தங்கத் தாலி, கணவன் உயிரோடிருக்கும்போதே, அடகு வைக்கப்பட்டு, பிறகு விற்கப்பட்டு, அரிசி புளியாக மாறிவிட்டது. ஆகவே, விதவைக் கோலம் பூண்பதில் யாதொரு சிரமமோ, பிரயத்தனமோ அவசியப்படவில்லை.

பரம்பரை பரம்பரையாக மானத்தோடு வாழ்ந்து வந்த குடும்பம். ஆகவே, வீட்டு வாசலுக்கு அமீனா வந்து நிற்கும் வரையில் காலம் கடத்தாமல், வீட்டைக் கடன்காரர்களுக்கு விட்டுவிட்டார்கள். கூலிவேலை செய்து பிழைப்பதற்குக்கூட இடமில்லாதுபோன ஊரைவிட்டு, நாற்பத்தைந்து வயது ஸ்திரீயும் பதினேழுவயதுக் கன்னியும் வெளியேறினார்கள்! அவர்கள் புறப்பட்ட கதையும் அதிசயம்போல சென்னைக்கு வந்து சேர்ந்த கதையும் பெரிய பாரதம்.

அவர்கள் வந்த சமயத்தில் சென்னையில் ஸ்திரீகள் இரண்டு வகையான வாழ்க்கையைத்தான் கௌரவமாக நடத்த முடியும் போல இருந்தது. ஒன்று சீமாட்டியாக இருக்கலாம் அல்லது கக்கூஸ் சுத்தம் செய்யும் குப்பைக்காரியாக இருக்கலாம். இந்த அபலைகளுக்கு இந்த இரண்டும் ஒத்துவரவில்லை. அவர்கள் சென்னைக்கு வந்த புதிதில் அவர்கள் செவிக்கு எட்டிய தகவல் கக்கூஸ் சுத்தம் செய்யும் வேலைக்கு ஆட்கள் தேவை என்பது தான். ஏனென்றால், அப்போது தோட்டிகளின் வேலை நிறுத்தம்

நடந்து வந்தது. வேலைக்கு வராத தோட்டிகளுக்குப் பிரதியாக ஆட்கள் தேவை இருந்தது. ஆனால், தாயும் மகளும் இந்த வேலை செய்ய இஷ்டப்படவில்லை. பிறந்த ஜாதி, வாழ்ந்த அந்தஸ்து எல்லாம் நினைவுக்கு வந்துவிட்டன.

சீமாட்டியாகவோ குப்பைக்காரியாகவோ இல்லாமல் நடுத்தரப் பிழைப்புப் பிழைக்க இருவருக்கும் வசதி கிடைக்க வில்லை. ஊர் ஊராக அலைந்தது போலவே, தெருத் தெருவாக அலைந்தார்கள். ஜீவனாம்சத்துக்கு ஒரு தொழிலும் கிடைக்க வில்லை. யாரிடத்திலும் போய்ப் பேசுவதற்குக் கூட இயலாது போய்விட்டது, இந்த ஆந்திரப் பெண்களுக்கு. சென்னைப் பட்டணம் எங்களுக்குத்தான் என்று தெலுங்கர்கள் தம் மகா நாட்டில் தீர்மானம் நிறைவேற்றிவிட்டால், சென்னை வாசி களுக்குத் தெலுங்கு புரிந்துவிட வேண்டுமென்று கட்டாயம் இல்லையே! அறியாத ஊர், அறியாத பாஷை, இன்னும் அறியாத பல விஷயங்கள் – இந்த லட்சணத்தில் காட்சியளிக்கும் சென்னையில் ஏதோ இரண்டொரு தினங்கள் இருந்தார்கள் தாயும் மகளும்.

வெங்கட்டம்மாவின் தண்ணீர் கண்டறியாத புடவை புழுங்கி நாறியது. படுக்கை, போர்வை, புடவை இத்தனையுமாக இருந்து உதவிய அந்தக் கந்தல் துணியை இடுப்பில் சுற்றிக் கொள்வது முள் வேலியை எடுத்துச் சுற்றிக்கொள்ளுவதுபோல இருந்தது. அழுக்கும் சீலைப் பேனும் நிறைந்த அந்தப் புடவை வெங்கட்டம்மாவின் உயிரோடு போட்டி போட்டுக்கொண்டு ஒவ்வொரு நாளும் அந்திம காலத்தை நெருங்கிக்கொண்டிருந் தது. பதினேழு வயதுப் பெண் இந்தக் கந்தல் துணியோடு தெருவழியே நடமாடினாள். மற்றவர்களுடைய வறுமையின் அஸ்திவாரத்தில் சுகபோகம் துய்க்கும் இந்த உலகத்தில், ஒரு பெண்ணின் கந்தல் துணியைப் பார்த்து இரக்கப்படுகிறவர்கள் அபூர்வம். கந்தலின் வழியாக வெங்கட்டம்மாவின் சரீரக் கட்டைத்தான் கடைக்கண் போட்டு எட்டிப் பார்த்தது மனித சமூகம். நரசம்மா பார்த்தாள். தான் 'கிழவி'யானதால் எப்படியும் அலையலாம். தான் கந்தல் துணியைக் கட்டிக்கொண்டாலும் ஊரார் தன்னைக் கூர்ந்து பார்க்கமாட்டார்கள் என்ற நினைப் புடன் தன்னுடைய புடவையை வெங்கட்டம்மாவுக்குக் கொடுத்துவிட்டு அவளுடைய கந்தலைத் தான் வாங்கிச் சுற்றிக் கொண்டாள். இந்த மன ஆறுதலுடன் அன்றைய பொழுது அஸ்தமித்தது. மறுநாள் சென்னையை விட்டுப் புறப்படச் சித்தமாகிவிட்டனர்.

மறுநாள் பொழுது விடிந்ததும் வாழ்க்கையிலேயே முதல் முதலாகப் பிச்சை எடுத்துச் சாப்பிட்டதும், சந்தர்ப்பவசமாக

எழும்பூர் ரயில்வே ஸ்டேஷனை சாயங்காலத்துக்குள்ளாகக் கண்டுபிடித்ததும், அசாதாரணமான துணிச்சலுடன் டிக்கட் வாங்காமல் ரயில் ஏறியதும் முதல்நாள் அவர்கள் படுக்கும் போது கற்பனை பண்ணிப் பார்க்காத காரியங்கள். டிக்கட் பரிசோதகர் வந்து எட்டிப் பார்க்காமல் இருந்தவரையில், அதாவது விருதுநகர் ஸ்டேஷன் வரையில், நரசம்மாவும் மகளும் மனக் கலவரத்துடனாவது பிரயாணம் செய்ய முடிந்தது. விருதுநகரில் கலவரம் ஓய்ந்தது. டிக்கட் பரிசோதகர் வந்து இருவரையும் கீழே இறக்கிவிட்டார். மற்றபடி அவர் பேசிய பேச்சுகள் – அவை தெலுங்கு நாட்டுக்காரிகளான இருவருக்கும் புரியவில்லை. அம்மட்டிற்கு க்ஷேமமாகப் போய்விட்டது.

விருதுநகரில் வேலை கிடைக்காவிட்டாலும் பிச்சை கிடைத்தது. ஆனால், பிச்சை எடுத்துப் பிழைக்க வேண்டும் என்று இவர்கள் புறப்படவில்லை. வேலை தேடிப் புறப்பட்டவர்கள் அல்லவா? ஆகவே, இன்னும் தெற்கே நோக்கிப் புறப்பட்டனர். தென்கோடியில் ஏதோ குபேரபட்டணம் இருப்பதாக அவர்களுடைய நினைப்பு. கோவில்பட்டிப் பிராந்தியத்தில் பஞ்ச நிலை என்ற செய்தியை அரைகுறையாகத் தெரிந்துகொள்ளக் கூட அவர்களுக்குச் சந்தர்ப்பம் கிடைக்கவில்லை. பத்திரிகை படிப்பவர்களுக்கும்கூட பாலஸ்தீன விவகாரம் தெரியுமே அல்லாமல், தாய் நாட்டில் பஞ்சம் என்ற விவரம் தெரியாத போது, படிப்பு வாசனையற்றவர்களுக்கு எப்படித் தெரியும்?

சாலையின் வழியாக நடையைக் கட்டினார்கள். எதிரே நடந்துவரக் கூடிய மற்றொரு பட்டாளத்தையும் சந்தித்தார்கள். இந்த இரண்டு கோஷ்டியினருடைய பிரயாண லட்சியம் என்னவென்று, இரண்டு கோஷ்டியினருக்குமே தெரியாது. பரஸ்பரம் ஒருவரோடு ஒருவர் பேசிக்கொள்ளவில்லை. வடக்கு நோக்கி நடப்பவர்கள் வடக்கே போனார்கள்; தெற்கு நோக்கி நடப்பவர்கள் தெற்கே போனார்கள்.

சாத்தூர்... நரசம்மாவும் வெங்கட்டம்மாவும் இந்த ஊருக்கு வரும்போது பிற்பகல் இரண்டு மணி. வெயில் முதுகைச் சுட்டது. ஊரைச் சுற்றிலும் பயிர்பச்சையற்ற கரிசல் நிலத்தில் அனல் அலை அடித்துக்கொண்டிருந்தது. சப்பாத்தியும், பனைமரங்களும் கூட வாடித் துவளும்படியாக நீர்ச்சாரம் அற்றுப்போன கரிசல் பூமியில் கால் ஊன்றி நடப்பது நரகவேதனையாக இருந்தது. வயிற்றிலோ அதைவிட வெப்பம்; தீயாகச் சுட்டது பசி. நெஞ்சோ, என்றோ எரிந்து சாம்பலாகிவிட்டது.

விருதுநகரும் சென்னையும் அவர்கள் பயந்து ஒதுக்கி விட்டுப் புறப்பட்ட அவர்களுடைய சொந்த ஊரும் சொர்க்கங்

களாக மாறியது, அவர்கள் சாத்தூரைப் பார்த்த பிறகுதான். சாத்தூரில் பிச்சை போடுவார் இல்லை. குடிப்பதற்குத் தண்ணீர் எங்கே கிடைக்கும் என்றுகூடத் தெரியவில்லை. தெருவிலே கிடந்த புழு அரித்த ஒரு சொத்தை வெள்ளரிக்காயை நரசம்மா கையில் எடுத்தாள்; அரை குறையாகக் கடிக்கப்பட்டிருந்த அந்த வெள்ளரிக்காயில் ஒட்டிய புழுதியை ஊதினாள். தின்போமா என்ற நினைப்பு கட்டுப்பாட்டை மீறிவிட்டது. ஆனால், வெங்கட்டம்மாவின் கண்முன்பாக அதைத் தின்ன நரசம்மாவுக்கு வெட்கமாக இருந்தது. ஆகவே, எடுத்த வெள்ளரிக் காயைத் தூர எறிந்துவிட நினைத்தாள். அப்படியானால், 'அதை ஏன் எடுத்தோம் என்ற காரணத்தைச் சொல்ல வேண்டுமே!' என்று தோன்றியது நரசம்மாவுக்கு. ஆகவே, "இது என்ன காய் என்று தெரியவில்லையே!" என்று வெங்கட்டம்மாவிடம் கேட்டாள். வெங்கட்டம்மாவுக்குக் கோபம் வந்துவிட்டது. 'வயிற்றுப்பசி பிடுங்கித் தின்னும்போது, அம்மா விளையாடு கிறாளே' என்று நினைத்தாள் அந்த அப்பாவிப் பெண்.

"சீ, சும்மா இரு" என்று அம்மாமீது எரிந்து விழுந்தாள்.

எச்சில் வெள்ளரிக்காயைத் தின்பதைவிட வெங்கட்டம்மா வின் சுடு சொற்களைக் கேட்க மிகவும் அவமானமாக இருந்தது. தன்னுடைய அவமானத்தை மறைக்க ஒரு காரணத்தைச் சிருஷ்டித்துச் சொல்லும் போது, அதை உண்மை என்று உலகம் ஏற்றுக்கொண்டுவிட்டால் நிம்மதியாகப் போய்விடும்; அந்தக் காரணத்தைப் பொய் என்று சொன்னாலும், அல்லது அதைக் காது கொடுத்துக் கேட்காவிட்டாலும் அவமானம்தான் கண்ட பலனாக இருக்கும்.

நரசம்மாவுக்கு மிகவும் வெட்கமாக இருந்தது; மகள் மீது கோபமும் வந்தது; பசிக் கொடுமையால் உலகத்தின்மீது ஏற்படும் கசப்பு முழுவதும் வெங்கட்டம்மாவின் மீது பாய்ந்தது. யாரை யாவது ஒருவரை வெறுத்துச் சபிப்பது அந்த நிலையில் ஒரு பெரிய ஆறுதலாக இருந்தது. தான் அனுபவிக்கும் கொடுமைக் காகப் பழி வாங்க, நரசம்மாவுக்குக் கிடைத்த ஜீவன், பாவம், அவள் மகளேதான். மகளைக் கண்டபடி திட்டினாள். மகள் பிறந்த பிறகுதான் வீட்டில் துரதிர்ஷ்டமும் தரித்திரமும் தாண்டவ மாடியதாகவும் இப்போது இப்படி அலைக்கழிய நேரிட்டதாகவும் வசை கூறினாள். கடைசியில் அழுதாள். கையில் இருந்த வெள்ளரிக்காயைப் பார்த்ததும் அவளுக்குக் கோபம் பொத்துக்கொண்டு வந்தது. அதை அப்படியே தெருவில் வீசி எறிந்தாள். இருவரும் அந்த இடத்தைவிட்டுப் புறப்பட்டனர். ஊருக்குத் தென்புறம் இருக்கும் ஆற்றங்கரையில் ஒரு வண்டி நின்றது. அதன் கீழாக நிழலுக்கு ஒதுங்கினர்.

ஆற்றிலே தண்ணீர் இல்லை. சில இடங்களில் மணலில் ஆழமாகக் குழிதோண்டி அதிலிருந்து ஊறும் தண்ணீரை ஹோட்டலில் வேலை செய்யும் பையன்கள் வாளியில் மொண்டு கொண்டிருந்தார்கள். அவர்களுக்குப் பக்கத்தில் ஒரு ஒற்றை மாட்டு வண்டி இருந்தது. அதிலுள்ள ஒரு பீப்பாயில், வாளியில் மொண்ட தண்ணீரை ஊற்றி நிரப்பிக் கொண்டிருந்தார்கள். ஒரே ஓட்டமாக ஓடி அந்த பையன்களிடம் கேட்டு, ஒரு வாளியில் தண்ணீர் வாங்கி இருவரும் குடித்தார்கள்.

பசியினால் காய்ந்துபோன வயிற்றில் தண்ணீர் பட்டதும், வயிறு தகித்தது; 'சுள்' என்று நோவெடுத்தது. வெங்கட்டம்மா இடுப்பில் இரண்டு கைகளையும் வைத்து அமுக்கிக்கொண்டு நெளிந்தாள். 'அம்மா' என்று இரண்டொரு தடவை முனகினாள். அப்படியே சுடுமணலில் உட்கார்ந்துவிட்டாள்.

நரசம்மா பயந்து போய்விட்டாள். மகளை ஆதரவோடு அணைத்துப் பிடித்துக்கொண்டு "என்ன, என்ன செய்கிறது, வெங்கடம்மா?" என்று தெலுங்கில் கேட்டாள். ஹோட்டல் பையன்களுக்கு இந்தத் தெலுங்கு வார்த்தைகள் அரைகுறை யாகப் புரிந்தன. ஆகவே, அவர்களில் ஒருவன் தெலுங்கிலேயே, அவர்களுக்கு எந்த ஊர், என்ன சமாச்சாரம் என்று விசாரித் தான். ஆனால், இந்தத் தெலுங்கும் ஆந்திரவாசிகளுக்கு அரை குறையாகத்தான் புரிந்தது. நரசம்மா வெட்கம் இல்லாமல் "பசி தாங்காமல் இவள் துடிக்கிறாள்" என்று சொல்லிவிட்டாள்.

பையன்கள் பார்த்தார்கள். தாயாருக்குப் பசி என்றாலும் பேசாமல் போய்விடலாம்; பதினேழு வயதுக் கன்னிப்பெண்ணுக் குப் பசி என்றால், அதைக் கேட்டுவிட்டு பேசாமல் போக அவர்களுக்கு மனம் வரவில்லை. அடுத்த தடவை தண்ணீர் எடுக்க வரும்போது சாப்பாடு தருவதாக எல்லாப் பையன் களும் ஏகோபித்துச் சொன்னார்கள்.

நரசம்மாவுக்கு உயிர்வந்தது; கைத்தாங்கலாக மகளை அழைத்துக் கொண்டு அந்த வண்டியின் நிழலுக்குப் பழையபடி யும் வந்தாள். மகள் பேசாமல் மணலில் படுத்துவிட்டாள்.

ஹோட்டல்காரப் பையன்கள் – உண்மையில் நல்ல வாலிபம் வந்த இளைஞர்கள் – விறுவிறு என்று வண்டியை ஓட்டிக்கொண்டு போனார்கள்.

o o o

பிற்பகல் மூன்றுமணிக்கு ஹோட்டல் பையன்கள் கொடுத்த பழைய இட்லிகள் ஐந்தாறையும், இரண்டொரு பஜ்ஜிகளையும் சாப்பிட்டார்கள். ஆனால், சூரியாஸ்தமனத்தின்போது பழைய

படியும் பசி எடுத்தது. இனி, யார் இந்த மாதிரி இருக்குமிடம் தேடி பசிக்கு அன்னம் கொண்டு வருவார்கள்? தவிரவும், இரவில் தங்குவதற்கும் இடம் வேண்டும். இந்தக் கவலைகள் வந்து பற்றின. வெங்கட்டம்மா பழையபடியும் மணலில் படுத்து விட்டாள். நரசம்மா உட்கார்ந்து கொண்டிருந்தாள். யாதொரு கவலையும் இல்லாமல் மகள் படுத்துவிட்டதைக் கண்டு அவளுக்குக் கோபம் வந்தது. ஆனாலும் ஒன்றும் சொல்லவில்லை. அருமை பெருமையாக வளர்த்த தன் ஒற்றைக்கொரு மகளை அன்று அனாவசியமாகக் கடிந்து கோபித்துக்கொண்டதை நினைத்து மிகவும் கஷ்டப்பட்டாள். அவளுடைய மனம் என்ன என்னவோ நினைத்துச் சஞ்சலப்பட்டது. இரண்டு கைகளாலும் உழைத்து ஜீவித்தது போய் இப்போது பிச்சை எடுத்தும் சாப்பிட்டாய்விட்டது. ஏனென்று கேட்பாரில்லாமல், ஊர் மந்தையில் மணலில் வந்து அனாதைகளாகக் கிடக்கிறார்கள். கணவன் பட்டினி கிடந்து செத்தான் என்று சொல்ல நாணி, காலராவினால் செத்தான் என்று பொய் சொல்லி மானத்தைப் பேணிய நரசம்மா, நடுத் தெருவில் கை நீட்டி யாசகம் வாங்கி விட்டாள். பட்டணத்திலாவது தோட்டி வேலை கிடைக்கும் என்று சொன்னார்கள். சாத்தூரில் அந்த வேலை கிடைப்பதாகப் பிரஸ்தாபம்கூடக் கிடையாது. வயிற்றுப் பசி அதிகமாக அதிக மாக, 'பட்டணத்தில் தோட்டி வேலையாவது செய்தோமா? அனாவசியமாக இவ்வளவு தூரம் வந்துவிட்டோமே!' என்று தோன்றியது நரசம்மாவுக்கு. இந்த நினைப்பைத் தொடர்ந்து கண்ணீரும் வந்தது. கண்ணீர் பொங்கும் விழிகளால் மகளை ஏறிட்டுப் பார்த்தாள். வெங்கட்டம்மா நிம்மதியாக மணலில் படுத்து உறங்கிக்கொண்டிருந்தாள். அலைந்து அலைந்து அலுத்துப் போன சரீரம் தன்னை மறந்து ஓய்வெடுத்தது. வாயிலிருந்து எச்சில் ஒழுகி மணலை நனைத்தது. அவ்வளவு தன்னை மறந்த தூக்கம்.

மகள் தூங்குவதை நரசம்மா பார்த்தாள். அவ்வளவுதான், அரவமில்லாமல் எழுந்தாள். அவளைக் கொலை செய்யப் போவ தானால் எவ்வளவு நிசப்தமும் ஜாக்கிரதையும் அவசியமோ, அவ்வளவு நிசப்தத்துடனும் ஜாக்கிரதையுடனும் எழுந்து சுற்று முற்றும் பார்த்தாள். மனிதப் பூண்டே தென்படவில்லை. அந்தி மயங்கி இருட்டத் தொடங்கிவிட்டது. தூரத்தே, ஊருக்குள் ஏற்படும் சந்தடிதான் கேட்டதே ஒழிய, பக்கத்தில் யாதொரு சப்தமும் நடமாட்டமும் இல்லை. கலைந்து விலகிக் கிடந்த வெங்கட்டம்மாவின் புடவையைக்கூட எடுத்துச் சரியாகப் போட நரசம்மாவுக்கு மனம் துணியவில்லை; அப்படிச் செய்தால் வெங்கட்டம்மா எழுந்துவிடலாம் என்ற பயம். ஆகவே, ஒன்றும் செய்யாமல் பொத்திப் பொத்தி நடந்து ஆற்றங்கரையை விட்டு

ஊருக்குள் பிரவேசித்தாள். அக்கம் பக்கம் பார்க்காமல், யாரோ அறிந்தவர்களின் வீட்டை நோக்கி அவசர வேலையாகச் செல்லு வதைப் போல, அவ்வளவு வேகமாகச் சென்றாள். பழையபடியும் அந்தச் சொத்தை வெள்ளரிக்காய் கிடந்த இடத்துக்கே வந்து சேர்ந்தாள். வெள்ளரிக்காய் அங்குதான் கிடந்தது. ஆனால், இப்போது ஒரு வித்தியாசம் என்னவென்றால், யாரோ ஒருவரின் காலால் மிதிபட்டு, ஒரு ஓரத்தில் நசுங்கிப் போயிருந்தது. அதை எடுத்தாள். பக்கத்தில் யாரும் நிற்பார்களோ என்று வெட்கப் படவில்லை. அவள் இப்போது வெட்கப்படுவது வெங்கட்டம்மா வின் முன்னிலையில்தானே ஒழிய, உலகத்தின் முன்னிலையில் அல்ல; மனித லக்ஷணமே தன்னுடைய மகளின் உருவத்தில் தான் நரசம்மாவுக்குக் காட்சியளித்தது.

வெள்ளரிக்காயை ஊதினாள்; கடைசியில் தின்றேவிட்டாள். ஒரு மட்டும் அவளுக்கு நிம்மதி பிறந்தது. ஏதோ இனி யுகக் கணக்கில் பசியில்லாமல் இருக்கலாம்போல அவளுக்குத் தோன்றியது. சந்தோஷத்துடன் அவ்விடத்தை விட்டுப் புறப் பட்டாள்.

வாழ்க்கையின் 'எதார்த்த நிலை'யை ஏறக்குறைய எட்டிப் பிடித்தாய்விட்டது. பழைய கற்பனைகள், பழைய மயக்கங்கள், பழைய திருப்திகள், பழைய மான அவமானங்கள் எல்லாம் நொறுங்கிச் சிதறிவிட்டன. ஆனால், பழைய கட்டுக்களை அறுத்தாலும் புது உலகத்தில் அடி எடுத்துவைக்க நரசம்மாவுக்கு இன்னும் சக்தி வரவில்லை. நிரந்தரமாகத் தெருப் பொறுக்கியோ, எச்சியிலையை வழித்தோ, பிச்சை எடுத்தோ சாப்பிடலாம் என்ற தீர்மானத்துக்கு அவள் வந்துவிட முடியவில்லை. இரண்டும் கெட்டு, திரிசங்கு நிலையில் தவித்த அவளுக்கு, தன்னை வருத்தி வாட்டிய மான அவமானத்தைக் கொன்று, தனக்கென்று சொந்தமாக ஒரு மான அவமானத்தை, ஒரு மரபை, ஒரு ஒழுங்கை ஏற்படுத்திக்கொள்ள ஆற்றல் பிறக்க வில்லை. அந்த நிலையைப் பெற ஏதேனும் ஒரு பற்றுக்கோடு, ஒரு கொழு கொம்பு, ஒரு ஆதரவு கிடைக்காதா என்று அவள் உள்ளம் மறுகியது. ஆனால், தன் உள்ளம் ஏன் மறுகுகிறது என்ற ரகசியம் நரசம்மாவுக்குத் தெரியவில்லை. பேசாமல் ஆற்றங்கரையை நோக்கி நடந்து வந்துகொண்டிருந்தாள். அங்கே இருந்த ஒரு பெரிய ஹோட்டலைக் கடந்து சில அடி தூரம் வந்திருப்பாள். அவளைத் தொடர்ந்து ஒரு இளைஞன் வந்தான். மிகவும் வேகமாக வந்தான். பின்னும் இரண்டு கஜ தூரம்கூட நரசம்மா போயிருக்கமாட்டாள்; அதற்குள்ளாக அவளை முந்தி விட்டான் இளைஞன். இரவு நேரமானதால் விளக்கு வெளிச்சம் இருந்தும், அந்த இளைஞனை யார் என்று அடையாளம் கண்டு

கொள்ள முடியவில்லை. 'மத்தியானம் பலகாரம் கொண்டுவந்து கொடுத்தது நான்தான்' என்று தெரிவித்துவிட்டு, "இராத்திரி என்ன சாப்பிடப் போகிறீர்கள்? எங்கே படுத்துத் தூங்குவீர்கள்?" என்றும் அவன் கேட்டான். அது நரசம்மாவுக்குத்தான் தெரியுமா?

தெருவிலே சினிமாவுக்குப் போகிறவர்கள், கடைக்குச் சாமான் வாங்கப் போகிறவர்கள், நடு நடுவே பிரயாணிகளை ஏற்றிச் செல்லும் பஸ்கள், அத்துடன் சைக்கிள் மணி, பத்திரிகை விற்பவனின் குரல், ஹோட்டல்களில் போட்டி போட்டுக் கொண்டு அசுரத்தனமாகக் கத்தும் ரேடியோக்கள் – இந்த ஜன நெருக்கத்தினிடையில், இந்தச் சந்தடியினிடையில், இரண்டு மனிதக் குரல்கள் அந்தரங்கமாகப் பேரம் பேசிக்கொண்டிருந்தன.

பாதி தூரம் கடந்தாய்விட்டது. பிறகுதான் அவள் இணங்கினாள். மறுநாள் விடிந்ததும் நரசம்மாவின் கையில் பத்து ரூபாயும் இருக்கும்; ஒரு பழைய புடவையும் அதிகப்படியாக இருக்கும்; இன்று இரவு ஜாகைக்கு ஓர் அறையும் கிடைக்கும்... வாலிபன் திரும்பிப் போய்விட்டான்.

வெங்கட்டம்மா அப்போதும் தூங்கிக்கொண்டுதான் இருந்தாள். வந்து நரசம்மா எழுப்பினாள். 'எழுந்திரு, அங்கே ஓரிடத்தில சாப்பாடு போடுகிறார்கள்' என்று சொன்னாள். சிறிது நேரத்தில் வெங்கட்டம்மாவும் எழுந்தாள். சாப்பாடு வேண்டாம், இன்னும் கொஞ்சம் தூங்கினால் நல்லது என்று தான் அப்போது அவளுக்குத் தோன்றியது. அடித்துப் போட்டது மாதிரி உடம்பு வலித்தது. ஆனாலும் தாயாருடன் 'சாப்பாட்டுக்கே' கிளம்பிவிட்டாள். இவர்கள் புறப்பட்ட இரண்டொரு நிமிஷங்களுக்குள்ளாக அதே வாலிபன் வந்தான். அவனுக்கு இப்போதே வெங்கட்டம்மாவின் கையைப் பிடித்து அழைத்துக் கொண்டு போக ஆசை. ஆனாலும் தெரு வழியாக அப்படிப் போவது எப்படி என்ற பயம். அவன் முன்னும் பின்னும் தெரிந்தவனைப்போல நரசம்மாவிடம் பேசியதைக் கண்டு வெங்கட்டம்மாவுக்கு ஒரே வியப்பு; அதைவிடப் பெரிய வியப்பு, அவன் தன் கையால் ஏதோ ஒன்றை நரசம்மாவிடம் கொடுத்ததும் நரசம்மா பத்திரமாக வாங்கிக்கொண்டதும் ஒன்றும் புரியவில்லை. "என்னம்மா?" என்று கேட்டாள் வெங்கட்டம்மா.

"ஒன்றுமில்லை."

"என்ன ஒன்றுமில்லை? கையிலே என்னது?"

"ரூபாய்."

"ரூபாயா?"

"ஆமாம்."

புரியாத வெங்கட்டம்மாவுக்கு விஷயத்தை விளக்குவதற்கு அது இடமில்லை. பேசாமல் அவளை அழைத்துக்கொண்டு மட்டும் போனாள். வாலிபன் சுபாவமாகத் தெருவோடு செல்லுகிறவனைப்போல இவர்களுக்கு முன்பாக நடந்து சென்று கொண்டிருந்தான். இவர்களை அவன் எங்கோ அழைத்துக் கொண்டு போனான். ஒரே இருட்டாக இருந்த ஒரு சந்தின் வழியாகச் சென்று ஒரு இருட்டறையில் கொண்டுபோய் இருவரையும் உட்கார வைத்தான். இரவு பத்து மணிக்கு மேல், ஹோட்டல் அடைத்த பிறகு வருவதாக நரசம்மாவிடம் சொல்லி விட்டுப் போய்விட்டான்.

கொஞ்சம் கொஞ்சமாக விஷயத்தை விளக்கினாள் நரசம்மா. பத்து ரூபாய், ஒரு பழைய புடவை – இந்தச் சம்பத்து சாமான்யத்தில் கிடைக்குமா? இதைச் சம்பாதிக்க உலகத்தில் ஒவ்வொருவர் படும் கஷ்டங்கள் எத்தனை? ஆனால், இவ்வளவு சுலபமாக இரண்டு வாலிபர்களிடம் ஒரு நாள் இரவுப் பொழுதுக் குள்ளாக இந்தப் பணத்தை வாங்கிவிட முடியும் என்றால் அது எப்படிப்பட்ட அதிர்ஷ்டம்? நரசம்மா தன் மகளிடம் ஒன்றா சொன்னாள்!

வெங்கட்டம்மா அழுது அழுது தொண்டை கட்டிவிட்டது. வெளியே எழுந்து ஓட முயன்றாள். ஆனால், தாய் ராக்ஷஸ பலத்தோடு கையைப்பற்றி வீட்டுக்குள் இழுத்துப் போட்டுக் கதவைத் தாளிட்டுவிட்டாள்.

"மானம் போகுதடி! அழாதே! யாரும் கேட்டால் நம் கதி என்ன? கூட்டம் கூடிவிட்டால் எப்படிப் பதில் சொல்லப் போகிறோம்? கிடைத்த பணத்தில் மண்ணைப் போட்டுவிடாதே" என்று காதோடு காதாக சொன்னாள். ஆனால், வெங்கட்டம்மா பழையபடியும் கதவைத் திறந்துகொண்டு ஓடவே முயற்சி செய்தாள்.

நரசம்மாவுக்குக் கோபம் வந்துவிட்டது. பத்திரகாளி போல எழுந்தாள். வெங்கட்டம்மாவைக் கொன்றுவிட வேண்டும் என்றே தீர்மானித்து விட்டாள்.

"சண்டாளி! கைக்கெட்டியதை வாய்க்கெட்டாமல் செய்து விடுவாய் போலிருக்கிறதே! உன்னைக் கொன்றால்தான் எனக்கு மனசு ஆறும்" என்று குரல்வளையைப் பிடித்துவிட்டாள்.

வெங்கட்டம்மா அசுரத்தனமாகத் தாயின் கையைக் கிள்ளி னாள். கிள்ளியதில் ரத்தமும் வந்துவிட்டது. ஓங்கி அவள் முகத்தில் குத்தினாள். தலையை இங்கும் அங்கும் ஆட்டி

நரசம்மாவின் கைப்பிடியிலிருந்து தப்பிக்க முயன்றாள். அது முடியவில்லை. அடக்க முடியாத கோபத்துடன் தாயின் மூக்கில் ஓங்கிக் குத்தினாள். அவளும் தன் கைப்பிடியை விட்டாள்; தொப்பென்று கீழே விழுந்தாள். அவள் மூக்கில் ரத்தம் ஒழுகியது. ஆனால், அது இருட்டில் இருவருக்குமே தெரியவில்லை. நரசம்மா ஒன்றும் பேசவில்லை. குப்புறப் படுத்துவிட்டாள். வெங்கட்டம்மா நூறு தடவை 'அம்மா அம்மா' என்று அழைத்துப் பார்த்தாள். பதில் இல்லை. ஆனால், நரசம்மா பெருமூச்சு விடுவது தெளிவாகக் கேட்டது. பிறகு, தாயாரை இப்படிக் கொடுமைப்படுத்தியதை நினைத்து அழுதாள் வெங்கட்டம்மா.

"அம்மா! பத்து ரூபாய்க்குக் குறையாமல் கிடைக்குமா?" என்று அழுதுகொண்டே கேட்டாள். படுத்துக்கிடந்த நரசம்மா எழுந்து மகளின் கழுத்தைக் கட்டிக்கொண்டு அழுதாள்; இருவரும் அழுதார்கள். அழுகை ஒலி தெருவுக்குக் கேட்காதவாறு, அவ்வளவு ரகசியமாக அழுதார்கள்.

இரவு பத்து மணிக்குமேல் வருவதாக சொன்னவன் பத்து மணிக்கு முன்பாகவே வந்துவிட்டான். அவன் நரசம்மாவிடம் பேசிக்கொண்டபடியே தன் கூட்டாளியையும் அழைத்துக் கொண்டு வந்தான்.

திடீரென்று, "பசியாக இருக்கிறது" என்று சொன்னாள் வெங்கட்டம்மா. தாயாரும், "ஆம், பசிக்கு ஏதாவது முதலில் வாங்கிவாருங்கள்" என்றாள். ஒருவன் மனமில்லாமல் போனான். போய் சினிமாக் கொட்டகையை அடுத்திருந்த ஒரு கடையில் கொஞ்சம் பலகாரம் வாங்கிக் கொண்டு வந்தான்.

பலகாரத்தைத் தாயும் மகளும் சாப்பிட்டார்கள்; சாப்பிட்ட பிறகு தாகத்திற்குத் தண்ணீர் இல்லை. அந்நேரத்திற்குப் பிறகு தண்ணீர் கிடைத்தாலும், தண்ணீர் கொண்டுவர பாத்திரத்திற்கு எங்கே போவது? அதனால், தண்ணீர் விவகாரத்தைக் கைவிட வேண்டியதாயிற்று.

ஜன்னல் இல்லாத ஒரே இருட்டறை. இருட்டுத்தான் அந்தரங்கச் சூழலை உண்டாக்கிக் கொடுத்தது.

தாயின் சம்மதம் பெற்று, தாயின் கண்முன்பாகவே, பசியின் காரணமாக ஒரு கன்னிப் பெண் தன் கற்பை விற்கும் கோர நாடகம், அந்த இரவில், அந்த பரிதாபகரமான இரவில் நடந்தேறியது.

○ ○ ○

சூரியோதயத்துக்கு முன்பே அறையைக் காலி செய்துவிட்டு, தாயும் மகளும் ரயில்வே ஸ்டேஷனுக்கு வந்துவிட்டார்கள். அங்கே வந்து ஏதோ பலகாரத்தை வாங்கிச் சாப்பிட்டுவிட்டு இருவரும் படுத்தார்கள். நரசம்மா பத்து மணிக்கெல்லாம் எழுந்துவிட்டாள். வெங்கட்டம்மா பிற்பகல் இரண்டு மணிக்குத் தான் எழுந்தாள். தூங்கியதனால் உடம்புக்குக் கொஞ்சம் சுளுவாக இருந்தது. பழையபடியும் பலகாரம் வாங்கிச் சாப்பிடப் போனார்கள். அம்மா பத்து ரூபாய் நோட்டை எடுத்து அதைப் பழைய படியும் மடியில் வைத்துவிட்டு, ஒரு ரூபாய் நோட்டு ஒன்றை எடுத்துக்கொடுத்து, கடையில் பலகாரம் வாங்கினாள். இதைப் பார்த்தாள் வெங்கட்டம்மா. பத்து ரூபாய் நோட்டும் சில்லறையும்... நேற்று இதே நேரத்தில் கையில் தம்பிடி இல்லாமல் பட்டினி கிடந்ததற்கும், இப்போது பத்து ரூபாயும் சில்லறையுமாக இருப்பதற்கும் உள்ள வித்தியாசத்தைக் கண்டதும், வெங்கட்டம்மாவினால் நிலைகொள்ள முடியவில்லை. அம்மா கடையைவிட்டு அப்பால் நகர்ந்ததும், அம்மாவிடமிருந்து அவ்வளவு பணத்தையும் வாங்கினாள். வலது கையிலிருந்து இடது கையில் பணத்தைப் போட்டாள். இடது கையிலிருந்து வலது கையில் போட்டாள். வியந்து வியந்து பார்த்த வண்ணம் பணத்தைக் கையில் போட்டுக் குலுக்கினாள். எவ்வளவு எளிதாக இவ்வளவு பெரிய தொகை கிடைத்து விட்டது என்பதை நினைக்கும்போது அவளால் சிரிக்காமல் இருக்க முடியவில்லை. உரக்கச் சிரித்தாள். விட்டு விட்டுப் பலமுறை சிரித்துவிட்டாள். அந்தச் சிரிப்பு எதற்கு என்று அவளுக்கே புரியவில்லை. பாண்டியனிடம் சிவபிரான் வாங்கிய பொற் பிரம்படியைப்போல, அவள் சிரித்த சிரிப்பு எங்கெல்லாம் பிரதிபலிக்க இருந்ததோ அவளுக்குத் தெரியாது. அவள் மனிதன் கட்டிய ஒழுக்கத்தை நோக்கிச் சிரித்தாள்; ஒழுக்கக் கேட்டை நோக்கிச் சிரித்தாள்; நாகரிகத்தையும் அநாகரிகத்தையும் பார்த்துச் சிரித்தாள். பணக்காரர்களை, ஏழைகளை, ஆண்களை, பெண்களை, பஞ்சத்தை – இப்படி எத்தனையோ அடங்கிய உலகத்தையே நோக்கிச் சிரித்தாள். இது வெங்கட்டம்மாவுக்குத் தெரியுமோ என்னவோ?

சிவன் சிரித்துத் திரிபுரத்தை எரித்தான்; இவள் சிரிப்பு என்ன செய்யப் போகிறதோ? அதை இப்போது யார்தான் அறிவார்கள்? அந்தக் காலத்துப் புத்திமான்களும்கூட ஏழை அழுத கண்ணீருக்குத்தான் வாளை உபமானமாகச் சொன்னார் களே ஒழிய, ஏழை சிரித்த சிரிப்பைப் பற்றிப் பிரஸ்தாபிக்க வில்லையே!

காண்டிபம், ஜனவரி 1949

"ராஜா வந்திருக்கிறார்"

"எனக்கு சில்க் சட்டை இருக்கே! உனக்கு இருக்கா!" என்று கெட்டிக்காரத்தனமாகக் கேட்டான் ராமசாமி.

செல்லையா பதில் சொல்லத் தெரியாமல் விழித்துக் கொண்டிருந்தான்; தம்பையா ஆகாயத்தைப் பார்த்து யோசனை செய்தான்; மங்கம்மாள் மூக்கின்மேல் ஆள் காட்டி விரலை வைத்துக்கொண்டும் கண்ணை இலேசாக மூடிக்கொண்டும் யோசனை செய்தாள். அந்த மூவரும் ராமசாமியின் கேள்விக்கு என்ன பதில் சொல்லப் போகிறார்கள் என்று ஆவலோடு எதிர்பார்த்துக் கொண்டிருந்தார்கள் மற்ற பிள்ளைகள்.

அன்று பள்ளிக்கூடத்திலிருக்கும்போது ராமசாமிக் கும் செல்லையாவுக்கும் இடையே ஒரு போட்டி நடந்தது. ராமசாமி தன் 'ஐந்தாம் வகுப்பிற்குரிய இந்திய தேச சரித்திர'ப் புத்தகத்தை எடுத்து வைத்துக்கொண்டான். செல்லையா அந்த வருஷம் இந்திய தேச சரித்திரம் வாங்கவில்லை; அதனால் தன்னிடமுள்ள ஒரு சிவிக்ஸ் புத்தகத்தை எடுத்து வைத்துக் கொண்டான். இருவரும் 'படப்போட்டி'யை ஆரம்பித்து விட்டார்கள்.

ராமசாமி தன் புத்தகத்தை முதலிலிருந்து ஒவ்வொரு தாளாகத் திருப்புவான்; படம் இருக்கும் பக்கத்தைச் செல்லையாவுக்குக் காட்டி, "இதோ, இந்தப் படத்துக்குப் பதில் படம் காட்டு" என்பான். செல்லையா தன் புத்தகத் தைத் திறந்து அதில் உள்ள ஒரு படத்தைக் காட்டுவான். பிறகு, இருவருமே புத்தகத்தைப் பக்கம் பக்கமாகப் புரட்டு வார்கள். யாராவது ஒருவருடைய புத்தகத்தில் அடுத்த படியாகப் படம் வரும்; உடனே, அந்தப் படத்துக்கு அடுத்தவன் பதில் படம் காட்ட வேண்டும். இவ்விதமாகப்

பதிலுக்குப் பதில் படம் காட்டிய வண்ணம் புத்தகம் முழு வதையுமே புரட்டுவார்கள். எவன் புத்தகத்தில் அதிகப் படங்கள் இருக்கின்றனவோ, அவன் ஜெயித்துவிடுவான்; மற்றவன் தோற்றுப் போவான். உடனே ஜெயித்தவன், "எனக்குப் படம் காட்ட முடியல்லே! தோத்துப் போயிட்டயா!" என்று பரிகாசம் செய்வான். இந்த மாதிரியான படப் போட்டிதான் அன்றும் நடந்துகொண்டிருந்தது.

போட்டி பாதியில் நிற்கிறது. அந்தச் சமயத்தில் ஐந்தாம் வகுப்புக்குக் கணக்கு வாத்தியார் வந்துவிட்டார். அந்தக் கணக்கு வாத்தியார் மிகவும் கெடுபிடியானவர். அவர் வகுப்பில் பையன் கள் வெளியே தெரியாமல் விளையாடிக்கொண்டிருக்க முடியாது. தவிரவும் கணக்குப் போடும்போது, பென்ஸிலும் கையுமாக இருக்க வேண்டும். இதில், "படப் போட்டி" நடத்துவது எப்படி?

வாத்தியார் வந்ததும் இருவருடைய போட்டியும் நின்று விட்டது.

கடைசியில், சாயங்காலம் பள்ளிக்கூடம் விட்டு வெளியே வந்த பிறகு, ஒரு வேப்பமரத்தின் அடியில் நின்று இருவரும் அந்தப் போட்டியை நடத்தினார்கள்.

ராமசாமியின் சரித்திரப் புத்தகத்தில் பாதிதான் தாண்டி யிருக்கும்; ஆனால், செல்லையாவின் சிவிக்ஸ் புத்தகம் முடிந்து விட்டது. செல்லையா தோற்றுப் போய்விட்டான். பக்கத்தில் நின்ற பிள்ளைகள் அவனைக் கேலி செய்தார்கள். தங்கள் அண்ணன் தோற்றுப் போனதைக் கண்டு தம்பையாவுக்கும் மங்கம்மாளுக்கும் சொல்லமுடியாத வருத்தம்.

அந்த இடத்தைவிட்டு எல்லோரும் வீட்டுக்குப் போகப் புறப்பட்டார்கள். நடந்து சொல்லும்போதே, படப்போட்டி வேறொரு அவதாரம் எடுக்கத் தொடங்கியது. 'எங்கள் வீட்டில் அது இருக்கே, உங்கள் வீட்டில் இருக்கா?' என்று இருவரும் ஒருவரிடம் ஒருவர் கேட்க ஆரம்பித்தனர். இந்தப் புதுப் போட்டி யின் கடைசிப் பகுதியில்தான் ராமசாமி, "எனக்கு சில்க் சட்டை இருக்கே, உனக்கு இருக்கா?" என்று கேட்டான்.

வேப்ப மரத்தைவிட்டு, அரை பர்லாங் தூரத்திலுள்ள பார்வதியம்மன் கோவில் பக்கமாக வந்தாய்விட்டது. இன்னும் செல்லையாவோ தம்பையாவோ ராமசாமிக்குப் பதில் சொல்ல வில்லை. ஆனால், மங்கம்மாள் திடீரென்று எல்லோரையும் இடித்துத் தள்ளிக்கொண்டு, ராமசாமியின் முன்னால் வந்து

நின்றாள். குழந்தைகள் எல்லோரும் மங்கம்மாளையே கவனித்துக் கொண்டிருந்தார்கள்.

அவள், ரேகை சாஸ்திரியிடம் காட்டுவதுபோலக் கையை வைத்துக்கொண்டு, "ஐயோ! சில்க் சட்டை எதுக்காம்? ஹூம், லேசாச் சருகு மாதிரி இருக்கும். சீக்கிரம் கிழிஞ்சு போகும் (செல்லையாவின் சட்டையைக் காட்டி) இதுதான் கனமாயிருக்கு. ரொம்ப நாளைக்குக் கிழியாமெ இருக்கும், நல்லாப் பாரு!" என்று மிகமிகப் பரிகாசமாகச் சொல்லிவிட்டு செல்லையாவின் பக்கத்தில் வந்து நின்றாள்.

ராமசாமி திகைத்து நின்றுவிட்டான். முதல் வகுப்பில் படிக்கும் மங்கம்மாள், ஐந்தாம் வகுப்பில் படிக்கும் தன்னை இப்படித் தோற்கடித்து விட்டாளே என்று சங்கடப்பட்டான். பிள்ளைகள் ராமசாமியைப் பார்த்து, "தோத்துப் போயிட்டயா!" என்று ஏளனம் பண்ணினார்கள்.

மங்கம்மாள் செல்லையாவின் சட்டையைப் பிடித்துக் கொண்டு, அவனை ஒட்டி உரசி நின்று கொண்டாள். நடக்கும் போதும் அப்படியே நடந்து வந்தாள். அவள் மனதிற்குள்ளே ஒரு பெருமிதம்.

ராமசாமி அடுத்த கேள்வியைப் போட்டான்: "எங்க வீட்டிலே ஆறு பசு இருக்கு; உங்க வீட்டிலே இருக்கா?"

இதற்குச் செல்லையா பதில் சொல்லவில்லை; மங்கம்மாளும் பதில் சொல்லவில்லை. தம்பையா, "இவுஹதான் பணக்கார ராம்! அதுதான் ரொம்பப் பெருமை . . . ஹூம் . . . பெருமை பீத்தக் கலயம் . . !" என்று சொல்லி நிலைமையைச் சமாளிக்க முயன்றான். அது முடியவில்லை. அந்தச் சமயத்தில் செல்லையா, "அது சரி, எங்க வீட்டிலே ஒம்பது கோழி இருக்கு, உங்க வீட்டிலே இருக்கா?" என்று ஒரு போடு போட்டான்.

ராமசாமியும் தயங்கவில்லை. "நாங்கள் உங்களைப் போலக் கோழி அடித்துச் சாப்பிட மாட்டோம். நாங்க எதுக்குக் கோழி வளக்கணும்? அதுதான் எங்க வீட்டிலே கோழி இல்லே" என்றான்.

"அதெல்லாம் சும்மா. ஒம்பது கோழி இருக்கா, இல்லையா?" என்று ஒரே பிடிவாதமாகக் கேட்டான் செல்லையா.

ராமசாமிக்குப் பதில் சொல்ல முடியவில்லையே என்று கூட வருத்தமில்லை. மற்றப் பிள்ளைகள் எல்லோரும் ஒன்று

கூடிக்கொண்டு அவனைப் பரிகாசம் செய்வதை அவனால் தாங்க முடியவில்லை. அழுகை வரும்போல இருந்தது. அதனால் எல்லோரையும்விட வேகமாக நடக்க ஆரம்பித்தான். மற்றப் பிள்ளைகளும் அதே வேகத்தில் நடந்தார்கள். சிறு குழந்தையாக இருக்கும் மங்கம்மாளால் அதே வேகத்தில் நடக்க முடியாது; அதனால் ஓடினாள்.

சிற்சில குழந்தைகள் தங்கள் தங்கள் வீட்டுக்கு நேராக வந்த மாத்திரத்தில் கூட்டத்திலிருந்து விலகி வீட்டுக்குப் போய்விட்டார்கள். கூட்டம் குறையக்குறைய ராமசாமியின் அவமானமும் குறைந்துகொண்டு வந்தது.

மேலத் தெருவுக்குள் நுழையும்போது, ராமசாமியும் அவனுடைய எதிர்க்கட்சியைச் சேர்ந்த மூவரும்தான் மிஞ்சினார்கள். ஏனென்றால், அந்தக் குக்கிராமத்துப் பள்ளிப் பிள்ளைகளில், இவர்களுடைய வீடுகள் தான் மேலத் தெருவில் இருந்தன.

ராமசாமியின் வீடு முதலாவதாக வந்தது. "தப்பினோம் பிழைத்தோம்" என்று வீட்டுக்குள்ளே பாய்ந்தான் ராமசாமி. உடனே, வீதியில் நின்ற அந்த மூவரும், "தோத்தோ நாயே!" என்று திருப்பித் திருப்பிச் சொல்லிக் கொண்டும், கையால் சொடக்குப் போட்டுக்கொண்டும் நின்றார்கள்.

அப்போது வீட்டுக்குள்ளிருந்து ஒரு மீசைக்காரன் தலைப்பா கட்டுடன் வெளியே வந்தான். அவன் ராமசாமியின் வீட்டு வேலைக்காரர்களில் ஒருவன். குழந்தைகள் மூவரும் கிழிந்து போன அழுக்குத் துணியுடனும், பறட்டைத் தலையுடனும் தெருவில் நின்று, ஒரே குரலில், "தோத்தோ நாயே!" என்று சொல்வதைப் பார்த்து, "சீ, கழுதைகளா! போறீகளா, என்னமும் வேணுமா?" என்று அதட்டினான். மூன்று பேரும் நாலுகால் பாய்ச்சலில் ஓடிவிட்டார்கள். அவர்கள் போன பிறகு, "பிச்சைக் காரக் கழுதைக! 'தோத்தோ!.. நாயே!'.. கழுதைக!" என்று தனக்குத் தானே எகத்தாளமாகச் சொல்லிக்கொண்டு, தன் வேலையைக் கவனிக்கப் போனான்.

செல்லையா, தம்பையா, மங்கம்மாள் – மூன்று பேரும் நெஞ்சோடு புத்தகக் கட்டுகளை அணைத்துக்கொண்டு வீடு சேரும்போது, அவர்களுடைய தாயார் தாயம்மாள் வாசல் பெருக்கித் தண்ணீர் தெளித்துக்கொண்டிருந்தாள்.

மங்கம்மாள் ஒரே ஓட்டமாக ஓடி, "அம்மா ... !" என்று தாயம்மாளைப் பின்புறமாகக் கட்டிக்கொண்டாள். குனிந்து

வாசல் தெளித்துக்கொண்டிருந்த தாய், செல்லமாக, "ஐயோ!.. இது என்னடா இது!" என்று முகத்தைச் சுளித்துக்கொண்டு அழுவது போலச் சிரித்தாள்! அம்மா 'அழுவ'தைக் கண்டு மங்கம்மாளுக்கு அடக்க முடியாதபடி சிரிப்பு வந்தது!

"ஐயா வந்துட்டாரா அம்மா?" என்று தம்பையா கேட்டான். அப்பாவைத்தான் ஐயா என்று அந்தக் கிராமத்துப் பிள்ளைகள் குறிப்பிடுவார்கள்.

"வரலையே!" என்று பொய் சொல்லிவிட்டு, பொய்ச் சிரிப்பும் சிரித்தாள் தாயம்மாள்.

"நிஜம்ம்மா?" என்று கேட்டான் தம்பையா.

"நிஜம்ம்ம்மாத்தான்!" என்று சொன்னாள் தாயம்மாள். அப்புறம் சிரித்தாள்.

மங்கம்மாள் விறுவிறு என்று அம்மாவுக்கு முன்னால் வந்து நின்றாள். வலது கையிலிருந்த புத்தகக்கட்டை இடது கையில் இடுக்கிக்கொண்டாள். வலது கையின் ஆள்காட்டி விரலை மூக்கின் மேலும், புருவங்களுக்கு மத்தியிலும் வைத்துக் கொண்டு, முகத்தையும் ஒரு பக்கமாகத் திருப்பிக் கொண்டு, "அம்மா!.. எனக்குத் தெரிஞ்சு போச்சு!.. நீ பொய் சொல்றே!.. ஐயா வந்துட்டாரு!" என்று நீட்டி நீட்டிச் சொன்னாள்.

தாயம்மாளுக்கு ஆனந்தம் தாங்க முடியவில்லை. பல்லை இறுகக் கடித்துக்கொண்டு, "போக்கிரிப் பொண்ணு!" என்று மங்கம்மாளின் கன்னத்தைக் கிள்ளினாள்.

செல்லையா மிகவும் ஆழமான குரலில், "ஐயா வரல்லை யாம்மா?" என்று கேட்டான். அவன் குரலில் சோகம் ததும்பி, ஏமாற்றம் இழையோடியிருந்தது.

தாயம்மாள் வீட்டுக்குள் நுழைந்தாள். மூலையிலிருந்த ஒரு ஜாதிக்காய்ப் பெட்டியைச் சுட்டிக்காட்டி, "அந்தப் பெட்டியைத் திறந்து பாரு, மங்கம்மா" என்றாள்.

மூவருமே ஓடிப்போய்ப் பெட்டியைத் திறந்தனர்.

பெட்டிக்குள்ளே இருந்த ஜவுளிப் பொட்டணத்தை வெளியே எடுத்து அவிழ்த்துப் பார்த்தனர். மறுநாள் விடிந்த பிறகு ஆரம்பமாகும் தீபாவளி, குழந்தைகளுக்கு அப்பொழுதே ஆரம்பித்துவிட்டது. ஒரே குதூகலம்! ஒவ்வொரு துணியாக

எடுத்து 'இது யாருக்கு, இது யாருக்கு' என்று இனம் பிரித்துப் பார்த்துக்கொண்டிருந்தனர்.

பொட்டணத்தில் இரண்டு மல் பனியன்களும், இரண்டு கால்சட்டைகளும், ஒரு பாவாடையும், ஒரு பச்சை நிறமான சட்டையும், ஒரு நான்கு முழ ஈரிழைச் சிட்டைத் துண்டும் இருந்தன.

துண்டைத் தவிர மற்ற உருப்படிகள் இன்னின்னாருக்குத் தான் என்று குழந்தைகளே பங்கு போட்டுவிட்டார்கள். துண்டு யாரைச் சேருவது என்று தெரியவில்லை. உடனே செல்லையா கேட்டான்: "துண்டு யாருக்கம்மா?"

"ஐயாவுக்கு" என்றாள் தாயம்மாள்.

"அப்படீன்னா உனக்கு?" என்று மங்கம்மாள் கேட்டாள்.

தாயம்மாள் சிரித்துக்கொண்டு, "எனக்குத்தான் ரெண்டு சீலை இருக்கே இன்னும் எதுக்கு? எல்லாருக்கும் புதுத் துணி எடுக்க நாம் என்ன பணக்காரரா?"

"ஐயாவுக்கு மட்டும் பிறகு புதுத்துண்டு எதுக்காம்?" என்றாள் மங்கம்மாள்.

"வாயாடி! வாயாடி!... ஐயாவுக்கு ஒரு துண்டுகூட இல்லே. துண்டு இல்லாமே எத்தனை நாளைக்குப் பழைய வேட்டியை உடம்பிலே போட்டுக்கிட்டு அலையறது?" என்று சொல்லிவிட்டு, மங்கம்மாளைத் தூக்கி மடியில் வைத்துக்கொண்டாள் தாய்.

அந்தி மயங்கி, இருட்டத் தொடங்கியது. விளக்கேற்றுவதற் காகத் தாயம்மாள் எழுந்தாள்.

விளக்கேற்றி விட்டுக் குழந்தைகளை வெந்நீரில் குளிப்பாட்டி விட்டாள். ஐப்பசி மாதமானதால் அநேகமாக நாள் தவறாமல் மழை பெய்திருந்தது. பூமி குளிர்ந்து ஜில்லிட்டுவிட்டது. காற்றும் ஈரக் காற்று. இதனால் வெந்நீரில் குளித்துவிட்டு வந்த குழந்தை களை ஈரவாடை அதிக வேகத்துடன் தாக்கியது. எல்லோரும் 'குடுகுடு' என்று முற்றத்திலிருந்து வீட்டுக்குள்ளே ஓடிவந்து விட்டார்கள்.

குழந்தைகள் சாப்பிடும்போதுதான், அவர்களுடைய அப்பா பக்கத்துக் கிராமத்துக்கு ஒரு தூர பந்துவின் திடீர் மரணத்தை முன்னிட்டுச் சென்றிருப்பதாகவும், மறுநாள் மத்தி

யானத்துக்குள் வந்துவிடுவார் என்றும், வரும்வரை காத்திருக்கா மல் குழந்தைகளோடு தீபாவளி கொண்டாடிவிடவேண்டும் என்று அவர் சொல்லிவிட்டுப் போயிருக்கிறார் என்றும் தாய் தெரிவித்தாள்.

சாப்பாடு முடிந்தது; ராப் பாடம் படிக்க மாடக் குழியில் இருந்த அகல் விளக்கைத் தூண்டிவிட்டுக்கொண்டு அதன் முன்னால் மூன்று பேரும் உட்கார்ந்தார்கள்.

தாயம்மாள் சாப்பிட்டுவிட்டு, எச்சில் கும்பாக்களைக் கழுவ முற்றத்துக்கு வந்தாள். முற்றத்தின் மூலையில் கொஞ்ச தூரத்துக்கு அப்பால் ஒரு முருங்கைமரம் உண்டு. அதன் நிழலில் கருப்பாக ஓர் உருவம் தெரிந்தது. பக்கத்து வீட்டு நாயாக இருக்கும் என்று நினைத்து உள்ளே வந்துவிட்டாள்.

மண் தரையில் முந்தானையை விரித்து ஒருக்களித்துப் படுத்துக் கொண்டு, குழந்தைகள் உரக்கச் சத்தம் போட்டுப் பாடம் படிப்பதைக் கேட்டுக்கொண்டிருந்தாள் தாய். சிறிது நேரத்தில், “தரை என்னமாக் குளிருது! ராத்திரி எப்படிப் படுத்துக்கிடுறது?” என்று தனக்குத்தானே சொல்லிக்கொண்டே எழுந்து உட்கார்ந்தாள். அவளுடைய உடம்பு அவளுடைய ஸ்பரிசத்துக்கே ‘ஜில்’லென்றிருந்தது.

தம்பையா, அண்ணனைப் பார்த்து, “துணைக்கு வர்ரயா?” என்று கூப்பிட்டான். இருட்டானதால் வீட்டு முற்றத்துக்குப் போய் ஒன்றுக்குப் போய்விட்டுவர அவனுக்குப் பயம். செல்லையா துணைக்குப் போனான். இந்தச் சிறுவர்களின் கண்ணிலும் முருங்கைமரத்தடியில் இருந்த கருப்பு உருவம் தென்பட்டது. அதைப் பார்த்துப் பயந்து போகாமல் இவர்கள் தைரியமாக நின்றதற்குக் காரணம், ராமசாமியின் வீட்டை நோக்கிப் போகும் இரண்டு பேர் இரண்டு ‘பெட்ரோமாக்ஸ்’ விளக்குகளைக் கையில் எடுத்துக்கொண்டு போனதுதான். ஆள் நடமாட்டமும் விளக்கு வெளிச்சமும் சேர்ந்து தைரியம் கொடுத்தன. இருவரும் கருப்பு உருவத்தைக் கூர்ந்து பார்த்தார்கள்.

அது இவர்களைப்போன்ற ஒரு சிறுவனுடைய உருவம்தான்.

உடனே, இருவரும் பக்கத்தில் போனார்கள். அப்பொழுது மழை இலேசாகத் தூர ஆரம்பித்தது. அதனால் முருங்கை மரத்துக்குக் கீழாகப் போய் நின்றுகொண்டு அந்தச் சிறுவ னுடைய நடவடிக்கைகளைக் கவனித்துக்கொண்டிருந்தார்கள்.

அவனுக்கு வயது எட்டு அல்லது ஒன்பது இருக்கும். அவன் உடம்பில் அழுக்கடைந்த கௌபீனம் ஒன்றைத் தவிர, வேறு உடைகள் கிடையாது. தரையில் உட்கார்ந்தால் குளிரும் என்று, பாதங்கள் மட்டும் தரையில் படும்படியாக அவன் குந்திக் கொண்டிருந்தான். அவனுக்கு முன்னால் மூன்று எச்சில் இலைகள். கிராமத்தில் வெண்கலக் கும்பாவில் சாப்பிடாமல், இலை போட்டுச் சாப்பிடுகிற வீடு ராமசாமியின் வீடுதான். அந்த வீட்டின் வாசலிலிருந்துதான் அந்த எச்சில் இலைகளை எடுத்துக்கொண்டு வந்து அவற்றில் ஒட்டிக்கொண்டிருந்த பருக்கைகளையும், கறி வகைகளையும் எடுத்து வாயில் போட்டுக் கொண்டிருந்தான்.

செல்லையாவோ தம்பையாவோ ஒன்றும் சொல்லாமல் பார்த்துக்கொண்டே நின்றார்கள்.

ஏற்கெனவே யாரோ கடித்துச் சுவைத்துத் துப்பிய முருங்கைக்காய்ச் சக்கைகளில் ஒன்றை இலையிலிருந்து எடுத்தான் சிறுவன். அதை இரண்டாம் தடவையாகக் கடிக்க ஆரம்பித்தான்.

"சீ! எச்சி!... ஆய்!" என்று சொல்லிவிட்டுக் கீழே 'தூ' என்று துப்பினான் தம்பையா.

சிறுவன் ஏறிட்டுப்பார்த்துவிட்டுப் பழையபடியும் குனிந்து கொண்டான். செல்லையாவுக்குத் திடீரென்று ஏதோ உதய மானதுபோல், "டேய்! ஏண்டா எங்க வீட்டு வாசலிலே வந்து உட்கார்ந்திருக்கே? போடா" என்று அதட்டினான்.

சிறுவன் போகாவிட்டாலும் பயந்துவிட்டான்; அதனால் இடது கையால் தலையைச் சொறிந்துகொண்டு, அதிவேகமாக இலையை வழித்தான்.

"உங்க வீட்டுக்குப் போயேன்" என்றான் தம்பையா.

மழை பலமாகப் பிடித்துவிடும்போல இருந்தது. அதற்குள்ளாக அவனை விரட்டிவிட்டு, வீட்டுக்குள் ஓடிவிட வேண்டும் என்று செல்லையாவும் தம்பையாவும் முடிவு கட்டினார்கள்.

"போடா... இல்லாட்டி உன் மேலே துப்புவேன்" என்றான் தம்பையா.

சிறுவன் எழுந்திருக்கும் வழியைக் காணோம்.

அவனைக் காலால் மிதிக்க வேண்டுமென்று தம்பையா தீர்மானித்தான்.

மழை 'சடசட'வென்று பெய்ய ஆரம்பித்துவிட்டது.

வெளியே போன குழந்தைகள் மழையில் என்ன செய்து கொண்டிருக்கிறார்கள் என்ற திகைப்புடன் தாயம்மாள் ஓடி வந்து, "செல்லையா!" என்று கூப்பிட்டாள்.

"ம்ம்" என்று பதில் வந்தது.

"இருட்டிலே அங்கே என்ன பண்றீக?" என்று சொல்லிக் கொண்டே மரத்தின் பக்கமாக வந்துவிட்டாள். அங்கே வந்து, நின்று யோசிப்பதற்கு நேரமில்லை. மழை. ஆகவே, மூன்று பேரையும் அவசர அவசரமாக வீட்டுக்குள்ளே அழைத்துக் கொண்டு ஓடிவந்தாள்.

சிறுவன் விளக்கு வெளிச்சத்தில் வந்து நின்றான். அவ னுடைய உடம்பெல்லாம் ஒரே சிரங்கு. தலையில் பொடுகு வெடித்து பாம்புச் சட்டை மாதிரி தோல் பெயர்ந்திருந்தது. பக்கத்தில் வந்து நின்றால், ஒரு மாதிரி துர்வாடை. இந்தக் கோலத்தில் நின்றான் சிறுவன்.

"இது யாரம்மா?" என்று மங்கம்மாள் திகைப்போடு கேட்டாள்.

"யாரோ? யார் பெத்த பிள்ளையோ?" என்று சொல்லி விட்டு, மழையில் நனைந்த குழந்தைகளைத் துவட்டப் பழைய துணியை எடுக்கப்போனாள். இவள் மறுபக்கம் திரும்பியதும், தம்பையா அம்மாவுக்குக் கேட்காமல், வாய்க்குள்ளேயே "போடா" என்று பயமுறுத்தினான்.

செல்லையா, "போ" என்று அவனைப் பிடித்துத் தள்ளினான்.

இவர்கள் இருவரையும் பார்த்து மங்கம்மாளும் அர்த்த மில்லாமல் "போயேன்" என்று சிணுங்கிக்கொண்டே சொன்னாள்.

அவ்வளவுதான், திடீரென்று மடை திறந்த மாதிரி 'கோ' வென்று அழுதுவிட்டான். விஷயம் என்னவென்று தெரியாமல் பதைபதைப்புடன் ஓடிவந்தாள் தாயம்மாள்.

"ஏண்டா அழுகிறே? சும்மா இரு. அவனை என்ன சொன்னீக நீங்க?" என்று தன் குழந்தைகளைக் கேட்டாள்.

"அவன் போன்னா, போகமாட்டேங்கிறான்" என்று புகார் பண்ணுவதைப்போலச் சொன்னாள் மங்கம்மாள்.

"சீ, அப்படி எல்லாம் சொல்லக்கூடாது... நீ சும்மா இரு. அழாதேப்பா" என்று சொல்லிச் சிறுவனைத் தேற்றினாள்.

சிறுவன் அழுகையை அப்படியே நிறுத்திவிட்டான். ஆனால், பெருமூச்சு விடுவதை மட்டும் அவனால் நிறுத்த முடிய வில்லை.

"சும்மா இரு தம்பி!... அழாதே!" என்று இரண்டாவது தடவையும் தாயம்மாள் சொன்னாள்.

பழைய துணியைக் கொண்டு செல்லையாவும் தம்பையா வும் உடம்பைத் துடைத்துக்கொண்டார்கள். உடனே மங்கம்மாள் தம்பையாவைப் பார்த்து, "பாவம்! அவனுக்கும் குடு!" என்றாள்.

தம்பையா துணியைக் கொடுத்தான்.

"நீ சாப்பிட்டயா?" என்று தாயம்மாள் அவனைப் பார்த்துக் கேட்டாள்.

"அவன் எச்சியைச் சாப்பிடுறான், அம்மா. ராமசாமி வீட்டிலிருந்து எச்சிலையை எடுத்துவந்து சாப்பிடுறான். அசிங்கம்!" என்று முகத்தைச் சுளித்துக்கொண்டு சொன்னான் தம்பையா. குழந்தைகள் எல்லோரும் சிரித்தார்கள்.

"இந்தா தம்பையா! இனிமே அப்படிச் சொல்லாதே!" என்று அதட்டிவிட்டு, "நீ யாரப்பா? உனக்கு எந்த ஊரு?" என்று தாயம்மாள் சிறுவனை விசாரித்தாள்.

"விளாத்திகுளம்" என்றான் சிறுவன்.

"உனக்குத் தாய் தகப்பன் இல்லையா?"

"இல்லை."

"இல்லையா?" என்று அழுத்திக் கேட்டாள் தாயம்மாள்.

"உம்... செத்துப் போயிட்டாக."

"எப்போ, தம்பி?"

"போன வருஷம் அம்மா செத்துப் போயிட்டா. ஐயா நான் சின்னப்பிள்ளையாயிருக்கும்போதே செத்துப் போயிட் டாராம்."

"உனக்கு அண்ணன் தம்பி ஒருத்தரும் இல்லையா?"

"இல்லை."

உடனே தம்பையா கேட்டான்:

"தங்கச்சியும் இல்லையா?"

"இல்லை."

"பாவம்" என்று சொல்லிவிட்டுத் தம்பையா நிறுத்திக் கொண்டான்.

"இங்கே எதுக்கு வந்தே?" என்று தாயம்மாள் கேட்டாள்.

"கழுகுமலைக்குப் போறேன்."

"அங்கே ஆரு இருக்கா?"

"அத்தை" என்று பதில் சொன்னான் சிறுவன். அவன் விளாத்திகுளத்திலிருந்து கால்நடையாகவே நடந்து அந்தக் கிராமம் வரையிலும் வந்திருக்கிறான். இந்த இருபது மைல் பிரயாணத்துக்கு நான்கு நாட்களாகிவிட்டன. நான்காவது தினத்தில்தான் இந்தக் கிராமத்தில் வந்து தங்க நேர்ந்தது. அதுவும் பொழுது இருட்டிவிட்டதனாலும் பசியாக இருந்ததனாலும் தான். மறுநாள் விடிந்த பிறகு, எட்டுமைல் தூரம் நடந்து கழுகுமலைக்குப் போனால், அவனுடைய அத்தை தன் வீட்டில் அவனை வைத்துக்கொள்ளுவாளா விரட்டி விடுவாளா என்பது அவனுக்குத் தெரியாது. அத்தையையும் அவன் பார்த்ததில்லை. எப்படியோ ஒரு வழியில் அவனுக்கு அவள் அத்தை என்றும், 'அங்கே போ' என்றும் யாரோ சொல்ல, அதை நம்பிக்கொண்டு அந்தச் சிறுவன் விளாத்திகுளத்திலிருந்து கால்நடையாகவே நடந்து வந்திருக்கிறான்.

மேற்கண்ட விவரங்களை எல்லாம் சிறுவனுடைய வாய் மொழி மூலமாகவே தாயம்மாள் அறிந்துகொண்டாள்.

"உன் பேரு என்ன?" என்று கடைசியாகக் கேட்டாள் தாயம்மாள்.

"ராஜா" என்றான் சிறுவன்.

அப்புறம் அவனுக்குச் சாப்பாடு போட்டாள். அவன் சாப்பிட்ட பிறகு, குழந்தைகளுக்குப் படுக்கையை எடுத்து விரித்தாள். மண் தரை ஈரச் சதசதப்புடன் இருந்ததால், வெறும் ஓலைப்பாயை விரித்துப் படுப்பதற்கு இயலாமல் இருந்தது. அதனால், கிழிந்துபோய்க் கிடந்த மூன்று கோணிப் பைகளை எடுத்து உதறி விரித்து, அதன் மேல் வீட்டிலிருந்த இரண்டு ஓலைப் பாய்களையும் பக்கம் பக்கமாக விரித்தாள். ராஜா

தெற்குக் கோடியில் படுத்துக்கொண்டான். அவனுக்குப் பக்கமாக செல்லையாவும், அப்புறம் தம்பையாவும் படுத்துக்கொண்டார்கள். தம்பையாவின் உடம்பு இரண்டு பாய்களிலுமே பாதி பாதி படிந்திருந்தது. வடகோடியில் தாயம்மாளும் மங்கம்மாளும் படுத்துக்கொண்டார்கள்.

எங்கோ தூரத்தில், ஒரு வீட்டில் சீனிவெடி வெடிக்கும் சப்தம் கேட்டது. தீபாவளி மறு நாளானாலும், யாரோ ஒரு துறுதுறுத்த பையன் அப்பொழுதே வேட்டுப் போட ஆரம்பித்து விட்டான்.

வேட்டுச் சப்தம் கேட்டதும், "எனக்கு மத்தாப்பு…" என்றாள் மங்கம்மாள்.

"எனக்கும்" என்றான் தம்பையா.

"நம்ம கிட்டே அதுக்கெல்லாம் பணம் ஏது மங்கம்மா? ராமசாமி பணக்காரன். அவனுக்குச் சரி, எவ்வளவு வேட்டுன்னாலும் போடுவான்…"

"ஊஹூம். எனக்கு மத்தாப்பு…" என்று முரண்டு பண்ணினாள் மங்கம்மாள்.

"வம்பு பண்ணாதே. சொன்னாக் கேளு. மத்தாப்பு கொளுத்தினா வயிறு நிறையுதா? காலையிலே உனக்கு தோசை சுட்டுத் தாரேன். நிறையச் சாப்பிடு. மத்தாப்பு எதுக்கு?"

மங்கம்மாள் தன் முரண்டை நிறுத்தவில்லை; அழுவது போல் சிணுங்க ஆரம்பித்தாள்.

செல்லையா தூங்கிவிட்டான்.

அப்போது தெருவில் ஆட்கள் நடந்துசெல்லும் சந்தடி கேட்டது.

'சமீன் வந்து இறங்குறதுன்னா லேசா?' என்று தாயம்மாள் தனக்குள்ளாகவே சொல்லிக்கொண்டு, "மங்கம்மா! நீ நல்ல பிள்ளை! பிடிவாதம் பண்ணாதே. அடுத்த வருசம் நிறைய மத்தாப்பு வாங்குவோம். இந்த வருசம் நாம் எவ்வளவு சங்கடப் பட்டோம்னு உனக்குத் தெரியாதா?" என்றாள். அப்புறம் அவளால் சரியாகப் பேசமுடியவில்லை. வாய் குழறியது. மங்கம்மாளைப் பார்த்துத்தான் அவள் பேசினாள். ஆனால், அவள் உண்மையில் தன்னுடைய தாயாரிடத்திலோ, தன்னை உயிருக்கு உயிராகப் பேணி வளர்த்த ஒரு கிழவியிடத்திலோ,

தான் வருஷக் கணக்கில் அனுபவித்த துயரங்களைக் கண்ணீரும் கம்பலையுமாகச் சொல்லுவது போலவே பேசினாள். ஒரு நீண்ட பெருமூச்சுடன், "மங்கம்மா!... நீ கூட ஒருநாள் சாப்பாடு இல்லாமெ பள்ளிக்கூடம் போனியே, கண்ணு. உன் வயித்துக்குக் கூட அன்னிக்கு ஒருவாய்க் கூளு கெடைக்கல்லையே! (அவளுக்குக் கண்ணீர் வந்துவிட்டது) சாப்பாட்டுக்கே கஷ்டப் படும் போது நீ மத்தாப்புக் கேக்கலாமா, கண்ணு? பேசாமப் படுத்துத் தூங்கு" என்று தேற்றினாள். மங்கம்மாளைப் பரிவோடு தடவிக் கொடுத்தாள்.

"ஒரு மத்தாப்பாவது வாங்கித் தா" என்றாள் மங்கம்மாள்.

அழுகையுடனும் துயரச் சிரிப்புடனும் தாயம்மாள் சொன்னாள்: "நீதானே இப்படிப் பிடிவாதம் பண்றே? அந்தப் பையனைப் பாரு. அவன் மத்தாப்பு கேக்கிறானா?... சோறு கிடைக்காமே, எச்சிலையைக் கூட எடுத்துத் திங்கிறான்... அவன் சோறு வேணும்னு கூட அழல்லே; நீ மத்தாப்பு வேணும்னு அழறே மங்கம்மா!"

மங்கம்மாளுக்கு அவன்மேல் கோபம் வந்துவிட்டது. அவனைப் புகழ்ந்து, தன் கோரிக்கையைத் தாயார் புறக்கணித்துக்கொண்டு வருவது அவளுக்குப் பிடிக்கவில்லை. உடனே, "அவனுக்கு ஒரே சிரங்கு!" என்று திட்டுவது போலக் கடுமை யாகச் சொன்னாள்.

"அவனுக்குத் தாய் தகப்பன் இருந்தா அப்படி இருப்பானா? தாயில்லாப் பிள்ளைன்னா யாரு கவனிப்பா? அவனோடே அம்மா, முன்னாலே, அவனுக்குத் தீவாளிக்குப் புதுவேட்டி, புதுச்சட்டை எல்லாம் வாங்கிக் குடுத்திருப்பா! மத்தாப்பும் வாங்கிக் குடுத்திருப்பா. இப்போ, அவன் அதை எல்லாம் நினைச்சுக் கேக்கிறானா, பாரு."

"இப்போ அவன் தூங்கிட்டான். காலையிலே கேப்பான்" என்று சொல்லிவிட்டு மங்கம்மாள் சிணுங்கினாள்.

தாயம்மாளுக்குச் சிரிப்பு வந்துவிட்டது. "வாயாடி!" என்று சொல்லி மங்கம்மாளின் கன்னத்தைச் செல்லமாகக் கிள்ளினாள்.

சீனிவெடிச் சப்தம் பழையபடியும் கேட்டது.

"வாடையடிக்கம்மா" என்று அரைத் தூக்கத்திலேயே சொன்னான் தம்பையா.

தாயம்மாளுக்குத் திகைப்பாக இருந்தது. "எதை மூடிக் கிடுறது? உம்?" என்று ஒரு கணம் யோசித்தாள். அப்புறம், "என் பிள்ளைகளை விடவா அந்தப் பீத்தல் பெரிசு?" என்று சொல்லிக்கொண்டே எழுந்துபோய், மறுநாள் கட்டிக்கொள்ளு வதற்காகத் துவைத்து உலர்த்தி மடித்து வைத்திருந்த – உண்மை யில் 'பீத்தல்' இல்லாத – நாட்டுச்சேலையை எடுத்துக்கொண்டு வந்து ராஜா உட்பட எல்லோருக்கும் சேர்த்துப் போர்த்தினாள்.

மங்கம்மாளைப் பார்த்து, "சரி, படுத்துக்கோ. காலையிலே எப்படியும் வாங்கித் தாரேன்" என்று சொல்லி அவளை உறங்கப் பண்ணுவதற்கு முயன்றாள்.

மூன்றாவது தடவையாகவும் சீனிவெடியின் சப்தம் கேட்டது.

தாயம்மாள் தனக்குத்தானே சொல்லிக்கொண்டாள்: "இன்னிக்கு அங்கே யாரும் தூங்கமாட்டாஹ போலிருக்கு! உம், அரமனைக் காரியம்! ஆளு போறதும் வாரதுமா இருக்கு. ராமசாமியும் தூங்காம வேட்டுப் போடுறான்!"

ராமசாமியின் அக்காளைக் கல்யாணம் பண்ணிக் கொண்டவன் ஒரு ஜமீன்தாரின் மகன். அந்த வருஷம் தலை தீபாவளிக்காக அவனை அன்று மாலையில் அழைத்து வந்திருந் தார் ராமசாமியின் தகப்பனார். அந்த ஊரில் மட்டுமல்லாமல் அந்த வட்டாரத்திலேயே அவர்தான் பெரிய மிராசுதார். ஜமீன்தார் வீட்டு மாப்பிள்ளையை, எதிர்கால ஜமீன்தாரை, மிகவும் கோலாகலமாக அழைத்து வந்து தீபாவளி நடத்த அநேக தினங்களாகவே அவர் வீட்டில் ஏற்பாடுகள் நடந்து வந்தன. தீபாவளிக்கு முதல்நாள்தான் மாப்பிள்ளை வந்து இறங்கி னான். அதற்கு முன் பத்து பதினைந்து நாட்களாக ஒரு நிமிஷத் திற்கு ஒன்பது தடவை, "ராஜா வர்ரார், சிறப்பாச் செய்யணும்; ராஜா வர்ரார், சிறப்பாச் செய்யணும்" என்று அவர் சொல்லிக் கொண்டே இருந்தார். உண்மையில் வெகு சிறப்பாகத்தான் ஏற்பாடுகள் நடந்து கொண்டிருந்தன.

"மங்கம்மா!"

பதில் இல்லை; தூங்கிவிட்டாள்.

தாயம்மாளும் அகல் விளக்கை அணைத்துவிட்டுத் தலையைச் சாய்த்தாள்.

முதல் கோழி கூப்பிட்டதும் தாயம்மாள் கண்விழித்து விட்டாள். அப்போது மணி நாலு ஆகவில்லை. நல்லவேளையாக

மழை அப்போதுதான் நின்றிருந்தது. சிறு தூவானம் மட்டும் ஓலைக் கூரையில் விழுவது, ஒரே நிதானத்துடன் சோளம் பொரிவதுபோலக் கேட்டுக்கொண்டிருந்தது. அந்தத் தெருவில் வேறு சில வீடுகளில் ஏற்கெனவே எழுந்து தீபாவளிப் பண்டிகை யைக் கொண்டாடத் தொடங்கிவிட்டதற்கு அடையாளமாக வேட்டுச் சப்தமும், வேட்டுச் சப்தத்தைக் கேட்டுப் பயந்து நாய்கள் குரைக்கும் சப்தமும் கேட்டுக்கொண்டிருந்தன.

தாயம்மாள் எழுந்து விளக்கை ஏற்றினாள். பழையபடியும் மழை பிடித்துவிடக்கூடாதே என்று அவளுக்குப் பயம். அதனால் குழந்தைகளை எழுப்பி, விறுவிறு என்று குளிப்பாட்டிவிட்டு, மற்ற வேலைகளைக் கவனிக்கலாம் என்று திட்டம் செய்தாள். குழந்தைகளுக்குப் படுக்கையை விட்டு எழுந்திருக்க மனமில்லை. கடைசியில் முனகிக்கொண்டும் புரண்டு படுத்துக்கொண்டும் ஒருவழியாக எழுந்துவிட்டார்கள். அவள் ஒவ்வொரு குழந்தை யாக எண்ணெய் தேய்த்துவிட்டாள். ஆனால், ராஜா மட்டும் எண்ணெய் தேய்த்துக்கொள்ள முடியாது என்று சொல்லித் தூரத்தில் போய் உட்கார்ந்துகொண்டான். தீபாவளிக்கு எண்ணெய் தேய்த்துக் குளிக்காவிட்டால் தோஷம் என்று சொன்னாள் தாயம்மாள். ராஜாவுக்கோ என்ன சொன்னாலும் காதில் ஏறவில்லை.

"அரப்புக் காந்தும்; நான் மாட்டேன்" என்று பிடிவாதமாகச் சொன்னான் ராஜா.

"அரப்புப் போடல்லே; சீயக்காய் போட்டுக் குளிப்பாட்டு றேன். குளிர்ச்சியாயிருக்கும்."

"ஊஹூம்."

"தம்பி, சொன்னாக் கேளுடா. என்னை உன் அம்மான்னு நெனைச்சுக்கோ. உனக்குக் காந்தும்படியா நான் தேய்ப்பனா..? வா, எண்ணெய் தேய்ச்சிக் குளி. இந்தத் தீபாவளியோட பீடை எல்லாம் விட்டுப்போகும். குளிக்காம இருக்கக்கூடாதப்பா" – இப்படி வெகுநேரம் கெஞ்சிய பிறகுதான் அவன் வேறு வழி இல்லாமல் சம்மதித்தான்.

ராஜா எழுந்து வந்து மணையில் உட்கார்ந்தான். "அது தான் நல்ல பிள்ளைக்கு அடையாளம். ஒரு பிள்ளைக்குத் தேச்சி, ஒரு பிள்ளைக்கு தேய்க்காமல் விடலாமா? என் பிள்ளை குட்டியும் நல்ல இருக்கணுமில்லப்பா..!" என்று மற்றவர்களுக்குச் சொல்லுவதுபோலத் தனக்குத்தானே சொல்லிக்கொண்டே எண்ணெய் தேய்த்தாள். 'தாயில்லாக் குழந்தைன்னா இந்தக்

கோலம்தான். நான் மூணாம் வருசம் காய்ச்சலோட படுத்திருந் தேனே, அப்போ கண்ணை மூடியிருந்தா என் குழந்தைகளுக்கும் இந்தக் கதிதானே? அதுகளும் தெருவிலேதானே நிண்ணிருக்கும்' – இப்படி என்னென்னவோ மனதுக்குள் நினைத்துக்கொண்டு அவசர அவசரமாகக் குழந்தைகளைக் குளிப்பாட்டினாள். ஆனால், தாயம்மாள் பயபத்திரமாகச் சீயக்காய்த் தூளைப் போட்டுத் தேய்த்தபோதிலும், ராஜா பல தடவைகள் 'ஐயோ, ஐயோ' என்று அழுதுவிட்டான். அவன் அழும்போதெல்லாம் அவள், 'இன்னிக்கோடே உன் சிரங்கு குணமாயிரும்' என்று மட்டும் மாறி மாறிச் சொல்லிக்கொண்டே இருந்தாள்.

'யாரோ எவரோ? மழைன்னு வந்து வீட்டிலே ஒதுங்கிட் டான். அவனைப் போகச் சொல்ல முடியுமா? அவன் வந்த நேரம், தீவாளியாப் போச்சு. குழந்தைகளுக்குள்ளே வஞ்சகம் செய்யலாமா? பார்க்கிறவுஹளுக்கு நான் செய்றதெல்லாம் கேலியாயிருக்கும். அவுஹ கேலி செய்தாச் செய்துட்டுப் போகட்டும். எனக்கும் என் குழந்தைகளுக்கும் பகவான் துணை செய்வான் . . .'

அவள் தோசை சுட்டுக் கொடுத்தாள். அவளுடைய குழந்தைகள் புதுத் துணி உடுத்துக்கொள்ள வேண்டும் என்ற ஆவலினால் அவசர அவசரமாகச் சாப்பிட்டார்கள். தம்பையா கடைசித் தோசையைப் பாதியிலேயே வைத்துவிட்டு எழுந்து விட்டான். அவனால் மேற்கொண்டும் இரண்டு தோசைகள் சாப்பிட முடியும். இருந்தாலும் அவசரம்.

தெருவில் ஜன நடமாட்டம் தொடங்கிவிட்டது. மழையும் பரிபூரணமாக நின்றுவிட்டது. உதயத்தின் ஒளி சல்லாத் துணி யைப்போல அவ்வளவு மெல்லியதாக ஊரையும் உலகத்தையும் போர்த்தியது.

புதுத் துணிகளுக்கு மஞ்சள் வைத்துச் செல்லையாவும் உடுத்துக் கொண்டான்; தம்பையாவும் உடுத்துக்கொண்டான்; மங்கம்மாளும் பாவாடையையும் சட்டையையும் போட்டுக் கொண்டாள்.

ராஜா . . .

அவன் கௌபீனத்தோடுதான் நின்றான்.

தாயம்மாளுக்குப் 'பகீர்' என்றது. இத்தனையும் செய்தும் புண்ணியமில்லாமல் போய்விட்டதே என்று கலங்கினாள்,

இந்த மாதிரியான ஒரு கட்டத்தை அவள் எதிர்பார்க்கவே இல்லை. சிட்டைத் துண்டை எடுத்துக் கொடுப்பதா, கொடுக்காமல் இருப்பதா அவள் மனதுக்குள்ளே வேதனை மிக்க போராட்டம். மாதக் கணக்கில் ஒரு ரூபாய்த் துண்டு இல்லாமல் அவளுடைய கணவன் பட்ட கஷ்டத்தையும் வீதி வழி போவதற்குக் கூசியதையும், "ஒரு துண்டு வாங்க வழியில்லையே!" என்று கணவன் துயரத்துடன் வாய்விட்டுப் புலம்பியதையும் நினைத்துப் பார்த்தாள். இந்தத் துயரத்தின் எதிர்ப்புறத்தில், ஒன்றும் சொல்லாமல், ஒன்றும் செய்யாமல் மௌனமாக நின்றுகொண்டிருந்தான் ராஜா.

தாயம்மாளுக்குத் திக்குத் திசை தெரியவில்லை; ராஜாவின் முகத்தை எதற்கோ ஒருமுறை ஏறிட்டுப் பார்த்தாள். ராஜாவோ வெகுநேரமாகக் கண்கொட்டாமல் அவளையே பார்த்த வண்ணம் நின்றுகொண்டிருந்தான்.

"என்னைச் சோதிக்கத்தான் வந்திருக்கேடா நீ!" என்று மனக் கசப்புடன் சொல்லுவதுபோலச் சொன்னாள் தாயம்மாள். ஆனால், அவளுக்கும் மனக்கசப்புக்கும் வெகு தூரம். மனதுக்குள் ஏற்பட்ட சிக்கல்களை விடுவிக்கவே இப்படிப்பட்ட ஒரு வாசகத்தை அவள் தூக்கிப் போட்டாளே ஒழிய அவள் சொற்களில் மனக்கசப்பின் நிழல்கூடப் படியவில்லை.

அப்போது மங்கம்மாள் எழுந்துவந்து அம்மாவின் கன்னங்களில் தன் உள்ளங்கைகளை வைத்து, தன் முகத்துக்கு நேராக அவளுடைய முகத்தைத் திருப்பினாள்; அப்புறம் ஏதோ ரகசியத்தைச் சொல்லுவது போலச் சொன்னாள்:

"பாவம்! அவனுக்கு அந்தத் துண்டைக் குடு அம்மா!"

குழந்தை இந்த வார்த்தைகளைச் சொல்லி நிறுத்தினாள். ஒரு நிமிஷம் மௌனம் நிலவியது. பிறகு, திடீரென்று தாயம்மாளின் முகம் கோரமாக மாறியது. முந்தானையால் முகத்தை மூடிக்கொண்டு கேவிக் கேவி அழுதாள். அவளுடைய பெரு மூச்சும் விம்மலும் வீட்டை அடைத்துக்கொண்டு கேட்டன.

குழந்தைகளுக்கு விஷயம் விளங்கவில்லை. மங்கம்மாள்தான் அப்படிச் சொன்னதற்காகத்தான் அம்மா அழுகிறாள் என்று பயந்துவிட்டாள்.

தாய், தன் பலத்தை எல்லாம் பிரயோகித்து அழுகையைத் தொண்டைக்குழியில் அழுத்தினாள். அவள் நெஞ்சு வெடித்து

விடும்போல விம்மியது. குரலும் அந்த ஒரு நிமிஷத்தில் ஜலதோஷம் பிடித்ததுபோலக் கம்மலாகிவிட்டது.

பிறகு தழுதழுத்துக்கொண்டே சொன்னாள்:

"தம்பையா!"

"என்னம்மா?"

"ஹூம். ராஜாவுக்கு அந்தத் துண்டை எடுத்துக் குடு."

வீட்டு முற்றத்தில் காலை வெயில் அடித்துக்கொண்டிருந்தது. அந்தப் பொன்னொளியில் மஞ்சள் பூசிய முகத்துடன் புத்தாடை தரித்துக்கொண்டு நிற்கும் மங்கம்மாள், அப்போது எதையோ பார்த்துக்கொண்டிருந்தாள். ஈரம் காய்வதற்காக இறுக்கமின்றித் 'தொள' 'தொள' என்று சடை போடப்பட்டிருந்ததால், கூந்தல், இரண்டு காதுகளையும், கன்னங்களில் பாதியையும் மறைத்துக்கொண்டிருந்தது. பரவலாகக் கிடக்கும் கூந்தலின் நடுவே இளங்காற்றுப் புகுந்து சிலுசிலுக்கும்போது, சுகமும் கூச்சமும் தாங்க முடியாமல் சிரித்துக்கொண்டே இமைகளைக் குவித்தாள் மங்கம்மாள்.

வெகு நேரமாக, தாயம்மாள் அவளையே பார்த்துக்கொண்டிருந்தாள். சந்தர்ப்பவசமாக, அவளுக்கு நேராக மங்கம்மாள் முகத்தைத் திருப்பினாள்.

"என் ராஜாத்தி, மகாலக்ஷ்மி மாதிரி இருக்கா!" என்று தன்னை மறந்து இன்பத்துடன் சொல்லிவிட்டாள் தாய். அவ்வளவுதான், குழந்தையின் கையைப் பிடித்து வெகு வேகமாக வீட்டுக்குள்ளே இழுத்துக்கொண்டு வந்து, திருஷ்டி பரிகாரமாக அவளுடைய கன்னத்தில் துலாம்பரமாகச் சாந்துப்பொட்டை எடுத்து வைத்தாள்.

அப்புறம் மங்கம்மாள் வீதிக்கு ஓடிவிட்டாள். ராமசாமியின் வீட்டுப் பக்கம் எச்சில் இலைகள் ஏராளமாகக் கிடந்தன. அங்கே நாலைந்து பேர் நின்று பேசிக்கொண்டும், வெற்றிலை பாக்குப் போட்டுத் துப்பிக்கொண்டும் இருந்தார்கள். ராமசாமி நீலநிறமான கால் சட்டையும், அந்த ஊருக்கே புதிய புஷ்கோட்டும் போட்டுக்கொண்டு நின்றான். மங்கம்மாளைப் பார்த்ததும் அவள் பக்கத்தில் ஓடிவந்தான்; மங்கம்மாளும் அவனைப் பார்த்து நடந்தாள். இருவரும் பாதி வழியில் சந்தித்துக்கொண்டனர். சந்தித்த மாத்திரத்தில், மிகவும் சந்தோஷத்துடன் ராமசாமி சொன்னான்:

"எங்க வீட்டுக்கு ராஜா வந்திருக்கிறார்!"

ஊர்க்காரர்களைப்போல அவனும் தன் அக்காள் புருஷனை ராஜா என்று சொன்னான். ஆனால் அவன் சொன்னதற்குக் காரணம் சந்தோஷம்தானே ஒழிய, மங்கம்மாளைப் போட்டிக்கு அழைப்பதற்காக அல்ல. ஆனால், அவளோ வேறுவிதமாக நினைத்துவிட்டாள். முதல் நாள் பள்ளிக்கூடத்திலிருந்து வந்த போது நடந்த போட்டிதான் அவள் ஞாபகத்தில் இருந்தது. அவன் சொன்னதற்குப் பதில் சொல்லி அவனுடைய 'பெருமை'யை மட்டம் தட்ட வேண்டும் என்று அவள் மனம் துடித்தது. அதனால், ஒரு அரை அடி முன்னால் நகர்ந்துவந்து நின்றாள். யாதொரு திகைப்பும், தயக்கமும் இல்லாமல் ராமசாமியைப் பார்த்து ரேகை சாஸ்திரியிடம் காட்டுவது போலக் கையை வைத்துக் கொண்டு, மிக மிக ஏளனமாகச் சொன்னாள்:

"ஐயோ! உங்க வீட்டுக்குத்தானா ராஜா வந்திருக்கிறார்? எங்க வீட்டுக்கும்தான் ராஜா வந்திருக்கிறான். வேணும்'னா வந்து பாரு."

சக்தி, ஜூன் 1950

சாப்பிட்ட கடன்

கோமதிநாயகத்துக்கு வயது முப்பத்தைந்து. கல்யாணமாகி ஐந்து குழந்தைகளும் இருக்கிறார்கள். கோமதிநாயகத்தின் தகப்பனார் காலமாகி நான்கு ஆண்டு கள் ஆகின்றன. தகப்பனார் காலமானதும் குடும்பச் சொத்துக்குக் கோமதிநாயகமே முதலாளியாகிவிட்டான். அவனுக்கு உடன்பிறந்த தம்பியோ அண்ணனோ கிடை யாது. சுமார் ஐம்பதினாயிரம் பெறுமதியுள்ள சொத்துக்கு இவன் அதிபதியானதும் தன் வாழ்வில் எத்தனையோ மாறுதல்கள் நிகழ்வதைக் கண்டான். முன்னால், 'என்னப்பா, கோமதிநாயகம்!' என்று சொல்லித் தோளில் கைபோட்டுப் பேசியவர்கள், இப்போது அவனை முதலாளி என்று கூப்பிட ஆரம்பித்தார்கள். வயது சென்ற கிழவர்கள் கூட ஏக வசனத்தில் பேசுவதை நிறுத்தி 'நீங்கள் நாங்கள்' என்று பேசினார்கள். ஏழை எளியவர்களும் நடுத்தர நிலையில் உள்ளவர்களும் என்றோ ஒருநாள் சகாயம் கிடைக்கும் என்று நம்பி அவனை மட்டற்ற மரியாதை யோடு நடத்தினார்கள். வெற்றிலை பாக்குக் கடைக்காரன் வலியக்கூப்பிட்டு ஓசி வெற்றிலை கொடுக்கத் தொடங்கி னான். பலகாரக் கடைக்காரனோ, இப்பொழுது கடனுக் குப் பலகாரம் கொடுப்பதுடன், கொடுத்த கடனைக் கேட்பதும் இல்லை. 'முதலாளி பணம் நம்ம பணம்; எந்த நேரத்தில் போய்க் கேட்டாலும் அட்டியில்லாமல் கிடைக்கும்' என்று பெருமையோடு சொல்லிக்கொண் டான். கிராமத்திலுள்ள அத்தனை பேரும் இப்படிச் திடீரென்று மாறுதல் அடைந்ததைக் கோமதிநாயகம் நன்கு கவனித்துக்கொண்டான்.

குடும்பச் சொத்துக்கு ஏகச்சக்ராதிபதியான மறு வருஷம், கோமதி நாயகம் சுமார் முப்பது மைல் தூரமுள்ள

ஒரு கிராமத்துக்கு ஒரு காரியார்த்தமாய்ப் போயிருந்தான். அந்த ஊரில் உள்ள இரண்டொரு வீட்டுக்காரர்களுக்கும் கோமதிநாயகத்தின் தகப்பனாருக்கும் சுமாரான அறிமுகம் உண்டு. உண்டென்றாலும் இதற்கு முன்னால் அவன் அந்த ஊருக்குப் போகும்போதெல்லாம் அவனை எங்காவது தெருவில் சந்தித்தால் 'வாருங்கள்' என்று அவர்கள் ஒரு தடவை உபசாரத் துக்குச் சொல்லிவிட்டுத் தங்கள் வேலையைக் கவனிக்கப் போய்விடுவார்கள். ஆனால் இந்தத் தடவை அவன் அங்குப் போனபோது, அந்த இரண்டு வீட்டுக்காரர்களும் போட்டி போட்டு விருந்து வைத்தார்கள். தீபாவளி மாப்பிள்ளை மாதிரி சுமார் ஒரு வாரம் நன்றாக இருந்து சாப்பிட்டான் கோமதி நாயகம். அப்புறம் தன் காரியத்தையும் கவனித்துக்கொண்டு ஊர் திரும்பினான்.

சொந்த ஊரிலும் ராஜமரியாதை; முப்பது மைலுக்கு அப்பால் உள்ள ஊரிலும் அதே ராஜமரியாதை. கோமதிநாயகத் துக்குச் சந்தோஷம் ஏற்படாமல் இருக்க முடியாது. சந்தோஷப் பட்டான். தான் ஒரு முதலாளி என்ற நினைப்பை மனத்துக்குள் பயிர்செய்து வளர்த்தான். அதற்குத் தக்கபடி நடந்துகொள்ளவும் ஆரம்பித்தான். முன்னால் 'நீங்கள்' என்று யாரைப் பார்த்துச் சொல்லுவானோ அவர்களை இப்போது 'நீர்' என்றும், 'நீர்' என்று சொன்னவர்களைப் பார்த்து 'நீ' என்றும் சொல்லத் தொடங்கினான்.

முதலாளியாகி ஒரு வருஷம் பூர்த்தியாகிவிட்டது. தனக்குப் புதிதாகச் செய்யப்படும் மரியாதைகளைத் தக்க முறையில் பயன்படுத்தி, அந்த மரியாதைகள் நாளுக்கு நாள் அதிகரிக்கும் படியான நிலையையும் சிருஷ்டிக்க வேண்டும் என்று விரும்பி னான் கோமதிநாயகம். இந்த யோசனையைத் தீர்மானமாகவும், அப்புறம் லட்சியமாகவும் உருவாக்கினான். அவ்வளவுதான், அப்புறம் உபசாரம் தன்னைத் தேடி வரவேண்டும் என்று காத்திராமல், தானே உபசாரத்தைத் தேடிப்போனான். யார் யார் தன்னைத் தெருவிலோ, வழியிலோ கண்டு அதிகமாக மரியாதை செய்கிறார்கள் என்று கவனித்துக்கொண்டான். அவர்கள் ஏழைகளாக இருந்தாலும், சுமாரான நிலையில் இருப்பவர்களாக இருந்தாலும் காப்பி சாப்பிடும் நேரத்தில் அவர்கள் வீடுகளுக்குப் போய் உட்கார்ந்து கொள்ளுவான். கிராமத்தில் காலையில் ஒன்பது மணிக்குத் தேநீர் போட்டுச் சாப்பிடுவார்கள். கோமதிநாயகத்தைக் காலை ஒன்பது மணிக்கு அவனுடைய வீட்டில் பார்க்கமுடியாது. அதே சமயத்தில் எந்த வீட்டில் இருப்பான் என்றும் சொல்லமுடியாது. ஆனால் யாரோ ஒருவர் வீட்டில் நிச்சயம் இருப்பான். எதிர்

கால சகாயத்தை மனதில் வைத்துக்கொண்டு, யாராவது ஒருவர் கோமதிநாயகத்துக்கு செய்யாத உபசாரம் செய்து, பலகாரம் சாப்பிடச் சொல்லுவார். அவன் அதே வீட்டுக்குத் தினந்தோறும் அதே நேரத்தில் போவான். தீபாவளி, பொங்கல் போன்ற பண்டிகை நாட்களில் காலை நேரத்தில் மட்டுமன்றி, மத்தியானச் சாப்பாட்டு நேரத்திலும் போவான். வராத விருந்து வந்து விட்டது என்று மகிழ்ந்து சில வீட்டுக்காரர்கள், அவனைத் தாங்கித் தடுக்கிச் சாப்பிடச் செய்வார்கள். ஊரில் கால்வாசி வீடுகளுக்கு மாப்பிள்ளை மாதிரி ஆகிவிட்டான் கோமதிநாயகம். சில ஏழைகள், காப்பியைத் தங்கள் குழந்தைகளுக்குக் கூடக் கொடுக்காமல், கோமதிநாயகத்துக்குக் கொடுத்த சந்தர்ப்பங் களும் உண்டு. இந்த விஷயம் அவனுக்குத் தெரியும். ஆனால் அதை வெளியில் காட்டிக்கொள்ளாமல், யாதொரு தயக்கமும் இல்லாமல் ஏழைகளின் சாப்பாட்டைப் பங்கு போட்டுச் சாப்பிட்டு வந்தான். தாங்கள் பட்டினி கிடந்தாலும், தங்கள் குழந்தை குட்டிகள் ஏக்கத்தினால் முகம் வீங்கிச் செத்தாலும் அதற்காகக் கவலைப்படாமல், அவனை உபசரிப்பதை பூர்வ ஜன்ம புண்ணியத்தினால் கிடைத்த பாக்கியமாகச் சில ஏழைக் குடும்பஸ்தர்கள் கருதினார்கள். இப்படியெல்லாம் இருந்தும், சம்பிரதாயத்தை முன்னிட்டுக்கூட கோமதிநாயகம் பிறர் பொருட்டுக் காலணா செலவழித்தது கிடையாது. ‘பைத்தியக் காரர்கள் நமக்குச் செய்கிறமட்டும் செய்யட்டும்; செய்வதை நிறுத்திக்கொண்டால், நாம் அங்குப் போவதை நிறுத்திக் கொள்ளலாம்’ என்று மனதிற்குள்ளேயே திட்டம் செய்திருந்தான்.

இரண்டு வருஷங்களுக்குப் பிறகு, வைக்கோல் வாங்குவதற் காகத் தெற்கே கயத்தாரை அடுத்த தென்கலம் என்ற கிராமத் துக்குப் போனான் கோமதிநாயகம். கோமதிநாயகத்தின் ஊரில் பிறந்த ஒரு பெண் தென்கலத்தில் வாழ்க்கைப்பட்டிருந்தாள். அவள் கணவர் நல்ல சம்சாரி; நாணயஸ்தர். அவருடைய உதவியைக் கொண்டே மலிவான விலைக்குத் தனக்குத் தேவை யான அளவு வைக்கோலை வாங்கிக்கொண்டான். போனதற்கு மறுநாளே காரியம் முடிந்துவிட்டது. ஆனாலும் தென்கலத்து ஆசாமி, தன் மனைவியின் மூலம் கோமதிநாயகத்தின் குடும்ப அந்தஸ்தைக் கேள்விப்பட்டு, அவனுக்கு விருந்துசெய்து அனுப்ப வேண்டுமென்று தீர்மானித்தார். மூன்று நாட்களாவது இருந்து விட்டுத்தான் போகவேண்டும் என்று அவர் கட்டாயப்படுத்தவே கோமதி நாயகமும் சம்மதித்தான். இருவருக்கும் முன்பின் அறிமுகம் கிடையாது. தம் மனைவியின் ஊரில் அவன் ஒரு பெரிய விவசாயி என்பதற்காகவே இத்தனை மரியாதைகளும் செய்தார் தென்கலத்து ஆசாமி.

ஒரு நாளைக்கு இரண்டு வேளை வெந்நீர்க் குளிப்பு; தாகம் எடுக்கும்போது ஒவ்வொரு இளநீர்; தாகம் எடுக்காதபோதும் ஒவ்வொரு இளநீர். நாலுவகைக் கறியுடன் வகையான சாப்பாடு. வீட்டில் சாப்பிடும் பலகாரம் போதாதென்று கடைப் பலகாரம் வேறு. இலவசமாகக் கிடைக்கிறதென்பதற்காக எந்நேரமும் வெற்றிலை; வெற்றிலை போடாதபோது சிகரெட். குற்றேவல் களை நிறைவேற்ற எந்நேரமும் பக்கத்தில் ஓர் ஆள். இவ்விதமாக மூன்று நாட்கள் விருந்தாளியாக இருந்தான். நான்காவது நாள் கோமதிநாயகம் பிரியா விடைபெற்றுப் புறப்படும்போது தென்கலத்துத் தம்பதிகளைப் பார்த்து, "அண்ணாச்சி! நம்ம ஊருக்கு எப்ப வாறீக? வந்து ஒரு பத்து நாளாவது நம்ம வீட்டிலே இருந்துட்டுத்தான் இங்கே வரணும். இல்லேன்னா உங்களை யார் விடரா? தங்கச்சி! அப்போ நான் வரட்டுமா? போய்ட்டு வாரேன்" என்றெல்லாம் பல உபகார மொழிகளைச் சொல்லிவிட்டுக் கிளம்பினான். வைக்கோல் வண்டியில் ஒரு மூட்டை நெல்லிக்காயை இனாமாகப் போட்டு அனுப்பினார்கள் தென்கலத்துத் தம்பதிகள்.

தென்கலம் ஆசாமி, கோமதிநாயகத்தின் பேச்சையும், பாவனை களையும் பார்த்து மயங்கி, "பெரிய வீட்டுப் பிள்ளை பெரிய வீட்டுப் பிள்ளைதான்" என்று தம் மனைவியிடம் ஒரேயடியாகச் சிலாகித்துச் சொன்னார். மனைவியும், "எப்பேர்ப் பட்ட குடும்பம்! எங்க ஊரிலேயே அந்த வீடு ஒரு தினுசுதான்! அந்த வீட்டு ஆட்களும் ஒரு தினுசுதான்!" என்று பெருமையோடு சொன்னாள்.

சுமார் மூன்று மாதங்களுக்குப் பிறகு தென்கலம் சம்சாரி, கோமதிநாயகத்தின் ஊருக்கு வந்தார். அவர் வருவதற்குள்ளாக, இங்கே பல மாறுதல்கள் நடந்துவிட்டன. கோமதிநாயகத்திற்கு ஊர்க்காரர்கள் செய்யும் உபசாரம் வேறு உருவத்தை அடைந்து விட்டது. பெரும்பாலான வீடுகளில், இவன் போகும் நேரத்தில் உபசரித்துக் காப்பி கொடுப்பது போய், அப்புறம் கேட்டால் மாத்திரம் கொடுப்பது என்று ஆகி, அதன்பின் கண்ணால் பார்த்துக்கொண்டால் மட்டும் கொடுப்பது என்று மாறி, கடைசியாகக் கண்ணாலும் பார்த்து, வாயாலும் பல முகஸ்துதி கள் செய்த பிறகே ஒரு சின்னஞ்சிறு தம்ளரில் காப்பி கொடுப்பது என்ற கட்டத்தை அடைந்துவிட்டது. இவனுடைய காலடி ஓசையைக் கேட்ட மாத்திரத்தில் அநேக வீடுகளில் வெண்கலப் பாத்திரங்கள் கலகலக்கும்; வீட்டுக்காரர்கள் அதிவேகமாகக் காப்பியையோ பலகாரங்களையோ மறைக்கும்போது ஏற்படும் ஓசைதான் அது. இதைக் கோமதிநாயகம் தெரிந்துகொள்ளாமல் இல்லை, இருந்தாலும் பலிக்கிற மட்டும் பலிக்கட்டும் என்று

துணிந்து, "என்ன சித்தி? உன் பிள்ளைக்குக் காப்பி வச்சிருக் கையா, மறந்திட்டயா? பிள்ளையை அம்மா நெனைக்கல் லேன்னா வேறே யாரு நெனைப்பா?" என்றும், "என்ன மருமகப் பிள்ளை! மாமா வந்திருக்கிறாஹளேங்கிற கெவனமே இல்லையே! 'மாமன் ஒருத்தன் வந்திருக்கிறானே, ஒரு காப்பி போட்டுக் கொடுப்போம், ஒரு பலகாரத்தைச் சாப்பிடச் சொல்லு வோம். ஒரு வெத்திலை பாக்கு போடச் சொல்லுவோம்' என்கிற நெனைப்பு இருக்கா?" என்று விளையாட்டாக ஆரம்பித்தான். இவனுடைய விளையாட்டு, வீட்டுக்காரருக்கு வினையாக மாறிக்கொண்டு வந்தது. ஆனால் 'சீ போ' என்று சொல்லும் துணிவு மட்டும் யாருக்கும் வரவில்லை. அதே நேரத்தில் அவனிடத்தில் மரியாதை காட்டுவதும், அவன் இல்லாத இடத் திலும்கூட அவனைப் பற்றிச் சிலாகித்துப் பேசிக்கொள்ளுவதும் நிற்கவில்லை. இதற்குக் காரணம் கோமதிநாயகம் சொத்து சுகமுள்ளவனாக இருந்ததுதான்.

வீடுகளில் பலகாரத்தையும், வெற்றிலை பாக்கையும் கண்ணிமைப் பொழுதிலோ, கைந்நொடிப் பொழுதிலோ ஒளித்துவிடச் சாத்தியம் உண்டு. ஆனால் கடைக்காரன் அப்படி ஒளித்தால் வியாபாரம் ஆகுமா? இதனால், கோமதிநாயகம் வந்து ஓசி வெற்றிலை கேட்கும்போது, என்ன செய்வதென்று தெரியாமல் விழித்தான் கடைக்காரன். கொடுக்க முடியாது என்று சொல்ல அவனால் முடியவில்லை. என்ன இருந்தாலும் கோமதிநாயகத்தின் தொடர்பு தேவை என்றே அவனுக்குப் பட்டது. காரணம் கோமதிநாயகத்தின் கையில் 'பசை' இருந்தது தான்.

ஊருக்குள் இப்படிப்பட்ட சிக்கலான நிலை. இந்தச் சந்தர்ப்பத்தில்தான் தென்கலம் ஆசாமி வந்து சேர்ந்தார். தன் மாமனார் வீட்டுக்குப் போனார். மத்தியானம்போலக் கோமதிநாயகத்தின் வீட்டுக்கு 'மெள்ள' வந்தார். கோமதிநாயக மும் வரவேற்று இனிய மொழிகள் பேசினான். பேச்சு நீண்டு கொண்டே போயிற்று. நடுவில் ஒரு தம்ளர் காப்பியோ, ஒரு நேரத்து வெற்றிலை பாக்கோ வந்து தலைகாட்டவே இல்லை. மணி பன்னிரண்டுக்குக் கோமதிநாயகத்தின் மகன் வந்து சாப்பிடக் கூப்பிட்டான். 'வருகிறேன்' என்று சொல்லிவிட்டுப் பேச்சில் ஈடுபட்டான் கோமதிநாயகம். பன்னிரண்டரைக்கு மகன் திரும்பவந்து அழைத்தான். 'போ வருகிறேன்' என்று சொல்லிவிட்டுப் பேச்சிலேயே கவனம் செலுத்தினான். தென் கலத்துக்காரருக்கோ பசி. தம்முடைய மாமா வீட்டுக்கும் பசி நேரத்தில் போக முடியவில்லையே, பெரிய மனிதன் பேசிக் கொண்டிருக்கும்போது எப்படி நடுவில் எழுந்து போவது

என்று தத்தளித்துக்கொண்டிருந்தார். ஒரு மணி சுமாருக்குக் கோமதிநாயகத்தின் மனைவி வந்தாள். 'எப்போ சாப்பிட வரப் போறீக? வரவர நேரம் ஆனது கூடத் தெரியாமல் போகுது. எந்திரிங்க' என்று கொஞ்சம் சடைவாகச் சொன்னாள்.

"நீ போ! பேசிக்கிட்டிருக்கும்போது வந்து தொணதொணக் கிறயே! போ உள்ளே" என்று சீறினான் கோமதிநாயகம். மனைவி உள்ளே போய்விட்டாள்.

மணி ஒன்றரையாகிவிட்டது. தென்கலத்துக்காரரைத் தேடி ஆள் வந்தது. அவருடைய மாமனார் வீட்டு ஆள். இருவருக்கும் அவன் வந்ததனால் ஒரே மாதிரி ஆனந்தம்.

"அண்ணாச்சி! போய்ச் சாப்பிட்டு வந்திருங்க! அங்கேயும் காத்துக்கிட்டு இருக்கிறாகளில்லே! போய்ச் சாப்பிட்டு வாங்க, பெறகு சாவகாசமாகப் பேசலாம்" என்று விடைகொடுத்தனுப் பினான் கோமதிநாயகம். தென்கலத்துக்காரருக்கு அப்பொழுதே இருளடித்துவிட்டது. 'எமகாதகன், ஒரு வார்த்தை சாப்பிடுன்னு சொன்னானா?' என்று நினைத்துக்கொண்டார். மாமனார் வீட்டுக்குப் போய்ச் சாப்பிட்டுவிட்டு உட்கார்ந்திருக்கும் போது, கோமதிநாயகத்தைப் பற்றி விசாரித்தார் தென்கலம் மாப்பிள்ளை. மாமனார், மனப்பூர்வமாக அவனைப் பற்றிப் பெருமையாகவே சொன்னார். 'பெரிய வீட்டுப் பிள்ளை. தங்க மான குணம்' என்ற முறையிலேயே சொன்னார். 'அப்படியும் இருக்கலாம்; ஒரு மனிதனை ஒரு நாளில் அளந்துவிட முடியுமா?' என்று எண்ணிக்கொண்டார், தென்கலம் மாப்பிள்ளை.

மறுநாளும் அவர் அவன் வீட்டுக்குப் போனார். போகும் போது கோமதிநாயகம் காப்பி சாப்பிட்டுக்கொண்டிருந்தான். ஆளைப் பார்த்தான். அதிர்ச்சியை மறைத்துக்கொண்டு, "அண்ணாச்சி வாங்க, அண்ணாச்சி வாங்க, அப்படி உட்காருங்க" என்று கையை காட்டிவிட்டுக் காப்பியைச் சாப்பிட்டான். அப்புறம் அவரோடு உட்கார்ந்து பேசினான். பிறகு முதல் நாளைய கதைதான்! அன்றுமாலை கோமதிநாயகம் தென் கலத்துக்காரருடைய மாமனாரைப் பார்த்து, "தென்கலம் அண்ணாச்சியைப் பார்த்துச் சாப்பிடச் சொல்லணும்னு நெனப்பு. ஆனா, அது அவ்வளவா எனக்குப் பிடிக்கல்லே. மாமனார் வீட்டுக்கு வந்த மாப்பிள்ளையை வழியை மறிச்சி நம்ம வீட்டுக்குக் கூப்பிடப்பிடாதுன்னு இருந்துட்டேன்" என்றான். அதை அவர் கல்மிஷமில்லாமல் ஆமோதித்தார்.

தென்கலம் ஆசாமி அதே சமயத்தில், அதே மாலை வேளை யில், வெற்றிலைப் பாக்குக் கடையில் சுருட்டுப் பற்ற வைத்துக் கொண்டு நின்றார். அப்போது, மனம் பொறுக்காமல் கடைக்

காரனைப் பார்த்து, "இந்த ஊர்க்காரங்க ரொம்பக் கெட்டிக் காரங்க ஐயா! தவிச்சவாய்க்குத் தண்ணி குடுக்காத ஊராவில்லே இருக்கு" என்று உள்ளக்கிடக்கையை வெளியிட்டு, கோமதி நாயகம் தம் வீட்டுக்கு வந்து விருந்தாடிவிட்டுப் போன செய்தி யிலிருந்து சகல செய்திகளையும் சொல்லிவிட்டார். கடைக் காரன் கோமதிநாயகத்துக்கு ஓசி கொடுத்து அலுத்த விவரங் களை வெளியே சொல்லச் சந்தர்ப்பம் கிடைக்காமல் தவித்துக் கொண்டிருந்த சமயம் அது. உடனே, 'சமயம் கிடைத்தது' என்று ஒரே வெறியோடு எரிமலையைக் கக்க ஆரம்பித்தான். கோமதிநாயகம் ஊரை எத்திக் கொண்டு அலைவதைப் பற்றிச் சாங்கோபாங்கமாகக் கூறினான். அவன் பேசுவது சில சமயங் களில் தென்கலத்துக்காரரை அடிக்கப்போவது போலவும் தோன்றியது. நெடுநாளைய மனக்கொதிப்பு ஒரே சமயத்தில் வெளிப்படுகிறது அல்லவா?

அப்புறம் தென்கலத்துக்காரர் தென்கலத்துக்குப் போய் விட்டார். அதற்கு மறுமாதத்தில் அவ்வூருக்கு – கோமதிநாயகத் தின் ஊருக்கு – வந்து சேர்ந்தான் காளியப்பன். காளியப்பனுக்குப் பூர்வீகம் இந்தக் கிராமமே. ஆனால் சிறு வயதிலேயே தன் பெற்றோர்களுடன் பிழைப்புக்காகப் பர்மாவுக்குப் போய் விட்டான். யுத்தத்தின் காரணமாக, பர்மாவிலிருந்து கால்நடை யாகச் சொந்த கிராமங்களுக்கு வந்து சேர்ந்த பல குடும்பங்களில் காளியப்பன் குடும்பமும் ஒன்று. அவன், அவன் மனைவி, அவனுடைய பத்து வயதுப் பையன், அப்புறம் அவனுடைய தாயார் – இந்த நான்கு பேரும் தங்கள் பூர்வீகக் கிராமத்துக்கு வந்து சேர்ந்தார்கள். கையில் கொண்டு வந்திருந்த சொற்பப் பணத்தை வைத்து ஒரு பலகாரக் கடை வைத்தான் காளியப்பன். அத்துடன் வெற்றிலை, பாக்கு, பீடி, சிகரெட் போன்ற சரக்கு களையும் சுருக்கமாக வாங்கி வைத்துக்கொண்டான். குடும்பச் செலவுக்குத் தேவையான வருமானம் கடையிலிருந்து கிடைத்து வந்தது. காளியப்பனோடு சிநேகம் பிடித்துவிட்டான் கோமதி நாயகம். ஊர்க்காரர்கள் எல்லோரும் இப்பொழுது விழித்துக் கொண்டார்கள். ஆனால் காளியப்பனுக்கு ஊர் புதிது ஆனதால், கோமதிநாயகத்தைப் பற்றிய விவரங்கள் தெரியாது. ஆகவே, அவனும் விழிப்படைகிறவரையில், தன் காரியத்தைச் சாதித்துக் கொள்ளலாம் என்று தீர்மானித்த கோமதிநாயகம், மச்சான் முறை கொண்டாடிப் பழக ஆரம்பித்தான். இவன் 'மச்சான்' என்று அழைக்கவும், காளியப்பன் 'அத்தான்' என்று கூப்பிடவு மாக உறவு மிகவும் நெருக்கமாக இருந்துவந்தது.

புதிய ஊரில், செயலான குடும்பத்தைச் சேர்ந்த கோமதி நாயகத்தின் பழக்கம் இருப்பது தனக்கு ஒரு பெரிய ஆதரவு,

ஒரு பெரிய மதிப்பு என்று கருதிய காளியப்பன் அவ்வப்போது சிறிது சிறிது நஷ்டத்திற்கு ஆளாகிவந்தான். இரண்டொரு மாதங்களுக்குப் பிறகு அவனுக்கும் சலிப்புத்தட்ட ஆரம்பித்தது. இருந்தாலும் அந்தரங்கத்தை வெளியே காட்டிக்கொள்ளப் பயந்து, மறைமுகமாகச் சிலபேரிடம் பேச்சுக்கொடுக்க ஆரம்பித்தான். ஆனால் ஒருவனாவது கோமதிநாயகத்தைப் பற்றிய உண்மை விவரங்களை வெளியே சொல்லவில்லை. அதற்குப் பதிலாக ஒவ்வொருவனும் அவனைப் புகழவே செய்தான். காளியப்பனும் பேச்சு முடிவில், “ஆமா ஆமா, பெரிய வீட்டுப் பிள்ளை பெரிய வீட்டுப் பிள்ளைதான்!” என்று உண்மைக்கு மாறாக முத்தாய்ப்பு வைத்துக்கொண்டு வந்தான். ஆனாலும் வெற்றிலைபாக்குக் கடைக்காரன் மூலம் காளியப்பனுக்கு ஒரு நாள் உண்மை விவரம் தெரிந்துவிட்டது. அதே வெற்றிலை பாக்குக் கடைக்காரன்தான் தென்கலம் ஆசாமிக்கும் உண்மையைத் தெரிவித்தவன். காளியப்பன் உஷாராகிவிட்டான். வெற்றிலை பாக்குக் கடைக்காரனைப் பார்த்து, “அண்ணாச்சி! நான் பர்மாக்காரன். இந்த ஊர்க்காரர்களைப் போல நான் பயப்படக்கூடியவனில்லை. பர்மாவிலே பெரிய பெரிய போக்கிரிகளையெல்லாம் கண்ணிலே வெரலைவிட்டு ஆட்டியிருக்கேன். என் பேரைச் சொன்னாலே பயக பயந்து சாவாங்க. இந்தக் கோமதிநாயகம் பயலையும் மடக்குகிற விதமா மடக்குகிறேன். இவனை நடுதெருவிலே வச்சிச் செருப்பாலடிச்சிக் காட்டலேன்னா, என் பேரு காளியப்பன்னில்லை” என்று சபதம் போட்டுக்கொண்டு வீடு போய்ச் சேர்ந்தான்.

மறுநாளும் கோமதிநாயகம் வந்தான். “அத்தான் வாங்க! அத்தான் வாங்க” என்று என்றுமில்லாத விதமாக, உபசரித்து வரவேற்றான் காளியப்பன். கோமதிநாயகத்துக்கு இவ்வளவு சொன்னால் போதாதா? சம்மணம் போட்டு உட்கார்ந்து விட்டான்.

காளியப்பன் மகனைக் கூப்பிட்டு, “டேய்! என்னடா பேசாம இருக்கே? உங்க மாமா வந்திருக்காரு, பேசாம இருக்கயே! இட்டிலி கொண்டுவந்து வை” என்றான்.

மகன் ஆறு இட்டிலியைக் கொண்டுவந்து வைத்தான். அதைச் சாப்பிட்டு முடித்ததும், இரண்டு தோசையும் இரண்டு சுசியன்களும் கொண்டுவந்து வைத்தான் காளியப்பன். கோமதிநாயகம் என்றும்போல, “வேண்டாம் பசியில்லை” என்று சொல்லிக்கொண்டே அவ்வளவையும் சாப்பிட்டுத் தீர்த்தான். அவன் எழுந்திருந்து கையைக் கழுவியதும், அரை டஜன் கதலிப்பழங்களைப் பிய்த்துக் கொடுத்தான் காளியப்பன்.

“ஐயோ ஐயோ! என்ன மச்சான், வயிறு ஒண்ணுதானே இருக்கு? வேண்டாம்” என்று கையால் தடுத்தான் கோமதிநாயகம்.

“நல்லாச் சொன்னீங்க அத்தான்! இந்த வயசிலே கல்லைத் தின்னாலும் ஜீரணிச்சிரணுமே!” என்று கூறிப் பழங்களைக் கோமதி நாயகத்தின் கையில் திணித்தான் காளியப்பன். அவன் அதையும் வாங்கிச் சாப்பிட்டுவிட்டான். அப்புறம் வெற்றிலைபாக்கு மரியாதை. என்றுமில்லாதவாறு இன்று அதிகப்படியான உபசாரம் நடப்பதைப் பார்த்துக்கொண்டே நின்றான் காளியப்பனின் குமாரன். உடனே அவனைப் பார்த்துக் காளியப்பன் சிரித்துக்கொண்டே சொன்னான்: “ஏண்டா, மாமா எவ்வளவுக்குச் சாப்பிட்டார்னு கணக்குப் போடுறியா? பைத்தியக்காரப் பயல்! சீக்கிரம் கூட்டிப் பார்த்து எழுதேண்டா கணக்கை! அப்புறம் அதை மாமா தலையிலே கட்டு!”

இதைக் கேட்டுப் பூரிப்புடன் சிரித்தான் கோமதிநாயகம். “மருமகப்பிள்ளை மாமன் தலையிலே கட்டுவானா? என் மருமகன் எப்பேர்ப்பட்ட பிள்ளை!” என்றும் சொன்னான்.

இவ்வாறாக அன்றைய தினம் அஸ்தமித்தது. அதிலிருந்து, கோமதிநாயகம் அடிக்கடி அங்குவர ஆரம்பித்தான். காளியப்பன், இட்டிலியென்றும், தோசையென்றும், பழமென்றும், காப்பி யென்றும் படைத்து மரியாதை செய்தான். ‘அகப்பட்டாண்டா பைத்தியக்காரன்’ என்று எண்ணி மகிழ்ந்தான் கோமதிநாயகம். சில நாட்கள் சென்றபின் காளியப்பன் அவனுக்குச் சாப்பாடும் போட்டான். அவன் தெரு வழியே தன்பாட்டில் போய்க் கொண்டிருந்தாலும் வலிய அழைத்து விருந்து செய்தான். நல்ல நாட்களில் ஆள்விட்டு வரவழைத்தும் விருந்திட்டான். கோமதிநாயகம் வந்து சாப்பிடும்போதெல்லாம், காளியப்பன் தன் மகனைப் பார்த்து, “ஏண்டா, மாமன் சாப்பிடுகிறதைக் கவனி. கணக்குத் தப்பில்லாமே எழுதணும்” என்று தவறாமல் சொன்னான்; அப்புறம் சிரித்தான். கோமதிநாயகமும் சிரித்துக் கொண்டு, “மருமகனே! அப்பா கேலியாகச் சொல்றாரு. கணக்கு எழுதிராதே” என்று கூறினான். ஆனால் சிறுவனோ கோமதி நாயகம் சாப்பிடுவதை ஒன்றுவிடாமல் கணக்குப் பார்த்துச் சிட்டைப் புத்தகத்தில் பதிவு செய்துகொண்டே வந்தான். இப்படியாக ஒரு மாதம் கழிந்தது. அப்புறம் ஒருநாள் கோமதி நாயகத்தைப் பார்த்துச் சிறுவன் பாக்கியைக் கேட்டான். கோமதிநாயகமோ வழக்கம் போலச் சிரித்தான். காளியப்பன் சிரித்துக்கொண்டே மகனைப் பார்த்து, “விடாதே! மாமாவை விடாதே! கழுத்திலே துண்டைப் போட்டுக் காசை வாங்கு” என்றான், கோமதிநாயகமும் சிரித்துக்கொண்டே பேசிவிட்டு

வந்தான். பல நாட்கள் இப்படியே நடந்து வந்தது. பத்துப்பேர் முன்னிலையிலும் சிறுவன் பாக்கி கேட்கத் தயங்கவில்லை. இதைக் காளியப்பன் கொஞ்சம் கண்டிப்பான் என்று எதிர் பார்த்தான் கோமதிநாயகம். அவனோ கண்டிப்பதற்குப் பதிலாகச் சிரித்துக்கொண்டே தூண்டிவிட்டுக் கொண்டிருந்தான். கோமதி நாயகத்துக்கு மிகவும் மனச்சங்கடம். 'பார்த்தால் நாலுபேர் என்ன நினைத்துக்கொள்ளுவார்கள்? நான் கடனுக்குச் சாப்பிட்டுவிட்டுப் பாக்கி கொடுக்காததுபோல் அல்லவா அவர்கள் நினைப்பார்கள்! உபசாரம் பண்ணுவதும், விருந்து செய்வதும், கேலி செய்வதும் சிநேகிதத்துக்குப் பொருத்தமான காரியங்கள்தான். ஆனால் கேலி செய்வது பார்க்கிறவர்களுக்குத் தப்பாகத் தோன்றும் அளவுக்குப் போகலாமா?' – இவ்வாறு கோமதிநாயகம் சங்கடப்பட்டான். ஆனால் காளியப்பனோ அவன் மகனோ வழக்கம்போல விருந்து செய்யவும், வழக்கம் போலப் பாக்கி கேட்கவுமாக இருந்தார்கள். கோமதிநாயகத்துக்கு அவமானமாக இருந்தது. 'கேலி செய்வதற்கு நேரம் காலம் கிடையாதா?' என்று அலுத்துக்கொண்டு ஒருநாள் தன் வீட்டுக்குத் திரும்பினான். மறுநாளிலிருந்து காளியப்பனுடைய கடைக்குப் போவதை நிறுத்தினான்.

காளியப்பன் தக்க சமயத்தை எதிர்நோக்கிக் கொண்டிருந் தான். சுமார் பத்து நாட்கள் கழிந்திருக்கும். ஒரு நாள் ஊர் மடத்தில் பத்துப் பெரிய மனிதர்களுடனும், பணக்காரர் களுடனும் இன்னும் குடி ஜனங்களில் ஒரு ஐம்பது பேருடனும் கோமதிநாயகம் உட்கார்ந்துகொண்டிருந்தான். ஏதோ பொது வான ஒரு ஊர்க் காரியத்தைப் பற்றி எல்லோரும் கலந்து பேசிக்கொண்டிருந்தார்கள். வேண்டுமென்றே அந்தச் சமயம் பார்த்து அங்கு வந்தான் காளியப்பன். கூட்டத்தின் நடுவில் இருக்கும் கோமதிநாயகத்தைத் தனியே அழைத்து, பாக்கியைக் கேட்டான். இதைக் கேலி என்று நினைத்து, "என்ன மச்சான்! எப்போதும் விளையாட்டுத்தானா?" என்று கூறினான் கோமதிநாயகம்.

"விளையாட்டும் இல்லை, ஒண்ணுமில்லை. பாக்கியைத் தான் கேக்கிறேன்."

"என்ன பாக்கி?"

"என்ன பாக்கியா? திண்ண பாக்கிதான்."

கோமதிநாயம், "சரி சரி, அப்புறம் உட்கார்ந்து பேசுவோம். பெரிய மனுஷாளுக்கு மத்தியிலே நாம் விளையாடக்கூடாது" என்று சொல்லி விட்டுக் கூட்டத்தில் வந்து உட்கார்ந்துகொண்

டான். காளியப்பன் ஒரே வெறியுடன் பெரிய மனிதர்களின் பக்கம் போனான். அம்பலத்தில் முறையிட ஆரம்பித்தான்.

“என்ன ஐயா! பெரிய மனுஷாளுக்கு இது சரியா இருந்தாச் சரிதான். என் கடையிலே சாப்பிட்ட பாக்கியைக் கேட்டா, கோமதி நாயகம் தரமாட்டேங்கிறார். நான் கடனைக் கேட்டால் அவருக்குக் கேலியா இருக்காம். கடைக்கும் பத்து நாளா வர்ரதில்லை. இப்படிப்பட்ட ஆட்களே இப்படிச் செய்தா நான் எப்படிப் பொழைக்கிறது? நீங்களே சொல்லுங்க.”

கோமதிநாயகம் திடுக்கிட்டுவிட்டான்.

காளியப்பன் மேலும் சொன்னான்; “என் சக்திக்கு நாப்பத்தெட்டே முக்கா ரூபா வரையிலும் கடன் குடுத்தாக் கட்டுமா? ஏதோ பெரிய வீட்டுப் பிள்ளைன்னு குடுத்தேன்.”

கோமதிநாயகம் இடைமறித்து, “அப்போ நீங்க உபசாரம் பண்ணிப் பலகாரம் கொடுத்ததும், சாப்பாடு போட்டதும், விருந்து வச்சதும் கடனுக்கா?” என்று கேட்டான். பிறகு, “நல்லா இருந்ததையா உங்க விருந்துபசாரம்!” என்று முடித்தான்.

“விருந்தா? விருந்து வைக்க என் கடையென்ன கல்யாண வீடாய்யா? இல்லை, நீங்க என் மகளைக் கட்டின மாப்பிள்ளையா? விருந்துன்னு சொல்லிப் பலகாரக் கடைக்காரன் வாயிலே மண்ணைப் போடலாம்னு நினைச்சிகளா? எந்த ஊரிலேய்யா பலகாரக் கடைக்காரன் ஊர்க்காரங்களைக் கூப்பிட்டு விருந்து வச்சிருக்கான்?” என்று இரைச்சல் போட்டான்.

ஒரு பெரிய மனிதர் காளியப்பனை அமர்த்திவிட்டுக் கோமதிநாயகத்தைப் பார்த்து, “தம்பி! இவ்வளவு தூரத்துக்கு வச்சிக்கிடலாமா? என்ன பாக்கியுண்டோ அதைக் கணக்குப் பாத்துக் குடுத்திர வேண்டாமோ?” என்று புத்திமதி சொன்னார்.

“இல்லை பெரியப்பா! இது பெரிய மோசமாயிருக்கு! சிரிச்சுக்கிட்டே கழுத்தை அறுக்கிற கதையாவில்லே இருக்கு!” என்றான் கோமதிநாயகம்.

காளியப்பன் ஒரே வெறியோடு அலறினான்: “யார் கழுத்தை யார் அறுக்கிறா? மூளையிருந்தா இப்படிப் பேசுவீரா? சாப்பிட்ட கடனைக் கேட்டால், கழுத்தை அறுக்கிறேனாம்! இந்தப் பெரிய மனுஷாளுக்காகப் பார்க்கிறேன். இல்லேன்னா நான் வசூல் பண்ற விதமா வசூல் பண்ணுவேன்.”

அந்தக் கூட்டத்தில் கோமதிநாயகத்துக்கு விருந்திட்டு அலுத்து, கடுப்பேறிய பேர்வழிகள் சிலர் இருந்தனர். அவர்கள்

காளியப்பன் கட்சியில் சேர்ந்தார்கள். ஒருவன் கோமதிநாயகத்துக்குப் பரிந்து பேசுகிறவனைப்போல, "கோமதிநாயகம்! உனக்கு இது அழகில்லை. நாப்பத்தெட்டே முக்கால்தானே? கொண்டாந்து விட்டெறிஞ்சிடு. சீ, மானக்கேடு! பலகாரக் கடைக்காரன் வந்து இவ்வளவு தூரம் பேசும்படி நடந்துகொள்ளலாமா? போ, போய் ரூபாயைக் கொண்டுவா" என்றான். இப்படிச் சொன்னவன்மீது கோமதிநாயகத்துக்குக் கோபம் கோபமாக வந்தது. இருந்தாலும் ஒன்றும் செய்வதற்கில்லை.

காளியப்பன் கடைசி முழக்கமாக முழங்கினான்: "பெரிய மனுஷாள் என்னை என்ன சொன்னாலும் சொல்லட்டும். அப்புறம் அவங்க காலிலே விழுந்து மன்னிப்புக் கேட்டுக்கிறேன், இப்போ என் வயிறு எரியுது. கோமதிநாயகம்! உனக்கு மான மிருந்தா இப்பவே காசைக் கொண்டுவந்து கீழே வை! இல்லை, சாப்பிடவே இல்லைன்னு ஒரு வார்த்தை சொல்லு. நான் எள்ளுந்தண்ணியும் எறைச்சிட்டுப் போயிடறேன். என்ன சொல்றே?"

அரைமணி நேரத்தில் ரூபாய் நாற்பத்தெட்டே முக்காலும் வந்து விட்டது. வெற்றிலைபாக்குக் கடைக்காரன் காளியப்பனைத் தனியாகச் சந்தித்து, "அண்ணாச்சி, பொல்லாத ஆளா இருக்கீங்களே!" என்று மெச்சினான்.

"பிறகு என்ன தம்பி! நான் பர்மாக்காரன். இந்த ஊர்க்காரங்க மாதிரி பயந்து சாகமாட்டேன். பாருங்க, அந்தக் கோமதி நாயகம் பயல், இனிமே கல்யாண வீட்டிலே சாப்பிடக் கூப்பிட்டாலும் யோசனை பண்ணித்தான் போகணும்!" என்றான் காளியப்பன்.

மகிழ்ச்சி, **ஜனவரி** 1951

அன்பளிப்பு

மறுநாள் ஞாயிற்றுக்கிழமைதானே என்று இரவு வெகுநேரம் வரையில் கண் விழித்துப் படித்துக்கொண் டிருந்துவிட்டேன். சனிக்கிழமை இரவு படுத்துக் கொள்ளும் போது மணி இரண்டிருக்கும். எவ்வளவு காலதாமதமாகித் தூங்கப் போனாலும், தூக்கம் வருவதற்கு மேற்கொண்டு ஒரு அரை மணி நேரமாவது எனக்கு ஆகும். ஆகவே இரண்டரைக்குத்தான் தூங்க ஆரம்பித்திருப்பேன். சுகமாகத் தூங்கிக்கொண்டிருக்கும் போது, முதுகில் நாலைந்து கைகள் வந்து பலமாக அடிக்க ஆரம்பித்து விட்டன. அடிகளால் ஏற்பட்ட வலியைவிட, அவற்றால் ஏற்பட்ட ஓசை மிகப் பெரியதாக இருந்தது. தூக்கம் கலைந்து கண் விழிப்பதற்குள், வலது புஜத்தில் எறும்பு கடிப்பதுபோல இருந்தது.

"தூங்கு மூஞ்சி மாமா . . !"

"மணி ஏழரையாகி விட்டது . . ."

"எழுந்திருக்கிறீர்களா, பலமாகக் கிள்ளவா?"

"முகத்தில் ஜலத்தைக் கொண்டுவந்து தெளித்து விடுவோம். இன்னும் இரண்டு நிமிஷத்துக்குள் எழுந்து விட வேண்டும் . . ."

இப்படியே பல குரல்கள் பேசிக்கொண்டிருந்தன. பேச்சின் நடுவே இரண்டு அல்லது மூன்று பேர் சேர்ந்து 'சிரிடா சிரி' என்று சிரித்தார்கள். கண் விழித்துவிட்டேன்.

"யார் அது? உம்! இதோ வருகிறேன். தூக்கத்திலே வந்து . . ." என்று அதட்டிக்கொண்டே எழுந்து உட்கார்ந் தேன். ஒரு பையனைத் தவிர, அதாவது சாரங்கராஜனைத்

தவிர, மற்ற எல்லாக் குழந்தைகளும் விழுந்து விழுந்து சிரிக்க ஆரம்பித்துவிட்டார்கள்.

"கடிகாரத்தைப் பாருங்கோ மாமா! மணி எட்டு ஆகப் போகிறது! இன்னும் தூங்கு மூஞ்சி மாதிரி தூங்கிக்கொண்டு..." என்று சொல்லிவிட்டுச் சிரித்தாள் சித்ரா.

"அது இருக்கட்டும், விடிந்ததும் எங்கே இப்படிப் பட்டாளம் 'மார்ச்' பண்ண ஆரம்பித்துவிட்டது?" என்று கேட்டேன்.

"இரவில் வெகு நேரம் கண் விழித்தால் உடம்புக்குக் கெடுதல் என்று எங்கள் பாடப் புத்தகத்தில் போட்டிருக்கிறது, மாமா" என்றான் இதுவரையிலும் மௌனமாக இருந்த சாரங்க ராஜன்.

"நான் படித்த பாடப் புத்தகத்திலும் அப்படித்தான் போட்டிருந்தது! என்ன செய்வது?" என்று எனக்கு நானே சொல்லிக்கொண்டேன். ஆனால் சிறுவன் சாரங்கனிடம் அவ்விதம் சொல்லாமல், "நாளை முதல் சீக்கிரமாகவே தூங்கி விடுகிறேன். கண் விழிக்கவில்லை" என்றேன். அவனுக்குப் பரம சந்தோஷம் – அவன் சொன்னதை அப்படியே ஏற்றுக் கொண்டதற்காக.

மறு நிமிஷத்தில், எல்லோருமாகச் சேர்ந்து ஒருமிக்க, "என்ன புத்தகம் கொண்டு வந்திருக்கிறீர்கள்?" என்று கேட்டார்கள்.

"ஒரு புத்தகமும் கொண்டு வரவில்லை!"

"பொய், பொய். சும்மா சொல்கிறீர்கள்!"

"நிஜமாக, ஒரு புத்தகமும் கொண்டு வரவில்லை."

"நேற்று புத்தகம் கொண்டு வருவதாகச் சொன்னீர்களே!"

"நேற்று சொன்னேன்..."

"அப்புறம் ஏன் கொண்டு வரவில்லை?"

"புத்தகங்கள் ஒன்றும் வரவில்லை. வந்திருந்தால்தான் கொண்டு வந்திருப்பேனே!"

"பிருந்தா! மாமா பொய் சொல்கிறார்; கொண்டு வந்து எங்கேயாவது ஒளித்து வைத்திருப்பார். வாருங்கள், தேடிப் பார்க்கலாம்" என்றாள் சித்ரா.

அவ்வளவுதான், என்னுடைய அறை முழுவதும் திமிலோகப் பட்டது. ஒரே களேபரம். சித்ரா மேஜையைத் திறந்து உள்ளே

கிடக்கும் பெரிய காகிதங்களையும் துண்டுக் காகிதங்களையும் கடிதங்களையும் எடுத்து வெளியே எறிந்தாள். துழாவித் துழாவிப் பார்த்தாள். மேஜையில் புத்தகம் எதுவும் இல்லாது போகவே, அதிலிருந்து சாவிக்கொத்தை எடுத்துப் பெட்டியைத் திறந்து தேட ஆரம்பித்துவிட்டாள்.

பிருந்தாவும் சுந்தரராஜனும் பீரோவைத் திறந்து புத்தகங் களை எடுத்துக் கண்டபடி கீழே போட்டார்கள்.

சின்னஞ்சிறு குழந்தையான கீதா கீழே உட்கார்ந்து, இறைந்து கிடக்கும் ஆங்கிலப் புத்தகங்களை அர்த்தமில்லாமல் திறந்து பார்த்துக்கொண்டிருந்தாள்.

சித்ரா பெட்டியில் உள்ள சலவைத் துணிகளை எடுத்து வெளியே போட்டாள். என்னுடைய பழைய டைரிகள், எனக்கு வந்த பழைய கடிதங்கள், இரண்டொரு புத்தகங்கள் எல்லாம் ஒரே குப்பையாக வந்து வெளியே விழுந்தன.

பீரோவைச் சோதனை போட்ட பிருந்தாவும் சுந்தரராஜனும் ஜன்னல்களில் அடுக்கியிருந்த புத்தகங்களை ஒவ்வொன்றாக எடுத்துக் கீழே போட்டார்கள்.

சாரங்கன் ஒருவன்தான் என்னோடு அமைதியாக உட்கார்ந்துகொண்டிருந்தான். அவன் எப்பொழுதுமே குறும்பு பண்ணமாட்டான்; விளையாடமாட்டான். மற்ற குழந்தைகள் எல்லோரும் ஒரு விதம்; அவன் ஒரு விதம். என்னிடத்தில் பயபக்தியோடு நடந்துகொள்ளும் சிறுவன் அவன் ஒருவன்தான்.

ஜன்னலில் இருந்த புத்தகங்கள் ஒவ்வொன்றாக வந்து விழும்போது, ஒரே சந்தடியும் இரைச்சலுமாய்ப் போய்விடவே, சமையற்கட்டிலிருந்து என் தாயார் ஓடிவந்தாள். வந்து பார்த்தால் எல்லாம் ஒரே கந்தர் கோளமாகக் கிடந்தது.

"என்னடா இது, இந்தக் குழந்தைகள் இப்படி அமர்க்களம் பண்ணுகிறார்கள், நீ பேசாமல் பார்த்துக்கொண்டிருக்கிறாயே!" என்று என்னைப் பார்த்துக் கோபித்துக்கொண்டாள்.

"நீ வீட்டுக்குள் போ அம்மா. இது எங்கள் விவகாரம். நீ எதற்காக வேலையைப் போட்டுவிட்டு இங்கே வந்து நின்று கொண்டிருக்கிறாய்?" என்று சொல்லிவிட்டுச் சிரித்தேன்.

"இவ்வளவு வயதாகியும் இன்னும் குழந்தைகளோடு குழந்தை யாய் விளையாடிக்கொண்டிருப்பது ரொம்ப அழகாகத்தான் இருக்கிறது!" என்று சொல்லிக்கொண்டே அம்மா உள்ளே போய்விட்டாள். பாதி தூரம் போனதும் அங்கே நின்றவாக்கி

கு. அழகிரிசாமி

லேயே, "ஏண்டா, நீ எப்போ ஸ்நானம் பண்ணப் போகிறாய்?" என்று இரைந்து கேட்டாள்.

"இரண்டு நிமிஷத்தில் வந்துவிடுகிறேன்" என்று அம்மா வுக்குப் பதில் குரல் கொடுத்துவிட்டு இந்தப் பக்கம் திரும்பும் போது, ஜன்னலிலிருந்து பத்துப் பதினாறு கனமான புத்தகங்கள் 'தட தட'வென்று அருவி மாதிரி கீழே விழுந்தன. ஒரு பழைய தமிழ் அகராதி அட்டை வேறு புத்தகம் வேறாகப் போய் விழுந்தது. குப்புற விழுந்த சில புத்தகங்கள்மீது சில கனமான புத்தகங்கள் விழுந்து அமுக்கவே, கீழே அகப்பட்ட புத்தகங்கள் வளைந்து, ஒடிந்து, உருக்குலைந்துவிட்டன. புத்தகங்கள் ஒரே மொத்தமாகக் கீழே விழுந்துவிட்டதைக் கண்டு எல்லாக் குழந்தை களும் பயந்துவிட்டார்கள். கீழே கிடக்கும் புத்தகங்களையும் என்னையும் திரும்பத் திரும்பப் பார்த்தார்கள். கீழே விழுந்தவை மொத்தம் அறுபது புத்தகங்களாவது இருக்கும். குழந்தைகளின் முகத்தில் பயத்தின் சாயல் படர ஆரம்பித்துவிட்டது. நான் என்ன சொல்லப் போகிறேனோ என்று எதிர்பார்த்துக்கொண்டு கண்ணிமைக்காமல் என் முகத்தையே பார்த்தார்கள். மற்ற குழந்தைகளின் பயத்தைப் பார்த்த ஐந்து வயது நிரம்பாத கீதாவும் பயந்துபோய் என்னைப் பார்த்தாள். நான் வேண்டு மென்றே மௌனமாக இருந்தேன். புத்தகங்களையும் குழந்தை களையும் வெறித்த பார்வையோடு பார்த்தேன். மௌனம் நீடித்தது. ஒரு நிமிஷம், இரண்டு நிமிஷம், மூன்று நிமிஷம் . . . குழந்தைகளுக்கு என் மௌனம் சித்திரவதையாக இருந்தது. ஒவ்வொரு குழந்தையும் மூச்சுப் பேச்சிழந்துவிட்டது. சித்ராவின் முகத்தில் வியர்க்க ஆரம்பித்துவிட்டது. பயம் அறியாத சித்ராவே பயந்துவிட்டாள். என்னை ஒட்டி உட்கார்ந்துகொண்டிருந்த சாரங்கன் நாலு அங்குலம் நகர்ந்து உட்கார்ந்துகொண்டான். என்னைத் தொடவே அவனுக்குப் பயமாகி விட்டது. அவனுடைய சலனத்தால் தூண்டப்பெற்று, "நான் வீட்டுக்குப் போகிறேன்" என்று கிளம்பிவிட்டாள் பிருந்தா.

"பிருந்தா! இங்கே வா" என்று யாதொரு உணர்ச்சிப் பிரதிபலிப்பும் இல்லாமல் சொன்னேன்.

நான் சொன்னபடி அவள் உள்ளே வந்தாள். இதற்கு மேல் குழந்தைகளைப் பயமுறுத்த நான் விரும்பவில்லை.

எழுந்து நின்றேன். என் அறையின் மற்றொரு ஜன்னல் பக்கம் சென்றேன். அங்குள்ள புத்தகங்களில் கை வைத்தேன். என் ஒவ்வொரு அசைவையும் குழந்தைகளின் கண்கள் சர்வ ஜாக்கிரதையுடன் கவனித்துக்கொண்டிருந்தன. புத்தகங்களின்

நடுவில் பெரிய புத்தகங்களுக்குக் கீழே இருந்த பதின்மூன்று கதைப் புத்தகங்களை எடுத்துக்கொண்டு திரும்பினேன். கட்டிலில் வந்து உட்கார்ந்துகொண்டு, "தோற்றுப்போய் விட்டீர்களா? நீங்கள் தேடு தேடு என்று தேடினீர்களே, புத்தகங்கள் உங்களுக்குத் தட்டுப்பட்டதா? வாருங்கள், வாருங்கள்" என்று ஒரே உற்சாகத்துடன் சொன்னேன். குழந்தைகளுக்கு உயிர் வந்துவிட்டது. என்னைப் பார்த்து ஓடோடியும் வந்தன. சாரங்கன் என் பக்கம் நெருங்கி உட்கார்ந்தான். என் இடது கையில் சாய்ந்தும் உட்கார்ந்து கொண்டான். சித்ராவுக்கு ஏனோ என்மேல் கோபம் வந்துவிட்டது. வெகுநேரம் மௌனமாக இருந்து அவர்களைப் பயத்தில் ஆழ்த்தி வைத்ததை எண்ணிக் கோபப்பட்டாளோ? அல்லது தான் பயந்ததற்காக வெட்கப்பட்டு, தான் பயப்படவில்லை என்பதாகக் காட்டிக்கொள்ளுவதற்கும் அதன் மூலம் வெட்கத்தை மறைப்பதற்குமாகக் கோபப்பட்டாளோ? 'விறுவிறு' என்று கட்டிலில் ஏறினாள். எனக்குப் பின்புறமாக வந்து, "பொய்தானே சொன்னீர்கள், புத்தகங்கள் கொண்டு வரவில்லை என்று? உம், இனிமேல் பொய் சொல்லாதீர்கள். சொல்லவில்லை என்று சொல்லுங்கள்" என்று சொல்லிவிட்டு, "சொல்லுங்கள், சொல்லுங்கள்" என்று எச்சரித்துக்கொண்டே முதுகில் தன் பலங்கொண்டமட்டும் அடித்தாள்.

"ஐயோ! ஐயோ! பொய் சொல்லவில்லை! இனிமேல் பொய் சொல்லவில்லை!" என்று வேதனையோடு சொல்கிறவன் மாதிரி சொன்னேன். குழந்தைகள் எல்லோரும் சிரித்தார்கள்.

சுந்தரராஜன் வந்து, "சாரங்கா, அந்தப் பக்கம் நகர்ந்துக் கோடா" என்று சொல்லி அவனைத் தள்ளிவிட்டு எனக்கும் அவனுக்கும் நடுவில் வந்து உட்கார்ந்தான். என் கையிலுள்ள அத்தனை புத்தகங்களையும் 'வெடுக்'கென்று பிடுங்கிக்கொண்டு 'விறுவிறு' என்று ஒவ்வொன்றின் பெயரையும் உரக்க வாசித்தான். கடைசிப் புத்தகத்தின் பெயரை வாசித்ததும் 'பளிச்'சென்று எழுந்து "இத்தனையும் எனக்குத்தான்" என்று சொல்லிக் கொண்டே வெளியே கிளம்பிவிட்டான்.

குழந்தைகள் உடனே அழுவதற்கு ஆயத்தமாகிவிட்டன. அப்பொழுது மௌனமாக இருந்தவன் சாரங்கன்தான்.

"சுந்தர்! இதோ பார் இந்தப் புத்தகங்களை எடுத்துக்கொண்டு ஓடினால் அப்புறம் உனக்குப் புத்தகங்களே கொண்டு வர மாட்டேன்" என்றேன்.

அவன் 'கடகட'வென்று சிரித்துக்கொண்டே, "பாவம், மாமா பயந்துவிட்டார்!" என்று கூறிக்கொண்டு உள்ளே வந்தான்.

கு. அழகிரிசாமி

புத்தகங்களை என் கையில் வாங்கி ஏழு புத்தகங்களில், "என் பிரியமுள்ள சித்ராவுக்கு அன்பளிப்பு" என்று எழுதி என் கையெழுத்தையும் போட்டுச் சித்ராவிடம் கொடுத்தேன். மீதியுள்ள ஆறு புத்தகங்களிலும், "என் பிரியமுள்ள சுந்தரராஜ னுக்கு அன்பளிப்பு" என்று எழுதி அவ்விதமாகவே கையெழுத் திட்டுச் சுந்தரராஜனிடம் கொடுத்தேன்.

பிருந்தாவும் தேவகியும், "எனக்கு?" என்று ஏககாலத்தில் கேட்டனர்.

"சித்ராவிடமும் சுந்தரிடமும் வாங்கிப் படித்துக்கொள்ளுங் கள். இதுவரையிலும் நீங்கள் மற்ற புத்தகங்களை எப்படி வாங்கிப் படித்தீர்களோ, அப்படியே இப்பொழுதும் வாங்கிப் படித்துக் கொள்ளுங்கள்" என்றேன்.

அந்த இரண்டு பெண்களும் நான் சொன்னதை ஆட்சேப மின்றி ஏற்றுக்கொண்டு விட்டார்கள்.

"மத்தியானத்துக்குள் இந்த ஏழு புத்தகங்களையும் படித்து விடுவேன். படித்து முடித்த பிறகு வருகிறேன் மாமா" என்று கூறிவிட்டுப் புறப்பட்டுவிட்டாள் சித்ரா. அவளைத் தொடர்ந்து, சாரங்கனைத் தவிர எல்லோரும் எழுந்து தத்தம் வீடுகளுக்குக் கிளம்பினார்கள். சாரங்கன் இரண்டொரு தடவை என் முகத்தையே ஏறிட்டுப் பார்த்தான். அவன் ஒன்றும் பேசவில்லை. அவன் என்ன நினைத்துக் கொண்டிருக்கிறான் என்பதை அறிவிக்கும் சலனமும் முகத்தில் இல்லை. அப்பொழுது அவன் அவ்வாறு பார்த்ததற்கு ஒரு முக்கியத்துவமோ, ஒரு அர்த்தமோ இருந்ததாக நான் கருதவும் இல்லை. நான் எழுந்து குப்பையாகக் கிடக்கும் புத்தகங்களையும் துணிமணிகளையும் எடுத்து அவையவை இருக்க வேண்டிய இடத்தில் வைக்க ஆரம்பித்தேன். சுருண்டு நசுங்கிக் கிடந்த புத்தகங்களை நிமிர்த்திச் சரி பண்ணினேன். அவற்றின் மீது பெரிய புத்தகங்களைப் பாரமாகத் தூக்கி வைத்தேன். இந்த வேலைகளைச் செய்யும்போது சாரங்கன் நான் எதிர்பாராமலே எனக்கு உதவி செய்துகொண்டிருந்தான்.

"எந்த வகுப்பு பாஸ் பண்ணினால் இந்தப் புத்தகத்தைக் கஷ்டமில்லாமல் படிக்கலாம்?" என்று ஒரு புத்தகத்தை எடுத்து வைத்துக்கொண்டு கேட்டான் சாரங்கன். அவன் குரலில், மூச்சைத் திணறவைக்கும் சங்கோஜம் நிறைந்திருந்தது. அதுமட்டு மின்றி, பயந்தவனைப் போல, முயற்சியில் தோல்வியடைந்து புண்பட்டவனைப் போல அவன் பேசினான்.

"சாரங்கா! நீ கெட்டிக்காரப் பையன். உன் வயதில் நான் இவ்வளவு கெட்டிக்காரனாக இருந்ததில்லை. அதனால்

நீ எஸ்.எஸ்.எல்.ஸி. வகுப்புக்கு வந்ததும் இந்தப் புத்தகத்தைச் சிரமமில்லாமல் படித்துப் புரிந்துகொள்ளலாம்" என்று பரிவோடு சொன்னேன்.

அவன் கையில் வைத்துக்கொண்டிருந்தது வால்ட் விட்மனின் கவிதைத் தொகுதி.

"அப்படியானால் இன்னும் இரண்டு வருஷம் இருக்கிறது" என்று அவன் தனக்குத்தானே சொல்லிக்கொண்டான். பிறகு கையிலுள்ள புத்தகத்தை ஜன்னலில் கொண்டு போய் வைத்து விட்டு வந்து உட்கார்ந்தான்.

என் தாயார் கோபமாக என்னென்னவோ சொல்லிக் கொண்டு அங்கே வந்தாள். "ஏண்டா, நான் எத்தனை தடவை உனக்குச் சொல்கிறது? வெந்நீர் ஆறி அலர்ந்து ஜில்லிட்டுப் போய்விட்டது" என்று சொல்லிவிட்டு, "இந்தப் பொல்லாத குட்டிகளை இப்படி அமர்க்களம் பண்ணவிடலாமா? என்ன பிரியமோ இது? ஊரார் குழந்தைகளுக்கு இத்தனை சலுகை காட்டுகிறவர்களை நான் பார்த்ததே இல்லை... நீ ஸ்நானம் பண்ணப் போடா, நான் எடுத்து வைக்கிறேன்" என்று வந்தாள் அம்மா.

"அம்மா! உனக்குப் புத்தகங்களை இனம் பிரித்து அடுக்கத் தெரியாது நீ போ, நான் ஒரு நிமிஷத்தில் வந்து விடுகிறேன்."

"இன்றைக்கு அடுக்கி வைக்கவேண்டியது; நாளைக்கு அவர்கள் வந்து குப்பையாக்க வேண்டியது; அப்புறம் பழைய படியும் அடுக்கி வைக்க வேண்டியது. உனக்கு வேறு வேலை என்ன?" என்று சொல்லிவிட்டு அவள் சமையற் கூடத்துக்குச் சென்றுவிட்டாள்.

நானும் வெகு சீக்கிரத்திலேயே ஸ்நானம் பண்ணக் கிளம்பி விட்டேன். அப்பொழுது என்னோடு நடுக்கூடம் வரையில் நடந்து வந்தான் சாரங்கன். அப்புறம் பளிச்சென்று மறு பக்க மாகத் திரும்பி, "போய்விட்டு வருகிறேன்" என்று சொல்லிவிட்டுப் போய்விட்டான்.

"அம்மா! குழந்தைகளை இப்படிக் கோபித்துக்கொள்ளு கிறாயே! அதுகள் ஒவ்வொன்றும் ஒரு பொக்கிஷம்!" என்று சொல்லிவிட்டு ஸ்நான அறைக்குள் சென்றேன். நான் சொன்னது புகை முட்டிய அடுப்பங்கரையில் திக்குமுக்காடும் அம்மாவுக்குக் கேட்டதோ என்னவோ?

ஒவ்வொரு குழந்தையும் ஒரு பொக்கிஷந்தான். மாம்பலத் துக்கு வீடு மாற்றிவந்ததை என் பாக்கியம் என்றே நான் கருதி

னேன். இங்கே வந்திராவிட்டால் இந்தப் பொக்கிஷங்களை நான் சந்தித்திருக்க முடியுமா? இங்கு வந்து நான்கு வருஷங்களாகின்றன. வீட்டில் நானும் என் தாயாருந்தான். ஒரு பெரிய வீட்டின் ஒரு பகுதியிலேதான் எங்கள் குடித்தனம். வந்து ஆறு மாதங்களாகும் வரையில் இந்தக் குழந்தைகளின் நட்பு எனக்கு ஏற்படவே இல்லை. ஒருநாள் திடீரென்று இரண்டு குழந்தைகள் – சுந்தரராஜனும் சித்ராவும் வந்தார்கள். அன்று வந்தது போலவே தினமும் வந்தார்கள். சில நாட்களுக்குள் சம்பிரதாய மரியாதைகள், நாசூக்குகள் எல்லாம் மறைந்தன. உண்மையான மனப்பாசம் கொள்ளத் தொடங்கினோம். ஒன்றாக உட்கார்ந்து கதைகள் படிப்பது, பத்திரிகைகள் வாசிப்பது, கதைகள் சொல்லுவது, செஸ் விளையாடுவது – இப்படிப் பொழுது போக்கினோம். நான் வேலை செய்யும் பத்திரிகாலயத்துக்கு மதிப்புரைக்கு வரும் புத்தகங்கள் சிலவற்றை எடுத்து விமர்சனம் எழுதும்படி தலைமையாசிரியர் என்னிடம் கொடுப்பார். அப்படி மதிப்புரைக்காக வந்த புத்தகங்கள் என்னிடம் ஏராளமாக இருந்தன. குழந்தைகளுக்கு அவை நல் விருந்தாக இருந்தன. ஒரே ஆவலோடு ஒரு சில தினங்களுக்குள் அத்தனை புத்தகங்களையும் சுந்தரராஜனும் சித்ராவும் படித்துத் தீர்த்துவிட்டார்கள். அவர்களுடைய புத்தகத் தேவையை என் மதிப்புரைப் புத்தகங்களைக் கொண்டு ஈடுசெய்ய முடியவில்லை. இதனால் அவ்வப்போது சில குழந்தைப் புத்தகங்களை விலைக்கு வாங்கிக்கொண்டு வந்து கொடுப்பேன். அதனால், அவர்கள் தினந்தோறும் நான் காரியாலயம் போகும்போது, "இன்று ஞாபகமாகப் புத்தகங்கள் கொண்டு வர வேண்டும்" என்று சொல்லியனுப்புவார்கள். சாயங்காலத்தில் வெறுங்கையோடு வீடு திரும்பினால் ஒரே கலாட்டாதான்.

சுந்தரராஜனும் சித்ராவும் நான் குடியிருக்கும் வீட்டுக்குப் பக்கத்து வீட்டுக் குழந்தைகள்; பணக்காரக் குழந்தைகள். குழந்தை என்று சொன்னாலும் சுந்தரராஜனுக்குப் பதின்மூன்று வயது; சித்ராவுக்கு ஒன்பது வயது. இந்த இருவரின் புத்திசாலித்தனம், களைநிறைந்த தோற்றம், எல்லாவற்றையும் விடச் சீரிய மனப்பாங்கு – எல்லாம் சேர்ந்து என்னை வசீகரித்தன; என்னை ஆட்கொண்டுவிட்டன. அவர்கள்மேல் நான் வைத்திருந்த அன்பு இம்மட்டு அம்மட்டு என்றில்லை. தினந்தோறும் அவர்களுக்கு ஏதேனும் ஒரு பரிசு கொடுக்கவேண்டும், தினந்தோறும் அவர்களுக்குப் புதியதொரு மகிழ்ச்சியை உண்டாக்கவேண்டும் என்றெல்லாம் என் மனம் துடித்துக்கொண்டிருக்கும். இவர்களுடைய நட்பு தொடங்கிச் சில வாரங்கள் ஆவதற்குள்ளாக மற்ற குழந்தைகளின் பரிச்சயமும் எனக்கு ஏற்பட்டது. பிருந்தா,

தேவகி, கீதா, சாரங்கராஜன் ஆகியவர்களும் வர ஆரம்பித்தார்கள். பிருந்தாவும் தேவகியும் சித்ராவுடன் ஒரே வகுப்பில் படிக்கும் சம வயதுக் குழந்தைகள். கீதா, தேவகியின் தங்கை. சாரங்கராஜன் சுந்தரராஜனுடைய பள்ளித் தோழன். எல்லோருடைய வீடுகளும் ஒன்றையடுத்து ஒன்றாக இருந்தன. இவர்களில் சாரங்கனுடைய வீட்டார்தான் வாடகை வீட்டில் குடியிருப்பவர்கள். மற்ற குழந்தைகள் சொந்த வீடு உள்ள பணக்காரக் குழந்தைகள்.

எல்லோரிடத்திலும் நான் ஒன்று போலவே அன்பாக இருந்தேன். சுந்தரராஜனும் சித்ராவும் எனக்கு முதலில் பரிச்சயமானவர்கள் என்பதற்காகவோ என்னவோ அவர்களிடத்தில் எனக்கு ஒரு அலாதிப் பிரியம் இருந்தது. ஆனால் வெளிப்படையான பேச்சிலும் நடவடிக்கைகளிலும் ஒரு குழந்தைக்கும் மற்றொரு குழந்தைக்கும் நான் வித்தியாசம் காட்டி நடந்து கொள்ளவில்லை. உள்ளன்பிலும் வேற்றுமை காட்டவில்லை. முன்னால் சொன்னதுபோல ஏதோ ஒரு அலாதிப் பிரியம் சித்ராவிடமும் அவளுடைய அண்ணனிடமும் ஏற்பட்டிருந்தது. ஆனால் குழந்தைகளோ என்னை ஒரே மாதிரி நேசித்தன. அவர்களுடைய பிரியத்தில் வேற்றுமை இல்லை. ஒவ்வொரு குழந்தையும் தனக்காகவே இந்த உலகத்தில் பிறந்த நண்பன் என்று என்னை நினைத்தது. ஒவ்வொன்றும், ஒரு மகத்தான நம்பிக்கையாக, ஒரு பெரிய ஆறுதலாக, ஒரு நல்ல வழிகாட்டியாக என்னைக் கருதியது. எந்த விதத்திலும் தனக்குச் சமதையான ஜீவன் என்று என்னைக் கருதியது. குழந்தைகள் என்னைப் பெரிய மனித பீடத்தில் தூக்கி வைக்காமல் நட்பு முறையில் கைகோத்துக்கொள்ள வந்தார்கள். இவர்கள் என்னோடு விளையாடினார்கள்; என்னோடு சண்டை போட்டார்கள்; என்னை அடித்தார்கள்; என்னைக் கண்டித்தார்கள்; என்னை மன்னித்தார்கள்; என்னை நேசித்தார்கள்.

உலகத்தில் எல்லோரும் குழந்தைகளைக் கண்டால் பிரியமாக நடந்துகொள்ளுவதும் அல்லது விளையாடுவதுமாக இருக்கிறார்கள். ஆனால் அவர்களுடைய அன்பில் ஒரு விளையாட்டுணர்ச்சியும் ஒரு நடிப்பும் கலந்திருக்கின்றன. குழந்தையைப் போலப் பேசி, குழந்தையைப் போல் ஆடிப்பாடி, குழந்தையை விளையாட்டுப் பொம்மையாகக் கருதி அதற்குத் தக்கவாறு நடந்து கொள்கிறார்கள். ஆனால் அந்தச் சூதுவாதறியாத குழந்தைகளோ அப்படி நடிப்பதில்லை; அவர்களுடைய அன்பில் அந்த விளையாட்டுணர்ச்சி கலக்கவில்லை. அவர்கள் உண்மையிலேயே அன்பு காட்டுகிறார்கள். இந்த உண்மை எனக்கு என்றோ, ஏதோ ஒரு சந்தர்ப்பத்தில் மனத்தில் தைத்தது.

அன்று முதல் நான் அவர்களைக் குழந்தைகளாக நடத்தவில்லை; நண்பர்களாக நேசித்தேன். உற்ற துணைவர்களாக மதித்தேன். உள்ளன்பு என்ற அந்தஸ்தில் அவர்களும் நானும் சம உயிர்களாக மாறினோம். மாம்பலத்தில் எனக்கு இவர்கள்தான் நண்பர்கள். குழந்தைகளுடன் இம்மாதிரி பழகுவதும் இம்மாதிரி விளையாடுவதும் அம்மாவுக்கு அவ்வளவாகப் பிடிக்கவில்லை. ஐம்பது வயதுத் தாயாருக்குத் தன் மகனை மனைவி மக்களுடன் குடித்தனம் செய்யும் தகப்பனாகக் காணத்தான் பிடிக்குமே தவிர, குழந்தைகளுடன் குழந்தையாக விளையாடிக் கொண்டும் சண்டைபோட்டுக்கொண்டும் இருப்பதைக் காணப் பிடிக்குமா?

பதின்மூன்று புத்தகங்களை எடுத்துக்கொடுத்த அந்தத் தினம், அந்த ஞாயிற்றுக்கிழமை, கழிந்து இரண்டு வாரங்கள் ஆகியிருக்கும். பிருந்தா ஜுரத்தோடு படுத்துவிட்டாள். அவளுடைய பெற்றோர்களை எனக்கு நேரில் தெரியாது. அதனால் அவளைப் போய்ப் பார்த்துவிட்டு வர எனக்குச் சங்கோஜமாக இருந்தது. ஆனால் மற்ற குழந்தைகளிடத்தில், "பிருந்தாவின் உடம்பு எப்படி இருக்கிறது?" என்று தினமும் விசாரித்துக்கொண்டிருந்தேன். குழந்தைகள் அதற்கு எப்படிப் பதில் சொல்லும்! ஜுரம் அதிகமாகி இருக்கிறதா, குறைந்திருக்கிறதா என்று அவர்களுக்குச் சொல்லத் தெரியவில்லை. "பிருந்தா எப்போது பார்த்தாலும் படுத்துக்கொண்டே இருக்கிறாள்" என்று மட்டும் தெரிவித்தார்கள்.

ஒரு நாள் இரவு எட்டு மணி இருக்கும். வீட்டு முற்றத்தில் ஈஸிச்சேரைப் போட்டு காற்றாட நிலா வெளிச்சத்தில் படுத்துக்கொண்டிருந்தேன். அப்போது தெரு வழியாகப் போய்க்கொண்டிருந்த பிருந்தாவின் வீட்டு வேலைக்காரனை அழைத்து, "பிருந்தாவின் உடம்பு எப்படி இருக்கிறது? ஜுரம் குறைந்திருக்கிறதா?" என்று கேட்டேன்.

"இல்லை ஸார், நாளுக்கு நாள் அதிகமாகிக்கொண்டுதான் இருக்கிறது. எதுவும் சாப்பிடுவதில்லை. இந்த நான்கு நாட்களில் குழந்தை துரும்பாக மெலிந்து போய்விட்டது. தூக்கத்தில் உங்களை நினைத்துத்தான் என்னென்னவோ புலம்பிக்கொண்டிருக்கிறாள்" என்றான் வேலைக்காரன்.

"என்னை நினைத்துப் புலம்புகிறாளா!" என்று ஆச்சரியத்துடன் கேட்டேன்.

"ஆமாம் ஸார். நேற்று ராத்திரிகூட 'மாமா புத்தகம் மாமா புத்தகம்' என்று என்னென்னவோ சொல்லிக்கொண்டிருந்தாள்" என்றான்.

எனக்குத் தூக்கிவாரிப் போட்டது. இந்தக் குழந்தையைப் போய்ப் பார்க்காமல் இருந்ததற்காக மிகவும் வருத்தப்பட்டேன். என் சங்கோஜத்தை மூட்டை கட்டி வைத்துவிட்டு மறுநாள் காலையில் அவசியம் போய்ப் பார்த்துவிட்டு வரவேண்டுமென்று தீர்மானம் செய்துகொண்டேன். "போய் வா" என்று வேலைக் காரனை அனுப்பிவிட்டு, தனியாகப் படுத்து என்னென்னவோ யோசித்துக்கொண்டிருந்தேன். சிறிது நேரத்தில் என் மனம் அவசரப்பட ஆரம்பித்துவிட்டது. மறுநாள் காலைவரையில் என்னால் பொறுத்துக்கொண்டிருக்க முடியாது என்ற நிலைமை வந்துவிட்டது. அவ்வளவுதான், உடனே எழுந்து வீட்டுக்குள் போய் சட்டையை மாட்டிக்கொண்டு 'விறுவிறு' என்று பிருந்தா வின் வீட்டுக்குச் சென்றேன். அவளுடைய பெற்றோர்கள் என்னை உள்ளே வரும்படி சொன்னார்கள். பிருந்தா படுத்துக் கொண்டிருந்தாள். அவளுக்குப் பக்கத்தில் கிடந்த நாற்காலி யில் உட்கார்ந்துகொண்டேன். அவள் கண்களை வெறுமனே மூடிக்கொண்டிருந்தாள்.

"பிருந்தா!" என்றேன்.

கண் விழித்து என்னைப் பார்த்தாள். அப்போது அவ ளுடைய முகத்தில் யாதொரு மாறுதலும் ஏற்படவில்லை. அப்புறம் ஒருமுறை கண்களை மூடித் திறந்து என்னை நன்றாக உற்றுப் பார்த்தாள். ஒரு நிமிஷம் இப்படியே பார்த்துவிட்டு, திடீரென்று, 'மாமா!' என்று உரக்கக் கூவினாள்; அப்படியே எழுந்து உட்கார்ந்துவிட்டாள்.

"பிருந்தா! படுத்துக்கொள் அம்மா" என்று சொன்னேன்.

அவள் கேட்கவில்லை. எழுந்து என் பக்கம் வந்தாள். என்னைக் கட்டிக்கொண்டு, என் தோள் மீது முகத்தைப் புதைத்துக்கொண்டாள். அவளுடைய உடம்பு அனலாகச் சுட்டது. அவளைத் தட்டிக்கொடுத்து, படுக்கையில் கொண்டு போய்ப் படுக்க வைத்தேன்.

"எந்நேரமும் உங்கள் நினைப்புதான்" என்றாள் பிருந்தாவின் தாயார்.

என்னால் ஒன்றும் பேச முடியவில்லை. வாய் அடைத்து விட்டது. மௌனமாக உட்கார்ந்துகொண்டிருந்தேன். சுமார் ஒரு மணி நேரம் அவள் பக்கத்தில் உட்கார்ந்திருந்துவிட்டு, வீட்டுக்கு வருவதற்காகப் புறப்பட்டுவிட்டேன்.

"போகவேண்டாம். இங்கேயே இருங்கள் மாமா!" என்று பிடிவாதம் பிடித்தாள் பிருந்தா. அப்புறம் அவளைப் பலவித

மாகச் சமாதானப்படுத்தி, "நாளைக் காலையில் வருகிறேன்" என்று சொல்லிவிட்டு வந்தேன்.

அவ்விதமே மறுநாள் காலையில் சென்றேன். வெகுநேரம் அங்கேயே இருந்தேன். அவள் ஜுரத்தினால் கஷ்டப்படுகிறவள் மாதிரியே இல்லை. என்னோடு பேசிக்கொண்டுதான் இருந்தாள். ஆபீசுக்கு நேரமாகி விட்டதென்று அவளிடம் கூறிவிட்டு வெளியே எழுந்து வந்தேன். தெருவோடு வந்துகொண்டிருக்கும் போது சாரங்கன் தன் வீட்டு ஜன்னல் வழியாக என்னைப் பார்த்துக்கொண்டான். அங்கிருந்த வாக்கிலேயே, "மாமா" என்று கூப்பிட்டான். நான் திரும்பிப் பார்ப்பதற்குள்ளாகத் தெருவுக்கு ஓடிவந்துவிட்டான்.

"எங்கள் வீட்டுக்கும் வாருங்கள்" என்று கையைப் பிடித்து இழுத்தான்.

"உங்கள் வீட்டுக்கு எதற்கு?"

"பிருந்தா வீட்டுக்கு மட்டும் . . ."

"பிருந்தாவுக்கு ஜுரம். அதனால் போய்ப் பார்த்துவிட்டு வந்தேன்"

"ஊஹூம், எங்கள் வீட்டுக்கும் வரவேண்டும். ஆமாம்."

"சாரங்கா! இன்னொரு நாளைக்கு வருகிறேன். கையை விடு. எனக்கு ஆபீசுக்கு நேரமாகிவிட்டது."

நான் சொன்னபடியே கையை விட்டுவிட்டான். தன் இடது கையில் வைத்திருந்த இரண்டு நெல்லிக்காய்களில் ஒன்றை எடுத்து, "இந்தாருங்கள்" என்று எனக்குக் கொடுத்தான். நான் சிரித்துவிட்டேன். "வேண்டாம், நீயே வைத்துக்கொள்" என்றேன். அவனோ கட்டாயப்படுத்தி என்னிடம் கொடுத்தான். நான் என்ன சொல்லியும் கேட்கவில்லை. அந்த நெல்லிக்காயை வாங்கிக்கொள்ளாவிட்டால் அவன் என் சிநேகிதத்தையே உதறித் தள்ளி விடுவான்போல் இருந்தது. அதனால் ஒன்றும் சொல்லாமல் வாங்கிக்கொண்டேன். அவனுக்கு அப்பொழுது சொல்ல முடியாத ஆனந்தம்.

நான் புறப்படும்போது, "எப்போது எங்கள் வீட்டுக்கு வருவீர்கள்?" என்று கேட்டுக்கொண்டே என்னைத் தொடர்ந்து நடந்து வந்தான்.

"அடுத்த ஞாயிற்றுக்கிழமை" என்று பேச்சுக்குச் சொல்லி வைத்தேன்.

"கட்டாயம் வரவேண்டும்."

"சரி."

அவன் வீட்டுக்குப் போய்விட்டான்.

அதற்குப் பிறகு நான் பிருந்தாவின் வீட்டுக்குப் போகும் போதெல்லாம், "ஞாயிற்றுக்கிழமை வரவேண்டும்; கட்டாயம் வரவேண்டும்" என்று எனக்கு ஞாபகமூட்டிக்கொண்டே இருந்தான்.

பிருந்தாவுக்கு மூன்று நாட்களில் ஜுரம் குணமாகிவிட்டது. இது ஓர் ஆச்சரியமாகவே இருந்தது. நான் தினமும் அவள் வீட்டுக்குப் போய் வந்ததுதான் அவளுக்கு மருந்தாக இருந்தது என்று அவளுடைய தகப்பனார் என்னிடம் கூறினார். நான் போய் வந்ததன் காரணமாக ஒரு குழந்தையின் நோய் குணமாகி விட்டது என்று அவர் சொன்னதைக் கேட்க எனக்கு எப்படியோ இருந்தது. "எப்படியாவது உடம்பு குணமாயிற்றே, அது போதும்" என்றேன். அப்புறம், அவர் சொன்னது ஒருவேளை உண்மையாக இருக்கலாமோ என்றுகூட எனக்குத் தோன்றியது.

சனிக்கிழமையன்று குழந்தைகளுக்கு விடுமுறை. பிருந்தா உட்பட எல்லாக் குழந்தைகளும் என் வீட்டுக்கு வந்துவிட்டார்கள். புது வருஷம் பிறந்து இரண்டு மூன்று தினங்களே ஆகியிருந்தன. நான் வாக்களித்திருந்தபடி சுந்தரராஜனுக்கும் சித்ராவுக்கும் இரண்டு டைரிகள் வாங்கிக் கொண்டு வந்திருந்தேன். அவற்றில் வழக்கம் போல "அன்பளிப்பு" என்று எழுதி அந்த இருவர் கையிலும் கொடுத்தேன். மற்ற குழந்தைகள் தமக்கு டைரி வேண்டுமென்று என்னிடம் கேட்கவில்லை. நான் எத்தனை புத்தகங்கள் கொண்டு வந்தாலும், என்ன பரிசு கொடுத்தாலும் சுந்தரராஜனுக்கும் சித்ராவுக்கும்தான் கொடுப்பேன் என்று ஒவ்வொரு குழந்தைக்கும் தெரியும். அவர்கள் இருவர்தான் இப்படிப்பட்ட அன்பளிப்புக்குத் தகுதியானவர்கள், அவர் களுக்குக் கொடுப்பதுதான் நியாயம் என்று எல்லாக் குழந்தை களும் ஒப்புக்கொண்டுவிட்ட பாவனையில் பேசாமல் இருந்தன. முதல் நட்பு என்ற காரணத்தினால் தானோ என்னவோ, ஒரு அலாதிப் பிரியத்துடன் அவர்களுக்கு மட்டும் நான் புத்தகங் களைக் கொடுப்பது வழக்கமாகிவிட்டது. இந்த நெடுநாளைய வழக்கம் மற்ற குழந்தைகளுக்குப் பழகியும் போய்விட்டது.

டைரிகளை வாங்கிக்கொண்டு அந்த இருவரும் சாப்பிடப் போய்விட்டார்கள். அவர்கள் போன பிறகு மற்றவர்களும் புறப்பட்டார்கள். ஆனால் அன்று சாரங்கன் மட்டும் போக

வில்லை. எல்லோரும் போன பிறகும்கூட அவன் உட்கார்ந்து கொண்டுதான் இருந்தான். என்னிடத்தில் அந்தரங்கமாக, "மாமா! நாளைக்கு எங்கள் வீட்டுக்கு வருவீர்களா? நாளைக்குத் தான் ஞாயிற்றுக்கிழமை" என்றான்.

"சரி சாரங்கா, எத்தனை தடவை சொல்லுகிறது? ஒரு தடவை சொன்னால் ஞாபகமிருக்காதா?" என்றேன்.

அவன் எழுந்து, வால்ட் விட்மனின் கவித் தொகுதியைக் கையில் எடுத்தான்.

"இந்தப் புத்தகத்தை எனக்குத் தருவீர்களா?" என்று கெஞ்சுதலாகக் கேட்டான். எனக்கு அது வேடிக்கையாக இருந்தது. சிரித்துக்கொண்டே, "இந்தப் புத்தகம் உனக்கு எதற்கு? அது உனக்கு இப்பொழுது புரியாது. நான் அன்றைக்கே சொல்லவில்லையா? நீ எஸ்.எஸ்.எல்.ஸி. வகுப்புக்கு வந்ததும் கேள், தருகிறேன்" என்றேன்.

நான் சொன்னதை அவன் கேட்கவில்லை. பதின்மூன்று வயதுப் பையன் ஐந்து வயதுக் குழந்தையைப் போல முரண்டு பண்ணிக்கொண்டு, அந்தப் புத்தகத்தை அவசியம் கொடுத்தாக வேண்டும் என்று பிடிவாதம் பிடித்தான்.

"சாரங்கா! உனக்குப் புரியாது. சொன்னால் கேள்" என்று சொன்னேன். அப்புறம் அவன் கையிலிருந்து புத்தகத்தை வாங்கி ஜன்னலில் கொண்டுபோய் வைத்தேன்.

சாரங்கனின் முகம் ஏமாற்றத்தினால் வெளிறிப் போய் விட்டது. வறண்ட பார்வையோடு என்னைப் பார்த்தான். ஒன்றுமே சொல்லாமல் எழுந்து வாசல் பக்கம் போனேன். சரி, வீட்டுக்குப் போகிறான் என்று நினைத்து, நான் என் வேலையைக் கவனிக்கலானேன். இரண்டு நிமிஷ நேரத்துக்குப் பிறகு, திடீரென்று ஒரு அழுகைக் குரல் கேட்டது. அழுதது சாரங்கன்தான். "சாரங்கா! ஏன் அழுகிறாய்! சேச்சே, அழாதே ராஜா" என்று சொல்லிக்கொண்டே அவன் பக்கத்தில் எழுந்து சென்றேன். ஆனால் நான் போகும்வரையில் அவன் அங்கே நிற்கவில்லை. அழுகையை நிறுத்தினான். என்னைத் திரும்பிப் பார்த்துப் பெருமூச்சு விட்டான். அவனுடைய வயிறு அசாதாரணமாகக் குழிந்து புடைத்தது. அப்பொழுது முகம் ரத்தம் போலச் சிவந்துவிட்டது. இதெல்லாம் எதற்கென்றே எனக்குப் புரியவில்லை. அவன் பக்கமாகப் போய்க்கொண்டிருந்தேன். என்னைப் பார்க்கவே அவனுக்கு வெட்கமாகப் போய்விட்டது. நான் போய் கையை எட்டிப் பிடிப்பதற்குள் ஒரே ஓட்டமாக ஓடிவிட்டான்.

"சாரங்கா! . . . சாரங்கா!"

அவன் ஓடியே விட்டான். அன்று அவன் நடந்துகொண்ட விதம் எனக்கு ஒரு புதிராக இருந்தது. எப்பொழுதும் அவன் பிடிவாதம் பண்ணமாட்டான். என்னிடத்தில் பேசுவதற்கே கூசுவான். அப்படிப்பட்ட பையன் எதற்காகப் பிடிவாதம் பிடித்தான்? எதற்காக அப்படி அழுதான்? எதற்காகத்தான் அழுதானோ? அவனைப் பின்தொடர்ந்து சென்று, அழுத காரணத்தைக் கேட்காவிட்டால் என் நெஞ்சு வெடித்துவிடும் போல இருந்தது. ஆனால் அவன் வீட்டுக்குப் போகவும் என்னால் இயலவில்லை. அவனுடைய பெற்றோர்கள், பிற பெற்றோர் களைப் போலவே எனக்குப் பரிச்சயமில்லாதவர்கள்.

பாவம்! ஏங்கி ஏங்கி அழுதான். அவமானப்பட்டவன் போல் அழுதான். பிற்பகலில் குழந்தைகள் என் அறைக்கு வந்தால், அவர்களை அனுப்பி அவனை அழைத்துவர வேண்டு மென்று தீர்மானித்தேன். மூன்று மணிக்கெல்லாம் முதல் ஆளாக சுந்தரராஜன் வந்து சேர்ந்தான். அவனைச் சாரங்கனிடம் அனுப்பிவைத்தேன். சாரங்கன் தூங்கிக் கொண்டிருப்பதாகச் சுந்தரராஜன் என்னிடம் வந்து தெரிவித்தான். அதற்குப் பிறகு அவனை வரவழைக்கும் முயற்சியை நிறுத்தினேன். மறுநாள் காலையில் அவன் வந்தால் பார்க்கிறது, இல்லையென்றால் நானே அவன் வீட்டுக்குப் போவது – இதே தீர்மானத்துடன் மற்ற குழந்தைகளுடன் அன்றைய மாலைப் பொழுதைப் போக்கினேன்.

இரவில் சாப்பிட்டுவிட்டுப் படுத்துக்கொண்ட பிறகுதான் என் மனம் மிகமிகக் கஷ்டப்பட்டது. பக்கத்தில் யாருமில்லாத அந்தத் தனிமையில் மனத் துயரம் பெரிதாகிக்கொண்டே இருந் தது. உள்ளத்தில் எத்தனையோ துயரம் படிந்த சிந்தனைகள்: 'ஏன் அழுதான்? நான் அவனை ஒன்றும் சொல்லவில்லையே! எல்லாக் குழந்தைகளையும் போலவே அவனையும் என் கண் ணுக்குக் கண்ணாக வைத்துக் கொண்டிருக்கிறேன். வால்ட் விட்மன் கவித் தொகுதியைக் கேட்டான். அது அவனுக்குப் புரியாது என்று வாங்கி வைத்துவிட்டேன். இதற்காகவா அவன் அழுதிருப்பான்? அவன் விபரம் தெரிந்த பையன். எப்போதும் நான் சொல்வதை மறுதலிக்காமல் ஏற்றுக்கொள்ளுபவன். அப்படிப்பட்ட பையன் புத்தகத்தை நான் திரும்பி வாங்கிக் கொண்டதற்காக இப்படி அழுதிருக்க முடியாது. நான் திருப்பி வாங்கிக்கொண்ட காரியம், விம்மி விம்மி அழத்தக்க மன வேதனையைத் தர நியாயமில்லையே! சாரங்கா! எதற்காக அழுதாய்? எதற்காக அழுதாயடா?'

ஞாயிற்றுக்கிழமை . . .

நேற்றுப் பிற்பகலில் அவன் வராமல் இருந்து விட்டதால் இன்றும் வரமாட்டான் என்றே எண்ணியிருந்தேன். சப்த ரிஷி மண்டலம் போன்ற எங்கள் கூட்டத்தில் இந்த ஒரு நக்ஷத்திரம் மறைந்து நிற்பதை மற்ற குழந்தைகள் பொருட்படுத்தவில்லை. அத்துடன் அவர்கள் கவலைப்படுவதற்கும் இங்கே என்ன இருக்கிறது? ஒரு நாள் பிற்பகலில் அவன் வராமல் இருந்தது அவர்களுக்கு ஒரு பிரிவாகத் தோன்ற நியாயமில்லை. எனக்கும் மற்ற சமயங்களில் இது கவனத்தைக் கவரத்தக்க விஷயமாக இல்லாமல், சகஜமான காரியமாக இருந்திருக்கும். ஆனால் அவன் நேற்று எந்த நிலையில் என்னைப் பிரிந்து சென்றான், எந்த நிலையில் என்னை விட்டுவிட்டுச் சென்றான் என்ற விபரங்கள் எனக்கல்லவா தெரியும்?

காலை பத்து மணி இருக்கும். ஞாயிற்றுக்கிழமையான தால் சாப்பாட்டைப் பகல் ஒரு மணிக்கு ஒத்திப் போட்டுவிட்டு, காலையில் பலகாரம் பண்ணி நானும் என் தாயாரும் சாப்பிட் டோம். அப்புறம் நான் என் அறைக்கு வந்து ஏதாவது படிக்கலாம் என்று உட்கார்ந்தேன். மனம் என்னவோ அந்த வால்ட் விட்மனின் கவித் தொகுதியைத்தான் படிக்க விரும்பியது. அதைக் கையில் எடுத்து விரித்ததும் என் கண்களுக்குக் கவிதா வாசகங்கள் தென்படவில்லை; சாரங்கன்தான் காட்சியளித்தான்; அவனுடைய கண்ணீரும் ஏக்கமும்தான் காட்சியளித்தன. ‘இது சோதனையாக இருக்கிறதே! அவனாவது இங்கு வரக்கூடாதா? அல்லது வேறு குழந்தைகளாவது வரக்கூடாதா?’ என்று மறுகிக் கொண்டு கிடந்தேன்.

சிறிது நேரத்திற்குப் பிறகு பிருந்தா வந்தாள். பாக்கிய தேவதை என ஒரு தெய்வ மகள் உண்மையிலேயே இருந்து, ஒரு தரித்திரனின் வீட்டில் அடியெடுத்து வைத்ததுபோல இருந்தது பிருந்தாவின் வரவு.

“வா பிருந்தா! பிருந்தா என்ற பெயரை மாற்றி ‘பிரியதர்சினி’ என்று பெயர் வைத்தால் உனக்குப் பொருத்தமாக இருக்கும் பிருந்தா!” என்றேன்.

என் பரவசம் அவள் உள்ளத்தைத் தொடவில்லை. என் சொற்கள் அவள் செவிக்கு எட்டவும் இல்லை.

“சுந்தரராஜனும் சித்ராவும் சினிமாவுக்குப் போய்விட்டார் கள்” என்று காரண காரியமில்லாமல் சொன்னாள் பிருந்தா.

“சாரங்கன்?” என்று ஆவலோடு கேட்டேன்.

"நான் பார்க்கவில்லை" என்று சொல்லிவிட்டாள்.

மேற்கொண்டு நான் சாரங்கனைப் பற்றி விசாரிக்கத் தொடங்கும்போது, பிருந்தாவின் வீட்டு வேலைக்காரன் வந்து, "அம்மா கூப்பிடுகிறார்கள்" என்று சொல்லி அவளை அழைத்தான். பிருந்தா உடனே, "போய் வருகிறேன்" என்று சொல்லிக் கிளம்பிவிட்டாள். அவள் போன பிறகு பழையபடியும் அந்தக் கவித் தொகுதியை எடுத்து விரித்தேன். அப்போது பிருந்தா வெகுவேகமாக ஓடிவந்தாள். வந்து, "சாரங்கன் வருகிறான்" என்று சொல்லிவிட்டு அந்த க்ஷணத்திலேயே தன் வீட்டை நோக்கி ஓடிவிட்டாள்.

என் இதயம் 'படபட'வென்று அடித்துக்கொண்டது. அதிவேகமாக வால்ட் விட்மனின் புத்தகத்தை மறைத்து வைத்துவிட்டேன். அதைப் பார்த்தால் சாரங்கனுக்குப் பழைய படியும் அழுகை வந்துவிடுமோ என்று எனக்குப் பயம்.

சாரங்கன் வந்துவிட்டான்.

"சாரங்கா!"

"உம்."

"ஏன் நீ இவ்வளவு நேரம் வரையிலும் வரவில்லை? நேற்றும் வரவில்லை?"

அவன் அதற்குப் பதில் சொல்லவில்லை. அவன் முகத்தில் துயரமோ, வேறுவிதமான ஆழ்ந்த உணர்ச்சிகளோ பிரதிபலிக்க வில்லை. ஒரே சந்தோஷமாகத்தான் இருந்தான். இது மகிழ்ச்சிக் குரிய மாறுதல்தான் என்று நான் நினைத்துக்கொண்டேன்.

"எங்கள் வீட்டுக்குப் போவோமா?"

"உங்கள் வீட்டுக்கா?"

"ஆம். நீங்கள் வருவதாக அன்றே சொல்லவில்லையா?"

"சும்மா வேடிக்கைக்குச் சொன்னேன், சாரங்கா! உங்கள் வீட்டுக்கு எதற்கு?"

"எதற்கோ? நீங்கள் வாருங்கள்" என்று இரண்டு கைகளா லும் என் கையைப் பிடித்து இழுத்தான்.

அவனுடைய வேண்டுகோள் எனக்கு ஒரு பிரச்னையாக மாறிவிட்டது. அன்று பிருந்தாவின் வீட்டிலிருந்து வரும்போது

அவனுடைய கட்டாயத்தைப் பார்த்து, "ஞாயிற்றுக்கிழமை வருகிறேன்" என்று சொல்லி வைத்தேன். அந்த விஷயத்தை அவன் இவ்வளவு தூரம் வற்புறுத்துவான் என்று தெரிந்திருந்தால் அப்படிச் சொல்லியிருக்கவேமாட்டேன். இந்தச் சிறுவனின் வேண்டுகோளுக்காக வேற்றார் வீட்டுக்குப் போவது எப்படி? போவதற்குக் காரணமும் வேண்டுமே! பிருந்தா வீட்டுக்குப் போனதற்காவது அவளுடைய தேக அசௌக்கியம் காரணமாக இருந்தது. இங்கே போவது எதற்காக? இவனுடைய அப்பாவை வீதியிலும் பஸ் ஸ்டாண்டிலும் ஆயிரம் தடவைகள் பார்த்திருக் கிறேன். ஒரு தடவைகூட நாங்கள் பேசிக்கொண்டதில்லை. ஒருவருக்கு ஒருவர் அறிமுகமானவர்கள் என்று எவ்வித சைகை ஜாடையின் மூலமாகக்கூடக் காட்டிக்கொண்டதில்லை. அப்படியிருக்க அங்கு நான் எப்படிப் போவது?

சாரங்கன் மிகவும் அதிகமாக வற்புறுத்தத் தொடங்கினான். அவசரப்படவும் ஆரம்பித்தான். எனக்கு அது ஒரு தொந்தர வாகவே ஆகிவிட்டது. 'இத்தனை நாளும் இவன் வாய்மூடி மௌனியாக இருந்ததும் போதும் இன்று பாடாய்ப் படுத்துவதும் போதும்' என்று சலித்துக்கொண்டேன்.

"வாருங்கள் மாமா. சொல்லிவிட்டு மாட்டேன் என்கிறீர் களே!" என்று கெஞ்சினான்.

"சாரங்கா! நீ சிறு பிள்ளை. உன் பேச்சைக் கேட்டுக்கொண்டு நான் வருவது எப்படி? இந்த நாசூக்கு எல்லாம் உனக்குப் புரியாது. என்னை விட்டுவிடு" என்று பொறுமையிழந்து சொன்னேன்.

"ஏன் வரமாட்டேன் என்கிறீர்கள்?" என்று என் முகத்தைக் கூர்ந்து பார்த்துக்கொண்டு ஏக்கத்துடன் கேட்டான்.

"அங்கே எதற்கு?"

"அதென்னமோ, கட்டாயம் வரத்தான் வேண்டும்."

நான் கோபப்பட்டவன்போல் நடித்து, "என்னால் வர முடியாது. எனக்கு அவசரமான வேலை இருக்கிறது. இன்னொரு நாளைக்கு வேண்டுமானால் பார்த்துக் கொள்வோம்" என்று சொல்லிவிட்டு மறுபுறம் திரும்பிக்கொண்டேன். ஏதோ ஒரு புத்தகத்தைத் தேடுபவன்போல் மேஜையைத் துழாவிக் கொண்டிருந்தேன்.

சாரங்கன் ஒன்றும் சொல்லாமல் மௌனமாக இருந்தான்.

ஒரு நிமிஷம் கழிந்திருக்கும். அவனை ஒருமுறை திரும்பிப் பார்த்தேன். நான் பார்த்த மாத்திரத்தில் அவனும் ஒருமுறை பெருமூச்சு விட்டுக்கொண்டு, "வரமாட்டீர்களா?" என்று தடுமாறும் குரலில் கேட்டான்.

அவனுடைய இந்தக் கடைசி முயற்சியைத் தகர்த்துவிட்டால், பழையபடியும் அழ ஆரம்பித்துவிடுவான் என்பதற்குரிய அடையாளம் அவன் முகத்தில் தென்பட்டது. சாரங்கனைத் திரும்பத் திரும்ப அழவைத்துப் பார்க்க எனக்கு இஷ்டமில்லை. 'தங்கமான பையனை ஏன் இப்படிக் கஷ்டத்துக்கு ஆளாக்க வேண்டும்? போய்விட்டுத்தான் வருவோமே! நம்மை வர வேண்டாமென்றா சொல்லப் போகிறார்கள்? அப்படியிருக்க ஒருமுறை போய் வருவதில் என்ன நஷ்டம்?' என்று அதிசீக்கிர மாக யோசித்து முடிவு கட்டினேன். அவன் கண்ணீர் சொரிவதற் குள் என் சம்மதத்தைத் தெரிவித்துவிட்டேன்.

"சாரங்கா வா! உன் வீட்டுக்கே போகலாம்."

இருவரும் கைகோத்துக்கொண்டே சென்றோம். அவன் வீட்டுக்கு முன்னால் போனதும், என் கையை விட்டுவிட்டு வீட்டுக்குள்ளே வேகமாக ஓடினான். அப்புறம் வெளியில் வந்து வாசல் பக்கத்திலுள்ள அறையைத் திறந்து, "வாருங்கள், வாருங்கள்" என்று படபடப்பாக இரைந்து சொன்னான். என்னுடைய தயக்கத்தையும் என்னுடைய சங்கோஜத்தையும் அளவிட்டுச் சொல்ல முடியாது. வேறு வழியில்லாமல் அந்த அறைக்குள் சென்றேன். அறையின் சூழ்நிலையைக் கொண்டே சாரங்கனின் பெற்றோர்கள் ஏழைகள் என்று எளிதில் தீர்மானிக்க முடிந்தது. நாற்காலியில் உட்கார்ந்துகொண்டு, பக்கத்தில் கிடந்த அவனுடைய சரித்திரப் புத்தகத்தை எடுத்துப் புரட்டிக்கொண் டிருந்தேன். சாரங்கன் வீட்டுக்குள்ளே ஓடிவிட்டான். அப்போது வெளியிலிருந்து வந்த அவனுடைய தகப்பனார் அறைக்குள் எட்டிப் பார்த்தார். என்னைப் பார்த்து "வாருங்கள்" என்று சொல்லிவிட்டு, உள்ளே போய்விட்டார். "என்ன விசேஷம்?" என்று என்னை அவர் விசாரிக்காமல் விட்டது எனக்கு ராஜ மரியாதை செய்ததுபோல இருந்தது.

சாரங்கன் திரும்பி வரும்போது, ஒரு தட்டில் உப்புமாவும் ஒரு டம்ளரில் காபியுமாக வந்து சேர்ந்தான். நான் திடுக்கிட்டு விட்டேன்; என் சுவாசம் அப்படியே நின்றுவிட்டது.

"ஐயோ! இதெல்லாம் எதற்கு? நான் இப்போதுதானே சாப்பிட்டேன்!"

சந்தோஷப் படபடப்பில் ஒன்றுமே சொல்லாமல் வந்து அவன் என் வலது கையைப் பிடித்து இழுத்து உப்புமாத் தட்டில் கொண்டுபோய் வைத்தான். 'சாரங்கன் ரொம்பவும் சிறு பிள்ளையாக இருக்கிறான். இனிமேல் இவனிடம் கொஞ்சம் கண்டிப்பாகத்தான் நடந்துகொள்ள வேண்டும். இன்று மட்டும் ஏதோ கசப்பு மருந்தைச் சாப்பிடுவோம். வேறு வழியில்லை' என்று எண்ணிக்கொண்டே சாப்பிட ஆரம் பித்தேன். சிறு பையன் பேச்சைக் கேட்டு விருந்தாட வந்த என்னைப் பற்றி அவனுடைய பெற்றோர்கள் என்ன நினைப் பார்களோ என்ற பயம் ஒவ்வொரு நிமிஷமும் எனக்கு அதிர்ச்சி கொடுத்தவண்ணமாக இருந்தது.

ஒரு வழியாகச் சாப்பிட்டு முடிந்தது. தட்டையும் டம்ளரை யும் உள்ளே கொண்டுபோய் வைக்கப் போனான் சாரங்கன்.

'இந்தப் பையனுக்கு எதற்கு என்மேல் இவ்வளவு அன்பு? இவன் அன்பு என்னைத் திணற அடிக்கிறதே! இது தாங்க முடியாத அன்பு! தாங்கமுடியாத பேதைமை! இரண்டும் சேர்ந்து என்னைக் குரங்காட்டம் ஆட்டுகின்றன ... ஆனால், இவனைக் கோபிக்கக்கூடாது. இவன் இப்போது எனக்குக் கொடுக்கும் தொந்தரவே இவனுடைய அன்பை அளந்து காட்டு கிறது. ஏதோ ஒருநாள் என்னைக் கஷ்டப்படுத்துவதனாலாவது, இவன் திருப்தியடையட்டும். என்னுடைய முயற்சி எதுவும் இல்லாமல், என்னால் மட்டுமே ஓர் உயிர் சந்தோஷமும் திருப்தி யும் கொள்ள முடிகிறது என்றால், அதை எந்தச் சமயத்திலும் தடுக்கக்கூடாது. தடுக்க முயலுவது அமானுஷிகம்' என்று எண்ணித் தேற்றிக்கொண்டேன்.

சாரங்கன் வெளியே வந்தான். மேஜையைத் திறந்து ஒரு பவுண்டன் பேனாவை எடுத்தான். என் முகத்துக்கு எதிரில் நிற்காமல் என் முதுகுப் புறமாக வந்து நின்றுகொண்டான். அங்கே நின்ற வாக்கிலேயே, நான் கையில் வைத்திருந்த சரித்திரப் புத்தகத்தை மெதுவாகப் பிடித்து இழுத்துத் தூரத்தில் வைத்தான். தூங்கும் குழந்தையின் கையிலிருக்கும் கிலுகிலுப்பையை எவ்வளவு ஜாக்கிரதையாகத் தனியே எடுத்து அப்புறப்படுத்து கிறோமோ, அதுபோல அதை அப்புறப்படுத்தினான். பிறகு அவன் வலது கையால் தன் கால் சட்டையின் பையில் கையை விட்டு எதையோ எடுப்பதுபோல் எனக்கு ஜாடையாகத் தெரிந்தது. அதை என் முன்பாக மேஜைமேல் வைத்தான்.

அது ஒரு டைரி. நான் சுந்தரராஜனுக்கும் சித்ராவுக்கும் அன்பளிப்பாகக் கொடுத்த டைரிகளைப் போன்ற ஒரு டைரி.

அதே கம்பெனியில் செய்தது; அதே நிறமுடையது. அப்புறம் பேனாவை என் கையில் கொடுத்து "எழுதுங்கள்" என்றான்.

எனக்கு ஒன்றுமே புரியவில்லை. "என்ன எழுத?" என்று கேட்டேன்.

"'என் பிரியமுள்ள சாரங்கனுக்கு அன்பளிப்பு' என்று எழுதுங்கள்."

சக்தி, **அக்டோபர், நவம்பர் 1951**

பாலம்மாள் கதை

பாலம்மாளைக் காட்டிலும் இரண்டு வயது இளையவள் தங்கம்மாள். இவர்களுக்குச் செல்லத்துரை என்று ஒரு தம்பி உண்டு. தகப்பனார் உள்ள நாளையிலேயே பாலம்மாளுக்குக் கல்யாணம் ஆகிவிட்டது. உள்ளூரில் தாய்மாமனுக்கு வாழ்க்கைப்பட்டிருந்தாள். தாய்மாமன் குடும்பமும் சரி, அவள் குடும்பமும் சரி – இரண்டும் கூலி வேலை செய்து பிழைக்கும் ஏழைக் குடும்பங்கள்தான். பணக்கஷ்டத்தை உத்தேசித்து, பெருமாள் கோவிலில் கல்யாணத்தை நடத்தினார்கள். கல்யாணச் செலவு மொத்தம் இருபத்தைந்து ரூபாய்தான். தாலியைத் தவிரப் பெண்ணுக்கு வேறு நகை கிடையாது. கல்யாணத்தை முன்னிட்டு ஒரு ஜோடி சிவப்புக் கம்மல்களை இரவல் வாங்கிப் பெண்ணுக்குப் போட்டிருந்தார்கள். பாலம்மாள், கணவன் வீட்டுக்குப் போன மறுவருஷத்திலேயே அவளுடைய தகப்பனார் செத்துப்போய்விட்டார். குடும்பத்தில் மீதியிருப்பவர்கள் தங்கம்மாள், செல்லத்துரை, இவர்களுடைய தாயார் ஆகிய மூவர் தான். ஏற்கெனவே, வறுமையின் அடிபாதாளத்தில் திக்கு முக்காடும் குடும்பமாதலால், பெரியவரின் மரணம் பொருளாதார ரீதியில் குடும்பத்தைப் பாதிக்கவில்லை. ஒரு ஆள் வரும்படி நின்றது; ஒரு ஆள் சாப்பாட்டுச் செலவும் நின்றது. அவ்வளவுதான். செல்லத்துரைக்கு வயது பத்துக்குள்ளாகத்தான் இருக்கும். அவனால் முரட்டு வேலைகள் செய்ய முடியாது. ஆகவே, அந்த ஊரில் உள்ள ஒரு "பணக்காரர்" வீட்டில் மாதம் ஒரு ரூபாய்ச் சம்பளத்துக்கு ஆறு எருமைகளை மேய்த்துக் கொண்டிருந்தான். தங்கம்மாளும், அவள் தாயாரும் தங்கள் வயிற்றுப் பாட்டுக்கு வழக்கம்போலக் களையெடுப்பு, பருத்தி

எடுத்தல், பருத்தி மார் பிடுங்குதல், கதிர் அறுத்தல் போன்ற கூலிவேலைகள் செய்து வந்தார்கள். ஏதாவது ஒரு நாள் மழை பிடித்துக்கொண்டால் மறுநாள் காட்டு வேலைக்குப் போக முடியாது. அதனால், அதற்கு அடுத்த நாள் சாப்பாட்டுக்கு வழியின்றிக் கடன் வாங்கியாக வேண்டும். செல்லத்துரை மாதா மாதம் கொண்டுவரும் ஒரு ரூபாய்ச் சம்பளத்தைப் பத்திரமாகச் சேமித்து வைத்துத்தான் தாயும் மகளும் துணி வாங்கிக் கட்டிக் கொண்டார்கள்.

தங்கம்மாளுக்கு வயது இருபதாய்விட்டது. கல்யாண வயது தான். உள்ளூரில் மாப்பிள்ளை இல்லை. இதனால் பாலம்மா ளின் கணவனுக்கே இரண்டாம் தாரமாகக் கொடுக்கலாம் என்ற ஒரு உத்தேசம் இருந்தது. தங்கம்மாளைக் கல்யாணம் செய்து கொள்ளுவதில் பாலம்மாளுக்கோ அவள் கணவன் மாடசாமிக்கோ தடை எதுவும் இல்லை. என்றாலும் மாடசாமி பொறுப்புத் தெரிந்தவன். தன்னைவிடக் கொஞ்சம் நல்ல நிலையில் உள்ள ஒருவனுக்குத் தங்கம்மாள் வாழ்க்கைப்பட்டால், சிறு வயதிலிருந்து பட்ட கஷ்டங்களுக்கு ஒரு பரிகாரமாக இருக்குமே, தனக்கு வாழ்க்கைப்பட்டால் என்றும்போல அரை வயிற்றுக் கஞ்சிதானே கிடைக்கும் என்று கருதி, கல்யாண விஷயத்தை மறு வருஷத்தில் யோசித்துக்கொள்ளலாம் என்று சொல்லிவிட்டான்.

தங்கம்மாள் அழகான பெண்; நல்ல நிறம்; வறுமையில் உழன்றவளானாலும் முகவாட்டம் என்பது கிடையாது. வீடு நிறைந்த நாச்சியார்; எந்நேரமும் ஒரு கலகலப்பு. இப்படிப்பட்ட பெண்ணுக்கு மாப்பிள்ளை கிடைப்பது அரிதில்லை. ஆனால் ஏதோ சாப்பாட்டுக்காவது கவலையில்லாத ஓரிடம் அகப்பட வேண்டுமென்று விரும்பினான் மாடசாமி. தங்கம்மாளுக்கு வயது இருபத்திரண்டு நிரம்பியதும் அவளுடைய வாழ்க்கையில் ஒரு பெரிய மாறுதல் ஏற்பட்டுவிட்டது. அந்த ஊரில் நடந்த ஒரு கல்யாணத்துக்காக வந்திருந்த ஒருவர், தங்கம்மாள் வீட்டுக் குத் தூரத்து உறவு. அவர் மூலம் தங்கம்மாளின் கல்யாணம் நிச்சயமாகிவிட்டது. ஏழாயிரம்பண்ணை என்ற ஊரில் செல்வ மும் செல்வாக்குமாக வாழும் ஒரு வாலிபனுக்கு எப்படியோ தங்கம்மாளைக் கல்யாணம் செய்துவைத்துவிட்டார் அந்த மனிதர். மாப்பிள்ளை வந்து பெண்ணைப் பார்த்தான்; மறு பேச்சு சொல்லாமல் ஒப்புக்கொண்டுவிட்டான். விமரிசையாகக் கல்யாணம் நடந்தது. பாலம்மாளும், மாடசாமியும் அடைந்த மகிழ்ச்சிக்கு எல்லையில்லை. பிறந்த வீட்டின் வறுமையானது, மறுவீட்டுக் கல்யாணம் தலைதீபாவளி அழைப்பு போன்ற மரியாதைகளுக்கு இடம் தரவில்லை. அதைப்பற்றி ஏழாயிரம்

பண்ணை மாப்பிள்ளையும் கவலைப்படவில்லை. அதற்குப் பதிலாக அவன் தன் மாமியாரையும் (தங்கம்மாளின் தாயார்), மைத்துனன் செல்லத்துரையையும் தன் வீட்டுக்கு அழைத்து வைத்துக்கொண்டான். பெரிய பண்ணை, இவர்கள் போனதனால் அங்கே நஷ்டம் எதுவும் ஏற்படப் போவதில்லை. எல்லோரும் அங்கே யாதொரு மனக் குறைவுமின்றிச் சௌக்கியமாக இருந்துவந்தார்கள்.

பாலம்மாளுக்கு ஒரு குழந்தை பிறந்தது. பிறந்த மறு மாதத்தில் செத்துப்போய்விட்டது. இதை முன்னிட்டு ஏழாயிரம் பண்ணையிலிருந்து மாப்பிள்ளை உட்பட எல்லோரும் வந்து போனார்கள். அந்தச் சமயம் காலமழை பெய்யாததால் நல்ல விளைச்சலில்லாமல் ஊரே பஞ்சத்தில் அமிழ்ந்து கிடந்தது. இதை அறிந்த ஏழாயிரம்பண்ணை மாப்பிள்ளை, மாடசாமியையும் பாலம்மாளையும் விருந்துக்கு அழைப்பதுபோலத் தன் ஊருக்கு அழைத்தான். கட்டாயத்தின்பேரில் அவன் விருப்பத்திற்கு இணங்கினார்கள். அங்கே போய் மூன்று நாட்கள் கழிந்த பிறகு மாடசாமி மனைவியோடு ஊருக்குப் புறப்பட்டான். அதற்கு ஏழாயிரம்பண்ணைப் பிள்ளையாண்டான், “அண்ணாச்சி! ஊரிலே இப்போ என்ன அவசரம்? அங்கே தான் மழை தண்ணி கிடையாதுன்னு சொல்றீகளே! காலம் செழிச்ச பிறகு போனாப் போச்சு, இங்கேயே ரெண்டுபேரும் இருங்க. இது யாரு வீடு? உங்க தம்பி வீடுதானே?” என்று அன்போடு சொன்னான். அதற்கு மாடசாமி சம்மதிக்கவில்லை. தனக்குச் சகலனாக வாய்த்தவன் நல்லவன்தான் என்றாலும், சகலன் வீட்டில் பிழைப்புக்காக வந்து மனைவியோடு உட்கார்ந்திருக்க அவனுக்குப் பிடிக்கவில்லை. பாலம்மாளின் அபிப்பிராயமும் அப்படியேதான் இருந்தது. அதனால் தம்பதிகள் ஒரேயடியாகத் தலையைக் குலுக்கிவிட்டு அன்று மாலையிலேயே சொந்த ஊருக்குக் கிளம்பிவிட்டார்கள். புறப்படும்போது மிகமிகக் கட்டாயப்படுத்தி நான்கு மூட்டை கம்பும், இரண்டு மூட்டை நெல்லும் வண்டியில் போட்டு அனுப்பினான் ஏழாயிரம் பண்ணை மாப்பிள்ளை. தங்கம்மாள் தன் அக்காளுக்கு ஒரு ஜோடி புஷ்பராகக் கம்மல்போட்டு அனுப்பினாள். ரூபாய்க்கு ஏழுபடி அரிசி விற்கும் அந்தக் காலத்திலும் அந்தக் கம்மல் குறைந்தது நாற்பது ரூபாய் பெறும். ஊருக்கு வந்து அந்த வருஷத்தை ஓரளவு கவலையில்லாமல் கழித்தார்கள் மாடசாமியும் அவன் மனைவியும். அடுத்த வருஷம் வழக்கம்போலக் கஷ்டம்தான். என்றாலும் ஒரு சிறு கடனுக்காகக்கூட மாடசாமி தன் சகலன் வீட்டுக்குப் போகவில்லை. கடனுக்காகப் போகாததுடன், உறவு முறையை ஒட்டிச் சாதாரணமாகப் போய்

வருவதும் கிடையாது. பணக்காரன் வீட்டுக்குச் சும்மா போனா லும், தயவை நாடிப் போனது போலவே உலகத்தார் நினைப் பார்கள் என்ற கருத்துடன் வருஷக்கணக்கில் ஏழாயிரம் பண்ணைக்குப் போகாமல் இருந்தான் மாடசாமி.

இரண்டு வருஷங்களுக்குப் பிறகு பாலம்மாளுக்கு ஒரு மகன் பிறந்தான்; அதே வருஷத்தில் தங்கம்மாளுக்கும் ஒரு மகன் பிறந்தான். பிள்ளையைப் பார்த்துவிட்டு வருவதற்காக மாடசாமியும் பாலம்மாளும் சென்றனர். ஏழாயிரம் பண்ணைக் காரன் வழக்கம்போலப் பிரியமாகவே வரவேற்றான். "அடிக்கடி வருவதுகூட இல்லை. ஏதோ, என்னைத் தள்ளி வைத்துவிட்டீர் கள் போலிருக்கிறது!" என்றுகூடச் சொன்னான். அவன் என்றும் போல இருந்தாலும் தங்கம்மாளின் குணம் மட்டும் மாறிவிட்டது. பணக்காரனுக்கு வாழ்க்கைப்பட்டிருக்கிறோம் என்ற செருக்கு வந்துவிட்டது. அவளுடைய பேச்சுத் தோரணை, குரல், நடை எல்லாமே மாறிவிட்டன. அக்காளை அக்காள் என்று கூப்பிட்டா லும், மாடசாமியை, தன் தாய்மாமனை, 'மாமா' என்று அழைக்க வெட்கப்பட்டாள். ஒரு சந்தர்ப்பத்தில் அக்காளைப் பார்த்து, "கம்மல் எங்கே அக்கா?" என்று கேட்டாள். பாலம்மாள் தலைகுனிந்தாள். வெகுநேரத்திற்குப் பிறகு, "ஊரில் இருக்கிறது" என்றாள்.

"ஊரில் இருந்தால் காதில் போட்டுக்கொள்வதற்கென்ன?" என்று கேட்டாள் தங்கம்மாள்.

பாலம்மாள் உண்மையைச் சொல்லிவிட்டாள். போன வருஷம் குடும்பச் செலவுக்காகப் பத்து ரூபாய்க்குக் கம்மல் அடகு வைக்கப்பட்டது. மாதம் ஒன்றுக்கு ரூபாய்க்கு ஒரு அணா வட்டி. இந்தச் செய்தியறிந்து தங்கம்மாள் மிகவும் கோபப்பட்டாள். தான் இனாமாகக் கொடுத்த கம்மலை, அருமை தெரியாமல் அடகு வைத்துவிட்டதாக மனதிற்குள் கடிந்துகொண்டாள். பிறகு, "அக்கா! அதிர்ஷ்டம் கிடைத்தாலும், அதை ஆளக் கொடுத்து வைக்க வேண்டும்" என்று குத்தலாகச் சொன்னாள். இதை உணராத பாலம்மாள், "நீ சொல்வது வாஸ்தவம், தங்கம்" என்று சொன்னாள். ஊருக்குக் கிளம்பும் போது கம்மலை மீட்டுக்கொள்ளப் பத்து ரூபாய் கொடுத் தனுப்பினாள் தங்கம்மாள். அப்படியே ஊருக்கு வந்ததும் பாலம்மாள் கம்மலை மீட்டினாள். ஆனால் இரண்டு மாதங் களில் அதைப் பழையபடியும் அடகு வைக்கும்படி நேர்ந்தது. பாலம்மாள் குடியிருந்த கூரைவீடு அடை மழையினால் சரிந்து விழுந்துவிட்டது. அதைப் பழையபடியும் கட்டிக் கூரை போடுவதற்காக முப்பது ரூபாய்க்கு அதே ஓர் அணா வட்டிக்கு

வேறொரு ஆள் வசம் அடகு வைத்தார்கள். அப்பொழுது அவளுக்குக் கண்ணீர் வந்தது. ஒரு வருஷம்கூடத் தொடர்ந்து காதில் போட்டுக்கொள்ள முடியாத தன் நிலையை எண்ணி வேதனைப்பட்டாள். சில பக்கத்து வீட்டுக்காரர்கள் இதைக் கண்டு கேலி செய்தனர். "குடிக்கக் கஞ்சியில்லை; காதுக்குப் புஷ்பராகக் கம்மல் கேட்கிறதாக்கும்! இரண்டு மாதம் காதில் போட்டுக் குலுக்கினாள். இரண்டு மாத வாழ்வுதான் பிறகு? பழைய குருடி கதவைத் திறடி!" என்று பலவாறாகப் பேசிக் கொண்டார்கள்.

பாலம்மாளின் காதில் சுமார் மூன்று மாத காலம்கூடத் தொடர்ந்தாற்போல் கம்மல் போட்டுக்கொள்ள முடியாது போய் விட்டது. குடும்பத்தின் வறுமை ஒவ்வொரு வருஷமும் ஒன்று போலவே இருந்தது. சீர்ப்படுவதற்கு வழியில்லை. இதைவிடக் கீழான நிலை அடையவும் வழியில்லை. இதைவிடக் கீழான நிலை ஒன்று இருந்தால்தானே?

வருஷங்கள் பல சென்றன. பாலம்மாளுக்கு வயது நாற்பதாகி விட்டது. பாலம்மாளின் மூத்த மகனுக்கு இப்பொழுது வயது பதின்மூன்று; இவனைத் தவிர ஆணும் பெண்ணுமாக ஐந்து குழந்தைகள் இருந்தார்கள். குடும்பத்தைக் காப்பாற்ற இரவும் பகலும் ஓய்வொழிச்சல் இல்லாமல் பாலம்மாளும் மாடசாமியும் வேலை செய்து வந்தார்கள். கம்மல் இப்பொழுதும் ஓரிடத்தில் அடகு வைக்கப்பட்டிருந்தது. அகவிலைகள் ஏறிவிட்டன. குழந்தை குட்டிகள் அதிகமாகிவிட்டதால், அரை வயிற்றுக் கஞ்சிகூட, ஒருநாள் கிடைத்ததுபோல ஒருநாள் கிடைப்பதற்கு வழியில்லா மல் போய்விட்டது. பாலம்மாளின் தாயாரும் செத்துப் போய் விட்டாள். ஏழாயிரம்பண்ணைக்கு இவர்கள் போய்வருவது நின்று ஏழெட்டு வருஷங்களுக்கு மேலாகின்றன. செல்லத்துரை வாலிபனாகிவிட்டான். ஒரு பண்ணை வீட்டில் சம்பளத்துக்கு வேலை பார்த்து, அங்கேயே தன் சாப்பாடு முதலியவற்றையும் கவனித்துக்கொண்டான். இப்படியாக இருந்துவரும்போது ஊரில் கிராம தேவதைக்குத் திருநாள் கொண்டாட ஏற்பாடுகள் நடந்துகொண்டிருந்தன. திருநாளுக்காவது கம்மல் போட்டுக் கொள்ள வேண்டுமென்று பாலம்மாளுக்கு ஆசை. ஆனால் மீட்பதற்குக் கையில் தம்பிடிகூட இல்லை. அத்துடன் திருநாளின் போது செலவுக்கு ஒரு ஐந்து ரூபாயாவது வேண்டும். என்ன செய்வது என்று திகைத்துக்கொண்டிருந்தாள். சில சமயங்களில் கண்ணீர் விட்டும் அழுது புலம்பினாள். "ஆசைதீரக் கம்மல் வைத்துக்கொள்ள அதிர்ஷ்டம் இல்லையே! காதில் நகை இல்லாமல் இரண்டொரு கல்யாணங்களுக்குக்கூட வெளியூர் செல்ல முடியாமல் போய்விட்டது. நல்ல நாள் வருகிறது. நான்

மூளியாக இருக்க வேண்டியிருக்கிறது. கம்மல்தான் போய் விட்டதே, என்…"

அதற்குமேல் அவளால் நினைக்கக்கூட முடியவில்லை. விஷயம் என்னவென்றால் அவள் கழுத்தில் இப்போது தாலி கூட இல்லை. தாலித் தங்கத்தையும் சாப்பாட்டுக்காக ஒரு சமயம் விற்றுவிட்டார்கள். வெறும் மஞ்சள் கயிறுதான் புடவை யின் மறைவில் கிடந்தது. பாலம்மாள் பரிதாபகரமாக அழுதாள். மறுநாள் விடிந்ததும் தம்பி செல்லத்துரையிடம் போனாள். அவனால் முப்பது, நாற்பது ரூபாய் என்று கொடுக்க இயலாது. அவன் சம்பாத்தியம் அவன் வயிற்றுக்குத்தான் சரியாக இருந்தது. இருந்தாலும் யாரிடமோ ஓர் ஐம்பது ரூபாய் மட்டும் கைமாற்று வாங்கித் திருநாள் செலவுக்காக அக்காளிடம் கொடுத்தான். அதை வாங்கிக் கொண்டு வரும்வழியில், கம்மல் அடகு வைக்கப் பட்டிருந்த வீட்டுக்குப் போய், திருநாளுக்கு மட்டும் காதில் வைத்துக் கொள்ளுவதற்காகக் கம்மலைக் கொஞ்சம் கொடுத்து வாங்க வேண்டுமென்று கேட்டுக் கொண்டாள். அவள் வேண்டு கோள் கைகூடிவிட்டது. கம்மலை வாங்கி இரண்டு நாள் காதில் வைத்திருந்தாள்; திருநாளும் முடிந்தது. மூன்றாம் நாள் கம்மலைக் கேட்க ஆள் வந்துவிட்டது. தூக்கில் போடப் போகும் மகனைக் கடைசிக் காலத்தில் கட்டித் தழுவிவிட்டு, வழியனுப்புவதுபோல் அவ்வளவு துயரத்துடன் மூச்சுப் பேச்சில்லாமல் கம்மலைக் கழற்றிக் கொடுத்தனுப்பினாள். அப்புறம் இரண்டு வருஷ காலத் துக்குள் கம்மலை மீட்டுவிட்டார்கள். ஆனால்…

பாலம்மாளின் மூத்தமகன் ஒரு தடவை குப்பை வண்டி ஓட்டிக் கொண்டு போகும்போது, வண்டி குடைசாய்ந்துவிட்ட தால், கீழே விழுந்து கையை ஒடித்துக்கொண்டான். அவனுக்குச் சிகிச்சை செய்வதற்காகக் கம்மல் ஐம்பது ரூபாய்க்கு அடகு வைக்கப்பட்டது. அப்புறம் அவனுக்குக் கை சரிப்பட்டுவிட்டது; ஆனால் கம்மல் மட்டும் வருஷக் கணக்கில் மீட்கப்படாமலே இருந்தது. வட்டியும் வளர்ந்துகொண்டே வந்தது.

பாலம்மாளின் மூத்த மகனுக்கு வாலிபம் வந்தது. பாலம்மாளின் மகளுக்குக் கல்யாணமாகி இரு குழந்தைகளும் இருக்கிறார்கள். மாடசாமி கிழவனாகிவிட்டான். ஆனால் கம்பு ஊன்றிவிடவில்லை. ஒருநாள்கூட ஓய்ந்து உட்காராமல் வேலை செய்துவந்தான். "என்கட்டை உள்ள மட்டும் எனக்குப் பாடுபடச் சக்தி உண்டு. அடுத்தவன் உழைப்பிலே ஒருவேளைக் கஞ்சிகூட இந்த மாடசாமியால் குடிக்க முடியாது. பாடுபடச் சக்தி இல்லா விட்டால் செத்துப்போகலாமே! அப்புறம் இந்தக் கட்டையால் என்னடா பிரயோஜனம்?" என்று சொல்லிக்கொண்டே வாலிபனைப்போல வேலை செய்து வந்தான். இந்தச்

சமயத்தில் பாலம்மாளின் மகன் பட்டாளத்தில் சேர்ந்தான். மாதாமாதம் பணமும் அனுப்பிவந்தான். அதை வைத்துக்கொண்டு குடும்பம் சற்றுக் கவலையில்லாமல் காலம் தள்ளியது. அவன் ஒருமுறை லீவில் வருவதாகக் கடிதம் எழுதியிருந்தான். அதே சமயத்தில் தங்கம்மாளின் பேத்திக்குக் கல்யாணம் என்று கடிதம் வந்தது. கல்யாணத்திற்குப் போய்வர வேண்டுமென்று இங்கே தீர்மானம் செய்தார்கள். தக்க சமயத்தில் மகனும் லீவில் வந்தான். வரும் போது நூற்றைம்பது ரூபாயும் கொண்டுவந்தான். தாயாருக்குச் சேலை, தகப்பனாருக்கு வேட்டி, மற்றவர்களுக்கும் துணிமணி கள் – இவ்வளவுக்கும் ஐம்பது ரூபாய் வரையில் செலவாகி விட்டது. கடைசியில் கம்மலை மீட்கவும் தீர்மானித்தார்கள். பத்து வருஷ காலம் அடகில் கிடந்த கம்மல் வட்டியும் முதலு மாகச் சுமார் எழுபத்தைந்து ரூபாயைச் சுமந்து கொண்டிருந்தது. பரவாயில்லை என்று ரூபாயைக் கொடுத்து மீட்டுவிட்டார்கள்.

பாலம்மாளுக்கு இப்பொழுது சரியாக அறுபது வயது. புதுப் புடவை உடுத்திக் கம்மலையும் வைத்துக்கொண்டு கல்யாணத்துக்குக் கிளம்பினாள். இந்த முதுமையில் அந்த வெள்ளைக் கம்மல் அவ்வளவு பொருத்தமாகத் தோன்றவில்லை. பார்ப்பதற்குச் சற்று விகாரமாகக்கூட இருந்தது. இருந்தாலும் அதை அவள் பொருட்படுத்தவில்லை.

கல்யாணத்திற்குப் போனார்கள். தங்கம்மாளும் கிழவியாக மாறிவிட்டாள். வயது காலத்தில் தனக்கு வைரக் கம்மல் எதற்கு என்று சிவப்புக்கல் கம்மல் வைத்துக்கொண்டிருந்தாள். இதைப் பார்த்ததும் பாலம்மாளுக்கு அதிசயமாகக்கூட இருந்தது. கல்யாணம் முடிந்து ஊருக்கு வந்தார்கள். பாலம்மாளுக்கு வெள்ளைக்கல் கம்மலைப் போட்டுக்கொள்ள மனமில்லை. தாயாரைப் பார்க்க மகனுக்கே விகாரமாக இருந்தது. நகரவாசிகள் என்றால் விகாரமாக இருந்திராது. ஆனால் பழைய கால முறைப்படியே வாழ்க்கை நடந்து வரும் கிராமச் சூழ்நிலையில் அறுபது வயதுக் கிழவி புஷ்பராகக் கம்மல் வைத்துக் கொண் டிருப்பது பார்க்கிறவர்களுக்குக் கொஞ்சம்கூடச் சகிக்கவில்லை.

"கிழவிக்கு ஆசையைப் பார்த்தாயா? பாட்டி! நல்ல வாலிப மாப்பிள்ளை ஒருவன் இருக்கிறான். கல்யாணம் பண்ணிக் கொள்கிறாயா?" என்று சில இளம் பெண்கள் கேலி செய்தார்கள். சில பெண்கள், "பாட்டி! உன் காலம் போய்விட்டது. இனி வீட்டுக்கு வரும் மருமகளுக்குக் கம்மல் போட்டுப் பார்க்க வேண்டுமே ஒழிய, நீ போட்டுக் கொள்வது அழகாயில்லை!" என்று சொன்னார்கள். கம்மலைப் பணம் கொடுத்து மீட்டிய மகனுக்கே, அம்மாவைக் கம்மலோடு பார்க்கப் பிடிக்கவில்லை.

ஒரு நாள் அயல் வீட்டில் போய் உட்கார்ந்து பேசிக் கொண்டிருந்தாள், பாலம்மாள். அப்புறம் வீட்டுக்கு வரும்போது, வேறொரு வீட்டுக்கு ஒரு காரியமாகப் போனாள். இவள் வீட்டுக்குள் நுழையும்போது, உள்ளே இவளைப் பற்றியே பேச்சு நடந்துகொண்டிருந்ததால், அங்கே நின்று கவனித்துக் கேட்டாள். உள்ளே பேசிக் கொண்டிருந்தவர்கள் எல்லோரும் பெண்களே. பேச்சின் நடுவில் ஒருத்தி, "பாலம்மாக் கிழவி வெள்ளைக் கம்மலோடு அலைவதைப் பார்த்தால், தேவடியாள் வீட்டு கிழவி மாதிரி இருக்கிறது, இல்லையா? தேவடியாள் வீட்டுக் கிழவிதான் வாலிபப் பெண்ணைப்போல நகை போட்டுக் குலுக்குவாள்!" என்று சொல்ல எல்லோரும் சிரித்தார்கள்.

மார்பில் அம்பு தைத்தது போலிருந்தது பாலம்மாளுக்கு. நேராக வீட்டை நோக்கி வந்தாள். விறுவிறு என்று உள்ளே போய்க் கம்மலைக் கழற்றி அடுக்களைப் பானைக்குள் வைத்தாள். வைத்துவிட்டு வெளியே வரும்போது, மகன் எதிரே வந்தான். அம்மாவைப் பார்த்ததும் அவனுக்குத் திகைப்பு உண்டாகி விட்டது. ஒரு வினாடி மௌனமாக இருந்தான். பிறகு, ஒரு மாதிரி வலுக்கட்டாயமாகச் சிரித்துக்கொண்டு "கம்மல் எங்கே அம்மா?" என்று கேட்டான்.

பாலம்மாளும் வலுக்கட்டாயமாகச் சிரித்துக் கொண்டு, பேச்சை ஆரம்பித்தாள். "கம்மல் எனக்கு எதற்கடா இனி? உனக்குப் பெண்டாட்டியாய் வருகிறவளுக்குப் பத்திரமாய் வைத்திருக்கிறேன். எனக்கு இந்த வயதுக் காலத்தில் கம்மல் எதற்கு? உன் பெண்டாட்டிக்காக வைத்திருக்கிறேன். உன் பெண்டாட்டிக்காக . . ."

பாலம்மாவால் தொடர்ந்து பேச முடியவில்லை. என்ன முயற்சி செய்தும் பொய்ச் சிரிப்புச் சிரிக்க முடியவில்லை. உதடுகள் துடித்தன. சுவரைப் பார்த்துத் திரும்பிக்கொண்டு, மேல் மூச்சு கீழ் மூச்சு வாங்க, கொதிக்கின்ற கண்ணீரைச் சிந்தினாள். மறு நிமிஷமே முகத்தைத் துடைத்துக் கொண்டு, மகனைப் பார்த்துத் திரும்பி, சிரமப்பட்டுப் புன்னகை செய்து கொண்டு, "எனக்கு எதற்கு இனிக் கம்மல்? உன் பெண் டாட்டிக்குத்தான்டா அது!" என்று சொன்னாள் பாலம்மாள்.

மகன் தனியே இருக்கும்போது, "பாவம்! அம்மா ஒரு வருஷம்கூடத் தொடர்ந்தாற்போலக் கம்மல் வைத்துக்கொள்ள ஆசையில்லாமல் போய்விட்டது!" என்று ஒருமுறை தனக்குத் தானே சொல்லிக்கொண்டான்.

***கலைக்கதிர்*, 1951**

கல்யாணகிருஷ்ணன்

வேறொருவர் காணாமல் உலகத்துலாவலாம்' என்ற பெரியவர்கள் வாக்கைப் பிரத்தியக்ஷயமாக நிரூபித்துக்காட்டியவன் ஆர்.எஸ்.ஆர். கல்யாணகிருஷ்ணன் ஒருவன்தான். ஏனென்றால், நான் குடியிருந்த மாம்பலத் திலேயே என் கண்ணில் படாமல் அவன் மூன்று வருஷமும் ஏழு மாதமும் உலாவியிருக்கிறான். ஊரில் குடியிருந்துகொண்டே ஒரு நாள் கூட எனக்குத் தட்டுப் படாமல் அவனால் எப்படி உலாவ முடிந்தது? என் கண்ணில் கோளாறா? இல்லை, திடீரென்று மறையும் அபூர்வ சக்தி ஏதாவது கல்யாணகிருஷ்ணனிடம் இருந்ததா? அதை எல்லாம் யோசித்து இப்பொழுது மண்டையை உடைத்துக் கொள்ளுவானேன்?

ஒரு காலத்தில் நானும் மேற்படியானும் மாம்பலத்தில் எதிர்எதிர் வீட்டில் குடியிருந்து, பெரியோர் விதித்த நியமம் தவறாது கிருஹஸ்தாஸ்ரமத்தை நடத்தி வந்தோம். அப்போது ஒருநாள் காலை ஏழுமணிக்கெல்லாம் என்னிடம் வந்து ஒரு முப்பத்தேழு ரூபாய் அவசரமாக வேண்டுமென்று கேட்டான்: மறுநாள் பிற்பகல் மூன்று மணிக்கே திரும்பித் தந்துவிடுவதாகவும் சொன்னான்.

"நான் மூன்று மணிக்கு வீட்டில் இருக்க மாட்டேனே? ஆபீசில் அல்லவா இருப்பேன்?" என்றேன்.

"அப்படியானால் ஆபீசுக்கு வந்து பணத்தைக் கொடுத்து விடுகிறேன்."

"ஆபீசுக்கு வருவானேன்? ராத்திரி வீட்டிலேயே கொடுத்தால் போச்சு" என்று ராகவன் சொன்னான்.

"இல்லை மிஸ்டர். ஆபீசுக்கு வந்தே கொடுத்து விடுகிறேன். கையில் பணம் கிடைத்தபிறகு, ஒரு நிமிஷம்கூடக் கடனை அடைக்காமல் என்னால் இருக்கமுடியாது. அது மட்டுமில்லாமல் நான் மாலை ஆறு மணிக்கெல்லாம் குடும்பத்தோடு காஞ்சிபுரம் போகிறேன், கருடசேவை பார்க்க ..."

"சரி, ஆபீசுக்கே வாருங்கள்" என்று சொல்லிவிட்டு வீட்டுக்குள் போய்ப் பணத்தை எடுத்துக்கொண்டுவந்து கொடுத்தேன். 'எனக்கும் பணம் முடைதான். நாளைக்கே, நீங்கள் சொன்னது போலத் திருப்பிக் கொடுத்தால் சௌகரியமாக இருக்கும்' என்று நான் சொல்லவில்லை. கடனைத் திருப்பிக் கொடுப்பதில் இவ்வளவு அக்கறையோடு இருக்கும் ஒருவரைப் பார்த்து அப்படிச் சொல்ல வேண்டிய அவசியமில்லை என்று நான் நினைத்துவிட்டேன்.

கல்யாணகிருஷ்ணன் பணத்தோடு போனார்...

கல்யாணகிருஷ்ணன் பணத்தைத் திருப்பிக் கொடுத்தாரா இல்லையா என்பதை அடுத்த வரியில் எழுதாமல் அடுத்த அத்தியாயத்தை ஆரம்பித்து எழுதவேண்டிய அவசியம் ஏற்பட்டு விட்டது. அதாவது அவன் மறுநாள் மூன்று மணிக்கு ஆபீசுக்கு வரவில்லை. இரவிலும் வரவில்லை. நான் போய்ப் பார்க்கும் போது அவனும் வீட்டில் இல்லை; அவன் குடும்பமும் இல்லை; வீட்டுச் சாமான்களும் இல்லை ... கல்யாணகிருஷ்ணன் 'கருட சேவை' பார்க்க, வீட்டில் உள்ள கரிக் கும்மட்டி உட்படச் சகல தட்டுமுட்டுச் சாமான்களோடு குடும்பத்தோடு கிளம்பி விட்டான். வீட்டுச் சொந்தக்காரரை விசாரித்தேன். ஆசாமி வீட்டைக் காலி பண்ணிவிட்டுப் போய்விட்டதாகச் சொன்னார்.

"காலிபண்ணிவிட்டு எங்கே போய்விட்டார்? புது வீடு ஏதாவது ..."

"தங்கசாலைத் தெருவில் புது வீடு பிடித்திருக்கிறாராம்" என்றார் வீட்டுச் சொந்தக்காரர்.

'பயலுடைய அயோக்கியத்தனத்தைப் பாரேன்' என்று மனசுக்குள் சொல்லிக்கொண்டு என் வீட்டுக்கு வந்தேன். என் மனைவி என்னைக் கேலி செய்ததையும், நையாண்டி செய்து தூற்றியதையும் இங்கே எழுதி மாளாது.

என் ஆபீசில் வேலை செய்யும் சகபாடிகளில் இருவர் தங்கசாலைத் தெருவாசிகள். அவர்களைத் துப்பறியவிட்டுக் கல்யாணகிருஷ்ணனுடைய இருப்பிடத்தைக் கண்டுபிடிக்க வேண்டிய ஏற்பாடுகளைச் செய்தேன். அவர்கள் துப்பறிந்து கொண்டிருந்தார்கள். ஒரு வருஷமாகிவிட்டது.

என் தங்கசாலைத் தெரு நண்பர்களில் ஒருவரைப் பார்த்து, "என்ன ஸார், இன்னுமா நீங்கள் கல்யாணகிருஷ்ணனின் இருப்பிடத்தைக் கண்டுபிடிக்கவில்லை! வருஷம் இந்தா அந்தா என்று ஒன்று ஆகிவிட்டதே!" என்று பரிகாசக் குரலில் சொன்னேன்.

அவர் என்னைப் பார்த்துச் சொன்னார்: "ஸார்! நாங்கள் தங்கசாலைத் தெருவில் ஏறக்குறைய ஒவ்வொரு வீடாகப் போய் விசாரித்தாகிவிட்டது. இப்படி விசாரிக்கும்போது எத்தனையோ கூத்துக்கள் நடைபெற்றிருக்கின்றன. நான்கு வீடுகள் காலியான விவரம் தெரியவந்து, அந்த வீடுகளில் எங்களுக்கு வேண்டியவர்களைக் குடியேற்றியிருக்கிறோம். ஒரு வீட்டில் எங்களை மாறுவேஷம் போட்ட திருடர்கள் என்று சந்தேகித்திருக்கிறார்கள். தங்கசாலைத் தெருவில் கல்யாணராமன், கல்யாணசுந்தரம், கல்யாணம், மோஹன கிருஷ்ணன், ராம கிருஷ்ணன், ராதாகிருஷ்ணன், கிருஷ்ணன் என்ற பெயருடைய வர்களையெல்லாம் அனாவசியமாகப் பரிச்சயம் செய்து கொண்டுவிட்டோம். அத்துடன் உங்கள் நண்பர் கல்யாண கிருஷ்ணனைத் தேடும் இந்தச் சந்தர்ப்பத்தில் . . ."

"நண்பராவது மண்ணாங்கட்டியாவது!"

"இந்தச் சந்தர்ப்பத்தில் தூரம் தூரமாக இருக்கும் இரண்டு வீடுகளில் இரண்டு அழகான பெண்களை நானும் எனக்கு ஒத்தாசை செய்யும் என் நண்பரும் பார்க்கும்படி நேரிட்டது. என் நண்பர் பிரம்மச்சாரியானதால் இரண்டு பெண்களையுமே ஏககாலத்தில் காதலிக்க ஆரம்பித்துவிட்டார். முடிவில் யாரைக் கல்யாணம் செய்துகொள்ளுவது என்று அவர் தீர்மானிக்க முடியாமல் கஷ்டப்பட்டார். இரண்டிடத்திலும் ஒரே மாதிரிக் காதல். இவர் ஒரு தீர்மானத்திற்கு வருமுன் அந்த இரண்டு பெண்களுக்கும் வெவ்வேறு நல்ல இடங்களில் சுபமுகூர்த்தத்தில் கல்யாணங்கள் நடந்துவிட்டன. இவ்வளவு காரியங்களும் நடந்திருக்க வேண்டுமானால், நாங்கள் எவ்வளவு பிரயாசைப் பட்டிருக்க வேண்டுமென்று நீங்களே யூகித்துக்கொள்ளுங்கள்!" என்று சொல்லி முடித்தார் நண்பர்.

"ஸார்! விளையாடாதீர்கள்! உண்மையைச் சொல்லுங்கள்" என்று கெஞ்சினேன்.

அவருக்குக் கோபம் வந்துவிட்டது.

"என்ன ஸார்! நான் இவ்வளவு கஷ்டப்பட்டதற்கு வேறொரு மனுஷனானால் நன்றி செலுத்துவான். நீங்களோ என்னைப் பொய்யன் என்று நினைக்கிறீர்கள். எனக்கு இவ்வளவும்

வேண்டும்! இதற்குமேலும் வேண்டும்!" என்று தலையிலடித்துக் கொண்டார்.

"ஸார் கோபித்துக்கொள்ளாதீர்கள்! நான்..."

"கோபமென்ன ஸார் கோபம்! எனக்கு இந்த உத்தியோகம் இவ்வளவோடு போதும். எனக்கு என் குடும்பத்தொல்லைகளைக் கவனிக்கவே நேரமில்லை" என்று சொல்லிவிட்டு அவர் அப்பால் போய்விட்டார்.

கல்யாணகிருஷ்ணன் தங்கசாலைத் தெருவில் இல்லை என்பது உறுதியாகிவிட்டது.

மறு வருஷம் பிறந்துவிட்டது. என் பணத்தை இழந்து ஒரு வருஷம் பூர்த்தியாகிவிட்டது. கல்யாணகிருஷ்ணனுக்குக் கடன் கொடுத்த மளிகைக் கடைக்காரன், வெற்றிலை பாக்குக் கடைக்காரன், ஜவுளிக் கடைக்காரன், காய்கறிக் கூடைக்காரிகள், நெய் வியாபாரி, செண்ட் வியாபாரி, காபூலிக்காரன், தினசரிப் பத்திரிகை போடும் பையன் – இப்படிப் பற்பல வகையான பேர்வழிகள் என் வீட்டுக்குப் படையெடுப்பதை நிறுத்தினேன். அத்தனை பேரையும் ஒரு ஞாயிற்றுக்கிழமையன்று என் வீட்டில் ஒரு சிறுகூட்டமாகக் கூட்டிவைத்து நான் சொன்னேன்:

"நீங்கள் கல்யாணகிருஷ்ணன் விஷயமாக என்னை இனி நம்பிக்கொண்டிருப்பதில் பயனில்லை. தங்கசாலைத் தெருவில் ஆசாமி இல்லை என்பது உள்ளங்கை நெல்லிக்கனியாகிவிட்டது. அவனைத் தேடும் முயற்சியில் எனக்கு ரூபாய் பத்து வரை செலவானதுதான் மிச்சம். இனிமேல் நான் நஷ்டப்படத் தயாராக இல்லை. அக்கறை இருக்கும் பக்ஷத்தில் இனி அவரவர்களே தேடி ஆசாமியைக் கண்டுபிடித்துக்கொள்ள வேண்டியது. யார் கண்டுபிடித்தாலும், என் முப்பத்தேழு ரூபாயையும் வசூல் செய்து கொடுக்கும்படி கேட்டுக்கொள்ளுகிறேன். அதற்காக அந்தத் தொகையில் ஒரு குறிப்பிட்ட சதவிகிதம் இனாம் கொடுக்கத் தயாராக இருக்கிறேன்."

"இனாம் கொடுப்பானேன்? பணம் என்ன கொட்டியா கிடக்கிறது?" என்று என் மனைவி முணுமுணுத்தாள்.

"நீ வீட்டுக்குள்ளே போ" என்று அதட்டிவிட்டுக் கூட்டத்தைப் பார்த்துத் திரும்பினேன்.

"ஒரு விஷயத்தை இப்போது சொல்லப்போகிறேன். இதற்காக வருத்தப்படக்கூடாது என்று மன்றாடிக் கேட்டுக்கொள்ளுகிறேன்.

அதாவது நீங்கள் இப்படி அடிக்கடி என் வீட்டுக்கு வரக் கூடாது. குறிப்பாகக் காபூலிக்காரன் வரவே கூடாது. வந்தால், என் நாணயத்தைப் பற்றியே ஊருக்குள் சந்தேகம் கிளம்பி விடும்" என்று சொல்லி எல்லோரையும் அனுப்பிவிட்டேன்.

கல்யாணகிருஷ்ணனிடம் பணத்தை வசூல்செய்து வருபவர்களுக்குத் தொகையில் எத்தனை சதவிகிதம் இனாம் கொடுப்பது என்பது சம்பந்தமாக அன்று முழுவதும் நானும் என் மனைவியும் சண்டை போட்டுக்கொண்டதைக் கண்ணால் பார்த்திருந்தால், இனாம் வாங்க வருபவன், இனாம் வேண்டாம் என்று சொல்லிவிட்டுத் தப்பி ஓடியிருப்பான் என்பது நிச்சயம்!

அத்தியாயம் மூன்று. வருஷங்களும் மூன்று. கல்யாண கிருஷ்ணன் என்ற அந்த ஆசாமி தட்டுப்படவே இல்லை. இந்த வருஷம் நான் குடும்பத்தோடு காஞ்சிபுரம் கருடசேவைக்குப் போயிருந்தபோது ஓய்வு நேரத்தையெல்லாம் கல்யாண கிருஷ்ணனைத் தேடுவதிலேயே கழித்தேன். அவன் அங்கும் அகப்படவில்லை. எனக்கு அவமானமாக இருந்தது. இனிமேல் அவனைத் தேடுவதை நிறுத்திவிட வேண்டியதுதான் என்று துஷ்டநிக்ரஹ சிஷ்டபரிபாலனாகிய ஸ்ரீ வரதராஜப்பெருமாள் சந்நிதியில் முடிவுபண்ணினேன். கல்யாணகிருஷ்ணனை மறந்து விடவே முயன்றேன். அவன் ஞாபகம் வரும்போதெல்லாம், நான் ஏமாந்த சோணகிரி என்பது எனக்கு ஞாபகம் வந்து கொண்டேயிருந்தது.

கல்யாணகிருஷ்ணனை மறந்துவிட்டேன்.

இந்த மகத்தான மூன்றாவது வருஷ முடிவில் ஒருநாள் நான் அந்தக் காபூலிக்காரனைப் பார்த்தேன். கல்யாண கிருஷ்ணன் சம்பந்தமாக விசாரிக்க வேண்டும் என்று என் உள்ளம் துடித்தது. ஆனால் விசாரிக்கவில்லை. அதற்குப் பதிலாக அந்தப் காபூலிக்காரனே என்னிடம் வந்து ஏதாவது தகவல் தெரியுமா என்று கேட்டான்.

"இதே கேள்வியைத்தான் உன்னிடத்தில் கேட்க வேண்டு மென்று இருந்தேன். அதற்குள் நீ கேட்டுவிட்டாய்" என்றேன்.

அப்புறம் அவன் மூலமாகச் சில தகவல்கள் தெரிய வந்தன. எங்கள் கோஷ்டியைப் போன்று கடன் கொடுத்த கோஷ்டிகள் சென்னை மாநகரத்தில் மொத்தம் ஏழு இருப்பதாகவும், ஒவ்வொருவருமே கல்யாணகிருஷ்ணனைத் தேடுவதில் பத்துப் பன்னிரண்டு வருஷங்களாக ஈடுபட்டுச் சிலர் அதுவே தொழிலாக இருப்பதாகவும் அவன் சொன்னான். மேலும்,

ராவல்பிண்டியில் இவன் குடியிருந்தபோது யாரோ ஒருவரிடம் பணம் வாங்கி ஏமாற்றிவிட்டதாகவும், நாகர்கோவிலிலும், நாகபுரிக்குப் பக்கத்திலுள்ள ஒரு சிறு கிராமத்திலும், கௌஹத்தி யிலும் இவனால் ஏமாற்றப்பட்டு சோணகிரிகளானவர்கள் சிலர் இன்னும் உயிரோடு இருப்பதாகவும் அவன் சொல்லவே நான் அதிர்ச்சியடைந்தேன். தேசத்தின் நாலு திசைகளிலும் இவனுக்குக் கடன்கொடுத்தவர்கள் உண்டென்றும், இன்று இவனை ஒரு தேசமே தேடிக்கொண்டிருக்கிறது என்றும் நினைத்துக்கொண்டு, "அப்புறம் வேறு ஏதாவது தகவல்கள் உண்டா?" என்று காபூலிக்காரனைக் கேட்டேன். பிறகு அவன் சொன்ன விஷயம்தான் என்னைத் திடுக்கிட வைத்துவிட்டது. அதாவது இந்தக் கல்யாணகிருஷ்ணன் இதே மாம்பலத்தில்தான் போன மாதம் வரையிலும் குடியிருந்ததாகவும், மறுநாள் பிற்பகல் மூன்று மணிக்குத் திரும்பித் தருவதாகச் சொல்லி யாரிடத்திலோ கடன் வாங்கிக்கொண்டு, காஞ்சிபுரம் கருடசேவைக்குப் போவதாக வீட்டுக்காரனிடம் புளுகிவிட்டுப் போய் விட்டான் என்றும், அவன் போய் பதினேழு நாட்கள்தான் ஆகின்றன என்றும் சொன்னான் அந்த எமகாதகக் காபூலிக்காரன்.

அப்படியானால் மாம்பலத்தில்தான் இத்தனை நாட்களும் குடியிருந்தானா ?

என் பிரமிப்பை நான் எவ்வாறு வர்ணிப்பேன்? இவனுக்கு ஏதோ ஒரு தெய்வத்தின் சகாயமோ அல்லது பூதத்தின் சகாயமோ நிச்சயம் இருக்கவேண்டும் என்று கருதினேன். மேலும், இனியும் அவனைத் தேட ஆரம்பித்தால் அவனுக்குச் சகாயம் புரியும் தெய்வமோ அல்லது பூதமோ என்னை என்றாவது ஒரே போடாக அறைந்து கொன்றுவிடக் கூடாதே என்றும் தமாஷாகச் சொல்லிக்கொண்டேன்.

மேற்கண்ட மூன்று அத்தியாயங்களிலும் கூறப்பட்ட நிகழ்ச்சிகள் நடந்து எவ்வளவோ காலமாகிவிட்டது. கல்யாண கிருஷ்ணன் என்னிடம் "கடன்" வாங்கி ஏழு வருஷங்களாகி விட்டன. அவனுக்குக் கடன் கொடுத்த மயிலாப்பூர் கோஷ்டி யில் இரண்டு பேர் எனக்குச் சந்தர்ப்ப வசமாகச் சிநேகம் ஆகிவிட்டார்கள். கல்யாணகிருஷ்ணன் என்று எண்ணிக் கல்யாணராமன் என்ற ஒரு தங்கமான ஆசாமியை வண்ணாரப் பேட்டையில் போலீஸார் வாரண்டு சகிதம் போய்ப் பிடித்து, பிறகு அது வேறு ஆசாமி என்று தெரிந்து, விட்டுவிட்டார்கள்.

என்னைக் கல்கத்தாவுக்கு மாற்றி மூன்றரை வருஷங்களுக்கு மேலாகிவிட்டது. அப்பொழுது அந்தமான் தீவுக்கு அகதிகளைக்

குடியேற்றுவது சம்பந்தமாய்ச் சில காரியங்களைக் கவனிப்பதற்காக மத்திய சர்க்கார் ஒரு உத்தியோகஸ்தர் குழுவை நியமித்தது. அந்தக் குழுவில் நான் ஒரு சிப்பந்தி. எங்கள் குழு அந்தமானுக்குப் போயிருந்தது. அங்கே ஒரு நல்ல கட்டிடத்தில் எங்களுக்கு ஜாகை. அங்கே போனபோது, ஒரு சில தமிழ்க் குடும்பங்களும் அங்கே வியாபாரம் செய்து கொண்டு வசித்து வருவதாகக் கேள்விப்பட்டேன். எனக்குக் காரணமில்லாமல் ஒரு சந்தோஷம் ஏற்பட்டது. நம் நாட்டவர்களில் யாரையேனும் பார்க்க வேண்டுமென்றும், பார்த்துத் தமிழ் பாஷையில் சிறிது நேரம் பேச வேண்டுமென்றும் விரும்பினேன். போர்ட் பிளேர் நகரில் தென்கோடியில் மர வியாபாரம் செய்துவரும் ஒரு தமிழர் இருப்பதாக அறிந்து ஒருநாள் மாலையில் அங்குச் சென்றேன். அப்பொழுது தமிழ்நாட்டு உடையில் தெரு வழியாக நடந்து சென்ற ஒருவரைப் பார்த்துக்கொண்டேன். அவரைக் கூப்பிட்டுத் தமிழிலேயே, “உங்கள் சொந்த ஊர் எது?” என்று கேட்டேன். நான் தமிழ்ப் பேசியதைக் கண்டு வியந்த அந்த மனிதர் “திண்டுக்கல்” என்றார்.

அப்புறம் தாம் ஒரு குமாஸ்தா என்றும், தாம் வேலை செய்யும் மர வியாபாரக் கம்பெனி பத்து வீடுகள் தள்ளியிருப்பதாகவும் சொன்னார்.

“கம்பெனியில் எத்தனை பேர் வேலை செய்கிறார்கள்? எல்லோரும் தமிழர்கள்தானா?”

“எல்லோரும் தமிழர்களில்லை. தமிழர்கள் எட்டுப் பேர் தான். நான்கு பேர் கூலிகள். மீதி மூன்று பேர் கிளார்க்குகள்.”

“அப்படியானால் மொத்தம் ஏழு பேர்தானே ஆகிறது?”

“இல்லையே! எட்டுப் பேர்.”

“நீங்கள் என்ன இப்படிக் கணக்குப் போடுகிறீர்கள்? நான்கு கூலிகள், மூன்று கிளார்க்குகள் – மொத்தம் ஏழு தானே?” என்று சிரித்துக்கொண்டே சொன்னேன்.

அவரும் சிரித்துக்கொண்டே, “ஆம், மறந்துவிட்டேன். கிளார்க்குகள் மூன்று பேர்தான். மானேஜர் கல்யாணகிருஷ்ணனை மறந்துவிட்டேன். அவரைச் சேர்த்து எட்டு” என்றார்.

கல்யாணகிருஷ்ணனா?

திகைப்பை வெளியே காட்டிக்கொள்ளாமல், “கல்யாண கிருஷ்ணனா?” என்று கேட்டேன்.

"ஆம், உங்களுக்குத் தெரியுமா அவர்?"

"எனக்கு அப்படி ஒரு சிநேகிதர் (!) உண்டு. அவர்தானா, இல்லை... இந்தக் கல்யாணகிருஷ்ணனின் விலாசம் என்ன?"

"ஆர்.எஸ்.ஆர். கல்யாணகிருஷ்ணன்"

"ஆர்.எஸ்.ஆர். கல்யாணகிருஷ்ணணா? நன்றாக ஞாபகப் படுத்திச் சொல்லுங்கள்."

"நீங்கள் என்ன இப்படிக் கேட்கிறீர்கள்? இது கூடவா மறந்துபோகும்?" என்று ஆச்சரியப்பட்டார் அந்த மனிதர்.

"நம் ஆசாமியும் ஆர்.எஸ்.ஆர். கல்யாணகிருஷ்ணன்தான். அப்படியானால் அவரைப் பார்க்க வேண்டுமே" என்றேன்.

அவர் என்னைக் கம்பெனி ஆபீசுக்கு அழைத்துச் சென்றார்.

நான் கம்பீரமாக நடந்து சென்றேன். 'கல்யாணகிருஷ்ணா! ஆர்.எஸ்.ஆர். கல்யாணகிருஷ்ணா! அந்தமான் தீவில் வந்து தான் என்னிடம் அகப்பட வேண்டுமென்று இருந்தாயோ? எப்பொழுதும் தர்மத்துக்குத்தாண்டா வெற்றி! இனி நீ தப்பிக்க முடியாது. நீ கெஞ்சினாலும் விடமாட்டேன்; கொஞ்சினாலும் விடமாட்டேன். உன்னிடத்தில் ரூபாய் முப்பத்தேழையும் வசூலித்து, இந்த முப்பத்தேழு ரூபாய்க்கும் போஸ்ட் கார்டுகள் வாங்கி உன் கடன்காரர்களுக்கெல்லாம் உன் விலாசத்தை எழுதிப் போட்டுவிட்டுத்தான் மறு வேலை பார்ப்பேன்' – இப்படி மனதில் சபதம் செய்துகொண்டேன். அவனைச் சந்தித்ததும் எப்படிப் பயங்கரமாக நடந்துகொள்ள வேண்டும், முகத்தை எப்படி வைத்துக்கொள்ள வேண்டும் என்றெல்லாம் மனதிற்குள் ஒத்திகை பார்த்துக்கொண்டேன். நாங்கள் வர வேண்டிய இடத்துக்கு வந்தாகி விட்டது. என்னை அழைத்துச் சென்றவர் என்னை உட்கார வைத்துவிட்டு, மானேஜர் ஆர்.எஸ்.ஆர். கல்யாணகிருஷ்ணனிடம் அனுமதி வாங்கிவர அடுத்த அறைக்குள் சென்றார். ஐந்து நிமிஷத்திற்குள் என்னை வந்து அழைத்துச் சென்றார். போனேன். போய் கல்யாண கிருஷ்ணனைப் பார்த்தேன். ஆனால்...

இந்தக் கல்யாணகிருஷ்ணன் வேறு! அந்தக் கல்யாண கிருஷ்ணன் வேறு!

எனக்கு என்ன சொல்லுவதென்றே புரியவில்லை. கல்யாண கிருஷ்ணன் என்னிடம் அகப்பட்டுக்கொள்ளுவதற்குப் பதிலாக, நான் போய் அகப்பட்டுக்கொண்டுவிட்டேன். மன்னிப்புக் கேட்டுக்கொண்டு கம்பியை நீட்ட வேண்டியது தான் என்று முடிவு செய்துகொண்டு,

"மன்னிக்க வேண்டும். என் நண்பர் கல்யாணகிருஷ்ணன் என்று நினைத்து வந்தேன்!... ஹி... ஹி... ஹி..." என்று திணறிக்கொண்டிருக்கும்போதே, மானேஜரின் முகத்தில் ஆச்சரியக்குறி தென்பட்டது. புருவங்களை உயர்த்தி, கண்களை நன்றாக விழித்துப் பார்த்தார். உடனே படபடப்போடு,

"உங்கள் நண்பர் ஆர்.எஸ்.ஆர். கல்யாணகிருஷ்ணனா!" என்றார். ஒரு நிமிஷங் கழித்து ஏதோ ஒரு முடிவுக்கு வந்தவர் போல,

"அவரை எதற்காகப் பார்க்க வந்தீர்கள்?" என்று கேட்டார். அப்புறம் என் முகத்தை மிகவும் கவனமாகப் பார்த்தார். உண்மையைச் சொல்லிவிட வேண்டியதுதான் என்று, சிரிப்பும் பேச்சுமாக, "வேறொன்றுமில்லை. எனக்குக் கொஞ்சம் பணம் தரவேண்டும்" என்றேன்.

துள்ளி விழுந்தார் மானேஜர்.

"அட பாவி! எனக்கும் அவன் பணம் தரவேண்டும்."

"என்ன?" என்று வியப்போடு கேட்டேன்.

"ஆம். நூற்றி நாற்பது ரூபாய் தரவேண்டும். மறுநாள் பிற்பகல் மூன்று மணிக்குக் கொண்டுவந்து கொடுத்துவிடுவதாகச் சொன்னான். அந்தமான் தீவுக்கு வந்து நம் நாட்டு ஆள் ஒருவன் கஷ்டப்படலாமா, நாம் உதவி செய்யாவிட்டால் யார் செய்வார்கள் என்று நினைத்துக் கொடுத்தேன். ஆசாமி பணத்தை வாங்கிக் கொண்டு கப்பலேறிவிட்டான். வருஷம் இரண்டாகிவிட்டது."

1952க்கு முன்

திரிவேணி

அயோத்தி நகரம். இந்த அயோத்தி கோசல நாட்டின் தலைநகரும் அல்ல; சரயு நதி தீரத்தை மாட கூடங்களுடன் அலங்கரிக்கும் ராஜதானிப் பட்டணமும் அல்ல. இங்கே ராமன் இருக்கிறான்; இந்த இடம் அயோத்தி யாக இருக்கிறது.

ராவண வதம் முடிந்து எத்தனையோ நூற்றாண்டுகள் கழிந்துவிட்டன. ஆனால் இன்றும் ராமன் கட்டுறுதி கொண்ட வாலிபனாக இங்கே வாழ்கிறான்; அவன் புஜங்களில் கைகளைக் கோத்து, பிரிய வசனங்கள் பேசி விளையாடும் ஜானகி, யௌவனம் துளும்பும் இளவயது மங்கையாக இலங்குகிறாள். அன்னத்தின் நடையோடு அவளுடைய நடையை ஒப்பிட்டும், மதயானையின் கம்பீர நடையோடு ராமனுடைய நடையை ஒப்பிட்டும் இருவரும் தத்தமக்குள் புன்னகை செய்துகொள்ளும் வாலிபம் இன்றும் சிம்மாசனத்தில் அமர்ந்து அரசு செலுத்துகிறது. பழைய நிகழ்ச்சிகள், யுகக்கணக்கில் கடந்துபோன காலத்துக்கு முன்னே என்றென்றோ நடந்த நிகழ்ச்சிகள், தம்முள் வேற்றுமை தெரியாமல் ஒரு நிகழ்ச்சியாக, ஒரு பிண்டமாகத் திரண்டுவிட்டன போலத் தோன்றுகின்றன. காலம் என்ற பனிமூட்டம் நடுவே கவிந்திருக்கிறது. இதை இருவருடைய கண்களும் ஊடுருவிப் பார்க்கின்றன. மூட்டத்திற்கு அப்பால் தென்படும் அகலிகையின் விமோசனமும், வில்லிறுத்தப் பேராண்மையும், தாதை சொல் கொண்டு கானக வாழ்க்கையை மேற்கொண்டதும், குகனுடைய வரவேற் பும், பரதன் பாதுகை சுமந்து சென்ற கோலமும், அப்புறம் மரவுரி தரித்துப் பர்ணசாலை முற்றத்தில் ஆடிய விளையாட்டுகளும், இருவரும் பிரிந்து தனிவாழ்வு

கு. அழகிரிசாமி

வாழ்ந்ததும், ஜடாயுவின் தெய்வ மரணமும், சபரியின் கனிவிருந்து, இலங்கை யுத்தம், கும்பகர்ணனின் மறக்க முடியாத அந்திம காலம், ராவணனின் வெற்பெடுத்த திருமேனி மண்ணில் சாய்ந்ததைப் பார்த்து நின்றது, சிறைமீட்சி முதலியவையும் ஒன்றாகி ஒரு நிகழ்ச்சியாகிவிட்டன. இந்த நிகழ்ச்சியால் மோதுண்ட இருவரின் உள்ளமும் யுகவளர்ச்சி பெற்றுக் கனிந்திருக்கிறது. இந்த உள்ளத்தில், இந்த உள்ளப் பரப்பில், இன்று வர்ண ஜாலங்கள் இல்லை; ஸ்வர பேதங்கள் இல்லை. பழைய நிகழ்ச்சிகள் ஒன்றானதுபோல, இந்த மன உணர்ச்சி களும் ஒன்றாகிவிட்டன. சகலமும் ஏகமாகி நின்ற இந்த விசித்திர மான பருவத்திலும் கூட மிதிலையிலும் அயோத்தியிலும் சிறு பிராயத்தில் ஊசலாடியும், கிளி வளர்த்தும், நிலா முற்றத்தில் அமர்ந்து யாழிசையை அனுபவித்தும் வந்த பழைய விளை யாட்டுகளை அவர்கள் நிறுத்தவில்லை. அந்த நாளும், இந்த நாளும் ஒரே ஒரு வேற்றுமையுடன்தான் வேறுபட்டு நின்றன. முன்னாளில் விளையாட்டு இன்ப வேட்கையில் பிறந்தது; விளையாட்டைத் தாண்டி வேறு எதுவும் இல்லை; இன்றோ விளையாட்டில் மற்றொரு விளையாட்டுப் பிறந்தது. விளையாட வேண்டும் என்பது ஆசையாக இல்லாமல் வேறொரு விளை யாட்டாகவே இருந்தது. இந்த இரண்டாவது விளையாட்டில் அவர்கள் சுவர்க்கானுபவத்தைக் கண்டார்கள்; விளையாடி னார்கள். சீதை, யானையின் நடையைக் கண்டு புதியதோர் முறுவல் செய்தாள்; ராமனும் அன்னத்தின் நடையைப் பார்த்துப் புன்னகை பூத்தான். முன்பு குகனுடைய வாசஸ்தலத்தில் புல்லின்மேல் படுத்திருந்ததுபோல, இன்றும் புல்லின்மேல் படுத்துறங்கினர். முன்போலவே இன்றும் ராமனைப் பார்த்து, 'புருஷ ரூபம் கொண்ட பெண்' என்று கேலி செய்தாள் சீதை.

ஆனால்... இப்படிப்பட்ட ஒரு தனி விசேஷம் நிறைந்த பிராயத்திலும், தனி விசேஷம் நிறைந்த மனப் பக்குவத்திலும், அவ்வப்போது சில சலனங்கள் ஏற்படாமல் இல்லை. பழைய நினைவுகள் ஒரு நினைவாகிவிட்டாலும், சில விஷயங்கள் அவற்றை இவர்கள் மனக் கண்முன் பாகுபடுத்தித் தனியாக்கிக் காட்டின. 'சபரியின் பாக்கியம் எவ்வளவு என்று நான் வர்ணிப் பேன்' என்று தொடங்கும் ஒரு இசைப்பாட்டு செவியில் விழுந்தால், இருவருக்கும் மேனி புளகிக்கும்; ஊமைகளைப் போல் ஒருவர் முகத்தை ஒருவர் பார்த்த வண்ணம் உட்கார்ந்து விடுவார்கள். பழைய நினைவுகள் யாவும் கைகோர்த்துக் கொண்டு வலம் வரும். ராமனின் கண்களில் கண்ணீர் பொங்கும்; அதைக் கண்டதும் திடீரென்று சீதை 'கலகல' என்று சிரித்து

விடுவாள். ராமனும் சிரிப்பான். இருவரும் அவ்விடத்திலிருந்து எழுந்து வேறிடத்தில போய் உட்காருவார்கள்.

"சபரியைப் பற்றிச் சொல்லியிருக்கிறேன், ஞாபகம் இருக் கிறதா?" என்று சிரித்துக்கொண்டே கேட்பான் ராமன்.

சீதை பதில் சொல்லமாட்டாள். அப்பொழுது அவளுடைய கண்களில் கண்ணீர் பொங்கும்; கண்ணீரே பதில் சொல்லும். ராமன் மௌனத்தில் ஆழ்ந்துவிடுவான்.

இந்த அயோத்தியின் பக்கத்திலுள்ள காட்டாறுதான் இப்போது சரயு. இவர்கள் வாசம் செய்யும் மாளிகை, ரகு வம்சத்தின் குலக்கொடி கொழுந்தோடிப் படருகிற அரண்மனை யாகிவிட்டது. அக்கம் பக்கத்தில் வசிக்கும் வயதில் பெரியவர் களோ தசரதனாகவும், கோசலையாகவும் தென்படுகிறார்கள்; ஓடக்காரர்கள் எல்லோருமே குகனின் திருவுருவங்கள்; குழந்தை களெல்லாம் லவகுசர்கள். வாலிபர்களோ உடன்பிறந்த பரத லக்ஷ்மணர்கள். இங்கே இருக்கிறான் ராமன்; இங்கே வீற்றிருக் கிறாள் ஜானகி.

இரவு நேரம்; நிலா புறப்பட்டுவிட்டது. மாளிகையின் பின்புறத்திலே, ஆம்பல் இதழ் அவிழ்த்த தடாகத்தின் ஓரத்திலே ஒரு பொன்னூசல். மலர்மாலைகளால் சுற்றப்பட்ட பொற் கயிறுகளில் இணைந்த பலகை, நவரத்தினங்கள் இழைத்த ஸ்வர்ண பீடமாகத் திகழ்கிறது. அசைவது தெரியாமல் அசைந்து ஆடும் அந்தப் பொன்னூசலில், இந்த யுகம் கண்ட தம்பதிகள் ஆடிக் களிக்கிறார்கள். எங்கிருந்தோ ஒரு இன்னிசை கேட்கிறது. இரண்டுபேர் பாடுகிறார்கள். ஒன்று ஆண் குரல்; மற்றொன்று பெண் குரல். இரண்டும் தம்புராவின் சுருதி ஒலியில் இழை கின்றன; மூன்று ஒலிகளும் ஒன்றாகின்றன. மூவிழைகளால் திரித்த மங்கல நாண்போல இருக்கிறது இசை. பாடுகின்ற குரல்கள் மட்டுமா ஒன்றுபோல இருக்கின்றன? பாடுகின்றவர் களின் உள்ளங்கள், பாடுகின்றவர்களின் அபிலாஷைகள், பாடு கின்றவர்களின் சகலமுமே ஒன்று போலத்தான் இருக்கின்றன.

பொன்னூசல் அசைவின்றி நிற்கிறது; இன்னிசையின் நடுவே மதுரம் ஊறிப் பருத்த சொற்கள் தவழுகின்றன; சுருட்டி ராகம் சொற்களை உச்சிமுகர்ந்து தழுவுகிறது:

பதிகி ஹார தீரே – ஸீதா[1]
பதிகி ஹார தீரே – ஸீதா   (பதிகி)

---

1. சீதையின் நாயகனுக்கு ஆரத்தி எடுங்கள்

பாட்டும் இசையும் பொருந்தியது, இந்தத் தம்பதிகளின் ஐக்கியத்துக்கு ஏற்ற உவமையாக விளங்குகிறது. பாட்டு தொடருகிறது:

"மிகவும் மிருதுவான, உண்மையான மொழிகளைப் பேசு கிறவனுக்கு, (அந்த) சர்வலோக நாயகனுக்கு ஆரத்தி எடுங்கள்."

ஒன்றும் தோன்றாமல் "நன்றாக இருக்கிறது" என்று மட்டும் சொல்லுகிறாள் சீதை.

"எது?" என்று அவசியமில்லாமலே கேட்கிறான் ராமன்.

"எல்லாம்" என்று தன்னை மறந்த பதில் வருகிறது.

பாட்டு கேட்கிறது:

"பொன்னிறமான பாம்பணையில் வீற்றிருந்து, மின்னலைப் போலப் பிரகாசிக்கும் தன்னுடைய மனையாட்டியாகிய சீதையுடன் பேசிக்கொண்டிருக்கிறான்; உள்ளம் பூரிக்கிறான். அவனுக்கு ஆரத்தி எடுங்கள்."

இசை சிறிது சிறிதாக மோனத்தில் கலக்கிறது; இசை வந்த பாதையில் மௌனம் வருகிறது. பொன்னூசல் சற்றே அசையத் தொடங்கியது.

"இப்போது நீங்கள் பாம்பணையில் இல்லை" என்று சொல்லி மகிழ்ச்சியுடன் சிரிக்கிறாள் சீதை. அவளுடைய சொற்களில் ஒலிக்கும் பேதைமை ராமனை ஆட்கொண்டு விட்டது. சீதையால் எதுவும் பேச முடியவில்லை என்பதைக் கண்டான் ராமன். இன்பக் கடலில் ஆழ்ந்து செயலற்றுப் போன அவர்கள் வேறு ஏதேனும் காரியத்தில் ஈடுபட்டு, நிலைமையைச் சமாளிக்க வேண்டும் என்று துடித்தார்கள். அப்பொழுது அவர்களுக்குக் கைகொடுக்க வந்ததுபோல வந்தது மற்றொரு இசைப் பாட்டு:

விடமு ஸேயவே – நன்னு
விட நாடகுவே   (விடமு)[2]

பழையபடியும் ஊசல் நின்றுவிட்டது.

கரகரப்பிரியா ராகத்தில் இசைக்கப்பட்ட அந்தக் கிருதியின் பொருள் விசேஷம், இருவருடைய மயக்க நிலையையும் மாற்றி விளையாட்டு உணர்ச்சியை ஊட்டிவிட்டது.

---

2. தாம்பூலம் தரித்துக்கொள் – என்னைக்
கைவிட்டு விடாதே   (தாம்)

"பூமியின் புதல்வியாகிய ஜானகி, தன் கையால் கொடுத்த புனிதமான வெற்றிலைச் சுருள்கள் என்று எண்ணிக்கொண்டு, தாம்பூலம் தரித்துக்கொள்.

தேவ தேவா! அரசர்களின் நன்மதிப்பைப் பெற்ற லக்ஷ்மணன், ரத்னங்கள் இழைத்த தாம்பூலப் படிக்கத்தைக் கையில் பிடித்துக்கொண்டு நிற்கிறான். ராஜாதி ராஜனே! ஜாதிக்காய், ஏலம், ஜாதிப்பத்திரி, பாக்கு, வெற்றிலை இத்தனையும் கலந்து, தியாகராஜன் உனக்கு மிகவும் பிரியத்துடன் சமர்ப்பிக்கும் தாம்பூலம் தரித்துக்கொள்."

பாட்டு முடிந்ததும் நிலவொளி பாயும் வெளிப்பகுதி வரையிலும் வந்து பொன்னூசல் ஆடுகிறது. நிலவு ராமனுடைய முகத்தில் படிகிறது; சீதையின் வதனத்தையும் சந்திரிகை நீராட்டுகிறது. இருவரும் ஒருவர் முகத்தை ஒருவர் நன்கு பார்த்துக்கொண்டனர். இரண்டுபேரின் உதடுகளிலும் புதிதாக வெற்றிலைச் சாற்றின் சிவப்பு படிந்திருக்கிறது.

ராமன் சிரிக்கிறான். பிறகு சொல்லுகிறான்: "திருவையாற்றுக்கு நாம் போகவில்லை; போகாமலே எத்தனை உபசாரங்கள்!"

உஷா காலம். ஒவ்வொரு ஜீவனுக்கும் காவேரி இரண்டாவது தாயாக இருக்கும் சோழவள நாடு. வானப்பரப்பில் முகில் கூட்டங்கள் பிரமாண்டமான மத்த கஜங்களைப் போலக் கம்பீரமாக இயங்குகின்றன. சூரியனின் பொன்னிறக் கதிர்கள், முகில் கூட்டத்தால் மறைக்கப்பட்டு விட்டதால் கீழ்வானம் மட்டும் வெளுத்திருக்கிறது. வெகுநாட்களாக மழை முகத்தைக் காணாத பயிர் பச்சைகளும், மாந்தர்களும் எல்லையில்லாத பெருமகிழ்ச்சியோடிருக்கின்றனர். பட்ட மரங்களின் மேற்பட்டைகளை, வெளியுலகத்தைக் காணத் துடிக்கும் தளிர்கள் சமிக்ஞையோடு வருடுகின்றன. பாசி படிந்த அல்லிக் குளங்களில், ஏதோ தெய்வ சங்கேதத்தை எதிர்பார்த்து மலரக் காத்திருப்பதுபோல, தாமரையும் குவளையும் காத்துக்கொண்டிருக்கின்றன. அவ்வப்போது வீசும் ஆரவாரமான ஈரக்காற்று, சகல உயிர் வர்க்கத்துக்கும் பிராணவாயுவாக வீசுகிறது. செடிகளும் மரங்களும் ஆடிக் குலுங்குகின்றன; பறவை இனங்கள் கூண்டுக்குள் இருந்து ஊஞ்சலாடுகின்றன.

சிறிது நேரத்தில் மழை பெய்யத் தொடங்கியது. மக்களின் மகிழ்ச்சி சக்ரவாகங்களின் ஆனந்தத்தை வெற்றி கொண்டது. ஆனால் பெய்த மழை பெருமழை அல்ல. ஒரு சில தூற்றலோடு நின்றுவிட்டது. ஆயினும், சில வினாடிகளில் பெருமழை பெய்து உலகம் செழிக்கப் போகிறது என்ற நம்பிக்கைக்கு அபாயம்

ஏற்படவில்லை. ஊருக்குள்ளே ஜனங்கள், எந்தக் கலைக்கோட்டு முனிவன் மழையோடு நம்மூரை நோக்கி நடந்து வருகிறானோ என்று பேசிக்கொண்டிருந்தார்கள். ஆனால் வந்தவன் கலைக் கோட்டு முனிவன் அல்ல.

காவேரியின் கரையை ஒட்டி, காட்டு வழியாக நடந்து வருகிறான் ராமன்; அவனைப் பின்தொடர்ந்து ஜானகி நடந்து வருகிறாள். அவள் சிரித்தால் முத்து உதிர்கிறது; நடந்தால் அங்கே செந்நெல் விளைகிறது. இருவரும் நடந்து வரும்போது மண்ணில் விழும் தடம், பூமிதேவியின் உள்ளங்கையில் அதிர்ஷ்ட ரேகை ஓடுவது போல இருக்கிறது.

திருவையாறு க்ஷேத்திரத்தினுள் இருவரும் பிரவேசிக் கின்றனர். வரும் வழியில் தெருக்களில் பற்பல காட்சிகளைத் தானும் கண்ணுற்று, தன் அன்புக்கினியாளுக்கும் ராமன் காட்டிக்கொண்டு வருகிறான். ஒரு வீட்டில் தன் குழந்தையை ஒரு தாய் தாலாட்டுகிறாள். தியாகராஜ கீர்த்தனம் ஒன்றே தாலாட்டாக அமைந்துவிட்டது. தன் அருமைக் குழந்தையை ஆசையுடன் பார்த்து, "எங்கிருந்து புறப்பட்டாயோ? எந்த ஊரோ? இப்பொழுதாவது தெரிவிப்பாய் ஐயனே!"[3] என்னும் பொருள்படும் பாட்டைக் கொஞ்சிக் கொஞ்சிப் பாடுகிறாள். சிறிது தூரம் சென்றதும் ஒரு வீட்டில் ஒரு கிழவர் தம் பேரனுக் கும் பேத்திக்கும் ஒரு கீர்த்தனத்தைக் கற்றுக் கொடுப்பது இந்த வாலிபத் தம்பதிகளின் காதில் விழுகிறது. "யாருக்காக இந்த அவதாரத்தை எடுத்தாயோ? இந்த மண்ணுலகத்துக்கு உன்னை வரவழைத்த மகாராஜன் எவனோ, அவனை நான் வணங்குகிறேன்"[4] என்ற அர்த்தம் தொனிக்கும் பாடலைத் தம் தளர்ந்துபோன சாரீரத்தால் உருக்கமாகப் பாடுகிறார். பாடலைக் கேட்டு வாலிபத் தம்பதிகளின் கண்கள் ஆனந்த பாஷ்யம் சொரிகின்றன.

தெருவோடு வரும்போது நிகழ்ந்த சகல சம்பவங்களும் அவனையும் அவன் மனைவியையும், அந்த ஊரிலேயே பிறந்து வளர்ந்த பிரஜைகளாக்கிவிட்டன. இந்த மாறுதலை ஞாபகார்த்த மாக வைத்துக் காப்பதற்காகவோ என்னவோ, கல் தடுக்கி ராமனின் கால் விரலில் ரத்தம் வழிந்தது. அதைத் துடைத்துக் கொண்டு நடக்கிறான் ராமன்.

---

3. எம்தும்டி வெடலிதிவோ? ஏயூரோ? தெலிய –
நிப்புடைன தெலுப வைய! **(தர்பார் ராகம்)**

4. எவரிகை அவதார மெத்திதிவோ? **(தேவ மனோஹரி ராகம்)**

இருவரும் தியாகையர் வீட்டினுள் செல்கின்றனர். அப்போது அவரும் அவர் மனைவியும் ராமனின் பூஜா விக்கிர ஹத்தைப் பார்த்து ஆரத்திப் பாடலைப் பாடிக் கொண்டிருக் கின்றனர். ராஜ குடும்பத்தைச் சேர்ந்தவர்களைப் போல் இருக்கும் இந்தத் தம்பதிகள் இந்த வீட்டுக்குள் நுழையும் அதிசயக் காட்சி யைப் பார்த்த ஒரு மாட்டுக்காரப் பையன் இந்தச் செய்தியைத் தெரிவிக்கத் தன் வீட்டுக்கு ஓடுகிறான். தியாகையரின் சீடர்களில் ஒருவன் அப்போது அங்கே சந்தர்ப்பவசமாக வந்து இவர்களைப் பார்த்துக்கொண்டான். உடனே தெரிந்தவர்கள் வீடுகளுக்கெல் லாம் போய், "ராமன் வந்துவிட்டான்" என்று பறை சாற்றுகிறான்.

தியாகையரும் மனைவியும் வரவேற்புக் கீதத்தைப் பாடினார்களே ஒழிய, வரவேற்பதற்காக எழுந்திருக்கவில்லை. ஏனென்றால், வாலிபத் தம்பதிகள் வந்ததையே அவர்கள் பார்க்க வில்லை. ஆனாலும், "பிரகாசிக்கும் தங்கப் பீதாம்பரம் உடுத்துக் கொண்டு மெதுவாய் வருவாயடா ராமா! பசும்பொன்னால் செய்த ஆபரணங்கள் அசையும்படி வாடா"[5] என்று பாடுவதன் மூலம் அவர்கள் திரும்பத் திரும்ப ராமனை அழைத்துக் கொண்டு தான் இருந்தார்கள்.

இருவரும் பாடி முடித்துத் திரும்பிப் பார்த்தபோது, திருமணம் முடிந்து, மிதிலையிலிருந்து அயோத்தி வந்திறங்கிய வதூவரர்களைப்போல, இன்னும் மஞ்சள் காப்புக்கூட அவிழ்க் காத மணமக்களைப்போல, ராமனும் சீதையும் காட்சியளித் தார்கள்.

தெய்வத் தம்பதிகளைப் பார்த்த மானிடத் தம்பதிகள் மெய்சிலிர்த்து, பேச்சிழந்து, அருகில் கூடப் போகத் தோன்றாமல், நின்ற நிலையிலேயே கீழே விழுந்து சாஷ்டாங்கமாக வணக்கம் செய்தார்கள்.

ராமன்தான் அவர்கள் அருகில் சென்றான். சென்று தன் கரங்களால் அவர்களைத் தொட்டு எழுப்பினான்.

"ராமா! என் தெய்வமே! என்னைத் தேடியா நீ வந்தாய்? உன் திருப்பாதங்கள் நோவ என்னைத் தேடி நடந்து வந்தாயா? இது தகுமா?... நான்... உன்னைக் கால்கள் நோவ நடக்க வைத்த நான்... நான் மகாபாவி... ராமா! சர்வலோக நாயகா..."

---

5. மெறுகு சேலமு கட்டுகொநி மெல்லராரா ராம
கறகு பங்காரு ஸொம்முலு கதலந் ராரா (ஆனந்த பைரவி ராகம்)

தியாகையரின் கண்களிலிருந்து அருவியே கொட்டியது. அவருடைய மனைவியின் மூடிய விழிகளிலிருந்தும் கண்ணீர்த் தாரைகள் வழிந்தன.

ராமன் புன்னகை செய்துகொண்டே, "நான் சர்வலோக நாயகனாக, உலகளந்த சொரூபத்தில் வரவில்லையே! தசரத குமாரனாக, இந்த மண்ணுலகத்து மாந்தருள் ஒருவனாகத் தானே வந்திருக்கிறேன்?" என்று கூறுகிறான்.

அப்போது, "மனிதப் பிறவியும் வேண்டுவதே இந்த மாநிலத்தே" என்று தெருவோடு பாடிக்கொண்டு செல்லும் ஒரு யாசகனின் பாட்டுக்கு இங்கே வேறு தாத்பர்யம் பிறக்கிறது.

"தெய்வங்கள் மனிதர்கள் ஆகவேண்டும்; மனிதப் பிறவிக்கு அவ்வளவு மகத்துவமும் உண்டு" என்று ராமன் தனக்குத் தானே சொல்லிக் கொள்கிறான்.

இதற்குள் ஊர் ஜனங்கள் வந்து கூடிவிட்டார்கள்.

ஆகவே வீட்டினுள் இருந்தவர்கள் வெளியே வருகிறார்கள். தெரு பிடிக்காத பெருங்கூட்டம். வயல்வெளிகளில் வேலை செய்பவர்களும் அதற்குள் ஓடி வந்துவிட்டார்கள். கூட்டத்தில் தன் தாயைத் தவறவிட்ட ஒரு சின்னஞ்சிறு குழந்தை வேகமாக ஓடி வந்து சீதையைக் கட்டிக் கொண்டு 'அம்மா' என்று அழுகிறது. "நான் உன் அம்மா இல்லை, கண்ணு" என்று சொல்வதுபோலச் சிரித்துக்கொண்டு அவள் அந்தக் குழந்தையை எடுத்து வைத்துக் கொள்ளுகிறாள். குழந்தை அழுகையை நிறுத்திச் சீதையின் கன்னத்தோடு தன் கன்னத்தைக் கொண்டுபோய் ஒட்டிக் கொள்ளுகிறது.

திண்ணையின்மேல் ராமனும் சீதையும் நிற்கிறார்கள். வாசல் படியில் பக்கவாட்டில் நின்று தொழுகிறார்கள் தியாகை யரும் அவர் மனைவியும். முன் பக்கத்தில் கூப்பிய கரங்களுடன் ஜனத்திரள் நிற்கிறது. மனிதர்களைச் சுற்றிப் பசுக்களும் மற்றும் கன்று காலிகளும் வந்து ஏறிட்டுப் பார்த்துக்கொண்டு நிற்கின் றன. மரங்களில் இலை தவறாமல் பறவைகள். இத்தனை உயிர் ராசிகளும் ராம தரிசனத்திலேயே மெய்ம் மறந்து நிற்கின்றன. மனிதர்கள் பேசவில்லை; பறவைகள் பாடவில்லை. மரங்களில் இலைகள் கூட அசையவில்லை. இந்த அமைதிக்கு, முன் எல்லை பின் எல்லை எதுவும் இருப்பதாகத் தோன்றவில்லை.

தெய்வாம்சம் மனித நிலைக்கு வந்தது; மனிதாம்சம் தெய்வ நிலையை எட்டியது. இந்த நிலைமாற்றம் இரண்டு அம்சங் களுக்குமே பெருமையை அளித்தது. இரண்டும் சந்தித்துக்

கொண்டே மத்திய உலகமும், தெய்வ உலகமும், மனித உலகமும் ஒன்றாகிவிட்டன. எப்பேர்ப்பட்ட திரிவேணி, சங்கமம்! இந்தச் சங்கமத்தில் தெய்வமும், மனிதமும் மட்டுமல்ல, விலங்கினங் களும், தாவரங்களுமே வந்து கலந்துவிட்டன.

அப்போது அமைதியைக் குலைத்துக்கொண்டு, சீதையின் கையிலிருக்கும் சிறு குழந்தை தன் தாயார் தனக்குக் கற்றுக் கொடுத்த 'என்னைக் காப்பாற்ற, நடந்து வந்தாயோ?'[6] என்ற பாட்டைத் தன் மழலை மொழியால் திக்கித் திக்கிப் பாட ஆரம்பித்துவிட்டது! ராமனின் முகத்தில் புதியதோர் பிரகாசம் சுடர்விட்டது. இதைப் பார்த்த ஒரு வயதான கிழவி அவனிடம் நெருங்கிவந்தாள்; எதையோ சொல்லவந்தாள்; ஆனால் நினைத் ததை அந்த ஆனந்த பரவசத்தில் மறந்துவிட்டாள். சிரித்துக் கொண்டே மறந்ததை ஞாபகப்படுத்திப் பார்த்தாள். எல்லோரும் அவளையே பார்த்துக் கொண்டிருந்தனர். யாரும் எதிர்பாராத ஒரு நேரத்தில் அவள் ராமனைப் பார்த்து, மிக மிக வாஞ்சை யுடனும், வாத்ஸல்யத்துடனும், "ராமா! நீ எங்கள் ஊரிலேயே இருந்துவிடேன்" என்றாள்.

ராமன் சிரித்தான்:

"பாட்டி! இங்கே நீ இருக்கிறாய் அல்லவா? நான் இருந் தாலும் ஒன்றுதான்; நீ இருந்தாலும் ஒன்றுதான் பாட்டி" என்றான் ராமன்.

அப்போது பூவுலகின் நாற்றிசைகளிலும் பெருமழை காலூன்றிப் பெய்ய ஆரம்பித்தது.

1952க்கு முன்

---

6. நந்து பாலிம்ப, நட்சி வச்சிதிவோ? (மோஹன ராகம்)

கு. அழகிரிசாமி

அழகம்மாள்

அழகம்மாள் இரண்டாவது தடவையாக இலையில் சாதத்தை வைப்பதற்காகக் குனிந்தாள். ஆனால் அதற்குள்ளாகக் கிருஷ்ணக் கோனார், "போதும்" என்ற கையால் தடுத்துவிட்டு எழுந்துவிட்டார்.

"இது என்ன, ஒரு உருண்டைச் சாதம்கூடச் சரியாகச் சாப்பிடல்லியே. அதுக்குள்ளே எழுந்திட்டீங்க!" என்று சொல்லி உண்மையாகவே அங்கலாய்ந்தாள் அழகம்மாள். கோனார் அன்று வழக்கம்போலத்தான் சாப்பிட்டு எழுந் தார். ஆனால் அது அழகம்மாளுக்கு ஓர் உருண்டையாகப் பட்டது; அத்தோடு நாலைந்து நாட்களாகவே கோனார் சரியாகச் சாப்பிடவில்லை என்று அவளுடைய எண்ணம்; ஒன்றும் தோன்றாமல் சாதத்தைக் கையில் ஏந்தியவாறு நின்றாள்.

"கை களுவத் தண்ணி கொண்டா" என்று சொல்லி விட்டு இடது கையைப் பக்கத்திலிருந்த கதவில் ஊன்றிக் கொண்டு நின்றார் கிருஷ்ணக் கோனார். அழகம்மாள் மௌனமாகத் தண்ணீர் கொண்டுவந்து கொடுத்தாள்.

"உடம்புக்கு ஏதாச்சும் செய்தாச் சொல்லுங்களேன்" என்று சொல்லிவிட்டுக் கவலையோடு அவருடைய முகத்தைப் பார்த்தாள். கோனார், "உடம்புக்கு என்ன? ஒண்ணுமில்லை" என்று சொல்லிவிட்டு இடதுகையால் தண்ணீரை வாங்கிக்கொண்டு வெளியே வந்து கையைக் கழுவினார்.

கோனார் வாசல் திண்ணையில் போய்ப் படுப்பதற் காகப் பாயை விரித்தார். மிகவும் அலுப்போடு ஒரு பழைய தலையணையை எடுத்துப் போட்டுக்கொண்டு

சாய்ந்தார். 'எம்பெருமானே' என்று தீனமான குரலில் சொல்லி விட்டு, தலையணையைச் சரிப்படுத்தித் தலைக்குத் தாங்கிக் கொண்டார்! பகலில் உடம்பை முறித்து வேலை செய்த களைப்பு கண்ணிமைகளை மூடியது. உடம்பு வலி தாங்காமல் காலையும் கையையும் உதறிக்கொண்டு கிடந்தார் கோனார். இந்தச் சமயத்தில் உள்ளேயிருந்து, "கொஞ்சம் இஞ்சிச்சாறு சாப்பிட்டுவிட்டுப் படுக்கிறீர்களா? உடம்பு வலிக்குத் தேவலை" என்று அழகம்மாள் பரிவோடு கேட்டாள்.

"கொஞ்சம் சீக்கிரம் போட்டுக் கொண்டா. தூக்கம் கண்ணைச் சொக்குது" என்று சொல்லிவிட்டுப் புரண்டு படுத்தார் கோனார்.

அன்றிரவு இஞ்சிச் சாற்றைக் கோனார் சாப்பிட்ட பின் தான் அழகம்மாள் சாப்பிட உட்கார்ந்தாள். அவளுக்கு அன்று சாப்பாட்டில் கவனமில்லை. "வயசாகுது. மனுஷன் உடம்பு வேலைக்குத் தாங்கல்லை. அதிலும் சாப்பிடாமே இப்படிக் கிடந்தா உடம்பு என்னத்துக்காகும்?" என்ற சிந்தனையிலே மனசை அலட்டிக்கொண்டிருந்தாள் அழகம்மாள். ஏதோ இரண்டு கவளம் சோற்றை வாயில் போட்டுக்கொண்டு முந்தானையை விரித்துப் படுத்துவிட்டாள்.

அழகம்மாள் படுத்த கொஞ்ச நேரத்துக்கெல்லாம் வீட்டுக் கதவை யாரோ தட்டுவது கேட்டது. வாசல் திண்ணையில் படுத்திருந்த கோனார் தூங்கிப் போய்விட்டார். அதனால், அழகம்மாள் யாரென்று கேட்டுக்கொண்டே வெளியே ஓடிவந்து கதவைத் திறந்தாள். திறந்ததும், கோபால் உள்ளே நுழைந்தான். "என்ன கோபாலு, இப்போதுதான் வர்ரயா?" என்று ஆவலோடு கேட்டுக்கொண்டு அவனது வலது கையிலிருந்த பையை வாங்கி னாள் அழகம்மாள்.

கோபால், "ஒன்பதரைப் பஸ்ஸுக்கு வர்ரேன். என்ன அதுக்குள்ளே கதவையடைச்சுத் தூங்கிட்டீங்களே?" என்றான்.

"இப்போதுதான் கொஞ்சம் கண் அசந்தேன். சாப்பிட்டாச்சு. வேறேவேலை என்ன, தூங்காமே?" என்று சொல்லிவிட்டு வீட்டுக்குள்ளே வந்து விளக்கேற்றினாள் அழகம்மாள்.

கோபால் இந்தத் தம்பதிகளின் ஏகபுத்திரன். வயது இருபதா கிறது. மதுரை காலேஜிலிருந்து கிறிஸ்துமஸ் லீவுக்காக ஊருக்கு அன்று வந்திருக்கிறான்.

அவன் கோனாருடைய எதிர்கால நம்பிக்கைக்கு ஒரு சின்னமாக இருந்தான். தாயினுடைய வாழ்க்கையிலும் அவனால்

ஏற்பட்ட மாறுதல்கள் பல. இருவருக்கும் பையன் மேல் இருந்த பாசம் இவ்வளவு அவ்வளவு என்று சொல்லுவதற்கில்லை. அவன் சென்ற தசரா விடுமுறையில் ஊருக்கே வராமல் இருந்து விட்டான். ஏன் வரவில்லை என்பதற்குக் கடிதம்கூடப் போட வில்லை. இப்போது அநேக நாட்கள் கழித்து மகனைத் தாய் பார்த்துக்கொள்ளுவதும், தாயைத் தனயன் பார்த்துக் கொள்ளுவதும் உருக்கமாக இருந்தன.

"அப்பாவை எழுப்பட்டுமா? நல்லாத் தூங்குறாப்போல இருக்கு, இப்போதான் தூங்கினாரா அம்மா?" என்று சொல்லிக் கொண்டே, "அப்பா அப்பா" என்று தட்டி எழுப்பினான் கோபால்.

அயர்ந்து உறங்கிய கிருஷ்ணக் கோனார் மிரண்டுபோய் எழுந்து உட்கார்ந்தார். அதற்குள், "என்ன, தூக்கமா?" என்று கோபால் சிரித்துக்கொண்டே கேட்டான். கோனார் கண்களைத் துடைத்துக்கொண்டே, "கோபாலு" என்ற ஒரே வார்த்தையைச் சொன்னார். அதற்குள் அவர் தொண்டை அடைத்துக்கொண் டது. தகப்பனாரின் பக்கத்திலே கோபால் உட்கார்ந்தான். இதற்குள் வீட்டுக்குள் போன அழகம்மாள் விளக்கெண்ணெய் விளக்கைக் காற்றில் அணைந்துவிடாதபடி முந்தானையால் மறைத்து எடுத்துக்கொண்டு வாசல் திண்ணைக்கு வந்தாள்.

வெளிச்சம் முகத்தில் பட்டதும் கோனார், முகத்தை வேறு பக்கமாகத் திருப்பிக்கொண்டார். கோபாலும் அழகம்மாளும் ஒன்றும் புரியாமல் திகைத்தார்கள். சிறிது நேரத்தில் கோனாரின் உடல் விம்மி விம்மித் துடித்தது. முகத்தைத் திருப்பி அவர் அழுதுகொண்டிருந்தார். கோபால் திடுக்கிட்டு, "அப்பா, என்ன?" என்று கேட்டுக்கொண்டே அவருடைய முதுகைத் தொட்டான். கோனார் ஒன்றும் சொல்லாமல் ஏங்கி ஏங்கி அழுதார். அழகம்மாள் கண் கலங்க நின்றுகொண்டிருந்தாள். சிறிது நேரத்தில் கோனார் முகத்தைத் துடைத்துக்கொண்டு கோபாலைப் பார்த்து, "ஒண்ணுமில்லை" என்று சொல்லிவிட்டுத் தலையைக் குனிந்துகொண்டார். அவர் கண்ணில் ரத்தம் கொதிப்பதுபோல ஒரே சிவப்பு.

அவர் அழுத காரணத்தை மேலும் மேலும் கேட்டும் பிரயோஜனம் இல்லாமல் போய்விட்டது. அழகம்மாள் தனக்குத் தெரிந்த ஒரு காரணத்தை வேண்டுமென்றே சிருஷ்டித்துக் கொண்டு, "கோபால், நீ இத்தனை நாளாகக் காயிதம்கூடப் போடாமல் இருக்கலாமா? என்னமோ ஏதோன்னு நாங்கள் தூக்கமில்லாமல் இங்கே கிடக்கிறோம்" என்று சொல்லி வைத்தாள். இதைக் கேட்டதும், 'ஹூம்' என்று சொல்லிச்

செருமினார் கோனார். கோபாலும் அழுகைக்குக் காரணமாக ஏதோ ஒன்றை ஊகித்துக்கொண்டான். மூன்று பேரும் சேர்ந்து மூன்று பேருக்கும் தெரிந்த ஒன்றை ஒருவருக்குத் தெரியாமல் ஒருவர் மறைத்துக்கொண்டு ஏதேதோ பேசினார்கள். மறைந்து நிற்கும் ரகசியம் மூன்று பேரையும் பேச்சுக்கு நடுவிலே வந்து முள்ளைப்போலக் குத்திக்கொண்டிருந்தது. சிறிது நேரத்தில், தூங்கப்போகிற சாக்கில் மூவருமே எழுந்தனர். கோபாலன் கொண்டுவந்த மலைப் பழங்களில் ஆளுக்கு இரண்டை வாயில் போட்டுக்கொண்டு ஒவ்வொருவரும் ஒவ்வொரு மூலையில் போய்ப் படுத்தார்கள்.

அந்த இரவு மிகவும் விசித்திரமான இரவு. தனித்தனியாகப் பிறரை நோகாத நிலையில் வேதனைப்படும் மூன்று ஜீவன்கள், படுக்கையில் புரண்டுகொண்டிருந்தன. மூவரும் செய்யாது மூவராலும் உண்டான ஒரு தீவினை அந்த மூவரை மாத்திரம் நெஞ்சைப் பிசைந்துகொண்டிருந்தது. யார் யாரை, எப்போது எப்போது தூக்கம் தழுவியதோ அன்று?

படுக்கையில் படுத்த கோபாலுக்கு, 'இப்போதும் கூட ஏன் ஊருக்கு வந்தோம்? தசரா விடுமுறையின்போது பெரியப்பா வீட்டிலேயே மதுரையில் இருந்துவிட்டதுபோல, ஏதாவது சாக்குப்போக்குச் சொல்லி ஊருக்குக் கடிதம் எழுதிவிட்டு இப்போதும் இருந்துவிட்டிருக்கக் கூடாதா?' என்று இருந்தது. போன முறை அவன் வராமல் இருந்ததற்கு, இன்று போலவே அன்றும் வேதனை தரும் காரணம் இருந்தது. சென்ற இரண்டு வருஷங்களில் அவன் ஊருக்கு வரும்போதெல்லாம் தன் பெற்றோர்கள் நடந்துகொள்ளும் சுபாவம் அவனுக்குச் சகிக்கக் கூடாமல் இருந்தது. கோனார் மீது அழகம்மாள் எரிந்து எரிந்து விழுவாள். சாந்தமாக இருந்த அவள் எதற்கு இப்படிச் சீறுகிறாள் என்று வருந்துவான் கோபால். அம்மாவை இரண்டொரு தடவை மறைமுகமாகக் கண்டித்தும் பார்த்தான். ஆனால் இவனுடைய கண்டிப்புகளால் அவளுடைய கோபம் இரட்டிப் பாகிக் கொண்டுதான் வருமே ஒழியத் தணியாது.

ஒரு தடவை கோபால் சற்று ரோஷம் வரும்படியாகவே கடிந்துகொண்டான். ஒரு மகன் சொல்ல வேண்டிய முறையில் இல்லாமல் சற்றுக் காரமாகவே இருந்தது அவன் சொன்னது. தன் தாயாரைப் பார்த்து, "இப்படி அவர் மேலே வெறுப்பு இருக்குமானால் அந்தக் காலத்திலேயே அவருக்குத் தாலிகட்டத் தலையைச் சாய்த்திருக்க வேண்டாமே?" என்று கேட்டுவிட்டான். அவ்வளவுதான். அன்றும் அதற்கு மறுநாளும் சாப்பிடாமல் இருந்து அழுதாள்; வெறும் மண் தரையில் படுத்துக்கொண்டு

பகலையும் இரவையும் கழித்தாள் அழகம்மாள். 'நீயும் கூடவா இப்படி என்னைக் கேட்கணும்?' என்பதுதான், அவனுக்கு அவள் மனம் கொதித்துச் சொன்ன பதில். அவனாலும் தன் துயரத்துக்கு ஓர் எல்லை காண முடியவில்லையே என்ற ஏமாற்றம் அவள் கண்களில் பெருக்கெடுத்ததே ஒழிய, அவன் கேட்டுவிட்டானே என்ற ரோஷத்தின் கண்ணீரல்ல அவள் பெருக்கியது. பாவம், அந்த வார்த்தையைச் சொல்லிவிட்டுக் கோபால் தனியே போய் அழுதது அழகம்மாளுக்குத் தெரியுமா?

அதற்குப் பிறகு, அவன் அப்படிப்பட்ட – ஏன் இலேசான அபிப்பிராய வேற்றுமைக்குக் காரணமான சொற்களைக் கூடச் சொன்னதே இல்லை. ஒன்றையும் கவனியாமல், லீவில் ஊருக்கு வந்தால் தாயையும் தந்தையையும் வளைய வளைய வருவான். வீட்டிலே பெற்றோர்களோடு கொஞ்ச, அந்த இருபது வயதுக் குழந்தையைத் தவிர வேறு யாருமில்லை. மதுரையிலே, எத்தனையோ புதுப் புதுப் பெயர்களைக் கொண்ட பட்சணங் களைத் தின்று தெவிட்டிய குழந்தைக்கு, பொறியுருண்டையை யும், பணியாரத்தையும் அபூர்வமாகச் செய்து கொடுப்பாள் அழகம்மாள். அப்போது சமையலுக்கு ஒத்தாசை செய்யும் கிருஷ்ணக் கோனாரின் முகத்தில் சீதேவி தாண்டவமாடுவாள்.

இப்படிச் சந்தோஷமாக இருக்கும்போதே, அழகம்மாளுக் குக் கோனார்மேல் ஒரு சிறிய தவறுதலுக்கும்கூடப் பிரமாத மான கோபம் வந்துவிடும். பணியாரத்துக்கு மாவைச் சரியாகத் தட்டி வைத்திருக்கமாட்டார் கோனார். கோபம் அவள் முகத்தில் செக்கர் வர்ணத்தைத் தீட்டும். எரித்து விடுபவள்போல் புருஷனை ஒரு பார்வை பார்த்துவிட்டு, கோபால் வீட்டிலிருப்பதால் அவர்மேல் சீறி விழுவதற்கு அஞ்சி, “போதும் வேலைசெய்தது, எந்திரியுங்கள்” என்று சொல்லிவிட்டு முகத்தைத் திருப்பிக் கொள்வாள். கிருஷ்ணக் கோனார் மாவைத் தட்டிவைக்கும் முறத்தை அவள் 'சரட்' என்று தன்பக்கம் இழுத்துக்கொண்ட பிறகு அவருக்கு அங்கு வேறு என்ன வேலை? பேசாமல் எழுந் திருப்பார். அடிபட்டு வரும் அவமானத்தினால் அவர் மனம் கலங்கும்.

சீறிக் கனல் கக்கும் எரிமலை இப்போது உள்ளேயே பயங்கர மாகப் புகைந்து வந்தது கோபாலுக்குத் தெரிந்தது. 'தகப்பனார் மேல் இப்படி என்ன வெறுப்பு அம்மாவுக்கு? இவர்கள் எப்படிக் காலமெல்லாம் ஒரு வீட்டில் இருக்கிறார்கள்? அதுவும் சமீபத்தில் தானே இந்தச் 'சனியன்' குடும்பத்துள் நுழைந்திருக்கிறது. இதற்குக் காரணம்?' என்று கோபால் யோசித்து யோசித்து மனம் உடைந்து போய்விட்டான். நாளாவட்டத்தில் அவன் உள்ளத்தில் ஒரு

பயமும் குடிகொண்டுவிட்டது. என்றைக்காவது தன் மன வெறுப்பினால் அழகம்மாள் கோனாருக்குச் சாப்பாட்டிலே விஷம் வைத்தாலும் வைத்துவிடுவாள் என்று பயந்தான். அல்லது அவளே கிணற்றிலோ, குளத்திலோ விழுந்து உயிரை மாய்த்துக் கொண்டால்?

கடந்த இரண்டு வருஷங்களாக இந்தத் துன்பானுபவம் அவன் எங்கிருந்தாலும் அவனை வதைக்கத் தவறவில்லை. 'அம்மாவின் எரிமலை என்று எந்தச் சந்தர்ப்பத்தில் எப்படி வெடிக்கப் போகிறதோ? யார் யார் அந்தத் தீக்குழம்பில் பலியாக வேண்டியிருக்கிறதோ?' என்று ஒவ்வொரு சமயத்தில் அவன் 'சடக்' என்று நின்று சிறிது யோசிப்பான். ஆனால் கூடவரும் கூட்டாளிகளுக்குத் தன் மன விவகாரங்களைக் காட்டிக் கொள்ளாமல் மேலே நடந்து செல்வான்.

போன கோடைவிடுமுறைக்கு அவன் தன் நண்பனோடு ஊருக்கு வந்தது தான், அப்புறம் இந்தக் கிறிஸ்துமஸுக்குத் தான் வந்திருக்கிறான். முன்னால் அவனோடு விடுமுறைக்கு ஊருக்கு வந்து, சில நாட்கள் அவனோடு தங்கியிருந்தவன் ஒரு ஜமீன்தார் வீட்டுப் பையன்.

தூக்கம் வராதது கோபாலுக்குச் சிரமமாகவே இருந்தது. பக்கத்தில் அலுத்து உறங்கும் கோனாரின் குறட்டைச் சப்தம் கேட்டது. புஜத்திலே முகத்தைத் தேய்த்துக்கொண்டே கோபால் என்னென்னவோ மன உளைச்சலில் வதைப் பட்டுக்கொண்டிருந்தான் அன்றிரவு.

விடிந்தது. வழக்கம்போல அதிகாலையிலேயே எழுந்துவிட்டார் கோனார். பிறருடைய பண்ணையில் கூலிக்கு உழைக்கும் மனிதனுடைய நித்திய நியமங்களின்படி, கோனாருடைய காலைக் கருமங்கள் நிறைவேறின. வீட்டுக்குத் தெற்கே பருத்திமார் படலின் மறைவிலுள்ள தண்ணீர்க் குடங்களின் பக்கமாகப் போய், ஒரு செங்கல் துண்டைக் 'கரகர' என்று கல்லில் தேய்த்துக் கரடுமுரடான தூளைக்கொண்டு பல்லில் இரண்டு இழுப்பு இழுத்து வாயைக் கொப்பளித்தார். வீட்டிலே உள்ள பழைய சாதத்தை வாயில் போட்டுக்கொண்டு, கொஞ்சம் சாதத்தை ஒரு பாத்திரத்தில் எடுத்துக்கொண்டு தள்ளாடிக் கொண்டே போனார். பழுதுபட்ட யந்திரம் வேலை செய்யாமல் கிடக்கையில், பழுது பார்ப்பவன் அதை வந்து ஓட்டிப்பார்க்கும் போது மூலைக்கு ஓர் இடத்தில் இலேசாக அசைவது போல இருந்தது கோனாரின் நடை. நாற்பத்தைந்து வயதில் அதற்கு இரட்டிப்பு வயதின் பலஹீனம் ஏற்பட்டிருந்தது.

நேரங்கழித்துப் படுக்கையை விட்டு எழுந்தான் கோபால். இரவு நேரத்தில் நடந்ததைக் கோபாலும் பிறரும் மறந்துவிட்டார்கள். வேண்டுமானால் மறதி துயரத்திற்குத் தற்காலிகமாகத் திரைபோடுமே ஒழிய, அடியோடு மாசு தெரியாமல் அதை அழித்து விடுமா? துயரத்தின் பின்னணியிலேயே தாயும் மகனும் பரஸ்பரம் உற்சாகத்தை நடித்துக்கொண்டிருந்தனர்.

ஏழெட்டு மாதங்களாக வராமல், கடிதம்கூடப் போடாமல் இருந்த மகன் இப்போது வந்திருக்கும்போது தாயின் மனம் கொள்ளும் பெருமகிழ்ச்சிக்கு எல்லை ஏது? அழகம்மாள் கூலி வேலை செய்து தன் கையில் சேர்த்து வைத்திருந்த காசுகளை அன்றுதான் அவிழ்த்தாள். அந்தச் சொற்பக் காசுகள் மகனுடைய உபசார விருந்துக்குச் சரியாய்ப் போகும். வருஷத்துக்கு ஒரு தடவைதானே விருந்து செய்யப் போகிறான்!

அழகம்மாள் ஏதோ 'அபூர்வமான' பலகாரங்களைத் தயார் செய்துகொண்டிருந்தாள். கோபால் ஸ்நானம் செய்து விட்டு அழகான உடைகளை எடுத்து அணிந்துகொண்டான். தலையை நன்றாக வாரிவிட்டுக்கொண்டு, வாசல் திண்ணையில் பாயை விரித்து உட்கார்ந்து ஒரு புஸ்தகத்தைப் புரட்டிக் கொண்டிருந்தான்.

வெளியூரில் மேல் படிப்பு படிக்கும் இளைஞர்கள் கிராமத்துக்கு வரும்போது அவர்களுக்குக் கிராமத்திலுள்ள இரண்டொரு படிப்பாளிகள், சோதிடர்கள், வைத்தியர்கள் முதலிய எல்லோரிடத்திலும் ஒரு சிநேகிதம் ஏற்படாமல் தீராது. எல்லோரும் வந்து தங்கள் தங்கள் சந்தேகங்களைக் கேட்பார்கள். 'பேப்பர் சமாச்சாரம் எப்படி இருக்கிறது?" "கம்பராமாயணப் பாட்டு வில்லி பாரதத்தைவிட நயமில்லையா, ஐயா?" "மதுரையில் சோதிட அலங்காரம் கிடைக்குமா?" – இப்படிக் கதம்ப கேள்விகளுக்குப் பதிலளிக்கும் யோக்கியதையில்லாதவர்கள் சர்வ கலாசாலைக்குப் பட்டதாரிகளானாலும், கிராமத்திலே படித்தவன் என்ற பெயர் வாங்க முடியாது. கோபால் உண்மையிலேயே ஒரு 'கிராமத்துப் பட்டதாரி'தான். அத்தோடு அவன் மேல் ஊராருக்கும் நல்ல பிரியம்.

அன்று அவன் உட்கார்ந்து படித்துக்கொண்டிருக்கும் போது அந்த ஊர்ப் பெரிய பண்ணையாரே வந்துவிட்டார். அந்தப் பண்ணையாரின் தம்பி வீட்டிலேதான் கிருஷ்ணக் கோனார் வேலைசெய்கிறார். சட்டபூர்வமான அதிகாரமில்லாமல், சட்டபூர்வமான அதிகாரங்களைவிட அதிக அதிகாரத்துடன் ஊரைப் பரிபாலனம் செய்யும் ஒரு பெரியவர், ஏழைக் குடிசையில் அன்று அடியெடுத்து வைத்தது கோபாலுக்கே

ஆச்சரியமாக இருந்தது. வந்தவர், தம் மகனை மதுரையில் படிக்க அனுப்பும் விஷயமாகக் கோபாலுடைய ஆலோசனையை கேட்கலானார். பேச்சு அவ்வளவில் நிற்காமல் இருவரும் உலக சமாச்சாரங்களைப் பற்றிப் பேசிக்கொண்டிருந்தார்கள். இதை வீட்டுக்குள்ளிருந்து கேட்டுக்கொண்டிருந்த அழகம்மாளின் மனம் சந்தோஷத்தினால் பூரித்தது. இந்த இரண்டு குடும்பங் களின் அந்தஸ்துகளுக்கு நடுவே உள்ளது எட்டாத பெருந்தூரம். கோனாரின் குடும்பத்தை விடத் தாழ்ந்த குடும்பமோ, பண்ணை யாரைவிட உயர்ந்தவர்களோ அந்த ஊரில் இல்லை.

மகனுடைய படிப்பு எவ்வளவு பெரிய ராஜவைபவத்துடன் தன் வீட்டில் கால்வைத்திருக்கிறது என்பதை அழகம்மாள் இரண்டு வருஷங்களுக்கு முன்னாலேயே அறிந்துகொண்டாள். அவள் அறிந்துகொண்டதனால்தான்...

கிருஷ்ணக் கோனாருடைய வாலிபப் பருவத்தின் சுட்டித் தனங்களில் ஒன்றுகூட இப்போது எஞ்சவில்லை என்பது உண்மைதான். ஆனால் அந்தப் பருவத்தில் இரும்புப் பாதத்தால் மிதிபட்டு அவருடைய சதையும் எலும்பும் நொறுங்கி, மனசோடு உடைந்துபோன காட்சி இன்றும் மாறவில்லை. அப்போது, அந்த இருபத்துநாலு இருபத்து ஐந்தாவது வயதில், அவருடைய சகவாசங்களும், ஆட்டபாட்டங்களும் எவருடைய சாம பேத தான தண்டங்களுக்கும் அடங்காமல் தறிகெட்டுக் கூத்தாடின. நான்கு தடவைகள் வீட்டிலிருந்து பணத்தைத் திருடிக்கொண்டு போயிருக்கிறார். ஆயிரக்கணக்கான ரூபாய் வெள்ளத்தில் போனதுபோல், அவரால் இரண்டு வருஷங்களுக்குள்ளாகக் குடும்பத்தில் பெருத்த நஷ்டம் ஏற்பட்டது. ஒரு சமயம் அவர் மதுரையில் ஒரு தாசி வீட்டின் வாசல் படியிலேயே, சூரியோ தயம் ஆகி வெயிலடிப்பதுகூடத் தெரியாமல் படுத்துக் கிடந்தார். அதற்கு மறுநாளே குடும்பத்தில் பாகப் பிரிவினை செய்யும்படி ஏற்பட்டது. கிருஷ்ணக் கோனாருக்கு ஒரே தமையன். இருக்கிற பூர்வீகச் சொத்தும், வயிற்றுப் பாட்டுக்கே போதாமல் இருந்தது. வரவும் செலவும் ஒன்றை மற்றொன்று விழுங்கிக்கொண்டிருக் கும் அற்ப ஆஸ்திதான். அதிலே கிருஷ்ணக் கோனாரால் ஏற்பட்ட கடனை அவரே பொறுக்க வேண்டியது என்றும் ஏற்பட்டது. பாகப் பிரிவினையானதும் மூத்தவர் தம் சொத்துகளை யெல்லாம் விற்றுவிட்டு, மதுரைக்குப் போய்விட்டார். அதற்கு அப்புறமும் கிருஷ்ணக் கோனார் வழிக்கு வந்தாரில்லை.

இந்தச் சந்தர்ப்பத்தில் கிருஷ்ணக் கோனாரை நல்லவனாக்கு வதற்கென்று, கல்யாண உபாயத்தைக் கண்டுபிடித்தார்கள். ஆனால் ஒரு பெரிய பிரச்சனை குறுக்கிட்டது. அதாவது

அவருக்கு யாரும் பெண் கொடுக்கத் தயாரில்லை. காரணம், மனுஷனின் நிலைமை ஆட்டத்தில் இருக்கிறது என்பதோடு மட்டுமல்ல; அவருக்கு வலது கண் ஊனம்; சிறு வயதில் அம்மை வார்த்ததன் துன்பக்குறி அது.

பெரியவர்கள் கஷ்டப்பட்டார்கள். இந்தச் சமயத்திலே கிருஷ்ணக் கோனாரின் தகப்பனாருடன் பிறந்த அம்மாளின் இளைய மகளை – அழகம்மாளை 'முறை' கொண்டாடி மணம் முடிக்க வேண்டியதாய்விட்டது. அழகம்மாளுக்கு அப்போது வயது பதினாறு இருக்கும். அவளுடைய குடும்பம் சுகமாகப் பிழைத்து வந்தது. அவளுடைய தமக்கை பக்கத்து ஊரில் தான் ஒரு நல்ல குடும்பத்தில் வாழ்க்கைப் பட்டிருந்தாள். இவளுக்கும் எதிர்காலம் ஒரு நல்ல இடத்தைத் தேடிக்கொடுத் திருக்கும் என்பதில் சந்தேகம் இல்லை. ஏனென்றால், அழகம்மாள் பெயருக்கு ஏற்றபடி அப்படி அழகாக இருந்தாள்.

ஆனால் அவளுடைய தலைவிதி வேறுவிதமாக இருந்தது. அவளைப் பிற்காலத்தில் அந்த இரண்டுங்கெட்டான் நிலையில் நிறுத்தியவை, அவளுடைய இளகிய மனமும், படித்தவர்கள் சொல்லுகிற அந்தத் தியாக புத்தியும்தான். கிருஷ்ணக் கோனாரின் மானம் ஊரறிய அம்பலத்தில் இழுபடுவது அந்த ஊரைவிட்டுப் பக்கத்து ஊரிலிருந்த அவள் வீட்டையும், அதோடு அவளையும் கூடப் பிடித்து அசைத்துவிட்டது. வெளியே தலைகாட்ட முடியாது கஷ்டப்படும் அதே சமயத்தில் அழகம்மாளுக்குக் கோனாரின் மேல் ஓர் இரக்கம் கூடப் பிறந்தது. காரணம் அவருடைய கண்ணின் ஊனம்தான். அவருக்காக, இத்தனை குறைகளோடு இருக்கும் அந்த ஊதாரிக்காக எவனும் பெண் கொடுக்கமாட்டான் என்பதை அவள் மன உருக்கத்துடன் எண்ணிப் பார்த்தாள். பரம்பரையாகக் கௌரவத்துடன் இருந்த ஒரு குடும்பத்தின் மானத்தைக் காக்க அன்று யாராவது ஒருவர் தங்களைக் களப்பலி கொடுக்காமல் தீராது என்று நிச்சயிப்ப தற்கு, அழகம்மாளுக்குக் கடைசிச் சமயத்தில் வந்து ஒத்தாசையும் செய்தாள் அவள் தாயார். துரதிர்ஷ்டச் சீட்டு அழகம்மாள் பேருக்கே விழுந்தது. அவள்தான் அந்தச் சீட்டை உருவிக்கொண் டாள். அவளுடைய இரக்கப்பட்ட உள்ளம் தியாகத்தின் வளர் பாரத்தை அன்று தாங்கிக்கொள்ள முடியும் என்று நினைத்தது. கல்யாணத்துக்குச் சம்மதித்தாள். கல்யாணமும் நடந்தது.

அழகம்மாள் கிருஷ்ணக் கோனாரின் வீட்டுக்கு வந்து விளக்கேற்றும் போது வீட்டில் சூனியம்தான் பரவிக் கிடந்தது. குடும்ப வாழ்வின் லக்ஷ்மீகரம் எங்கோ குடிபோய்விட்டது. அழகம்மாளின் உருவில்தான் அந்த வீட்டில் உயிர்களை இங்கும்

ராஜா வந்திருக்கிறார்

அங்கும் அலையடித்துக்கொண்டிருந்தது. சிறிது நாட்களில் ஜீவனாம்சத்துக்கான எல்லாமே அவளுடைய வீட்டிலிருந்து தான் வந்தாக வேண்டியிருந்தது. ஆனால் வருஷம் தவறாமல் பெய்யும் மழையும் தினசரி பெய்வது கிடையாதே!

கோனாரின் ஆட்டபாட்டம் அடங்கி ஓய்ந்தது. உயிரோடு நின்ற சந்தன மரம் ஒடிந்து விழுந்து கட்டையானாலும் சந்தனத் தின் வாசம் போகாததுபோல, கிருஷ்ணக் கோனாரிடத்திலே கொஞ்சம் உயிரும் மனுஷத் தன்மையும் எஞ்சியிருந்தன. அவற்றைக்கொண்டு வாழ்க்கையில் பழையபடியும் துளிர்த்து மலர அவர் ஆசைப்படவில்லை. அழகம்மாளும் அவரும் ஒடிந்து விழுந்த சந்தனக்கட்டை காலத்தினால் உளுத்துப்போகாமல் இருக்க மட்டுமே பிரார்த்தித்தார்கள்.

அழகம்மாள் அதிகமாகப் படித்தவள் அல்ல, தியாகத்தின் பெருமையை நினைத்து நினைத்துப் புளகிப்பதற்கு. அவள் தியாகத்தின் பெருமையையும் மறந்தாள்; துயரத்தையும் மறந்து விட்டாள். “சொத்துச் சுகமிழந்த கூலிக்கார மனிதனும், அவளுக் குச் சமைத்துப் போடும் மனைவியும்.” – இப்படிச் சாதாரண மான ஒரு கதையிருந்தால் எப்படியிருக்கும்? அந்தக் கதைதான் அவர்களுடைய வாழ்க்கையும். ஆனால் சம்சாரப் பாதையில் அவ்வப்போது குத்தும் முட்களை அழகம்மாள் வேதனையோடு பிடுங்கி எறிந்திருக்கிறாள். அந்தப் பாதையில் செல்லும்போது, கோனாரைக் கோவித்த நாட்களும் இல்லாமல் இல்லை.

கல்யாணமான மறு வருஷத்தில்தான் கோபால் பிறந்தான். அவன் பிறந்ததும், தகர்ந்துபோன கோட்டையில் குடியிருக்கும் அவருடைய ஏழை ஆத்மா தன் எல்லையில் பழுத்துக் குலுங்கப் போகும் ஒரு பழச்செடி முளைவிட்டதைக் கண்டு தன் வாழ்க்கையையே அந்தச் செடியின்மேல் பாரமாகப் போட்டு விட்டது. அவன் பிறந்த நாளன்றுதான் அழகம்மாள், உலகத் திலே பெண்கள் கல்யாணத்தில் பெறும் இன்பத்தைப் பெற்றாள்.

இவர்களுடைய நம்பிக்கை கோபால் உருவில் வளர்ந்தது. ‘வட்டிலிலும் தொட்டிலிலும், மார்மேலும் தோள்மேலும்’ பையன் வளர்ந்து வந்தான். கிராமத்திலே கொஞ்சம் படித்தான். அந்தச் சமயத்தில் மதுரையில் பிள்ளையில்லாமல் இருக்கும் அவனுடைய பெரியப்பா வந்து அவனைத் தம்மோடு அழைத்துக் கொண்டு போனார். யார் யாரையோ பிடித்து, அவன் இனா மாகப் படிக்க ‘ஸ்காலர்ஷிப்’ வாங்கிக் கொடுத்தார். ஹோட்டல் களுக்கு வாடிக்கைப் பால்விட்டு வரும் சொற்ப வரும்படியைக் கொண்டு கோபாலுக்குச் செய்யாததெல்லாம் செய்தார்.

அப்படிப் படித்த கோபால் இந்த வருஷம் பி.ஏ. வகுப்புக்கு வந்திருக்கிறான். அவனுடைய சுபாவமும் ஞானமும் சாந்தமும் எல்லோரையும் வசீகரித்தன. பையன் தன் தாயையொட்டி, பார்ப்பதற்குக்கூட நன்றாக இருந்தான்.

அவன் ஊருக்கு வரும்போதெல்லாம் அந்தஸ்திலுள்ள வர்கள் கோபாலைப் பார்ப்பதற்காக வருவார்கள். ஒரு நாள் ஒரு ஜமீந்தார் வீட்டுப் பையனும் வந்திருந்தான். 'சமூகத்தில் இப்படி உயர்ந்த அந்தஸ்துள்ளவர்கள் தன் வீட்டுக்கு வருகிறார் கள், அவர்களுக்கேற்றபடி நடந்துகொள்ள வேண்டுமே' என்ற எண்ணத்துடன்தான் அழகம்மாள் சென்ற ஒரு வருஷமாகக் கன்னிப்பெண்ணைப் போலத் தன்னை அலங்கரித்துக் கொண்டு அழகு பார்த்துக்கொண்டிருந்தாள் என்று நிச்சயமாகச் சொல்ல முடியாது. ஏதோ அவளைத் தூண்டியது. அவள் செய்தாள். அவ்வளவுதான். கோபாலுக்குக் கூட அழகம்மாளின் நடவடிக்கையில் ஏற்பட்ட இந்த மாறுதல் அதிசயத்தைக் கொடுத்தது. அப்படியிருக்க ஊராருக்குச் சொல்ல வேண்டுமா?

கல்யாணத்துக்கு முந்தியிருந்த அழகம்மாள், இருபது வருஷங்களுக்குப் பிறகு அதே சரீரத்தில் புனர் ஜன்மம் எடுத்தது போலக் காணப்பட்டாள். இலையுதிர் காலத்துக்குப் பின் பிறந்த வசந்தத்தின் சோபைபோலக் காணப்பட்டன அவளுடைய உடை அலங்காரங்கள். அவள் ஒரு மனிதனுக்காகத் தன் வாழ்க்கையைத் தியாகம் செய்தவள். ஆனால் அவளால் அந்தத் தியாகத்தைத் தாங்கமுடியவில்லை. நல்வாழ்க்கையை இழந்த அவளுக்கு இப்பொழுது வாழ்க்கையின்மீது திடீரென்று ஆசை பிறந்தது. பாவம், அந்த வாழ்வாசையினால்தான் தன் புருஷனது கஷ்ட ஜீவனத்தையும் பொருட்படுத்தாது, சாதாரணமாக வாங்குவதைவிட இரட்டிப்புப் பங்கு விலையுள்ள புடவைகளை வாங்குவாள். இப்போது அவற்றை மாசுபடாமல் உடுத்திக் கொள்வது வழக்கம். இருபது வருஷமாகப் புழுதியில், தூசி தும்பில், நடமாடிக் கூலிக்காரியாக வாழ்ந்தவள் நிமிஷத்துக்கு ஒரு தடவை தன் ஆடையில் ஒட்டிய மாசை இரண்டு விரல் களால் சுண்டித் தட்டிவிட்டுக் கொள்ளுவது ஊர்ப் பெண்களின் கண்களுக்குப் படாமல் போகவில்லை. முகத்தைக் கழுவுவது ஒரு நாளைக்கு இத்தனை தடவையென்றில்லை. வெற்றிலை வெற்றிலை ஓயாமல் வெற்றிலைதான். சிவந்த வாயில் அனாயாச மாக வெற்றிலை மெல்லும் தோற்றம் கவர்ச்சியளிக்கத்தான் செய்யும் என்றாலும் இப்போது அவளுக்குப் பிராயம் தவறி விட்டது. ஆனால் அழகு செய்துகொள்ள வேண்டுமென்று நினைக்கும்போது சரீர லக்ஷணங்களை யார்தான் கவனிக் கிறார்கள்?

இவளுடைய புதிய போக்கைச் சூழ்ந்து அபவாதத்தைச் சிருஷ்டிக்க முயன்ற ஊர்ப் பெண்களின் வாயை, அழகம்மாளின் பரிசுத்தமான நடத்தை மூடிவிட்டது. ஆனாலும் ஒரு நாள் மதுரையிலிருந்து வந்த கோபாலின் கண்களுக்கு இந்தத் தோற்றம் எப்படியோதான் இருந்தது. இருந்தாலும் தன் நவநாகரிகமான நிலைக்கேற்பத் தாயும் தன்னைத் திருத்திக்கொண்டால் அதில் என்ன குற்றம் என்று சமாதானம் செய்துகொண்டான்.

ஒரு நாள் வீட்டுக்கு ஒரு புடவை வியாபாரி வந்தான். விலை உயர்ந்த புடவைகள். கோபாலும் அப்போது ஊருக்கு வந்திருந்தான். அழகம்மாளின் குடும்ப நிலைக்கு அப்படிப்பட்ட சேலைகளை வாங்கக் கனவுகூடக் காணமுடியாது. ஆனால் அவற்றை வாங்கத்தான் வேண்டும் என்று பிடிவாதம் பிடித்தாள், விவரம் அறியாத சிறுபெண் மாதிரி. கோபாலுக்கு என்னவென்றே புரியவில்லை. புடவை வியாபாரியின் பக்கத்தில் உட்கார்ந்து கொண்டிருந்த கோபாலை வீட்டுக்குள்ளே வரும்படி அழைத்தாள் அழகம்மாள். கோபால் போய் நின்றதும் அழகம்மாள் மிகவும் ரகசியம் போலவும், பரிதாபகரமான குரலிலும், "கோபால், அவர் வேஷ்டியெடுக்க வேண்டுமென்று நாலு ரூபாய் வச்சிருந்தார். அதை எடுத்துக்கிட்டேன். என்கிட்டே மூணேகால் ரூபாய் இருக்கும், சேலைக்கு இன்னும் அஞ்சு ரூபாய் வேணும். உன் கிட்டே இருக்கா?" என்றாள்.

கோபாலுக்குத் திடுக்கிட்டுவிட்டது. இதுவரைக்கும் தாயார் தன்னிடம் பணம் கேட்டதே இல்லை. தவிரவும் அவன் சம்பாதிக்கிறானா என்ன? அதுமட்டுமின்றிக் கந்தலை உடுத்திக்கொண்டிருக்கும் கோனாரைக் கவனியாமல், போனமாதத்தில்தான் ஒரு விலையுயர்ந்த புடவையை எடுத்துவிட்டு, இப்பொழுது திரும்பவும் எடுக்கவேண்டும் என்று கேட்டால் அதற்கு என்ன அர்த்தம்? அத்தோடு விலை குறைந்த புடவைகள் இருந்தும் இப்படிப் பணத்தைக் கரியாக்க நினைப்பானேன்?

"என்கிட்டே ஏதம்மா பணம்?" என்றான் கோபால்.

"இல்லையாக்கும். உன்கிட்டே இல்லாவிட்டால் பண்ணையாரிடத்தில் கேளேன். அவர்தான் உன்னிடத்திலே, பார்த்த இடத்திலெல்லாம் பிரியமாயிருக்கிறார் என்று ஊரெல்லாம் சொல்லுகிறார்களே" என்றாள்.

கோபால் உண்மையிலேயே அதிர்ச்சியடைந்தான். 'பண்ணையாரிடம் கடன் கேட்கவா? இவ்வளவு மதிப்புக் குறைந்த காரியத்தைச் செய்ய அழகம்மாளும் தூண்டி விடுவதா?'

கு. அழகிரிசாமி

என்று நினைத்துத் திகைத்தான். யாரிடத்திலும் எந்தத் தயவையும் எதிர்பாராது மானத்துடன் வாழவேண்டுமென்று எத்தனையோ கஷ்டமான சந்தர்ப்பங்களிலும் சமாளித்த அழகம்மாள் இப்போது தன்னைப் பண்ணையார் வீட்டில் கடன் கேட்கத் தூண்டுவதா? கோபாலுக்குக் கோபம்கூட வந்தது. உடனே, "போனமாதம் தானே ஒரு சேலை எடுத்தாற்போலிருக்கிறது. அதற்குள் என்ன? அப்பாவின் வேஷ்டியைப் பார்த்தாயா?" என்றான். அவ்வளவுதான், அழகம்மாள் அழுதுவிட்டாள். அவளுடைய விம்மலும், பெருமூச்சும் வீட்டு வாசலுக்குக் கேட்டன. நெஞ்சிலே பற்றி எரியும் நெருப்பை இந்தப் பெருமூச்சு ஒன்றே பக்குவமாக ஊதிவிட்டது.

அழகம்மாள், தன் நல்வாழ்வுக்குக் கிருஷ்ணக் கோனார் தடங்கலாக நின்றார் என்பதை எண்ணிச் சில சந்தர்ப்பங்களில் மனத்துக்குள்ளேயே வருந்தியதுண்டு. ஆனால் அழவில்லை. இன்றுதான் முதல் முதலாக அழுதாள். ஒரு பெரிய பந்தலைச் சாய்க்க ஒரு தூணைச் சாய்த்தாலே போதும். இந்தப் புடவை விஷயம், வருஷக்கணக்காகத் தெரியாமல் அடங்கியிருந்த அவள் துயரம், அழுகை மூலம் வெளிப்படக் காரண பூதமாயிருந்தது.

என்ன தேறுதல் மொழிகளைச் சொல்லுவதென்றே கோபாலுக்குத் தோன்றவில்லை. கண்ணில் கலங்கிய கண்ணீர் கீழே உருண்டு விழாதபடி முகத்தை மேல்நோக்கித் திருப்பிக் கொண்டான். அன்று புடவை வியாபாரியைப் போகச் சொல்லி விட்டுக் கோபாலும் வெளியே போய்விட்டான். அதே அலங் காரப் பைத்தியம் இன்று விடுமுறையில் கோபால் வந்திருக்கும் இந்தச் சந்தர்ப்பத்திலும் தலைவிரித்தாடத் தொடங்கிவிட்டது.

பண்ணையார் விடைபெற்றுக்கொண்டு வெளியே போய் விட்டார். கோபால் வீட்டுக்குள்ளே வரும்போது அழகம்மாள் வாரி முடித்த தலையுடன் தண்ணீர்ப் பானையில் முகத்தைப் பார்த்துக்கொண்டு குங்குமத்தை அழித்து அழித்து வைத்துக் கொண்டிருந்தாள். கோபால் உள்ளே போனதும், திரும்பிப் பார்த்தபோது அழகம்மாள் முகத்தில் காலணா அகலத்தில் இருந்தது குங்குமம்; உதடோ ரத்தச் சிவப்பு – வெற்றிலைக் காவியினால். பக்கத்தில் உள்ள பாதரசத் துளிகள் சிறிதே தொட்ட மாத்திரத்தில் பளிச்சென்று ஒன்றாகக் கலந்து விடுவதைப்போல, இந்த இரண்டு சிவப்புகளும் எட்டிப்போய் ஒன்றாகக் கலந்து முகமெங்கும் சிவப்பு வண்ணம் ஆகும்படி செய்துவிட்டன. கோபாலுக்கு வெட்கமாகக் கூட இருந்தது. என்ன சொல்லுவது?

மாலைக் கருக்கலில் ஓய்ந்துபோய்த் தள்ளாடிக்கொண்டு வந்து சேர்ந்தார் கோனார். அவர் குளிப்பதற்காகத் தினம் தோறும் வெந்நீர் போட்டுத் தயாராக வைத்திருக்கும் அழகம்மாள் அன்று தன் அலங்காரத்திலேயே நேரத்தைப் போக்கிவிட்டாள்.

அதனால், கோனார், "வெந்நீர் இருக்கா?" என்று கேட்டதற்கு வெடுக்கென்று, "என்னாலே ஒண்ணும் ஆகல்லே ஐயா, எல்லா வேலையையும் செய்துட்டு வெந்நீரையும் போட்டு வைக்க எனக்கு நாலு கையில்லே" என்றாள்.

கோனாருக்கு இந்த வர்ம அடிகள் சகஜம்தான். ஆனால் கோபால் வரும்போதுதான் தனக்கு இந்த அவஸ்தையென்பது அவருக்குத் தெளிவாகத் தெரிந்த விஷயம். நேற்று இஞ்சிச் சாறு சாப்பிடச் சொல்லிப் பரிவோடு சொன்ன அதே வாயில் தான் இந்தச் சுடு சொற்களும் கிளம்பின. அப்படியே பருத்தி மார்ப் படலின் மறைவில் ஜில்லிட்டுக் கிடக்கும் மண்பானைத் தண்ணீரை எடுத்து உடம்பில் கொட்டிக்கொண்டார்.

கோபால் ஒன்றையும் கவனியாதவன்போல இருந்தான். இந்தச் சந்தர்ப்பத்தில் தன் கோழிக்குஞ்சைக் காணோம் என்று தேடிக்கொண்டு வந்த பக்கத்து வீட்டு அம்மாள் கோபாலிடம் ஏதோ பேச்சு கொடுத்தாள். அப்போது அவள் வெளியே வந்த அழகம்மாளையும் அவளுடைய 'அலங்கார'த்தையும் பார்த்து, "மகன் வர்ரபோதெல்லாம் அம்மாவுக்குச் சந்தோஷம் பொறுக்க முடியல்லே – நேத்தெல்லாம் – எதுக்கு – இந்த ஒரு வருஷமா அவளுடைய குங்குமமும் வெத்திலையும் எங்கே போச்சோ? இப்போ மகன் வந்தது எல்லாம் வந்துவிட்டது!" என்று சொல்லிச் சிரித்தாள். கோனாரைத் தவிர்த்து மற்ற இருவரும் சிரித்துக் கொண்டார்கள். ஆனால் கோனார் சிரிக்காததற்கும், அழகம்மாளும் கோபாலும் சிரித்ததற்கும் பொருள் ஒன்றுதான்.

இரவு தகப்பனும் மகனும் பக்கத்தில உட்கார்ந்து சாப்பிட்டார்கள். சாப்பாட்டின் நடுவே, "கோபாலு, கொஞ்சம் கறி விட்டுச் சாப்பிடேன்" என்றார் கோனார். இதைக் காதில் கேட்டதும் அழகம்மாள், "அவனுக்குக் கறிவிடுவதற்கு எனக்குத் தெரியாதா? நீங்க சொல்லித்தான் அவனை இதுவரைக்கும் நான் வளர்த்தேனா?" என்றாள். ஆனால் அத்தோடு நிறுத்த வில்லை. அதற்கு மேலாகவும் போய் "நான் செய்ததும் செய்யா ததும் அந்த அவிஞ்ச கண்ணுக்குத் தெரியப் போகிறதா?" என்றும் சொல்லிவிட்டாள்.

எல்லா விஷயங்களுமே இன்றுதான் உச்சத்தில் வந்து நின்றன. சாப்பாட்டை அப்படியே வைத்துவிட்டு எழுந்து

வாசலுக்குப் போய்விட்டார் கோனார். அழகம்மாள் இதைச் சட்டை செய்யவே இல்லை. திகைத்துப்போய் உட்கார்ந்திருக்கும் கோபாலின் எச்சிற் கையில் சாதம் உலர்ந்து பிசுபிசுத்தது.

கோனாரின் அழுகையொலி திடீரென்று வாள் உரசுவது போல ஒரே தடவைதான் கேட்டது. அதற்குமேல் சத்தம் கேளாமல் அழுகையை அடக்கிக்கொண்டார். கோபால் எழுந்து வாசலுக்கு வந்தான். அவன் எவ்வளவு தேற்றியும் அவர் அழுகை நிற்கவே இல்லை.

இந்தத் துயர நாடகம் நாளுக்கு நாள் சோகத்தை அதிகரித்துக்கொண்டு போனால் அதன் முடிவுதான் என்ன? கோபால் மனம் கலங்கினான். தான் வரும்போது மட்டும் தாயார் அவரிடம் இவ்வளவு மூர்க்கமாக நடந்துகொள்ளவும் அத்தோடு அதிசயமாக அலங்காரம் செய்துகொள்ளவும் காரணம்? குடும்பத்தின் கஷ்டநஷ்டங்களைக் கவனியாமல் ஈவிரக்கமற்ற ராக்ஷஸியைப் போன்றிருந்தாள் அழகம்மாள், 'இப்போதும் ஏன் மதுரையைவிட்டு வந்தோம்' என்ற ஒரே உணர்ச்சிதான் அவனுக்கு ஏற்பட்டது. கடைசியில் கோனாரை ஒருவாறு தேற்றிவிட்டுப் படுத்தான். முந்தின நாள் இரவைவிட இந்த இரவு மகா கொடூரமாக இருந்தது. கோபால் முள்ளில் தான் புரண்டான் அன்று.

நடுராத்திரி ஆகிவிட்டது. கோனாரின் குறட்டைச் சப்தம் கேட்டது. இந்தச் சந்தர்ப்பத்தில், கொஞ்ச நேரத்துக்கு முன்புதான் கண்ணயர்ந்த கோபால் எப்படியோ தூக்கம் கலைந்து எழுந்தான். வீட்டுக்குப் பின்னால் சிள்வண்டுகள் இரைந்து கொண்டிருந்தன. அதே சுருதியில் வீட்டுக்குள்ளிருந்து அழகம்மாள் அழுவதும் ஈனஸ்வரத்தில் கேட்டது.

இந்த மெல்லொலிகளின் மூலம் இரவு பயங்கரமாக மாறியது. மெல்ல எழுந்தான். நெஞ்சு 'திக் திக்'கென்று அடித்துக் கொள்ள, கோபால் கதவின் பக்கமாக வந்து இடுக்கு வழியே உள்ளே பார்த்தபோது 'மினுக் மினுக்'கென்று எரியும் அகல் விளக்கின் மங்கிய ஒளியில் விரிந்த கூந்தல் கன்னங்களை மறைக்கும்படியாகக் குனிந்துகொண்டு அழகம்மாள் ஒப்பாரி வைத்துக் கொண்டிருந்தாள். குளறுகின்ற சொல்லில்,

"சேனை தனத்தோடே – உன்னை
சேர்ந்திருக்கக் கிட்டலையே..."

என்று மாறிச் சொல்லிக் கொண்டிருந்தாள். பைத்தியம்தான் பிடித்துவிட்டதா அழகம்மாளுக்கு? கோபால் பயந்தே போய்

விட்டான். அவன் உடம்பு நடுங்கியது. கதவை ஓங்கி ஒரு குத்துக் குத்தி, "அம்மா!" என்று அலறினான். அவ்வளவுதான், உடனே எழுந்துவந்து கதவைத் திறந்தாள் அழகம்மாள். "அம்மா, என்ன அம்மா?" என்று அவள் கைகளைப் பிடித்தான். பயத்தினால் கோபாலின் விழிகள் வெளியே பிதுங்கியிருந்தன. அழகம்மாளின் முகத்தையே கூர்ந்து பார்த்தான். சிறிது நேரம் கழித்து அவள் தன் கண்களைத் துடைத்துவிட்டு, "ஒன்றுமில்லை, எங்க அப்பா நினைவு வந்தது. அவரை நினைச்சு அழறேன், கோபாலு" என்றாள்.

"பத்து வருஷங்களுக்கு முன்னாலே செத்தவருக்கு இப்போ என்ன அழுகை – இந்த ராத்திரியில்?" என்று சொல்லிவிட்டுத் தாயின் பதிலை எதிர்பார்த்தான் கோபால். அவள் பேசாமல் நின்றாள்.

"அவரை நினைச்சு அழுகிறேன்" என்று பழையபடியும் சொன்னாள்.

அழகம்மாள் உண்மையைச் சொல்ல மாட்டாள், சொல்லவும் இல்லையென்பது கோபாலுக்குத் தெளிவாகத் தெரிந்தது. அவனுக்கு ஒன்றுமே புரியாமல், உடலும் மனமும் புழுவாகத் துடித்துக்கொண்டிருந்தான். மிகவும் கோப வெறியோடு, "எதற்கம்மா இப்படி எல்லோரையும் சித்திரவதை செய்றே? எதுக்குத்தான் அழறே?" என்று வீடே கிடுகிடுக்கும் படி கேட்டுவிட்டுத் திடீரென்று குரலைத் தாழ்த்தி ரகசியத் தொனியில், "அம்மா, ஏன் அழறே? சொல்லு" என்றான்.

"சேலை..." என்ற ஒரே ஒரு சொல் மட்டும் அழகம்மாள் வாயிலிருந்து வெளியே வந்தது.

'அம்மாவுக்குப் பைத்தியமா, என்ன? சேலைக்குத்தானா இப்படி ஒப்பாரி வைத்து அழுகிறாள்? உண்மையில் சேலைக்குத் தானா இது?' – கோபால் தத்தளித்தான். அம்மாவுக்குப் பைத்தியம்தான் பிடித்துவிட்டது என்று நினைத்து வாசல் திண்ணைக்கு ஓடிக் கோனாரை எழுப்பப் போனான்.

கோனார் இவன் எழுப்பும் வரை காத்திருக்கவில்லை. எழுந்துதான் இருந்தார். எழுந்து, உட்கார்ந்து, முகத்தில் துணியைப் போட்டு மூடிக்கொண்டு 'மூஸ்மூஸ்' என்று பெரு மூச்சோடு கேவிக்கேவி அழுதுகொண்டிருந்தார். கோபாலுக்கு இரண்டு பக்கத்திலுமே கொள்ளிதான் சுடர்விட்டு எரிந்து கொண்டிருந்தது!

அவனுக்கு ஒன்றுமே புரியவில்லை. ஆனால் தெய்வா தீனமாக, இவர்களுடைய பரபரப்பும் கூச்சலும் ஊரையெழுப்பி விட்டன. பக்கத்து வீட்டார்கள் எழுந்து வந்துவிட்டார்கள். ஊர்க்கூட்டமாக ஜனங்கள் கூடிவிட்டார்கள். அழகம்மாளின் பைத்தியம் ஊர்க் கூட்டத்தைக் கண்டதும், சிறிது மட்டுப்பட்டது. அழகம்மாள், வெட்க மேலீட்டால், பழைய அழகம்மாளானாள். ஆனால் ஊர் ஜனங்களின் புலன் விசாரணைக்குப் பதில் சொல்லியாக வேண்டும்!

கோபால் இடிந்துபோய் உட்கார்ந்துவிட்டான். ஏறக்குறைய இதே நிலையில்தான் கோனாரும், அழகம்மாளும் ஆளுக்கு ஓர் இடத்தில் உட்கார்ந்து கொண்டிருந்தார்கள்.

சந்தடிகளெல்லாம் சிறிது சிறிதாகக் குறைந்து மட்டுப் படவே பக்கத்து வீட்டு அம்மாள் – முதல் நாளும், அன்றும் அழகம்மாளுக்கும் கோனாருக்கும் இடையே நிகழ்ந்த இந்தப் பிணக்கின் இரண்டொரு வெறியாட்டங்களைச் சாடையாகப் பார்த்தவள் – "என்னவோ, புருஷன் பெண்டாட்டிக்குள்ளே கொஞ்சம் மனச் சடைவு. நேத்திலிருந்தே ஒரு மாதிரியா இருக்கிறாக. நேத்துக்கூட அழகம்மாள் பணியாரம் சுட்டுக் கொண்டிருந்தாள். அப்போது கோனார் அண்ணாச்சியைப் பார்த்து அழகம்மாள் எதுக்கோ வெடுக்கென்று சொன்னது கேட்டது. என்னவோ ஏதோ என்று நானும் பேசாமலிருந்து விட்டேன்" என்று விஸ்தாரமாக விளக்கினாள் ஊர் ஜனங் களுக்கு. இப்போதுதான் விஷயம் என்னவென்று புரிந்தது. கோனாருக்கும் அழகம்மாளுக்கும் கோபாலுக்கும் கூட இப்போது தான் விஷயம் என்னவென்று புரிந்ததுபோல் இருந்தது.

பழையபடியும் கோனாருக்கும் அழகம்மாளுக்கும் ஒவ்வாமல் போய்விட்டது என்ற அதே காரணம்தான், நீரில் மூழ்கி வெளியே தலைகாட்டும் தெப்பத்தைப்போல வெளியே தெரிந்தது.

ஊரார் இரு சார்பிலும் சமாதானப்படுத்திவிட்டுப் போய் விட்டார்கள்.

கடிகாரப்படி, விடிவதற்கு இன்னும் ஒரு சில மணிகள்தான் இருந்தன. ஆனால் கோபாலுக்கு எத்தனையோ சதுர்யுகங்களைக் கடக்க வேண்டும்போல இருந்தது.

விடிவதற்கு முன்பாகவே...

'படிப்பை இம்மட்டில் நிறுத்திவிட்டு அம்மாவை மதுரைக்கு அழைத்துக்கொண்டுபோய், தான் ஏதாவது ஒரு உத்தியோகத்

துக்கு வழிதேட வேண்டியதுதான்; பெரியப்பா ஒரு சில மாதங்களுக்குத் தன் தாயாரைப் பராமரிக்கச் சம்மதித்தால் பி.ஏ. பரீக்ஷை முடியும் வரை படிக்கலாம். கிருஷ்ணக்கோனாரோ, கிராமத்திலேயே இருந்து தன் வாழ்நாளைக் கழிக்க வேண்டியது தான்!' என்று திட்டமிட்டான் கோபால்.

'தகப்பனார் ஊரில் தங்கிவிட்டால் அவருக்குச் சமைத்துப் போடுவது யார்? இந்த வயோதிகத்தில் அவர் தனியே எப்படிக் காலந் தள்ளுவார்..?'

சிக்கல் அவிழும்போதே, புதிய சிக்கல் விழுந்ததுபோல் இருந்தது அவனுக்கு. மனத்தில் சமாதானம் ஏற்படாமல் தூங்குவது எப்படி? நாளை விடிந்தால் அந்தத் தேதியிலிருந்து தொடங்கும் எதிர்காலத்தில் வாழ்க்கை நடத்துவதுதான் எப்படி?

கடைசியில் கோபாலுக்கு ஒரு யோசனை உதயமானது. அதன்படி நடக்குமா நடக்காதா என்றாலும், மனோராஜ்யம் மனச்சாந்திக்கு வழிகாட்டத்தான் செய்தது.

தன் பாட்டியின் ஊருக்கு – அழகம்மாளின் பிறந்தகத்துக்கு – அப்பாவை அனுப்பிவிடுவது; அங்கே அவர் நிலபுலன்களைக் கண்காணித்துக்கொள்ளவும், வேண்டிய வேலைகளைச் செய்யவும் மாட்டாரா? நல்லகாலம் பிறந்த அன்றைக்குத் தகப்பனாரைத் தன்னிடம் அழைத்துக் கொள்ளுவது...

இருபது வருஷகாலத்துக்குப் பிறகு தலைவிரித்தாடிய பிசாசு அலுத்துப்போன பாவனையில், மூவரும் அன்று படுத்திருந்தார்கள். ஆனால் தூங்கவில்லை; விழித்துக்கொண்டு தான் இருந்தார்கள்.

1952க்கு முன்

சுயரூபம்

வேப்பங்குளம் கிராமத்தில் இருநூறு வீடுகள் உண்டு. ஒவ்வொரு வீட்டுக்கும் ஒவ்வொரு பழம் பெருமையும் உண்டு. இப்போது சில வருஷங்களாகப் பருவ மழைகள் சரிவரப் பெய்யாமலும், வேலை வெட்டிகள் கிடைக்காமலும் போய், அகவிலைகளும் தாறுமாறாக ஏறிக்கொண்டுவிடவே, அந்தக் கிராமத்தின் பெரும் பாலான வீடுகளில் 'உண்டு' என்று சொல்லுவதற்கு அந்தப் பழம்பெருமை ஒன்றுதான் மிஞ்சியிருந்தது.

பழம்பெருமை படைத்த இந்த வேப்பங்குளத்தில் பிறந்த எத்தனையோ பேரில், தற்சமயம் ஐம்பதாம் வயதைத் தாண்டிய வீ.க. மாடசாமித் தேவரும் ஒருவர். அப்படிச் சொல்லிக்கொள்ளுவதைவிட, வீரப்பத் தேவர் பேரன் என்று தம்மை அறிமுகப்படுத்திக்கொள்ளுவதில் தான் அவருக்குப் பிரியம் அதிகம். தாத்தா வீரப்பத் தேவரின் அரிய சாதனைகளையும், ஒரு கடுஞ்சொல்லுக்கு ஒன்பது தலைகளைச் சீவி எறியும் மகா தீரத்தையும், உடன்பிறந்த தங்கை ஏதோ ஒரு சமயம் அவரை லட்சியம் செய்யாமல் இருந்ததற்காக அவளுடைய மூத்த மகன் கல்யாணத்தின் போது யார் யாரோ தாங்கியும் கட்டாயப் படுத்தியும் அழுதும் இன்னும் என்ன என்ன விதமாகவோ கும்பிட்டுக் கூத்தாடியும் கை நனைக்காமலே (சாப்பிடாமலே) வந்து விட்ட வைராக்கியத்தையும் மாடசாமித் தேவர் தம் வாழ்நாளில் சந்தித்த ஒவ்வோர் இரண்டு கால் பிறவி யிடத்திலும் சொல்லிப் பெருமைப்பட்டிருக்கிறார். அப்பேர்ப்பட்ட வீரப்பத் தேவரின் பேரர், காலனும் அஞ்சும் கந்தசாமித் தேவரின் ஏகபுத்திரர், வீ.க. மாடசாமித் தேவர் என்னும் பெயர்கொண்ட அந்த வேப்பங்குளம்

வாசி, அன்றொரு நாள் அதிகாலையில் எழுந்து, காலைக் கடன்களை முடித்து, ஊருக்குக் கிழக்கே உள்ள யாரோ ஒருவருடைய மிளகாய்த் தோட்டத்தின் கிணற்றடியில் நின்று பொடி மணலை எடுத்துத் தந்தசுத்தி பண்ணிக்கொண்டிருந்த போது, முத்தையாத் தேவர் என்ற ஒருவர் எதிர்பாராத விதமாக அங்கே திடீரென்று பிரசன்னமாகி, "என்ன பெரிய தேவரே! இன்னும் எத்தனை நாளைக்குத்தான் என்னை மாதாந்தம் நடக்கச் சொல்லலாம்னு நெனைச்சிக்கிட்டிருக்கிறீரு? இல்லே, நாள் காணாதா? காலேயரைக்கால் ரூவாக் காசுக்கு ஆயிரம் நடை நடந்தாச்சு; நீரும் வாய் சலிக்காமல் ஆயிரம் சால்ஜாப்பும் சொல்லியாச்சு!" என்று கர்ஜித்தார்.

கிணற்றில் தண்ணீர் இறைத்துக்கொண்டிருந்த ஒரு வேற்று ஜாதிக்காரனின் முன்னிலையில் தம்மை இப்படியெல்லாம் பேசி பாக்கியைக் கேட்கும் முத்தையாத் தேவருக்குச் சரியான புத்தி புகட்டவேண்டுமென்று நினைத்த மாடசாமித் தேவர் "நான் என்ன, உமக்குப் பயந்து ஒளிஞ்சுக்கிட்டு அலையறேன்னு சொல்லுறீரா? இல்லே, எதிரே வந்தாத் தலையைச் சீவிருவீரா? தெரியாமத்தான் கேட்கிறேன்" என்றார்.

"ஒளிஞ்சிக்கிட்டு அலையல்லேன்னா வீட்டிலே இருக்கணுமில்லே?"

"ஆமாம், நீர் வருவீர்னு சொல்லி உமக்காக வேலைவெட்டியைப் போட்டுட்டு நான் வீட்டிலேயே உட்காந்துக்கிட்டு இருக்கணும்!"

"இந்த வெவகாரமெல்லாம் எதுக்கையா? எனக்குக் குடுக்க வேண்டியதை விட்டெறிஞ்சிட்டீர்னா, நீர் வீட்டிலே இருந்தாத் தேவலையா, காட்டிலே இருந்தாத் தேவலையா? பெறகு நான் எதற்கு உம்மைத் தேடுகிறேன்?"

"காசுதானே கேக்கிறீர்" என்று நிமிர்ந்து நின்றுகொண்டு ஒரு கேள்வியைப் போட்டார், மாடசாமித் தேவர்.

"வேறு என்னத்தைக் கேக்கிறேன்? அதுகூடவா சந்தேகம்?"

"முத்தையாத் தேவரே! ரொம்ப தூரம் பேச்சுவச்சிக்கிட வேண்டாம். மத்தியானம் காசு வந்து சேருது, பாரும். உம்ம பாட்டிலே என்னென்னத்தையோ..."

மீதிப் பேச்சைக் காதில் வாங்கிக்கொள்ளாமலே முத்தையாத் தேவர் அப்பால் நகர்ந்துவிட்டார். அங்கே நின்றுதான் என்ன செய்யப் போகிறார்?

மாடசாமித் தேவரும், வாயில் கொப்புளித்த வாய்க்கால் தண்ணீரைத் 'தூ'வென்று துப்பிவிட்டு, கிழக்கே மங்கம்மாள் சாலையை நோக்கி நடக்கத் தொடங்கினார்.

மங்கம்மாள் சாலை என்பது இந்நாள் டிரங்க் ரோடாகும். சென்னை மாநகரிலிருந்து கன்னியாகுமரி வரையிலும் செல்லும் அந்தச் சாலையில் கோவில்பட்டிக்கும் கயத்தாற்றுக் கும் நடுவில் ஒரு விலக்குப் பாதை பிரிகிறது. அரை மைலுக்கு மேற்கில் இருக்கும் வேப்பங்குளத்துக்குச் செல்லும் அந்தப் பாதையும் மங்கம்மாள் சாலையும் சந்திக்கும் இடத்தில், முருகேசம் பிள்ளையின் பலகாரக்கடை என்ற ஒற்றைத் தனிக் குடிசை ஒன்று இருக்கிறது. பஸ்ஸுக்காகப் புளியமரத்து நிழலில் வந்து காத்திருக்கும் பிரயாணிகளையும், தெற்கு நோக்கியும் வடக்கு நோக்கியும் செல்லும் மாட்டு வண்டிகளையும் மற்றும் பாதசாரிகளையும் நம்பி அவ்விடத்தில் இருபது வருஷங்களுக்கு முன் நிறுவப்பட்ட அந்தக் கடை, முருகேசம் பிள்ளைக்கு ஐந்நூறு ஏக்கர் புன்செய் நிலத்தையும், சிமிண்டுத் தளம் போட்ட ஓர் ஓட்டுவீட்டையும் சம்பாதித்துக் கொடுத்ததுமல்லாமல், அவருடைய மூன்று பெண்களுக்குக் கல்யாணமும் செய்து வைத்திருக்கிறது. அந்தக் கடைக்குத் தேவர் போய்ச் சேர்ந்த போது முருகேசம் பிள்ளை சிலருக்குப் பலகாரம் எடுத்து வைத்துக்கொண்டிருந்தார்.

முருகேசம் பிள்ளையவர்கள், மாடசாமித் தேவரவர்கள் வந்ததைக் கவனிக்கவில்லை என்று சொல்ல முடியாது; கவனிக்க விரும்பவில்லை என்பதுதான் சரி. பஸ்ஸுக்கு வந்த பிரயாணி களுக்குப் பலகாரங்களைக் கொடுத்துக் காசாக்குவதிலேயே பிள்ளை கண்ணும் கருத்துமாக இருந்தார். தேவரோ, தாம் வந்ததைத் தெரிவிப்பதற்காக இடையிடையே ஏதேதோ பேச்சுக் கொடுத்துப் பார்த்தார். அது, 'புல்லர்க்கு நல்லோர் சொன்ன பொரு'ளைப் போலவும், தாடகையின் மார்பில் பாய்ந்த ராமபாணம் போலவும் இந்தப் பக்கமாகப் புகுந்து அந்தப் பக்கமாகப் பறந்துவிட்டது.

அப்போது சாப்பிட்டுக்கொண்டிருந்தவர்களில் ஒருவன் வேப்பங்குளத்துக்காரன். அவனையும் சேர்த்து, 'ஐயா', 'ராசா' என்று உபசரித்தார், முருகேசம் பிள்ளை. அதைப் பார்த்த தேவர், 'நாலு காசு சேர்ந்துட்டதுன்னா கழுதை களவாணிப் பயல்களைக்கூட முருகேசம் பிள்ளை தாங்குவாரு!' என்று இகழ்ச்சியாக எண்ணிக்கொண்டு ஒரு மூலையில் உட்கார்ந்தார்.

எல்லோரும் சாப்பிட்டுப் போய்விட்டார்கள். 'செல்விருந்து ஓம்பிய' பிள்ளை, வருவிருந்தைப் பார்த்திருக்கலானார்; ஆனால்,

அப்போது பரிதாபகரமாக மாடசாமித் தேவர்தான் வந்த விருந்தாகக் காத்துக்கொண்டிருந்தார். ஆள் இல்லாத இந்தச் சமயம் பார்த்து, கோட்டையைப் பிடிப்பதற்காகத் தமது முஸ்தீப்பைத் தொடங்கினார் தேவர்.

"என்ன அண்ணாச்சி, ஆளு ஒருமாதிரி எளைச்சமாதிரி இருக்கிகளே, என்ன சங்கதி?" என்று ஆரம்பித்தார்.

"எளைப்பு என்ன எளைப்பு! எண்ணைக்கும் போலத்தான் இருக்கிறேன்" என்று அலட்சியமாகக் கடைக்கண்ணால் பார்த்துக்கொண்டே பதில் சொன்னார் பிள்ளை.

தேவரிடமிருந்து அடுத்த கேள்வி கிளம்பவில்லை.

பஸ் வந்தது. அதிலிருந்து ஒரே ஒரு பிரயாணி மட்டும் இறங்கினான். அவனை வரவேற்றுச் சாப்பிட அழைத்தார் பிள்ளை. அவன் 'பசி இல்லை' என்று சொல்லி அவரிடமிருந்து தப்பித்துக்கொள்ள முயன்றான். அகப்பட்டுக்கொண்டால் அரை ரூபாயோ முக்கால் ரூபாயோ கணக்காகிவிடும் என்று அவனுக்குப் பயம். ஆனால் பிள்ளையா விடுகிறவர்? ஓடிப் போய் அவன் கையைப் பிடித்து இழுத்தார்.

"கையை விடுமையா! பசிச்சா வரமாட்டான், மனுஷன்? கடன்காரன் மாதிரி வந்து கையைப் பிடிச்சு இழுக்கிறீரே!" என்று கோபமாகச் சொல்லி, கையையும் உதறிவிட்டு அவன் ஊரைப்பார்த்து நடந்தான்.

முருகேசம் பிள்ளைக்கு இது அவமானமாக இருந்தது. அதை மறைப்பதற்காக மாடசாமித் தேவரிடம் வலிய வந்து பேச்சுக் கொடுத்தார். தப்பி ஓடியவனைத் தமக்கு மிகவும் வேண்டியவனைப்போலக் குறிப்பிட்டுப் பேசினார். வேண்டிய வன் இப்படியெல்லாம் முகத்தை முறித்தாற்போல் பேசுவது அவமானப்படத்தக்க விஷயமல்ல என்று தேவர் நினைத்துக் கொள்ள வேண்டும் என்பதற்காக அவர் கையாண்ட தந்திரம் அது.

பிள்ளையவர்கள் தம்மையும் ஒரு பொருட்டாகக் கருதிப் பேச ஆரம்பித்ததை எண்ணி மகிழ்ச்சியும் நம்பிக்கையும்கொள்ளத் தொடங்கிய மாடசாமித் தேவர், "என்ன இருந்தாலும் இந்தக் காலத்துப் பிள்ளைகளுக்கு மனுஷாளோட தராதரம் தெரிகிற தில்லை, அண்ணாச்சி" என்றார்.

"ஆனால், இவன் அப்படியில்லே! தங்கமான பிள்ளை."

"பய போறான், அண்ணாச்சி, பேச்சை விடுங்க. இப்போ யாவாரம் எப்படி?" என்று விசாரித்தார் தேவர்.

“என்னமோ, அச்சில்லாமத் தேரு ஓடுது. போட்ட மொதலைக்கூடக் கண்ணாலே பார்க்கமுடியல்லே.”

“நல்ல யாவாரமின்னுல்லே சொன்னாக?”

“சொல்வாக, சொல்வாக. சொல்றவுகளுக்கு என்ன? முருகேசம் பிள்ளை, கொள்ளையடிச்சுக் கொள்ளையடிச்சு மூட்டை மூட்டையாக் கட்டி வச்சிருக்கான்னுகூடச் சொல்வாக. என் கண்முழி பிதுங்குறது எனக்கில்லே தெரியும்? பாருங்க, என் மக மாங்கண்ணு (அவர் மூன்றாவது மகளின் செல்லப் பெயர்) ஆடிக்கு வந்தவ இன்னும் இங்கேயே இருந்துக் கிட்டிருக்கறா. அவளுக்கு நாலு வடத்திலே ஒரு முத்துமாலை யைப் போட்டு அனுப்பி வச்சிரணும்னு பார்க்கிறேன். அதுக்கு ரெண்டு பவுன் கைசேர மாட்டேங்குது” என்று வருத்தத்தோடு சொன்னார்.

தேவர், மிகப் பெரிய பசியேப்பத்தை விட்டுவிட்டு, பிள்ளை யின் துயரத்துக்கு அனுதாபம் காட்டுவதுபோல் நடித்துக் கொண்டு, “ரெண்டு பவுன் போதுமா, நாலு வடம் முத்து மாலைக்கு?” என்று குழந்தையைப் போலக் கேட்டார்.

“சரியாப்போச்சு போங்க! கையிலே பத்து பவுன் இருக்கு தம்பி; பன்னிரண்டு பவுனாப் பண்ணிப்பிடணும்னு பார்க் கிறேன்.”

“ஆமா, அண்ணாச்சி! செய்றதை நல்லாத்தான் செய்யணும்! யாருக்குச் செய்றோம்? நம்ம குழந்தைக்குத்தானே செய்றோம்?” என்று அனுதாபத்தைப் பூரணமாக வெளிப்படுத்தினார்.

‘ஐயாவுக்கு ரொம்பக் கவலை!’ என்று தமக்குள்ளேயே சொல்லிக்கொண்டார் பிள்ளை.

அப்போது தேவர் தமக்குள் சொல்லிக்கொண்டது பின் வருமாறு:

‘இவன் மகளுக்குச் சங்கிலி போடலேன்னுதான் இந்த வீரப்பத் தேவர் பேரனுக்குக் கவலை! நம்ம தலையெழுத்து, இப்படிப்பட்ட அற்பப் பயல்களுக்கெல்லாம் எரக்கம் காட்டிப் பேச வச்சிருக்கு. அவனவன் அரைவயித்துக் கூழுக்கு அலை யிறான்; இந்தப் பய மகளுக்கு என்னடான்னா, முத்து மாலை பண்ணிப் போடணுமாம், நாலு வடத்திலே! கும்பி கூளுக்கு அழுததாம்; கொண்டை பூவுக்கு அளுததாம்!’

‘அற்பப் பய’லுக்கு அனுதாபம் காட்டுவது தேவருக்கும், ‘வெறும் பயல்’ அனுதாபம் காட்டுவது பிள்ளைக்கும் அடியோடு பிடிக்கவில்லை.

முருகேசம் பிள்ளை பேச விரும்பாமல் சிறிது நேரம் மௌனமாக இருந்தார். ரோட்டின் தென்கோடியையும் வலது கோடியையும் ஒருமுறை எட்டிப்பார்த்துவிட்டு, காலை உணவு உட்கொள்ள உட்கார்ந்தார்.

பிள்ளையவர்கள் இட்டிலிகளையும் வடைகளையும் எடுத்து வைத்துக்கொண்டு தேங்காய்ச் சட்டினியைத் தொட்டுச் சாப்பிடும் காட்சியைக் கண்ட தேவருக்கு நெஞ்சு படபட வென்று அடித்தது. முந்தாநாள் சரியாகச் சாப்பிடாமலும், நேற்று அறவே சாப்பிடாமலும், இன்று வெறும் ஆசாரத்துக் காகவே பல்தேய்த்துவிட்டுப் பசியேப்பம் விட்டுக்கொண்டும் இருக்கும் ஒரு மனிதன் பக்கத்திலிருந்து பார்த்துக்கொண்டிருக் கிறானே என்ற உணர்ச்சிகூட இல்லாமல் பிள்ளை சாப்பிட்டுக் கொண்டிருந்தார்.

“நமக்கும் நாலு இட்டிலி வையுங்க, அண்ணாச்சி” என்று தம்மை மறந்த நிலையில் கேட்டுவிடுவதற்குத் தேவர் வாயைத் திறந்துவிட்டார். நல்ல வேளையாக, திறந்த வாயில் பேச்சு வெளிவராமல், மற்றொரு பசியேப்பமே வந்தது. கேட்டிருந்தால் என்ன ஆகியிருக்கும்? முருகேசம் பிள்ளை கடன் கொடுக்கக் கண்டிப்பாக மறுத்திருப்பார். அத்துடன் தேவரின் நம்பிக்கை யும் தகர்ந்திருக்கும். கேட்காமல் இருந்தாலோ, சாயங்காலம் வரையிலாவது நம்பிக்கையை நீட்டலாம். இதை உணர்ந்து பிள்ளையவர்களை மெள்ள மெள்ள வசப்படுத்தி, கடைசியில் தமது காரியத்தைச் சாதிப்பதற்கான உபாயங்களையும் மார்க்கங்களையுமே தேடலானார், தேவர்.

சிறிது நேரத்தில் அடுத்த பஸ் வடக்கேயிருந்து வந்தது. அதிலிருந்து மூன்றுபேர் இறங்கினார்கள். மூவரும் உள்ளூர்க் காரர்கள். அவர்கள் சாப்பிட வரமாட்டார்கள் என்பது பிள்ளையவர்களுக்குத் தெரியுமாதலால் அவர்களை வீணாகக் கூப்பிடவில்லை.

“இப்படி வர்ரவுகளெல்லாம் கடைக்கு வராமப் போனா அண்ணாச்சி சொன்ன மாதிரி, யாவாரந்தான் எப்படி நடக்கும்?” என்று வாயைத் திறந்தார் மாடசாமித் தேவர்.

“செடி வச்சவன் தண்ணி ஊத்துவான். நீர் ஏன் கவலைப் படுறீரு?” என்று பதில் சொல்லிவிட்டுப் பிள்ளை திரும்பி உட்கார்ந்து கொண்டார்.

மத்தியானம் ஆயிற்று. வயிற்றுச் சோற்றுக்கு முருகேசம் பிள்ளை வீட்டில் எடுபிடி வேலை செய்து உயிரைப் பேணிக்

கொண்டிருக்கும் ஒரு சிறுவன் வீட்டிலிருந்து அவருக்கு மத்தியானச் சாப்பாடு கொண்டுவந்தான். காரணம் இல்லாமலே, நித்திய வழக்கப்படி அவன்மீது ஒரு வசை புராணம் பாடி முடித்தார் பிள்ளை. பிள்ளையவர்களைச் 'சண்டாளன்' என்று மனதுக்குள் திட்டிக்கொண்டு, அதே சமயத்தில் அவருடைய கட்சியிலேயே சேர்ந்துகொண்டு, அந்தச் சிறுவனை மாடசாமித் தேவரும் கடிந்துகொண்டார். இது பிள்ளையவர்களுக்குப் பிடிக்கவில்லை.

"தேவரே, இவன் என்ன, அனாதைப் பயல்னு பார்த்தீரா? நான்தான் திட்டுறேன்னா, நீரும் எதுக்குப் பின் பாட்டுப் பாடுறீரு?" என்று ஒரு போடு போட்டார்.

தேவருக்கு முகத்தில் அறைந்தாற்போல் இருந்தது. பல்லைப் பல்லைக் காட்டிக்கொண்டு, "நான் அப்படி என்ன சொன்னேன்? அவனுக்குப் புத்திதானே சொன்னேன்?" என்று பரிதாபகரமாகச் சொன்னார்.

பையன், தேவரைச் சிம்மப் பார்வை ஒன்று பார்த்து விட்டுப் போனான்.

காலையிலிருந்து முருகேசம் பிள்ளையோடு வளர்த்த நட்பு இப்படி ஒரு நிமிஷத்தில் தகர்ந்து தரைமட்டமாகி விட்டதே என்று தேவருக்கு ஏமாற்றம். பழையபடியும் அவரோடு சிநேகமாகிவிடுவதற்குத் தக்க தருணத்தை எதிர்பார்த்தவராய் அந்த இடத்தில் இருந்தபடியே இருந்துகொண்டிருந்தார்.

இரவு ஏழு மணிக்குமேல் ஆகிவிட்டது. திருநெல்வேலியிலிருந்தும் கோவில்பட்டியிலிருந்தும் எத்தனையோ பஸ்கள் வந்து போயின. எத்தனையோ பேர் முருகேசம் பிள்ளையின் கடைக்கு வந்து சாப்பிட்டுவிட்டுப் போனார்கள். அவர்களில் சிலருடன் பிள்ளையவர்கள் 'ஹாஸ்ய'மாகப் பேசியபோது, தேவர் சிரித்தார்; சிலருடன் கோபமாகப் பேசியபொழுது, தேவர் அடி எடுத்துக் கொடுத்தார்; துயரமாகப் பேசியபொழுது, அழாக்குறையாகத் துக்கப்பட்டார். வயிற்றுக் கொடுமை அவரை இப்படியெல்லாம் ஆட்டி வைத்தது. உட்கார்ந்த இடத்தில் கரையான புற்று வளர்ந்து அவரை மூடாதது ஒன்றுதான் பாக்கி. அந்த மாதிரி அங்கே கிடையாகக் கிடந்தார்.

பிள்ளையவர்களுக்கு அன்று வியாபாரம் சரிவர நடை பெறவில்லை. பத்துப் பன்னிரண்டு இட்டிலிகளும், சில தோசைகளும் மிஞ்சிவிட்டன. அரைப் பானை காபியும் மிஞ்சியது என்றாலும் பிள்ளையவர்கள் அதற்காகக் கவலைப் படவில்லை. எப்போதும் அவர் அதற்காகக் கவலைப்பட்டது

இல்லை. அந்தப் பானை ஒரு வற்றாத 'சமுத்திரம்'. காலையில் அடுப்பில் வைத்துக் கொஞ்சம் கருப்பட்டியையும் காபித் தூளையும் உள்ளே போட்டுக் கொதிக்க வைத்தால், அப்புறம் அது விற்பனை ஆகஆகப் பானையில் தண்ணீரை விட்டே நிரப்பிக் காபியாக மாற்றிக்கொண்டிருப்பார், பிள்ளை.

இரவு ஒன்பது மணிக்குக் கடைசி பஸ்ஸும் போய்விட்டது. அதற்குமேல் அங்கே வியாபாரம் நடக்காது என்பதோடு மட்டுமின்றி, கடையைத் திறந்து வைத்துக்கொண்டு அவ் விடத்தில் உட்கார்ந்திருப்பதும் தப்பு. ஏகாந்தமான இடம்; நடுக் காடு. அங்கே எவனும் வந்து அடித்துப் பிடுங்கினாலும் கேள்வியில்லை. அதனால் வழக்கம்போல் பிள்ளையவர்கள் கடையைக் கட்டிக் கொண்டு வீட்டுக்குப் புறப்படத் தயாரானார். காபிப் பானையை எடுத்து வழக்கம்போலவே கடைக்குப் பின்புறத்தில் கொண்டு போய்க் கொட்டினார். மிஞ்சிய பலகாரங்களை எடுத்து ஒரு கூடைக்குள் போட்டார். "அந்த விடியாமூஞ்சி வந்து சனீசுவரன் மாதிரி கடைவாசலில் உக்காந் திருந்தா யாவாரம் எங்கே ஆகும்?" என்று முணுமுணுத்துக் கொண்டார்.

தேவர், அந்தச் சமயத்தில் மற்றொருமுறை கடனுக்கு நாலு இட்டிலிகளைக் கேட்க வேண்டுமென்று துடித்தார். ஆனால், அப்போது அவருக்கு வாய் வரவில்லை. பிள்ளை 'இல்லை' என்று சொல்லிவிட்டால் என்ன செய்வது என்ற அதே பயம்தான்.

முருகேசம் பிள்ளை தம் தளவாடங்களைத் தலையில் தூக்கி வைத்துக்கொண்டு, வெறும் கடையை இழுத்துப் பூட்டி விட்டு, நிலா வெளிச்சத்தில் விலக்குப் பாதை வழியாக மேற்கே நோக்கி நடக்கத் தொடங்கினார். தேவரை அவர் தம்மோடு புறப்படும்படி சொல்லவில்லை. அவரிடம் வேறு வார்த்தையும் பேசவில்லை. தேவருக்கு ஏற்பட்ட அவமானத்தைச் சொல்லி முடியாது. அன்று பகல் முழுவதும் பிள்ளையவர்களின் இன்ப துன்பங்களில் முழுப் பங்கெடுத்துங்கூடத் தம்மை ஒரு மனித னாக அவர் நினைக்கவில்லை என்பதற்காகத் தேவர் புண்பட்டு வருந்தினார். ஒரே பசி; எழுந்திருக்க முடியாத சோர்வு; போதாக் குறைக்கு அவமானம் வேறு; என்றாலும் அவர் பிள்ளையவர் களைப் பின்பற்றி நடந்தார். 'ஒரு வார்த்தை, வாய் திறந்து கேட்டிருக்கலாம். கேட்காமல் இருந்துவிட்டோம். வாயுள்ள பிள்ளைதான் பிழைக்கும்' என்று எண்ணியவராக நடுவழியில் பிள்ளையவர்களைப் பார்த்து, "அண்ணாச்சி, ஒரு காரிய மில்லே..." என்று ஆரம்பித்தார்.

"என்ன சமாசாரம்?" என்று கேட்டார் முருகேசம் பிள்ளை.

"இல்லே, மிஞ்சிப்போன அந்த இட்டிலியை எடுத்துக் குடுங்களேன், நாளைக்குக் காலையிலே காசைக் கொண்டாந்து குடுத்திடுறேன்?"

"இதுக்குதான் நீர் இவ்வளவு நேரமும் வலைவீசினீரா? சரிதான், சரிதான்! ஐயா, நம்பகிட்டே கடன்கிடன் என்கிற பேச்சே கிடையாது" என்று சொல்லி, சற்று வேகமாக நடந்தார்.

"நீங்க கடன் குடுக்காமலா இருக்கிறீக?"

"குடுப்பேன் ஐயா, குடுப்பேன்; குடுக்கிறவுகளுக்குக் குடுப்பேன்; உமக்குக் குடுத்துப்போட்டு நான் எங்கே போய்க் காசை வசூல் பண்றது?"

"என்ன அப்படிச் சொல்லிப்போட்டீக, அண்ணாச்சி? இந்த வீரப்பத் தேவர் பேரன் அப்படிப்பட்டவன் இல்லே."

"ஆமாமா! உமக்குக் கடன் குடுத்திட்டு, அப்புறம் வசூல் பண்ண வீரப்பத் தேவருகிட்டப் போகவேண்டியதுதான்."

"சத்தியமாச் சொல்றேன்; வாங்கினக் கடனைக் குடுக்காம நான் ஏமாத்தமாட்டேன். ஊசிப்போன பலகாரத்தைத்தான் நான் கேக்கிறேன். அதைக்கூடக் குடுக்கமாட்டேங்றீகளே!" என்று கெஞ்சினார்.

பிள்ளைக்குக் கோபம் வந்துவிட்டது. "ஊசிப்போன பலகாரந்தானே? அதை நீர் எதுக்குக் கேக்கிறீரு? வீட்டுக்குப் போய்ச் சுடச்சுடத் தோசை சுட்டுச் சாப்பிடுமே; யார் வேண்டாங்கிறா!"

"கோவிச்சுக்காதீங்க. நான் இப்படியெல்லாம் கேக்கிறவனில்லே, ஏதோ இண்ணைக்குக் கேக்கிறேன். என் பாட்டன் பூட்டன் காலத்திலேகூட இப்படி எங்க குடும்பத்திலே யாரும் கெஞ்சினது கிடையாது. எங்க பாட்டனாரு, ஒரு கோவத்திலே சொந்தத் தங்கச்சி வீட்டிலேகூடச் சாப்பிடமாட்டேன்னு வந்தவரு . . ."

"ஐயா நீர் பொழைச்ச பொழைப்பும், ஓம்ம பாட்டன் பொழைச்ச பொழைப்பும் எனக்குத் தெரியும். சும்மா ஆளைப் போட்டுப் பிடுங்காதீங்க."

பாட்டனாரைப் பற்றி அலட்சியமாகப் பேசிய அந்த வார்த்தைகளுக்காகவே தேவரின் எரிமலை வெடிப்பதற்குக்

காத்திருந்தது போலும்! "என்னடா சொன்னே?" என்று இடி முழக்கம்போல் குரலெழுப்பிக்கொண்டு முருகேசம் பிள்ளை மீது புலிப் பாய்ச்சலாகப் பாய்ந்தார், மாடசாமித் தேவர். இந்தத் தாக்குதலால், பிள்ளையின் தலையில் இருந்த தளவாடங் கள் கீழே விழுந்து சிதறின. உடனே இருவரும் கைகலந்து விட்டார்கள். திட்டிய திட்டுகளும், பேசிய பேச்சுகளும் . . . அது வேறு பாஷை. பலம்கொண்ட மட்டும் ஒருவரையொருவர் ஓங்கிக் குத்தினார்கள். ஒருவரைக் கொல்லாவிட்டால் மற்றொரு வர் உயிரோடு மீள முடியாது என்பதும் உறுதியாகிவிட்டது. அந்தப் பேயறைகளும், பேய்க் கூப்பாடுகளும் கேட்பாரற்ற ஓசைகளாகக் காற்றில் கலந்துகொண்டிருந்தன. சண்டையை விலக்குவதற்குச் சுற்றுமுற்றும் ஒரு 'சுடு குஞ்சும்' கிடையாது. கை ஓயக் குத்தினார்கள். கையைவிட்டால் அப்புறம் பல்தான் ஆயுதம். பல்லையும் பகவான் கொடுத்திருக்கிறாரே ..! அடி யோடு கடியும் சேர்ந்தது. உடம்பெல்லாம் ரத்தக் கோரைகள் . . .

நடுக்காட்டில் சில நிமிஷ நேரம் இந்தப் பயங்கரப் போர் நடந்தது. முடிவில் மாடசாமித் தேவரே சோர்ந்து விழுந்தார். வயிற்றுப் பசியை வைத்துக்கொண்டு அவர்தான் எப்படித் தாக்குப் பிடிப்பார்? வீசி எறிந்த கோணிப்பை மாதிரி பாதை யோரத்தில் சுருண்டு விழுந்தார், தேவர். முருகேசம் பிள்ளை வாய்க்கு வந்தபடி திட்டிக்கொண்டே தம் தளவாடங்களைக் கம்பீரமாகப் பொறுக்கி ஒன்று சேர்த்துக் கொண்டிருந்தார். தேவர் கிடந்த இடத்தில் மூச்சுப்பேச்சே இல்லை. ஒரே மௌனந் தான் நிலவியது.

முருகேசம் பிள்ளை புறப்படவிருந்த சமயத்தில், மாடசாமித் தேவர் சுய உணர்வு இல்லாத நிலையில், "அண்ணாச்சி, இன்னுங் கூட ஒங்க மனசு எரங்கலையா? வயத்துப் பசியிலே புத்தியைப் பறிகொடுத்திட்டேன், அண்ணாச்சி" என்று மன்னிப்பையும் இட்டிலியையும் ஏக காலத்தில் கேட்டார்.

முருகேசம் பிள்ளையின் மனமா இரங்கும்? அதற்குப் பதிலாகப் பன்மடங்கு கோபமே வந்தது. "இந்தா, திண்ணுத் தொலை. இப்படி மானங்கெட்ட தீனி திண்ணு உடம்பை வளக்கலேன்னா என்னவாம்?" என்று சொல்லிக்கொண்டே கூடையின் வாய்க்கட்டை அவிழ்த்து இட்டிலியை எடுத்துக் கொடுக்கப்போனார்.

"இந்தப் பயகிட்ட நான் பிச்சை வாங்கித் திங்கவா?" என்று வீறாப்புடன் சொல்லிக்கொண்டு தமது முழுப் பலத்தை யும் பிரயோகித்துப் பிள்ளைமீது மறுமுறையும் பாய்ந்தார்,

தேவர். பாய்ந்த வேகத்திலேயே அடிவயிற்றில் ஒரு பலமான குத்து வாங்கிக்கொண்டு கீழே விழுந்தார். உடம்பில் மூலைக்கு மூலை பரல் கற்கள் குத்தின. திரும்ப எழுந்து சண்டை போடுவதற்குத் தேவரிடம் சக்தி இல்லை.

அப்போது முருகேசம் பிள்ளை, "உம்மை விருதாவாக் கொலை பண்ணிட்டுத் தூக்குமேடையில் ஏறுவானேன்னு பாக்கிறேன். இல்லேன்னா, நடக்கிற கதை வேறே" என்று கடைசி உறுமலாக உறுமிவிட்டுப் போய்விட்டார்.

அடிபட்டுக் கிடந்த மாடசாமித் தேவருக்கு, என்னென்னவோ பயங்களெல்லாம் வந்து உள்ளத்தில் புகுந்துகொண்டன. முருகேசம் பிள்ளை ஊருக்குள் போய் நடந்த சங்கதியைச் சொன்னால்..? வீரப்பத் தேவரின் பேரன் வழிப்பறியடித்துப் பசி தீர்க்க முயன்றதாகக் கதை கட்டினால்..? பிறகு, போலீஸ் காரர்கள் வந்து தம்மை ஊரார் முன்னிலையில் கைதியாகக் கூட்டிக்கொண்டு போனால்..?

அவர் தம்முடைய பயங்களை ஒருவழியாக உதறுவதற்கு வெகு நேரம் ஆயிற்று.

'இனி என்ன கஷ்டம் வந்தாலும் வரட்டும். என்னதான் வந்துவிடும்? தலைக்கு மிஞ்சின ஆக்கினையா? கோவணத்துக்கு மிஞ்சின தரித்திரமா? இந்த அற்பப் பயல் யாசகமாகக் கொடுத்த இட்டிலியை வாங்கி நாய்த் தீனி தின்னாமல் இருந்தோமே, இந்தக் கடும்பசியிலும் – அது போதும்; மற்றக் கேவலம் எது வந்தாலும் வரட்டும்' என்று தமக்குத்தாமே ஆறுதல் தேடிக் கொண்டு தள்ளாடித் தள்ளாடி வீட்டை நோக்கி நடந்து வந்தார் மாடசாமித்தேவர்.

கலைமகள், அக்டோபர் 1959

இரு சகோதரர்கள்

கிராமத்திலிருந்து வந்த பெரியவரும் அண்ணனும் எவ்வளவோ சொல்லிப்பார்த்தும் சுப்ரமணியம் கேட்கவே யில்லை. வழக்கம்போல், 'எனக்குக் கல்யாணமே வேண் டாம்' என்ற அதே பல்லவியைத்தான் பாடிக்கொண்டிருந் தான். மூன்று நாட்களாக அவன் பிடிவாதமாக மறுத்துக் கொண்டிருப்பது, பெரியவருக்குச் சலிப்பையும் கோபத்தை யும் உண்டு பண்ணிவிட்டது. அண்ணன் ராமகிருஷ்ணன் முகத்தில்கூட அன்று கோபக்குறி தென்பட்டது.

பெரியவர், சுப்ரமணியத்தின் காலஞ்சென்ற தந்தைக்கு உயிர்த் தோழர். அதனால், அவரைத் தந்தையின் ஸ்தானத்தில் வைத்தே ராமகிருஷ்ணனும் சுப்ரமணிய மும் மரியாதை செய்து வந்தனர். அவர் வார்த்தையைச் சுப்ரமணியம் தட்டமாட்டான் என்ற நம்பிக்கையில்தான் அவரைக் கடிதம் போட்டு வரவழைத்திருந்தான் ராம கிருஷ்ணன். ஆனால், ராமகிருஷ்ணனுடைய கடைசி நம்பிக்கையும் பொய்த்துப் போகும்படி செய்துவிட்டான் சுப்ரமணியம்.

"இனி எத்தனை நாளைக்குத்தான் இப்படி ஒண்டிக் கட்டையாக இருக்க முடியும், சுப்பு? பெரியவர் சொல்ற தைக் கேள்டா. எல்லாம் உன் நன்மைக்குத்தான் சொல் றோம்" என்று கெஞ்சினான் ராமகிருஷ்ணன்.

பெரியவர் வெட்டு ஒன்று துண்டு இரண்டாக முடிவாய்க் கேட்டார்: "சுப்பு! ரயிலுக்கு நேரமாகிவிட்டது. உன்னைக் கடைசித் தடவையாகக் கேட்கிறேன், இந்த வருஷம் கல்யாணம் பண்ணிக்கொள்ள உனக்குச் சம்மதமா, இல்லையா? எனக்கு ஒரே வார்த்தையில் பதில் சொல்லணும்."

"இந்த வருஷமல்ல. எந்த வருஷமுமே எனக்குக் கல்யாணம் வேண்டாம். கோபித்துக்கொள்ளாதீர்கள். நானும் கடைசித் தடவையாகத்தான் சொல்கிறேன்."

பெரியவர் எழுந்து துண்டை உதறித் தோளில் போட்டுக் கொண்டார். "அப்பா, ராமகிருஷ்ணா! நான் போயிட்டு வரேன். இனி உன் பாடு, உன் தம்பி பாடு" என்று சொல்லிவிட்டுக் கிளம்பிவிட்டார்.

அவரைத் தடுத்து நிறுத்தக்கூட ராமகிருஷ்ணனுக்குத் தெம்பு இல்லை. என்ன முகாந்தரத்தைச் சொல்லி அவரைத் திரும்பவும் அழைத்து உட்கார வைப்பது? கிராமத்தில் வீட்டைப் போட்டுவிட்டுப் பட்டணத்துக்கு வந்து, மூன்று நாட்கள் இரவும் பகலும் சுப்ரமணியத்துக்குப் புத்திமதி சொல்லி, அவருக்குத் தொண்டை வறண்டுவிட்டது. ஏதோ தகப்பனாருடன் சிநேகமாக இருந்த தோஷத்துக்கு ஒரு மனிதன் அவ்வளவுதான் செய்வான். அதற்குமேல் அவரை என்ன செய்யச் சொல்வது?

ராமகிருஷ்ணனுக்கு அவரை அப்படியே அனுப்பி வைப்பதைத் தவிர வேறு வழியில்லாமல் போய்விட்டது. ஒரு பேச்சும் பேசாமல், சோர்ந்துபோன தன் கைகளால் அரைகுறையாகக் கும்பிட்டு, அவருக்கு விடைகொடுத்தான். அவர் திரும்பிப் பார்க்காமல் தெருவழியே வேகமாகப் போய்க்கொண்டிருந்தார்.

ராமகிருஷ்ணன், தம்பியைப் பார்த்துத் திரும்பினான். அவனைக் கடிந்துகொள்ளக்கூடிய மனபலம் அவனுக்கு எப்போதும் இருந்ததில்லை; அப்போதோ நிச்சயமாக இல்லை.

"சுப்பு! நானும் என் மனைவி மக்களும்தான் உனக்குப் பாரமாக இருப்பதாக நான் நினைத்துக்கொண்டிருந்தேன். ஆனால், இப்போது நீதான் எனக்குப் பெருஞ்சுமையாக இருக்கிறாய். என் குடும்பத்தைக் காப்பாற்ற நீ சந்நியாசம் பூணுவதால், என் தலையில் பாரத்தை மட்டுமல்ல, பழியையே சுமத்தியிருக்கிறாய். என்னால் இதைத் தாங்கவே முடியாது..."

ராமகிருஷ்ணனுடைய கண் கலங்கியது. சுப்ரமணியமும் ஒரேயடியாக மனம் குழம்பித் தத்தளித்தான்.

"வந்தவர் முகத்தில் கரியைப் பூசி அனுப்பியாகிவிட்டது. இனி என்ன செய்யக் காத்திருக்கிறாய்? என்ன செய்யப் போகிறாய்? இன்னும் ஒரு வருஷம் இந்தப் பாவத்தை — உன்னைச் சந்நியாசியாக்கிய பாவத்தை — நான் சுமந்தால், மூச்சு முட்டியே செத்துப்போய் விடுவேண்டா, சுப்பு...!"

மேற்கொண்டு பேச முடியாமல் ராமகிருஷ்ணன் கண்ணீர் விட்டான். சுப்புவுக்கும் கண் கலங்கியது. இருவரும் பேசவில்லை. இதை மறைவில் நின்று கவனித்துக் கொண்டிருந்த சாரதா, உள்ளத்தில் யாதொரு சலனமும் இல்லாமல், தன் வேலையைக் கவனிக்க உள்ளே சென்றாள். சகோதரர்கள் இருவரும் அழுதாலும் சரி, அழுவதற்குப் பதிலாகச் சிரித்துக்கொண்டிருந்தாலும் சரி; அவளுக்கு இரண்டும் ஒன்றுதான்!

அண்ணனுடைய கண்களிலிருந்து அருவியாக நீர் கொட்டிக் கொண்டிருந்தது. அதைப் பார்க்கும்போது சுப்ரமணியத்துக்குக் கொஞ்சம் எரிச்சலாகக்கூட இருந்தது. "எதற்காக இப்படி அழ வேண்டும்? நான் ஒருவன் கல்யாணம் பண்ணிக்கொள்ள வில்லை என்றால், இந்த உலகம் அழிந்துவிடுமா, என்ன?" என்று காரமாகவே கேட்டான்.

"உலகம் அழியாதுடா! நான் அழிந்து போவேன்; என் பெண்டாட்டி பிள்ளைகள் அழியும்..."

"இப்படி அர்த்தமில்லாமல் பேசுவதால் ஒரு பிரயோஜனமும் இல்லை. பேச்சை விடுங்கள்; நல்ல காலம் பிறந்தால் பார்த்துக்கொள்ளலாம்' என்று சொல்லிவிட்டு வெளியே போய் விட்டான் சுப்ரமணியம்.

ராமகிருஷ்ணன் கண்களைத் துடைத்துக்கொண்டு, சுப்புவின் ஜாதகத்தையும், விரிந்து கிடந்த பஞ்சாங்கத்தையும், பெரியவர் வீசிக்கொண்டிருந்துவிட்டுக் கீழே வைத்த விசிறியையும் எடுத்து உள்ளே கொண்டுபோய் வைத்தான். தன் துயரத்தை யாரிடத்தில் சொல்லி அழுவது என்று தெரியாமல், அவன் தவித்துக்கொண்டிருந்தபோது, அவனுடைய கைக்குழந்தை தூக்கத்திலிருந்து விழித்துக்கொண்டு 'வீல்' என்று கத்தி அழுதது. அதைப் போய் எடுத்துக்கொண்டு தெருத் திண்ணைக்கு வந்தான். குழந்தையை மடியில் போட்டுக்கொண்டு உட்கார்ந்தான். அந்த ஆறு மாதக் குழந்தை, ஆறு நாள் குழந்தையைப் போல மெலிந்து துவண்டு போயிருந்தது. அந்த வயதிலேயே அதற்கு எண்ணி முடியாத நோய்கள்! நெஞ்சுச் சளி; வயிற்றுப் போக்கு; உடம்பெல்லாம் உஷ்ணக் கட்டிகள்; எல்லாவற்றிற்கும் மேலாக வயிற்றுக்குப் பற்றாத கொடுமை. அது ராமகிருஷ்ணனுக்கு ஐந்தாவது குழந்தை – உயிரோடு இருப்பவர்களில். இரண்டு, மூன்று குழந்தைகள், ராமகிருஷ்ணன் நன்றாகப் பிழைத்த காலத்திலேயே அவ்வப்போது ஏதோ சிற்சில நோய் களைக் காரணங்களாகக் காட்டிவிட்டு இறந்துபோய்விட்டார் கள். அந்தக் குழந்தைகள் செத்துப் போய்விட்டாலும்,

போட்டோப் படங்களிலாவது ஒருவிதமாகச் சிரஞ்சீவிகளாகி வீட்டோடு இருந்து வந்தார்கள். ஆனால் உயிரோடு இருக்கும் குழந்தைகளோ அற்பாயுசுகளாகத் தினம் தினமும் காட்டை நோக்கிக்கொண்டிருந்தார்கள்.

குழந்தையைத் தட்டிக் கொடுத்துக்கொண்டிருந்த ராம கிருஷ்ணனை, சுப்ரமணியத்தைப் பற்றிய நினைவு இடைவிடாது வந்து அலட்டிக்கொண்டிருந்தது.

ராமகிருஷ்ணனும் சுப்ரமணியமும் உடன்பிறந்த சகோதரர் கள். பூர்வீகம் காஞ்சீபுரத்தை அடுத்த ஒரு சிறு கிராமம். பெற்றோர் காலமான பிறகு, அந்த ஊரில் அவர்களுக்கு இருந்த ஒரே கடமை, தங்கள் ஒரே தங்கையைக் கல்யாணம் செய்து கொடுப்பதுதான். உள்ளூரிலேயே அவளையும் உரிய காலத்தில் கட்டிக் கொடுத்துவிட்டார்கள். அதன் பொருட்டுச் சக்திக்கு மீறியே செலவழிக்கும்படி நேர்ந்தது. தகப்பனார் தேடி வைத்திருந்த பூஸ்திதி அவர் வாங்கி வைத்த கடனுக்குப் போனது போக மீதியிருந்தது, அந்தக் கல்யாணத்துக்குச் செலவாயிற்று. மிஞ்சியது ஒரு வீடுதான். பிழைப்புக்கு மார்க்கமில்லாத கிராமத்தில் மனைவி மக்களையும், தம்பியையும் காப்பாற்றுவது எப்படி என்ற பிரச்னை ஏற்பட்டது, ராமகிருஷ்ணனுக்கு. யாரிடத்திலும் யோசனை கேட்காமல் வீட்டை விற்றான். அந்தப் பணத்தைக் கையில் எடுத்துக்கொண்டு குடும்பத்தோடு சென்னையில் குடியேறினான். கெட்டுப்போய்ப் பட்டணத்துக்கு வராமல், அநேகமாகக் கெடாத நிலையிலேயே கையில் சிறிது ரொக்கத் தோடு வந்து சேர்ந்தான். நுங்கம்பாக்கத்தில், ஒரு வீட்டில், ஓர் அறையும் ஒரு சமையல் கூடமும் ஒரு சிறு திண்ணையும் சேர்ந்த பகுதியை வாடகைக்கு அமர்த்திக்கொண்டான். உடனடி யாகத் தம்பி சுப்ரமணியத்தை – கிராமத்தில் எட்டாவது வகுப்புப் பாஸ் பண்ணியவனை – ஒரு ஹைஸ்கூலில் கொண்டு போய் மூன்றாவது பாரத்தில் சேர்த்தான். பிறகு வாழ்க்கையை எப்படித் தொடங்கலாம் என்ற யோசனையில் ஊரைச் சுற்றி வருவதும், நிலைமையை ஆராய்வதுமாக இருந்தான்.

ராமகிருஷ்ணனுக்குத் தெரிந்த ஒரே தொழில் போட்டோப் படம் பிடிப்பதுதான். இதைக் கிராமத்திலுள்ள ஒரு பணக்காரப் பையனிடம் எப்பொழுதோ விளையாட்டாகக் கற்றுக்கொண் டான். இந்த விளையாட்டுப் பயிற்சி இப்போது தொழிலாகக் கைகொடுத்தது. நுங்கம்பாக்கத்திலேயே ஐந்நூறு ரூபாய் முன்பணம் கொடுத்து, ஒரு சிறு கடையை வாடகைக்கு அமர்த்தி, போட்டோ ஸ்டூடியோ திறப்பதற்கு வேண்டிய தளவாடங்களையும், ஆடம்பரச் சாமான்களையும் வாங்கிப்

போட்டான். நல்ல நாள் பார்த்து, தன்னுடைய 'ராமா ஸ்டூடியோ'வைத் திறந்தான். எடுத்த எடுப்பிலேயே தொழில் நன்றாக நடைபெறத் தொடங்கியது. அந்த ஒட்டுக்குடித்தன வாழ்க்கைக்குப் போதிய வருமானமும் கிடைத்தது. சென்னைக்கு வந்து 'பிழைத்துக் கொண்டோம்' என்ற உணர்ச்சி ஏற்பட்டது, அவனுக்கு. எதிர்காலத்தைப் பற்றிப் பிரமாதமாகக் கோட்டை கட்டவும் ஆரம்பித்தான்.

ஆனால் ராமகிருஷ்ணனின் மனைவி சாரதாவுக்கும் சரி, அவளுடைய இரண்டு குழந்தைகளுக்கும் சரி, பள்ளிக்கூடம் போய் வரும் தம்பி சுப்ரமணியத்துக்கும் சரி, பட்டண வாழ்க்கை அறவே பிடிக்கவில்லை. ஊர் பிடிக்காததற்குக் காரணம், குடி யிருக்கும் வீடு பிடிக்காமல் போனதுதான். அந்தச் சின்னஞ்சிறு இடத்தில் அடைபட்டுக் கிடப்பது அவர்களுக்குச் சிறைவாச மாகவே இருந்தது. ஒரு சாண் இடத்துக்கும், ஒரு குடம் தண்ணீருக்கும், தாராளமான சுவாசத்துக்கும் தவியாய்த் தவிக்க வேண்டியிருந்தது. தொட்டதற்கெல்லாம் பக்கத்துக் குடித்தனக்காரர்களுடன் போட்டா போட்டி. குளிப்பது, தண்ணீர் பிடிப்பது போன்ற அற்பக் காரியங்களுக்கும் 'நான் முந்தி, நீ முந்தி' என்ற அவசரம். இரவும் பகலும் அதே சிற்றறை யில் சுற்றிச் சுற்றி வரவேண்டிய பரிதாபம். சாரதாவுக்கு உண்மை யிலேயே மூச்சுத் திணறியது. எப்போதடா கிராமத்துக்குப் போய்த் தாராளமாகக் குளத்தில் மூழ்கிக் குளித்து, தாராளமாக மூச்சு வாங்குவோம் என்று ஏங்கிக்கொண்டே ஒவ்வொரு நாளையும் கழித்தாள். அவளுடைய இரண்டு குழந்தைகளும் – ஒன்றுக்கு ஐந்து வயது; மற்றொன்றுக்கு மூன்று வயது – ஒரு நாளைக்குப் பத்து தடவை, 'அம்மா, வீட்டுக்குப் போவோம். அம்மா, வீட்டுக்குப் போவோம்' என்று அவளை அழைத்துக் கொண்டிருந்தன. சாரதாவுக்கு எந்த விஷயத்திலும் அழுகை வந்துவிடக்கூடியவாறு மனம் நொந்துவிட்டது. கிராமத்திலிருந்து சிரித்த முகமும், சீதேவியுமாகக் கட்டுக் குலையாத மேனியுடன் வந்த சாரதா, உள்ளுக்குள் கருகினாள்; வெளியே துவண்டாள். ஆனால் சந்தோஷத்தில் மிதந்த ராமகிருஷ்ணனுக்கு இது தெரியாது. பகல் முழுவதும் ஸ்டூடியோவிலேயே இருந்ததால், காற்றுக்கும் வெளிச்சத்துக்கும் மனைவி மக்கள் பரிதவிப்பதை அவனால் அறிந்துகொண்டிருக்கவும் முடியாது. அடிக்கடி சாரதாவையும் குழந்தைகளையும் எத்தனையோவிதமாக நிறுத்திப் படம் பிடிப்பதில் அவனுக்கு எல்லையில்லாத ஒரு தனி இன்பம். பல படங்களைக் கண்ணாடிச் சட்டம் போட்டுச் சுவரில் ஒரு சிறு இடம் பாக்கியில்லாமல் தொங்கவிட்டான். 'பட்டணத்துக்கு வரவேண்டும் என்று அடி எடுத்து வைத்த

நேரம் எவ்வளவு நல்ல நேரம்' என்று அடிக்கடி மனைவியிடம் சந்தோஷமாகச் சொல்லிக்கொண்டும் இருந்தான்.

மறு வருஷம் சாரதாவுக்கு ஓர் ஆண் குழந்தை பிறந்தது; தம்பி நான்காவது பாரத்துக்குத் தேறிவிட்டான். மூத்த குழந்தையைப் பக்கத்திலுள்ள சிறு பாடசாலைக்கு அனுப்பினான். ஏற்ற இறக்கங்கள் இல்லாமல் வாழ்க்கை ஓடிக்கொண்டிருந்தது.

சென்னைக்கு வந்த மூன்றாவது வருஷத்தில் சாரதா அடியோடு உருமாறிவிட்டாள். அவள் உடம்பு தேய்ந்தது தெரியாமல் தேய்ந்துவிட்டது. மனசில் ஒரே இருள்; ஒரே சோர்வு. எதற்கு என்று தெரியாமல் பேசுவது, நடமாடுவது, வேலை செய்வது என்று ஆகிவிட்டது. அவளுக்கு ஏற்பட்ட ஞாபக மறதியை இப்படி அப்படி என்று சொல்ல முடியாது. இந்த நிலையில் வருஷம் தவறாமல் பிரசவம் வேறு. செத்தவை போக, கைக்குழந்தையோடு ஐந்து குழந்தைகள் இருந்தன. சின்னஞ்சிறு வீட்டில் குழந்தைகள் பெருத்துப் போக்கிடம் இல்லாமல் வீட்டின் எல்லைக்குள் சுற்றி வருவதும், பக்கத்துக் குடித்தனங்களில் போய் ஏதாவது வம்பு பண்ணுவதும், அதன் காரணமாகச் சண்டைகளும் தகராறுகளும் வெடிப்பதும் சகிக்க முடியாத கட்டத்தை அடைந்துவிட்டன. இவர்கள் வீட்டைக் காலி பண்ணிப் போனாலொழிய நிம்மதியாகத் தூங்க முடியாது என்று ஒட்டுக்குடித்தனக்காரர்களுக்குத் தோன்றிவிட்டது. வீட்டுக்காரனும் ராமகிருஷ்ணனுடைய குடும்பத்தைக் கிளப்பி, அந்த இடத்தில் புதுத் தம்பதிகளையோ, ஊர்ஜிதமான மலட்டுப் பிறவிகளையோ குடிவைக்கத் தீர்மானித்தான். இல்லையென்றால், அங்கே உள்ள மற்ற குடித்தனக்காரர்கள் காலிபண்ணிப் போய் விடுவதுடன், புதிய குடித்தனங்களும் வராமல் போய்விடும் என்று நினைத்தான்.

இப்படிப்பட்ட சந்தர்ப்பத்தில் – சாரதா தேயத்தொடங்கியது போல – ராமகிருஷ்ணனுடைய தொழிலும் தேய ஆரம்பித்தது எதிர்பாராத விதமாக இறங்கு காலம் வந்துவிட்டது. அவனுடைய ராமா ஸ்டூடியோ இருந்த அதே தெருவில், பிரம்மாண்டமான ஒரு மாடிக் கட்டடத்தில் 'மெர்ரி போட்டோ ஸ்டூடியோ' என்ற ஒரு புதிய ஸ்டூடியோ திறக்கப்பட்டது. ஆடம்பரங்களும், அலங்காரங்களும், ஒளிஜாலங்களும், பிற கவர்ச்சிகளும் சேர்ந்து இந்திரலோகம்போலக் காட்சியளித்தது அது. திறக்கப்பட்ட சிறிது காலத்துக்குள்ளாக அந்தத் தெருவுக்கு அதுவே அடையாளம் ஆகிவிட்டது. தெருப்பேரைச் சொல்லி வழி காட்டுவதற்குப் பதிலாக, மெர்ரி ஸ்டூடியோவைச் சொல்லியே எல்லோரும் வழி காட்டினார்கள். அதன் அசுரத்தனமான போட்டியைச்

சமாளிக்க நினைத்தான், ராமகிருஷ்ணன். தன் கையிலுள்ள பணத்தையும், கடன் வாங்கிய பணத்தையும் சேர்த்துப் போட்டு, ராமா ஸ்டூடியோவை அழகுபடுத்திப் பார்த்தான். அந்த சிறு கடையை எவ்வளவுதான் அழகுபடுத்திவிட முடியும்? நாழி நானாழியை முகந்துவிடுமா? சூரியனுக்கு முன்னால் மின் மினிப் பூச்சி பிரகாசிக்குமா?

தொழில் படுத்துவிட்டது. மெர்ரி ஸ்டூடியோவை மற்றொரு மெர்ரி ஸ்டூடியோ வந்தாலும்கூட எதிர்த்து நிற்க முடியாது என்று நினைக்கும் அளவுக்கு அதன் பேரும் புகழும் பரவிவிட்டன. 'என்ன செய்வது?' என்று ராமகிருஷ்ணன் யோசித்துக்கொண்டிருந்த வேளையில், அவனுடைய மூத்த குழந்தை எட்டு வயதில் துள்ளத் துடிக்க இறந்தது. அதை அடுத்து, சாரதா மற்றொரு குழந்தையைப் பிரசவித்து, மூன்றாம் நாளிலேயே அதை மூத்த குழந்தைக்கு வழித்துணையாக அனுப்பிவிட்டு, தன் உயிருக்கே போராடிக்கொண்டிருந்தாள். மேலும், புதுச் செலவுகளுக்கு வழி திறந்துவிட்டதுபோல சுப்ரமணியம் ஐந்தாவது பாரம் பாஸாகி எஸ்.எஸ்.எல்.ஸி. வகுப்புக்கு வந்து சேர்ந்தான்.

கைப் பணம் போய், கடன் சுமையும் ஏறி, வாரக் கணக்கில் ஒரு ரூபாய் வருமானம்கூட இல்லாமல் ஒவ்வொரு நாள் இரவும் ஸ்டூடியோவைப் பூட்டிவிட்டு ராமகிருஷ்ணன் கை கால் சோர்ந்து வீடு திரும்புவது வழக்கமாகிவிட்டது. நல்ல வேளையாக, அப்போதிருந்த நான்கு குழந்தைகளையும் நடுத் தெருவில் நிறுத்தாமல், சாரதா பிழைத்து எழுந்தாள். சுப்ரமணியத் துக்கு ஏறக்குறைய நூறு ரூபாய் கொடுத்தாலொழிய அவன் எஸ்.எஸ்.எல்.ஸி வகுப்பில் உட்கார முடியாது என்ற நிலை ஏற்பட்டது. அதே சமயத்தில், மற்றொரு சோதனை மாதிரி சுப்ரமணியத்துக்கு மாதம் நாற்பது ரூபாய் சம்பளத்தில் வேலை கொடுக்க ஸ்டூடியோவுக்குப் பக்கத்துக் கடைக்காரர் முன்வந்தார். அவனை வேலைக்கு அனுப்புவதா? படிக்க அனுப்புவதா? மாதா மாதம் நாற்பது ரூபாய் வந்தால் மூழ்கிக்கொண்டிருக்கும் குடும்பம் கரையேறுவதற்கு ஓரளவாவது உதவியாக இருக்கும். ஆனாலும், ஐந்தாவது பாரத்தோடு நிறுத்திவிடுவது எப்படி? கஷ்டப்பட்டாவது எஸ்.எஸ்.எல்.சி. தேறிவிட்டால்தான் சுப்ரமணியத்தின் எதிர்காலத்துக்கு நல்லது. இரண்டு நாட்கள் இரவும் பகலும் யோசித்த ராமகிருஷ்ணன், மூன்றாம் நாள் தன் ஸ்டூடியோவில் இருந்த முக்கியமான சாதனம் ஒன்றை எடுத்துக்கொண்டு போய், பரிதாபகரமாக அந்த மெர்ரி ஸ்டூடியோக்காரனுக்கே விற்றுப் பணத்தைக் கொண்டுவந்து தம்பிக்குக் கொடுத்தான். தன் பொருட்டு அண்ணன் செய்த

வேலையை அறிந்து தம்பி மனம் பதைத்தான். சாரதாவோ, வழக்கம்போல் பதைக்கவும் இல்லை; சந்தோஷப்படவும் இல்லை.

எதிரிக்கு ஆயுதத்தை விற்கத் தொடங்கியபின், அவனை எதிர்த்து நிற்பது எப்படி? வேறு தொழிலைத் தொடங்க வேண்டியதுதான் என்று ராமகிருஷ்ணன் முடிவு செய்தான். கையில் இருந்த சொத்து ராமா ஸ்டூடியோ ஒன்றுதான். அதை விற்றால்தான் வேறு தொழிலுக்கு மூலதனம் தேட முடியும். ஆனால், வீட்டின் அன்றாடச் செலவுகளும், வாடகை பாக்கிகளும், அவசரக் கடன்களும் அவனை நாலாபக்கமும் இழுத்து அலைக்கழித்தன. ஸ்டூடியோவை விற்று எதற்கென்று செலவு செய்வது? கடைக்குச் சொந்தக்காரன் முன் பணத்தில் வாடகையைக் கழித்துக்கொண்டு வந்தான்; வீட்டுக்குச் சொந்தக்காரனோ தினம் தவறாமல் காலையில் வந்து பேசாத பேச்செல்லாம் பேசி ஊர்க் கூட்டத்தைக் கூட்டிக்கொண்டிருந்தான்.

“பிள்ளை பெறத் தெரியுதே, கொடக் கூலி குடுக்கத் தெரிய வேணாம்? நீயும் ஒரு ஆம்பிளை, ஒனக்கும் ஒரு பெண்டாட்டி” என்றே ஒருநாள் வீட்டுக்காரன் பேசிவிட்டான். இம்மாதிரியான அவமானங்களையும் சகித்துக்கொண்டு, தம்பிக்கு ஒழுங்காகச் சம்பளம் கட்டிப் படிக்க வைப்பதிலேயே குறியாக இருந்தான், ராமகிருஷ்ணன்.

இரண்டு மாதங்களுக்குள்ளாகவே அவன் ஸ்டூடியோவை மூடிவிடத் தீர்மானித்தான. ஒவ்வொரு கருவியையும், வந்த விலைக்குத் தள்ளிவிட்டுக்கொண்டிருந்தான். வெறும் கடையை மூடிச் சாவியையும் சொந்தக்காரனிடம் கொடுத்தான். கொடுத்த முன்பணத்தில் ஒரு ரூபாய்கூட மீளவில்லை; ஆள் மீண்டதே தெய்வச் செயலாக இருந்தது.

அப்புறம். . ?

ராமகிருஷ்ணன் செய்யாத தொழில் இல்லை. புத்தகக்கடை, வெற்றிலைபாக்குக் கடை, தையல் கடை, லாண்டிரி . . . இப்படி ஒவ்வொன்றாகத் திறந்து மூடி, கடைசியில் வீட்டுத் தரகனாக மாறினான். இதற்கிடையில் சுப்ரமணியம் எஸ்.எஸ்.எல்.சி. பாஸ் செய்துவிட்டான். சில மாதங்களுக்குள்ளாகவே அவனுக்கு ஒரு கம்பெனியில் எழுபத்தைந்து ரூபாய் சம்பளத்தில் வேலை கிடைத்துவிட்டது. ராமகிருஷ்ணன் சிறிது மூச்சுவிட்டான். நுங்கம்பாக்கம் வீட்டைக் காலிபண்ணிவிட்டு, மயிலாப்பூரில் அதைவிட மோசமான இருட்டறையொன்றில் குடியேறினான். கட்டிளம் பெண்ணாகக் கிராமத்திலிருந்து நுங்கம்பாக்கத்துக்கு வந்த சாரதா, எலும்பும் தோலுமாக மயிலாப்பூருக்கு வந்து

சேர்ந்தாள்! அவளுக்கென்று சொந்தமான உணர்ச்சி எதுவும் இல்லாமல் அற்றுப்போய் வெகுகாலம் ஆகிவிட்டது. கணவனுடைய கஷ்டமோ, குழந்தையின் நோயோ, வேறு எந்தத் துன்பமுமோ அவளைப் பாதிப்பதே கிடையாது. ஓர் எலும்புக் கூடு, ஓர் உயிர் – இந்த இரண்டும் சேர்ந்த அசேதனமாக இருந்தாள் சாரதா. அவள் வயிற்றில் பிறந்த குழந்தைகளும், செத்ததன் வயிற்றில் பிறந்த சிறியதுகளாய், எத்தையோ தின்று எங்கேயோ கிடந்தன.

மயிலாப்பூர் இன்னும் நன்றாகப் பழகவில்லை. அதனால், பழைய நுங்கம்பாக்கத்துக்கே தினந்தோறும் போய்த் தரகுத் தொழில் செய்துவந்தான், ராமகிருஷ்ணன். நிச்சயமில்லாத வருமானம். சில மாதங்களில் வருமானமே இராது. அதிக பக்ஷமாகக் கிடைத்த மாதங்களிலும் ஐம்பது ரூபாய்க்குமேல் போனதில்லை. குடும்பத்தைக் காப்பாற்றி வந்தது தம்பியின் மாதச் சம்பளந்தான். வீட்டில் உயிர்க்களையை அவன் முகத்திலும், ஏகதேசமாகக் குழந்தைகளின் முகத்திலும்தான் பார்க்க முடிந்தது.

சுப்ரமணியத்துக்கு எழுபத்தைந்து ரூபாய் சம்பளத்தில் வேலை கிடைத்துவிட்ட செய்தி சில தினங்களுக்குள் கிராமத் துக்கும் எட்டிவிட்டது. அந்தப் பெரியவர் – இந்தச் சகோதரர் களின் தந்தைக்கு ஆப்த நண்பர் – சந்தோஷம் தெரிவித்து முதல் கடிதம் எழுதினார். சில மாதங்களுக்குப் பிறகு எழுதிய ஒரு கடிதத்தில் காலா காலத்தில் சுப்ரமணியத்துக்குக் கல்யாணம் செய்துவைக்க வேண்டியது ராமகிருஷ்ணனுடைய கடமை என்பதை நினைவூட்டினார். அடுத்த கடிதத்தில், பக்கத்துக் கிராமத்தில் நல்ல இடத்தில் ஒரு பெண் இருப்பதாகவும், சம்மதம் தெரிவித்தால், காரியத்தில் இறங்கத் தயார் என்றும் எழுதினார். அதற்கு ராமகிருஷ்ணன் பதில் எழுதும்போது, தம்பியைக் கலந்துகொண்டு அவனுடைய அபிப்பிராயத்தையும் அனுசரித்து, 'அதற்குள் கல்யாணத்துக்கு அவசரம் ஒன்றுமில்லை, பின்னால் பார்த்துக்கொள்ளலாம்' என்று எழுதினான். அதன் பின் ஒரு வருஷத்துக்கு ஒரு தடவையோ, இரண்டு வருஷங் களுக்கு ஒரு தடவையோ திடீரென்று அசரீரி வாக்கு ஒலிப்பது போல் பெரியவரின் கடிதம் வந்து சேரும் – அதே கல்யாண விஷயமாகத்தான். சுப்ரமணியன் இருபத்தைந்தாம் வயதைத் தாண்டிய பிறகும், "பின்னால் பார்த்துக்கொள்ளலாம்" என்று ராமகிருஷ்ணன் பதில் எழுத விரும்பவில்லை. ஆனால், தம்பி அதே பதிலைத்தான் எழுதும்படி திரும்பத் திரும்பச் சொல்லு வான். அவனுடைய அபிப்பிராயப்படியும் இரண்டு முறை ராமகிருஷ்ணன் கடிதம் எழுதினான். கடைசியில் பெரியவர்

எழுதியிருந்த ஒரு கடிதம், ராமகிருஷ்ணனுக்குச் சம்மட்டியால் அடித்துப் புத்தி சொல்லுவதுபோல் இருந்தது. 'பொறுப்புத் தெரியாமலும், அவனுக்குப் புத்தி சொல்லிக் காலாகாலத்தில் செய்ய வேண்டிய காரியத்தைச் செய்யாமலும், அவன் சொன்னான் என்பதற்காக நாட்களைத் தள்ளிக்கொண்டிருப்பதா? அவனுக்குத்தான் மூளை இல்லை என்றால், உனக்கும் கூடவா இல்லாமல் போய்விட்டது?' – இப்படி எழுதினார், பெரியவர். அந்தக் கடிதத்தைப் பார்த்த நாளிலிருந்து தம்பிக்குத் தினந் தவறாமல் தூண்டுகோல் போட்டுக்கொண்டிருந்தான். தம்பியோ, 'பின்னால் பார்த்துக்கொள்ளலாம்' என்ற பேச்சைக் கைவிட்டு, 'எனக்குக் கல்யாணமே வேண்டாம்' என்று ஆரம்பித்து விட்டான்! அண்ணனின் மனத்தைக் கஷ்டப்படுத்தக்கூடாது என்பதற்காக காரணத்தைச் சொல்லவும் மறுத்துவிட்டான்.

சுப்ரமணியம் தன் வாழ்க்கையையே அண்ணன் குடும்பத்துக்காகத் தியாகம் செய்துவிடத் தீர்மானித்து வருஷக்கணக்கில் ஆகிவிட்டது. கல்யாணம் செய்துகொண்டு, அண்ணனின் குடும்பத்தைவிட்டுப் போய்விட்டால், அவர்கள் கதி என்னவாகும் என்பதைப் பல நாட்கள் ஆலோசித்து, அவன் கட்டிய அசைக்க முடியாத முடிவு அது. அவன் அருமை பெருமையோடு தூக்கி வைத்துக் கொஞ்சி விளையாடிய குழந்தைகள் ஒன்றுக்குப் பின் ஒன்றாகப் பட்டினியால் சாவதைக் கண்ணாரக் காண அவன் விரும்பவில்லை. பெற்ற தாயினும் அன்பாக – அந்தத் தாங்க முடியாத வறுமையிலும், நோயாய்க் கிடந்த சமயங்களிலும் – முகம் கோணாமல் தனக்கு வேளாவேளைக்குச் சமைத்துப் போட்டுப் பள்ளிக்கு அனுப்பிய அண்ணியையும், விதைத் தானியத்தை விற்பதுபோலத் தொழிற்கருவியை விற்றும், சரியாகப் பால் வாங்கிக் கொடுக்காமல் குழந்தைகளை மெலிய விட்டுக் கொன்றும், தன் படிப்புக்காகச் செலவழித்த அண்ணனையும் கைவிட்டுவிட்டுத் தனக்கு என்ன குடும்ப வாழ்க்கை வேண்டியிருக்கிறது என்று நினைத்தான் அவன். தான் சாகும் வரையில், இல்லையென்றால் தன் அண்ணனுக்கு எதிர்பாராத வாறு அதிர்ஷ்ட காலம் பிறக்கும்வரையில், பிரம்மச்சாரியாகவே காலம் கழித்துவிட அவன் விரதம் பூண்டிருந்ததை அண்ணன் தானாக உணர்ந்துகொள்ளுவான் என்று எதிர்பார்த்தான். அவன் எதிர்பார்த்தபடியே ராமகிருஷ்ணனும் உணர்ந்துகொண்டான் என்றாலும், அதற்கு முன் எத்தனையோ விதமாகத் தம்பியைச் சந்தேகித்தான். வெளியே எங்காவது நோக்கம் இருக்கிறதா, இல்லையென்றால் தாறுமாறாகத் திரிகிறானா என்றெல்லாம் சந்தேகப்பட்டுப் பிறகு அப்படி எதுவும் இல்லை என்று தெளிந்தான்.

தன் பொருட்டு, தன் குடும்பத்தின் பொருட்டு, அவன் சர்வ பரித் தியாகம் செய்துவிட்டதை அறிந்து, ராமகிருஷ்ணன் முதலில் ஆனந்த பரவசத்தையே அடைந்தான். ஆனால், அது பைத்தியக்காரத்தனம் என்பது சீக்கிரத்திலேயே அவனுக்குப் புலனாயிற்று. வாலிபத்தில் இப்படிப்பட்ட தியாகங்கள் நீடிப்ப தில்லை. நீடித்தாலும் அது சந்தோஷப்பட வேண்டிய விஷயமா? தன்னுடைய நலனுக்காகத் தம்பி தியாகம் செய்வதைக் கண்டு ஊர் மகிழலாம்; உலகம் மகிழலாம்; ஆனால், தானே மகிழ்வதா? அவனுடைய உழைப்பை, இன்பத்தை, வாழ்க்கையை, இப்படி அனைத்தையுமே தான் சுவீகரித்துக் கொண்டு மகிழ்ந்தால், அது மனிதத் தன்மையா?.. ராமகிருஷ்ணனுக்கு அன்று புதிய ஒளி பிறந்தது. 'தம்பி தியாகப்புருஷனல்ல. தன்னையும், என்னை யும் ஏககாலத்தில் கொன்றுகொண்டு, தியாகம் என்று முட்டாள் தனமாக மனப்பால் குடித்துக்கொள்கிறான்' என்றே நினைத் தான். அவன் தன் கண்ணில் படும்போதெல்லாம், கல்யாண விஷயத்தை ஞாபகப்படுத்தி நச்சரித்துக்கொண்டிருந்தான். கோபமாகக்கூடச் சொல்லிப் பார்த்தான்; சில நாட்கள் அவனோடு பேசாமலும் இருந்தான். எந்த உபாயமும் பலிக்காமல் போகவே, கிராமத்துக்குக் கடிதம் போட்டுப் பெரியவரை வரவழைத்தான். கடிதத்தைக் கண்டு, கொஞ்சம் நம்பிக்கை வைத்துக்கொண்டே சென்னைக்குப் புறப்பட்ட பெரியவர், ஒரு பெண்ணையும் மனத்தில் குறித்துக்கொண்டு வந்தார். ஆனால், சுப்ரமணியம் கடைசி வரை தியாக புருஷனாகவே நின்று சாதித்துவிட்டான். பெரியவர் நம்பிக்கையெல்லாம் இழந்து ஒரேயடியாக மனம் சலித்துப் போய், அந்தத் திசையில் இனி தலைவைத்துப் படுப்பதில்லை என்ற வைராக்கியத்துடன் கிராமத்துக்குத் திரும்பிவிட்டார். அண்ணனும் தம்பியும் கண்ணீர் வடித்ததோடு அன்றைய தினம் கழிந்தது.

2

கிராமத்துப் பெரியவர் வந்து போன மறு மாதத்தில் கபாலீஸ்வரர் கோவிலில் உற்சவம். அன்று ஏழாம் திருநாள். சுப்ரமணியம் சம்பளம் வாங்கிய நாளும்கூட. அண்ணனுடைய குழந்தைகள் இருவரை – நடக்கக்கூடிய குழந்தைகளை மட்டும் அழைத்துக்கொண்டு அவன் கோவிலுக்குப் போயிருந்தான். சுவாமி தரிசனம் செய்து பிரகாரத்தையும் ஒரு சுற்றிச் சுற்றி விட்டு, திரும்பும் வழியில் சில விளையாட்டுச் சாமான்களை யும் குழந்தைகளுக்கு வாங்கிக் கொடுத்து வீட்டுக்கு அழைத்துக் கொண்டு வந்தான். குழந்தைகள் சிற்றப்பாவிடம் வழக்கம் போல் மிகுந்த பாசத்தோடு நடந்துகொண்டன. அப்பாவைப்

போலச் சாக்குப்போக்குச் சொல்லி ஏமாற்றாமல், கேட்ட பொருள்களையும் கேட்காத பொருள்களையும் வாங்கிக் கொடுக்கும் ஒருவனிடம் குழந்தைகளுக்கு அன்பு ஏற்படுவதைப் பற்றிச் சொல்லுவானேன்? மூவரும் ஒரே சந்தோஷத்தோடு வீடு திரும்பினார்கள். வீட்டில் அப்போது ராமகிருஷ்ணன் இல்லை. இரவு ஒன்பது மணியாகியும் அண்ணன் வீடு திரும்பாத காரணம் என்னவென்று தெரியாமல், சாரதாவைக் கேட்டான். ராமகிருஷ்ணன் மற்றொரு குழந்தையைத் தூக்கிக்கொண்டு கோவிலுக்குப் போயிருப்பதாக அவள் சொன்னாள். சாப்பிட்டு விட்டே போனதாகவும் சொன்னாள்.

"இரவு ஒன்பது மணிக்குமேல் குழந்தையை வெளியில் தூக்கிக்கொண்டு போகலாமா? தூங்குகிற குழந்தையில்லையா?" என்று சொல்லிக்கொண்டே, உள்ளே போய்ச் சாதம் போடச் சொல்லிச் சாப்பிட்டான் சுப்ரமணியம். ஒட்டுக்குடித்தனங் களைச் சேர்ந்தவர்கள் யாருமே அப்போது வீட்டில் இல்லை. எல்லோரும் குழந்தை குட்டிகளோடு கோவிலுக்குப் போயிருந் தார்கள். வீடு நிசப்தமாக இருந்தது. சுப்ரமணியம் வெளித் திண்ணைக்கு வந்து ஒரு குழந்தையை மடியில் படுக்கப் போட்டுத் தூங்க வைத்துக்கொண்டிருந்தான். ஆறுமாதக் குழந்தை உட்பட மூன்று குழந்தைகள் உள்ளே தூங்கிக்கொண் டிருந்தன. திண்ணையில் சுகமாகக் காற்று அடித்ததால் மடியில் கிடந்த குழந்தையும் தூங்கிவிட்டது. உடனே அவன் சாரதாவைக் கூப்பிட்டான். அவளும் வந்து தூங்கும் குழந்தையை உள்ளே எடுத்துக்கொண்டுபோய்ப் பாயில் படுக்க வைத்தாள். வீட்டில் சாரதாவும், சுப்ரமணியமும் தான் கண் விழித்துக் கொண்டு ஆளுக்கு ஓரிடத்தில் உட்கார்ந்துகொண்டிருந்தார்கள். அன்றைய மாலைப்பொழுது சந்தோஷமாகக் கழிந்த உணர்ச்சி சுப்ரமணியத்தை அப்பொழுதும் இன்பத்தில் ஆழ்த்திக்கொண் டிருந்தது. ஏதாவது படம் பார்க்கப் போகலாமா என்றும் நினைத்தான். ஆனால், நேரமாகிவிட்டது. எதுவும் செய்வதற் கில்லாமல் தெருத் திண்ணையிலேயே உட்கார்ந்து, வருவோர் போவோரைப் பார்த்த வண்ணம் உல்லாசமாகப் பொழுது போக்கிக்கொண்டிருந்தான்.

இப்படியே ஓர் அரைமணி நேரம் கழிந்தது. சுப்ரமணியம் திண்ணையைவிட்டு எழுந்தான். நேரே வீட்டுக்குள் போய், சாரதா உட்கார்ந்திருந்த அறையை எட்டிப் பார்த்தான். அவள் ஒரு காரியமும் இல்லாமல், சுவரில் சாய்ந்து முகட்டைப் பார்த்த வாக்கில் உட்கார்ந்திருந்தாள். குழந்தைகள் அமைதி யாகத் தூங்கிக்கொண்டிருந்தன.

சுப்ரமணியம் அந்த அறைக்குள் நுழைந்தான். சாரதா திரும்பிப் பார்த்தாள். அவன் தன்னை நெருங்கி வருவதையும் அவள் கவனித்தாள். உள்ளத்தில் பயமோ, பரபரப்போ இல்லாமல் அப்படியே உட்கார்ந்திருந்தாள். அருகில் சென்ற சுப்ரமணியம், சற்று நின்று அவள் முகத்தைக் கூர்ந்து பார்த்தான். முகத்திலும் சலனம் இல்லை. இன்னும் நெருங்கிச்சென்று, அவளை ஒட்டி உட்கார்ந்துகொண்டு, ஆசை வெறியோடு தன் இரு கைகளாலும் அவளுடைய உடம்பை அணைப்பதற்காகப் பற்றியிழுத்தான். உடம்பு அவன் அருகில் வந்தது. அவள் கையைக் காலை உதறவில்லை; அவனைத் தடுத்து நிறுத்தவில்லை; பயந்துபோய் அபயம் கோரிக் கூவவுமில்லை. அதே சமயத்தில் தன் கைகளைத் தூக்கி அவன் உடம்பைக் கட்டிப் பிடிக்கவோ, சாதாரணமாகத் தொடவோகூட அவள் முயற்சி எடுத்துக்கொள்ளவுமில்லை. தன்னுடைய செய்கையால் அவளிடம் எந்தவிதமான மாறுதலும் ஏற்படவில்லை என்பதைத் தெரிந்துகொண்ட மாத்திரத்தில் அவனுக்குப் பேயறைந்தது போல் ஆகிவிட்டது. பயத்தினால் மூச்சே நின்றுவிட்டது போன்ற பிரமை. கைகால்கள் ஆடிவிட்டன. உடம்பெல்லாம் நடுக்கம்; வேர்வை; எழுந்து நின்றவன், ஓடி வருவதற்குக்கூடத் திராணியில்லாமல் நடுங்கிக்கொண்டு நின்றான். அவள் 'குய்யோ முறையோ' என்று ஒரு தடவை கத்தினால்கூட நல்லது என்று நினைத்தான். ஆனால் அவளோ, எதுவுமே செய்யவில்லை. பேசாமல் அவனைப் பார்த்துக்கொண்டே உட்கார்ந்திருந்தாள். மற்றொரு முறை அவளைத் தொட்டு, அவள் தன் கையால் ஒரு தடவையாவது தன்னை இடைமறித்தாலொழிய, தனக்கு உயிர் வராது என்று அவனுக்குத் தோன்றியது.

இரண்டாவது முறை அவனுடைய கரங்கள் அவளை முரட்டுத்தனமாகப் பற்றியபோது, ராமகிருஷ்ணன் குழந்தையோடு வீட்டுக்குள் வந்துவிட்டான். அடுத்து, அந்த அறைக்குள்ளேயும் வந்தான். தம்பியும் மனைவியும் இருந்த நிலையைப் பார்த்தான். சுப்ரமணியத்தின் தலையில் பாறாங்கல் விழுந்தது போல் இருந்தது. தன் இரண்டு கைகளாலும் தலையில் அடித்துக் கொண்டு, 'அண்ணா' என்ற பயங்கரமான கூப்பாட்டுடன் அவன் கால்களில் சாஷ்டாங்கமாக விழுந்தான். அவனுடைய கூப்பாட்டைக் கேட்டு எல்லாக் குழந்தைகளும் துள்ளி விழுந்து எழுந்து அழுதன. ராமகிருஷ்ணன் திக்பிரமை பிடித்தவன் போல் அப்படியே ஸ்தம்பித்து நின்றான். சாரதா அப்போதும் பேசாமல் உட்கார்ந்துகொண்டிருந்தாள். தன்னைச் சுற்றி நடக்கும் காரியங்களுக்குப் பொருளும் தெரியாமல், காரணமும் தெரியாமல், அதைப்பற்றிக் கவலையும் படாமல் உட்கார்ந்திருப்பவளைப் போலவே அவள் இருந்தாள்.

சுப்ரமணியம் மேலும் இரண்டொரு முறை 'அண்ணா' என்று கதறினான்; அவன் கால்களைக் கெட்டியாகப் பிடித்தான்.

ராமகிருஷ்ணனுக்குச் சிறிது சுயநினைவு வந்தது. தம்பியின் பிடியிலிருந்து கால்களை விடுவித்துக்கொண்டு, வாசல் திண்ணைக்கு வந்தான். தலையில் கை வைத்துக்கொண்டு அப்படியே உட்கார்ந்துவிட்டான்.

சுப்ரமணியம் சாவதானமாக அடி எடுத்து வைத்து வாசலுக்கு வந்து அண்ணனுக்கு எதிரே தலையைக் குனிந்து கொண்டு நின்றான். ராமகிருஷ்ணன் மூச்சு விடுவது அவனுக்குத் தெளிவாகக் கேட்டது. இருவர் வாயிலிருந்தும் ஒரு சொல்கூடக் கிளம்பவில்லை. நேரம் ஒவ்வொரு நிமிஷமாக ஓடிக்கொண்டிருந்தது. ஐந்து நிமிஷம் ஆயிற்று, பத்து நிமிஷம் ஆயிற்று; அப்பொழுதும் பேச்சில்லை. சுப்ரமணியம் அனுபவித்த வேதனை நரக வேதனையாக இருந்தது.

கடைசியில் ராமகிருஷ்ணன் கைகளைத் தலையிலிருந்து எடுத்து, கண்ணீர் சிந்தும் கண்களோடு தம்பியை ஏறிட்டுப் பார்த்தான். குனிந்திருந்த தம்பி இதைக் கவனிக்கவில்லை.

"சுப்பு..!"

பதில் இல்லை. பதில் தேவையுமில்லை.

"சுப்பு! இதெல்லாம் தியாகத்தின் பலன்..! அது உன் தப்பில்லை, என் தப்பு..."

சுப்ரமணியம் கண்ணீரோடு வந்து அவனைக் கட்டிப் பிடித்தான்.

ராமகிருஷ்ணன் தெருக் கூட்டத்துக்குப் பயந்து உடனே எழுந்து, தம்பியின் கையைப் பிடித்து வீட்டுக்குள்ளே வேகமாக அழைத்து வந்தான்.

"சுப்பு! எதற்காக அழுகிறாய்? இதெல்லாம் அற்பம்! சின்ன விஷயம்! பெரிய விஷயம் வேறு, பெரிய தப்பு வேறு... அதை நீயும் புரிந்துகொள்ளவில்லை; நானும் கண்டுகொள்ள வில்லை. நீ தியாகம் செய்ததும், அதைத் தியாகம் என்று நான் ஒப்புக் கொண்டதும், ஒப்புக்கொண்டு பரவசம் அடைந்ததும், அதனால் துன்பமெல்லாம் தீர்த்துவிடும் என்று நம்பிக்கை வைத்ததும்... இதெல்லாம் ஒருவன் தியாகத்தினால் தீரும் துன்பமில்லையடா..."

சுப்பு கேவிக் கேவி அழுதான்.

"நீ அழுவது முட்டாள்தனம். இப்படித்தான் நடக்கும். நடக்க வேண்டியது நடவாமல் இருக்குமா? இனியும் உன் தற்கொலையை நான் சகித்துக்கொண்டிருப்பது தப்பு. நீ இப்போதே போய்விடு. பிரிந்தால்தான் நமக்கு ஆத்ம சாந்தி. இப்படி ஓர் அற்பக் காரியத்தைச் சாக்கிட்டு உன்னை வழியனுப்ப முடிந்ததே என்று நான் உண்மையில் சந்தோஷப்படுகிறேன். சுப்பு, பிணங்களுக்குள் வரன்முறை கெடுவது அவ்வளவு பயங்கர மான விஷயமல்ல; பிணங்களாக இருப்பதுதாண்டா பெரிய பயங்கரம். போ... எங்காவது போய்ச் சௌக்கியமாக இரு. எப்படி வேண்டுமானாலும் இரு."

சுப்ரமணியம் நகரவில்லை.

"ஏன் நிற்கிறாய்? இனியும் என்னை வதைக்க வேண்டாம்."

அவன் அடி எடுத்துவைத்தான். குனிந்த தலையோடு மெல்லமெல்ல நடந்து வாசலை நோக்கிப் போனான். வாசற் படியில் கால் வைத்ததும் அப்படியே நின்றுவிட்டான். ராம கிருஷ்ணன் அவனை ஏறிட்டுப் பார்க்கவில்லை. அதற்குப் பதிலாகத் தனக்குள்ளேயே எதையோ தேடிக்கொண்டிருந்தான்.

'சுப்பு எங்கே போவான்? போக்கிடம்? எங்காவது போய்ச் சௌக்கியமாக இரு என்று எப்படி ஆசீர்வதித்தேன்? அப்படி அவனால் இருக்கமுடியுமா? அவன் கல்யாணம் செய்துகொண் டால் என்ன நடக்கும்? அவன் மற்றொரு ராமகிருஷ்ணன் ஆகாமல் தப்ப முடியாது. அவன் மனைவியோ, மற்றொரு சாரதா ஆகிவிடுவாள். கல்யாணம் பண்ணிக்கொள்ளா விட்டாலோ, அவன் ஓர் அனாதை; யாருமற்ற சந்நியாசி... முட்டாள்தனம்..! அவன் வேண்டுமென்றே செய்த தியாகம், தியாகம் என்றே நான் நினைத்த தியாகம்... எது தியாகம்? இருவருமே ஏமாந்துவிட்டோம். தியாகம் செய்திராவிட்டால், அவன் ராமகிருஷ்ணனாக அல்லவா மாறியிருப்பான்? படு குழியில் விழாமல் தன்னைக் காத்துக்கொள்ளத் தன்னையறியா மல் கடைபிடித்த உபாயத்துக்குத் தியாகம் என்றா பெயர்? தியாகம் செய்யக்கூட நமக்கு யோக்கியதை இல்லை. நம் தியாகத்துக்கும் தவறுகளுக்கும் சந்தோஷங்களுக்கும் அர்த்தமே கிடையாது. அர்த்தமுள்ளதாக நம்மிடம் இருப்பது நம் தரித்திரம் ஒன்றுதான்.'

ராமகிருஷ்ணன் நிமிர்ந்து பார்க்கும்போது, சுப்ரமணியம் அந்த வாசற்படியிலேயே, குனிந்த தலையுடனேயே நின்று கொண்டிருந்தான். அவனைத் திரும்ப வீட்டுக்குள் அழைப்பது

எப்படி? அவன் செய்ய நினைத்த தவறு முதலில் அற்ப விஷய மாகத்தான் இருந்தது. ஆனால் அவனைத் திரும்ப அழைக்க லாமா என்று நினைத்தபோது அதே தவறு, செய்யத்தகாத பாவச் செயலாக பூதாகாரமாய் வளர்ந்து குறுக்கே நின்று தடுத்தது.

எப்படியும் சுப்பு போய்விட வேண்டியவன்தான்!

ராமகிருஷ்ணன் எழுந்து சுப்ரமணியத்தின் பெட்டியை எடுத்து வந்து அவன் பக்கத்தில் வைத்தான். அவனுடைய சம்பள ரூபாயில் செலவானது போக மீதியை, ஒரு காசுகூட எடுத்துக்கொள்ளாமல், அவன் கையில் திணித்தான்.

"சுப்பு, இது உலகப் பிரச்னை. உலகமே திரண்டுதான் இதைத் தீர்க்கவேண்டும். நீயும் நானும் இரண்டு தனி மனிதர்கள். நாம் இந்தப் பிரச்னையைத் தீர்க்க முயல்வது முட்டாள்தனம் பேசாமல் போய்விடு."

சுதேசமித்திரன் தீபாவளி மலர், 1959

இருவர் கண்ட ஒரே கனவு

வெள்ளையம்மாள் ஐந்தாறு நாட்களாகக் கூலி வேலைக்குப் போகவில்லை; போக முடியவில்லை. குளிர் காய்ச்சலோடு படுத்துக் கிடந்தாள் என்பது இங்கே ஒரு காரணமாகாது. உடம்பு சரியாக இருந்தாலும் அவளால் வேலைக்குப் போயிருக்க முடியாது என்பதுதான் உண்மை நிலை. அதனால், வேலைக்குப் போகாததற்குக் காரணம், உடுத்திக்கொள்ளத் துணி இல்லாமல் போனதுதான்.

சிற்சில வருஷங்களில், வேலை கிடைக்கும் காலத்தில், கிராமத்துக்கு நாலைந்து விதவைகள் இதே போல் துணியில்லாமல் வீட்டை அடைத்துக்கொண்டு அரைப்பட்டினியோ, முழுப் பட்டினியோ கிடப்பது சகஜம் என்பது வெள்ளையம்மாளுக்கும் தெரியும். அதனால், மானத்தை மறைக்க முடியாத பரிதாபத்தை நினைத்து அவள் அதிகமாகக் கவலைப்பட்டுவிட வில்லை. அவளுடைய கவலையெல்லாம், தான் உழைக்காவிட்டால் குழந்தைகள் பட்டினி கிடக்க வேண்டுமே என்பதுதான். இந்தச் சமயத்தில் குளிர் ஜுரமும் வந்து அவளைப் படாதபாடு படுத்திக்கொண் டிருந்தது.

அவள் படுத்திருக்கும் தாழ்வாரம் ஒரு மாட்டுத் தொழு. ஐந்தாறு ஓலைகளை வைத்துக் கட்டிய மறைவுக்கு இந்தப்புறம் மாடுகளும், அந்தப்புறம் வெள்ளையம்மாளும் அவளுடைய குழந்தைகளுமாக வசித்து வந்தார்கள். வீடில்லாத ஏழைகள் மாட்டுத் தொழுவில் குடியிருக்க இடம் கேட்டால், அந்தக் காலத்தில் வாடகை கேட்காமலே அனுமதிக்கும் மனிதர்கள்

இருந்தார்கள். இப்போது காலம் மாறிவிட்டது. அதனால், வாடகை கொடுக்காவிட்டாலும், அதற்குப் பதிலாகத் தொழுவின் சொந்தக்காரருடைய வீட்டில் – முதலாளி வீட்டில் – அவ்வப்போது வெள்ளையம்மாள் இலவசமாக வேலை செய்து வரவேண்டியிருந்தது. அப்படி ஊழியம் செய்வதற்கு முதலாளி வீட்டிலிருந்து அழைப்பு வரும் தினத்தில் அவள் கூலி கிடைக்கும் வேலைக்கும் போகக் கூடாது. விடிந்ததும் முதலாளி வீட்டுக்குப் போய் விளக்கு வைக்கும் நேரம் வரை கலக் கணக்கில் நெல்லைக் குத்திவிட்டு, ஆழாக்கு உமிகூட இல்லாமல் தொழுவுக்குத் திரும்புவாள். இப்போது இந்த ஐந்தாறு தினங்களாக இந்த ஊழியத்துக்கு அழைப்பு வந்தும் அவளால் போக முடியவில்லை. அதனால் அவள் தொழுவைவிட்டு உடனே கிளம்பிவிட வேண்டும் என்று முதலாளியம்மாள் காலையும் மாலையும் ஆள்விட்டு விரட்டிக்கொண்டிருந்தாள். நல்ல வேளையாக இந்தத் தொல்லை இப்போது இரண்டு நாட்களாக இல்லை; முதலாளியம்மாள் அக்கம் பக்கத்தில் உள்ளவர்களிடம், “பாவம், வெள்ளை இருந்துட்டுப் போறா போங்க. வெளியிலே புடிச்சித் தள்ளினா எங்கே போவா? ஏதோ, நம்ம வீடே அடைக்கலம்னு வந்து சேந்துட்டா. என்ன பண்றது?” என்று சொல்லிக்கொண்டிருந்தாள். இவ்வளவு தூரம் அவள் உள்ளம் விசாலமாகிவிட்டதற்குக் காரணம், வெள்ளை யம்மாள் இன்றோ நாளையோ செத்துப் போய்விடுவாள் என்று அவளுக்கு நம்பகமான தகவல் கிடைத்ததுதான். அவளுடைய சாவை முதலாளியம்மாள் ஆவலோடு எதிர்பார்த்துக் கொண்டிருந்த சமயத்தில் . . .

வெள்ளையம்மாள் குளிர்காய்ச்சலில் வெடவெடத்துக் கொண்டு தன்னுணர்வில்லாமல் தொழுவில் கிடந்தாள். ஆறு வயதும், ஐந்து வயதும் ஆன அவளுடைய குழந்தைகள் இரண்டும் அப்போது அங்கே இல்லை. அதுவரையிலும் பசி பொறுக்கமாட்டாமல் அம்மாவைப் பிய்த்துப் பிடுங்கிவிட்டு அப்பொழுதுதான் வெளியே போயிருந்தன. அந்த இரண்டு சிறுவர்களும் தெருவுக்குப் போய், வேலப்பன் வீட்டு வாசலுக்கு அருகில் முழங்கால்களைக் கட்டிக் கொண்டும் முழங்கால்களுக்கு நடுவில் முகத்தைப் புதைத்துக்கொண்டும் ஆளுக்கு ஒரு பக்கமாகக் குந்திக்கொண்டிருந்தார்கள். சிறிது நேரத்துக்கு முன்புதான் முதலாளிவீட்டு மாடுகளைத் தொழுவில் கொண்டுபோய்க் கட்டிவிட்டு வந்து, மத்தியானக் கஞ்சி குடித்த வேலப்பன், வாயையும் மீசையையும் துடைத்துக் கொண்டு வெளியே வந்தான். வாசலுக்கு அருகில் அந்த இரண்டு சிறுவர்களும் குந்திக்கொண்டிருந்த கோலத்தைப் பார்த்தான்.

பார்த்ததும், "என்னடா, ஆக்கங்கெட்ட கழுதைகளா! ஏன் முழங்காலைக் கட்டிக்கிட்டு நடுத் தெருவிலே உக்காந்துக்கிட் டிருக்கீங்க?" என்று கேட்டான்.

அவனுடைய பேச்சுக்குரல் கேட்டு, சிறுவர்கள் இருவரும் தலையைத் தூக்கிப் பார்த்தார்கள். இருவருடைய கண்களும் சிவந்திருந்தன. வெகுநேரமாக அவர்கள் பசியினால் அழுதிருக் கிறார்கள் என்பது வேலப்பனுக்குத் தெரியாது.

"உங்க அம்மா எங்கடா?" என்று அவன் கேட்டான்.

சிறுவர்கள் பதில் சொல்லவில்லை; சொல்வதற்குத் தெம்பும் இல்லை.

"உங்க அம்மாவுக்கு உடம்பு தேவலையாயிட்டதா?"

இந்தக் கேள்விக்கு அர்த்தம் தெரியாமல் சிறுவர்கள் விழித்தார்கள். ஆகவே, அதற்கும் மௌனமாகவே இருந்தார்கள்.

மூன்று நாட்களுக்குமுன் மாடு கட்டுவதற்குத் தொழுவுக்குப் போன வேலப்பன், போகிற போக்கில் சந்தர்ப்ப வசமாக வெள்ளையம்மாளின் இருப்பிடத்தைத் திரும்பிப் பார்த்தான். அவள் கந்தலைப் போர்த்துக்கொண்டு படுத்துக் கிடந்ததைப் பார்த்துவிட்டு, "உடம்புக்கு என்ன பண்ணுது?" என்று, மாடு முரட்டுத்தனமாகத் தன்னை இழுத்துக்கொண்டு போகும் சிரமத்துக்கு இடையே, ஒருகேள்வி கேட்டான். வெள்ளையம்மாள் ஈனஸ்வரத்தில் பதில் சொன்னது அவன் காதில் விழவில்லை. அவனும் அவள் பதிலுக்காக காத்துக்கொண்டு நிற்கவில்லை. அவள் உடம்புக்கு ஒன்றும் இல்லாமலே சும்மா படுத்துக் கொண்டும் இருக்கலாம் என்று நினைத்துக்கொண்டு, மாட்டைக் கொண்டுபோய்க் கட்டிவிட்டுத் தன்வீட்டுக்குப் போனான். அவளுக்கு உடம்பு சரியில்லாமல் இருக்குமோ என்று அப்பொழுது ஏற்பட்ட சந்தேகம் இப்போது திரும்பவும் ஞாபகத்துக்கு வரவே, மேற்படி கேள்வியைக் கேட்டான் வேலப்பன். தண்ணீர் காணாத பயிர்களைப்போல வாடித் துவளும் சிறுவர்கள் மௌனமாக இருப்பதையும், அவர்களுடைய கண்கள் சிவந்திருப்பதையும் பார்த்து, "கஞ்சி குடிச்சீங்களாடா?" என்று அவன் விசாரித்தான்.

அப்போதுதான் சிறுவர்கள் பதில் சொன்னார்கள்.

"இல்லே"

"கஞ்சின்னாத்தான் பயக வாயைத் திறப்பாங்க போலிருக்கு!" என்று ஒரு தடவை தமாஷாகச் சொன்னான்

வேலப்பன். உடனே, "எந்திரிச்சி உள்ளே வாங்கடா" என்று இருவரையும் கூப்பிட்டான்.

சிறுவர் எழுந்து உள்ளே போனார்கள்.

வேலப்பன் தன் மனைவியை அழைத்து, சிறுவர்களுக்குக் கஞ்சி ஊற்றும்படி சொன்னான். அவளும் சோளச்சோற்றை மோர்விட்டுக் கரைத்து ஒரு பெரிய மண்சட்டியில் ஊற்றி, சட்டியின் மேலேயே பருப்புத் துவையலையும் அப்பி வைத்துக் கொண்டு அடுப்படியிலிருந்து வெளியே வந்தாள்; கஞ்சிச் சட்டியைச் சிறுவர்களிடம் கொடுத்தாள்.

இளையவன் ஆவலோடும் அவசரத்தோடும் சட்டியைக் கைநீட்டி வாங்கிக்கொண்டான்.

மூத்தவன், "வேண்டாம்" என்று ஒரு வார்த்தை சொன்னான்.

"வேண்டாமா! வாங்கிக்கோ நாயே!" என்று ஒரு அதட்டுப் போட்டான் வேலப்பன்.

"இங்கேயே வச்சிக் குடிச்சுட்டுப் போங்களேண்டா" என்றாள் வேலப்பனின் மனைவி.

"இல்லை இல்லை, கொண்டுபோகட்டும். இவுக ஆத்தாளும் அங்கே வயித்துக்கு இல்லாமத்தான் கெடப்பா. இல்லேன்னா. இதுகள் எதுக்கு இப்படிக் காயுது? அங்கே கொண்டு போனா, அவளும் ஒருவாய் குடிச்சுக்கிடுவா" என்று அவன் சொன்னான்.

சிறுவர்கள் தொழுவுக்கு நடந்து வரும்போதே, "சீ! ஊரார் வீட்டிலே கஞ்சி வாங்கிக்கிட்டு வாறே! கேவலம்! இரு, அம்மாகிட்டச் சொல்றேன்" என்றான் மூத்தவன்.

பசி என்பதற்காக அடுத்த வீட்டில் கஞ்சி வாங்கிக் குடிப்பது கேவலம் என்று அவர்களுக்கு அம்மா சொல்லி வந்திருக்கிறாள். அந்த நிலையில் இப்போது கஞ்சிச் சட்டியோடு போனால் அம்மா அடிப்பாள் என்று சின்னவனுக்கும் தெரியும். இருந்தாலும், இரண்டு நாளையப் பசி அவனுக்குப் பதிலாக அவனுடைய ஸ்தானத்தில் நின்று அண்ணனையும் அம்மாவின் உபதேசத்தையும் எதிர்த்து முழுப் பலத்தோடு போராடியது.

"அம்மாவுக்குச் சொல்லாதே, உனக்கும் கஞ்சி தாறேன்" என்று ஆசை காட்டினான் தம்பி.

"சீ! நான் குடிக்கவே மாட்டேன்" என்றான் அண்ணன்.

மேற்கொண்டு விவகாரம் பண்ணுவதற்குத் தம்பியின் உடம்பில் ஆவி இல்லை. ஒன்றும் பேசாமல் அங்கேயே நின்று கஞ்சியைக் குடிக்க ஆரம்பித்துவிட்டான். "கேவலம், கேவலம்" என்று சொல்லிக்கொண்டு சின்னவனை அடித்தான் பெரியவன். தம்பி ஒரு மடக்குத்தான் குடித்திருந்தான். அதற்குள் முதுகில் பலமாக அடி விழவே, ஒரு கையால் சட்டியை இடுக்கிக்கொண்டு மறுகையால் அண்ணனைத் திருப்பி அடித்தான் தம்பி. சண்டை முற்றிவிட்டது. கைகளால் அடித்தும், நகங்களால் பிறாண்டியும், பல்லால் கடித்தும் சண்டை போட்டதன் பலனாகக் கஞ்சிச்சட்டி கீழே விழுந்து உடைந்துவிட்டது. கஞ்சியெல்லாம் தெருப்புழுதியோடு ஐக்கியமாகிவிட்டது.

ஏமாற்றத்தோடும் பயத்தோடும் அதைப் பார்த்தான் தம்பி.

அண்ணனும் பார்த்தான். மண்ணில் கொட்டியதை இனிமேல் எடுத்துக் குடிக்கமுடியாதே என்ற ஏமாற்றத்தினால் அவன்விட்ட பெருமூச்சில் அவனுடைய உயிரே வெளிவந்து திரும்பியது. பெருமூச்சைத் தொடர்ந்து அடக்கமுடியாத அழுகை வந்தது; அழுதுவிட்டான்.

'அடுத்த வீட்டிலே வாங்கிச் சாப்பிடுவது கேவலம்' என்று அம்மா சொல்லி வந்ததற்கு என்ன அர்த்தம் என்று தெரியாமலே, தானும் அப்படியே சொல்லி அதைப் பிடிவாதமாக நிலைநாட்ட முயன்றபோது, இப்படிப்பட்ட ஒரு பெரு நஷ்டம் ஏற்படும் என்று அவன் எதிர்பார்க்கவே இல்லை. அவனுக்குப் பசி மும்மடங்காகிவிட்டது. அர்த்தமில்லாத உபதேசம் செய்து, அதன் மூலம் இப்போது கைக்கு எட்டியதை வாய்க்கு எட்டாமல் செய்துவிட்ட அம்மாவின்மீது அண்ணனுக்குக் கோபம் சண்டாளமாக வந்தது.

இருவரும் தொழுவை நோக்கி ஓடிவந்தார்கள். அம்மாவிடம் வந்து பரஸ்பரம் ஒருவனை ஒருவன் குற்றம் சொல்ல வேண்டும் என்பதுதான் அப்படி ஓடிவந்ததன் நோக்கம்.

அம்மா முன்போலவே கிழிந்துபோன பழைய கோணியின் கந்தலைப் போர்த்துக்கொண்டு கிடந்தாள். வாய் ஒரு புறம் கோணித் திறந்திருந்தது. கண்கள் பாதி மூடியிருந்தன. உடம்பிலே அசைவே இல்லை.

இப்படியெல்லாம் அம்மா எத்தனையோ தடவை செத்துப் போகும் விளையாட்டை ஆடியிருக்கிறாள். அப்போதெல்லாம் அம்மாவின்மேல் விழுந்து, "செத்துப் போக வேண்டாம்" என்று இருவரும் கூச்சல் போடுவார்கள். இப்போதும்

அதேமாதிரி கூச்சல் போட்டார்கள்; அழுதார்கள்; அம்மாவை அடித்தார்கள்.

சிறிது நேரத்துக்கெல்லாம் சிரித்துக்கொண்டே "நான் செத்துப் போகவில்லை" என்று சொல்லிய வணணம் கண்களை முழுக்கத் திறப்பதுபோல அம்மா இன்று திறக்கவில்லை. அதனால் சிறுவர்களுக்குக் கடுங்கோபம் வந்துவிட்டது. பிணத்தைப்போட்டு அடிஅடி என்று அடித்தார்கள். "அம்மா, செத்துப்போகாதே! செத்துப்போகாதே, அம்மா!" என்று கதறிக்கொண்டு அவளைக் கிள்ளிக் கிழித்தார்கள். சின்னவன் அவள்மீது கிடந்த கந்தல் கோணியையும் கோபத்தோடு இழுத்துத் தூரப்போட்டான். அம்மா முழு நிர்வாணமாகக் கிடந்தாள்.

எப்படியும் அம்மாவை எழுப்பிவிடுவது என்ற உறுதியோடு சிறுவர்கள் உயிரைக் கொடுத்துப் போராடிக்கொண் டிருந்தார்கள். எவ்வளவு நேரம்தான் அடிக்க முடியும்? கை ஓய்ந்துபோன தம்பி, அம்மாவின்மேல் விழுந்து, "செத்துப் போகாதே அம்மா!" என்று ஓலமிட ஆரம்பித்துவிட்டான். அவன் அழுவதைப் பார்த்த பெரியவனும், அம்மாவின்மேல் விழுந்து அழுதான்.

மாலையில் வெள்ளையம்மாளின் பிணத்தை எடுத்துத் தகனம் செய்வதற்காகச் சிலர் வந்து சேர்ந்தார்கள். நாலு பச்சைக் கட்டைகளையும், ஐந்தாறு தென்னை ஓலைகளையும் வைத்து பாடை கட்டினார்கள். பிணத்துக்கு உடுத்துவதற்காக ஒரு கிழவர் புதிதாக வெள்ளைச் சேலை ஒன்று வாங்கிக் கொண்டு வந்து தர்மமாகக் கொடுத்தார். தாயார் வெள்ளை வெளேர் என்று புதுச்சேலை கட்டியிருப்பதைச் சிறுவர்கள் அன்றுதான் முதன்முதலாகப் பார்த்தார்கள். ஆச்சரியத்தினால் அழுகையை ஒரு நிமிஷம் நிறுத்தினார்கள். அவர்களுக்கு ஏதோ ஒருவிதமான ஆனந்தம்கூட ஏற்பட்டது; மறு நிமிஷம் தங்களுக்கும் அப்படி ஒரு புதுச் சேலை கிடைக்காதா என்று ஏங்கினார்கள். பிறகு, அம்மா செத்துப்போனது ஞாபகம் வந்து, பழையபடியும் அழத் தொடங்கினார்கள்.

வெள்ளையம்மாளின் பிணம் சுடுகாட்டுக்குப் போய்ச் சாம்பலாகிவிட்டது. இதையும் சிறுவர்கள் பார்க்கும்படி ஊரார் விடவில்லை. பார்த்திருந்தால் அம்மா மட்டுமல்லாமல் அழகான புதுப் புடவையும் சேர்ந்து தீயில் எரிந்ததற்காகச் சிறுவர்கள் அழுதிருக்கக்கூடும். பிணத்தைப் பாடையில் கொண்டு வந்து வைப்பதற்கு முன்பே வேலப்பன் சிறுவர்களுக்கு முறுக்கு வாங்கிக் கொடுத்துத் தன் வீட்டுக்கு அழைத்துச் சென்று

விட்டான். அங்கே இருவரும் வயிறாரச் சாப்பிட்டார்கள். வயிறு நிறைந்த பிறகுதான் அம்மாவின் நினைவு முழுவேகத்தோடு வந்து சிறுவர்களின் நெஞ்சில் அடித்தது. வேலப்பனின் மனைவி, "உங்க அம்மா வந்துருவாடா. அழாதீங்க. பேசாமல் இங்கேயே விளையாடிக்கிட்டிருங்க" என்று சொல்லி அவர்களுடைய துயரத்தை மறக்க வைக்க முயன்றாள்.

இரவு வந்ததும் அவள் விளக்கு ஏற்றினாள். வேலப்பனும் வீடு வந்து சேர்ந்தான். சிறுவர்களுக்குச் சுடுசாதம் போட்டார்கள். அதன்பின் ஒரு பாயை விரித்து அதில் அவர்களைப் படுக்க வைத்தார்கள். சாக்குப் படுதாவிலேயே பிறந்த நாள் முதல் படுத்து உறங்கிய சிறுவர்களுக்குப் பாய்ப் படுக்கை சொல்ல முடியாத பேரானந்தத்தை அளித்தது. இந்தப் பாயில் அம்மாவும் தங்களோடு படுத்துக்கொண்டால் இன்னும் ஆனந்தமாக இருக்குமே என்று நினைத்து, "அம்மா, அம்மா" என்று பழையபடியும் அழத் தொடங்கினான் சின்னவன். வேலப்பன் அவர்களைத் தூங்கும்படி நயமாகவும் இரக்கத்தோடும் சொன்னான். அவர்கள் இருவருக்கும் சேர்த்து ஒரு பழைய வேஷ்டியைக் கொண்டு வந்து போர்த்திவிட்டு, அரிக்கன் விளக்கின் வெளிச்சத்தைக் குறைத்து வைத்துவிட்டு, தானும் பக்கத்திலேயே ஒரு பாயை விரித்துப் படுத்துவிட்டான்.

வயிறு பூரணமாக நிறைந்துவிட்டது. படுக்கையும் வழக்கம் போல அரித்துப் பிடுங்கும் கோணியல்ல. அதே போலப் போர்வை யும் கோணியாகவோ கந்தலாகவோ இல்லாமல் வேஷ்டியாக இருந்தது. இத்தனை வசதிகளும் ஒரு சேர அமைந்துவிட்டதால் சிறுவர்கள் சுகமாகத் தூங்கிவிட்டார்கள்.

நள்ளிரவாயிற்று.

அதற்கு அப்புறமும் இரண்டு மணி நேரம் ஆகிவிட்டது. ஒரே நிசப்தம்; தாங்கமுடியாத குளிர் மழையாகக் கொட்டிக் கொண்டிருந்தது. தைமாதப் பனி. போர்வையாகக் கிடந்த வேஷ்டி, அவர்கள் தாறுமாறாக உருண்டு புரண்டதால் தனியே விலகி, சுருண்டுபோய் ஒரு பக்கத்தில்கிடந்தது.

சந்தர்ப்பவசமாகத் தூக்கத்திலிருந்து விழித்துக்கொண்ட வேலப்பன் சிறுவர்களைத் திரும்பிப் பார்த்தான். வெறுங் கோவணத்தோடு குளிரில் நடுங்கிக்கொண்டு கிடந்த சிறுவர்களின்மீது முண்டு வேஷ்டியை எடுத்துப் போர்த்தினான். அப்போது அவன் கொஞ்சங்கூட எதிர்பாராதவாறு

சிறுவர்கள் இருவரும் ஏககாலத்தில் ஒரே குரலில், "அம்மா" என்று வீடே அலறும்படி கத்தினார்கள்.

வேலப்பனுக்கு ரத்த ஓட்டமே நின்றுவிட்டதுபோல் இருந்தது. அதிர்ச்சியால் வாயடைத்துப்போய் நின்றான். அவன் மனைவி தூக்கத்திலிருந்து துள்ளி விழுந்து எழுந்தாள். என்னவோ ஏதோ என்று அவசர அவசரமாக விளக்கைத் தூண்டினாள். அதற்குள் சிறுவர்களும் எழுந்து உட்கார்ந்து விட்டார்கள்.

தைரியசாலியான வேலப்பனுக்கு அதிர்ச்சி நீங்கியது, "கடவுளே! இந்தக் குழந்தைகள் என்ன பாவம் பண்ணிச்சி. இதுகளை இப்படிப் போட்டுச் சோதிக்கிறயே!" என்று வாய்விட்டுப் புலம்பினான்.

கணவனும் மனைவியும் வெகுநேரம்வரை என்னென்னவோ சொல்லிச் சமாதானப்படுத்தியும் சிறுவர்கள் அம்மாவை அழைப்பதையோ, சுற்றுமுற்றும் திரும்பிப் பார்த்து அம்மாவைத் தேடுவதையோ நிறுத்தவில்லை. அவள் கதவு மறைவிலோ, சுவர் மறைவிலோ நிச்சயமாக ஒளிந்து கொண்டிருப்பதாகவே நினைத்துப் பயங்கரமாகக் கூப்பாடுபோட்டு அழைத்தார்கள்.

"ரெண்டும் ஏதாச்சும் கனாக் கண்டிருக்குமோ?" என்றாள் வேலப்பன் மனைவி.

"என்னான்னு தெரியலையே!" என்று சொல்லிவிட்டுத் தலையில் கைவைத்த வண்ணம் அப்படியே ஒரு சுவரில் சாய்ந்து உட்கார்ந்துவிட்டான் வேலப்பன்.

அவள் நினைத்ததுபோலக் குழந்தைகள் கனவு கண்டது உண்மைதான். ஆனால், இரண்டு சிறுவர்களும் ஒரே சமயத்தில் ஒரே கனவைக் கண்டார்கள் என்பதை நிச்சயமாக அவளால் நினைத்திருக்க முடியாது. யாரால்தான் முடியும்?

சிறுவர்கள் தூங்கும்போது, கனவில் அவர்களுடைய அம்மா வந்தாள். குழந்தைகள் இருவரையும் தனித்தனியாக வாரி எடுத்து முத்தமிட்டாள். அம்மாவின் புதுச்சேலையைக் குழந்தைகள் ஆசையோடு தொட்டுத் தொட்டுப் பார்த்தார்கள்.

"என் கண்ணுகளா, இந்தச் சீலை இனி உங்களுக்குத்தான். உங்களுக்குக் கொடுக்கத்தான் அம்மா வந்திருக்கிறேன். நான் செத்துப் போகவில்லை" என்றாள் தாய். பிறகு குழந்தைகளைப் படுக்க வைத்தாள். அதன்பின்தான் உடுத்தியிருக்கும் புதுச்

சேலையை அவர்களுக்குப் போர்த்திவிட்டு, பிறந்த மேனியுடன் வெளியே நடந்தாள். அம்மா தங்களை விட்டுவிட்டு எங்கோ போகிறாள் என்பதைப் பார்த்தபோதுதான், சிறுவர்கள் வீடே அலறும் படியாக "அம்மா" என்று கத்தினார்கள். அவ்வளவில் அவர்களுடைய தூக்கமும் கலைந்துவிட்டது. எழுந்து கண்களைத் திறந்து பார்க்கும்போது எதிரே அம்மாவும் இல்லை; சுடுகாட்டுக்குப் போனபிறகும் அம்மா வீடு தேடி வந்து அவர்களுக்குப் போர்த்திய அந்த வெள்ளைப் புடவையும் இல்லை; வேலப்பன்தான் நின்றுகொண்டிருந்தான்.

1959

குமாரபுரம் ஸ்டேஷன்

குமாரபுரம் என்பது ஒரு காட்டு ஸ்டேஷன். அரை மைல் சுற்றளவுக்கு எந்த ஊரும் கிடையாது. ஆனாலும், ஸ்டேஷன் என்று கட்டிவிட்டால் பெயர் வைக்காமல் முடியுமா? இடுகுறிப் பெயரையாவது வைத்து விடத்தானே வேண்டும்? அந்தக் கணக்கில்தான் குமாரபுரம் என்ற பெயரை வைத்திருக்கிறார்களே ஒழிய, மற்றபடி கிழக்கே ஒரு மைலுக்கு அப்பால் உள்ள குமாரபுரம் என்ற கிராமம் முக்கால் நூற்றாண்டாக ஸ்டேஷனைப் பகிஷ்காரம் செய்து கொண்டுதானிருக்கிறது. தாது வருஷப் பஞ்சத்தின்போது ஜனங்களுக்கு நிவாரணம் அளிக்கும் நோக்கத்துடன் திருச்சியிலிருந்து திருநெல்வேலி வரை யிலும் ரயில் பாதை போடப்பட்டதாகச் சொல்லுவார்கள். அந்தப் பாதையில் கோவில்பட்டிக்குத் தெற்கே ஏழாவது மைலில் இருக்கிறது இந்த ஸ்டேஷன். சுற்று கிராமவாசி கள் வாழ்நாளில் ஒரு முறையோ, இரு முறையோதான் கோவில், குளம் என்று யாத்திரை கிளம்புவார்கள். பத்து மைல் தூரத்தில் ஒரு மாரியம்மன் கோவிலோ, பன்னி ரெண்டு மைல் தூரத்தில் ஒரு காளியம்மன் கோவிலோ இருக்கும். அதற்குப் போய்ப் பொங்கலிட்டுவிட்டு வருவது வழக்கம். இந்த க்ஷேத்திராடனத்துக்கும் ரயிலும் வேண்டாம்; மோட்டாரும் வேண்டாம். பெரும்பாலான சமயங்களில் அவர்கள் போக வேண்டிய ஊர் ஸ்டேஷனை விடவும் அருகில் இருக்கும். நேரே ஊருக்கு நடந்து போகா மல் ஸ்டேஷனுக்கு வந்து யாரும் ரயில் ஏறுவார்களா?

இந்த ஸ்டேஷனின் வரலாற்றில் முதன் முதலாக வந்து இறங்கிய முக்கியஸ்தர் சுப்பராம ஐயர் என்றுதான் சொல்ல வேண்டும். கோவில்பட்டியிலிருந்து அவர்

மூன்று நாட்களுக்கு முன் வந்திருந்தார். புதிதாக மாற்றுதலாகி வந்திருக்கும் ஸ்டேஷன் மாஸ்டருக்கு அவர் பால்ய நண்பர். சிறிது காலம் வரை பள்ளித்தோழர். சற்று எட்டிய உறவும்கூட. ஸ்டேஷன் மாஸ்டர் தன் நண்பருக்கு இந்தக் காட்டு ஸ்டேஷனில் வரவேற்பு அளித்து விருந்துபசாரம் செய்ய இப்போது ஒரு சந்தர்ப்பம் கிடைத்தது. அவருடைய பிள்ளைக்கு ஆறாம் ஆண்டு நிறைவு வந்தது. அதை ஒரு சாக்காக வைத்து நண்பரை அழைத் தார். சுப்பராம ஐயரும் அமைதியான சூழ்நிலையில் நண்பரோடு நிம்மதியாகப் பொழுதுபோக்கலாம் என்று வந்து சேர்ந்தார்.

ஆண்டு நிறைவு வைபவத்துக்கு வந்த ஒரே விருந்தினர் சுப்பராம ஐயர்தான். பால்ய நண்பர்கள் இருவரும் தத்தம் வாழ்க்கை வரலாறுகளையும், ஊர்விட்டு ஊர் மாற்றுதலாகிப் போன கதைகளையும், குடும்பச் செய்திகளையும்பற்றி விஸ்தார மாக இரவெல்லாம் பேசிக் கொண்டிருந்தார்கள். கோவில்பட்டி யில் வசதிகள் எப்படி என்று ஸ்டேஷன் மாஸ்டர் கேட்டார். குமாரபுரம் ஸ்டேஷனில் எப்படி நாட்களைத் தள்ள முடிகிறது என்று சுப்பராம ஐயர் கேட்டார்... ஒருநாள் கழித்து.

மறுநாள் ஸ்டேஷன் மாஸ்டர் அடிக்கொரு தடவை தம் வேலையைக் கவனிப்பதற்காக அவரிடம் விடைபெற்றுப் போய் கொண்டிருந்தார். முற்பகலில் ஸ்டேஷன் மாஸ்டர் இல்லாத சமயங்களில், அவருடைய பையனோடு உட்கார்ந்து தமாஷாகப் பேசிக்கொண்டிருந்தார் சுப்பராம ஐயர். பையன்களோடு விளையாடுவதோ பையன்களின் கூட்டுறவால் குதூகலம் அடைவதோ அவருக்கு வழக்கமில்லை. அவருடைய தொழில் தான் அதற்குக் காரணமோ என்னவோ! இருந்தாலும் பேச்சுத் துணைக்கு அங்கே அந்தச் சிறுவன்தானே இருக்கிறான்? அவனோடு ஒரு தினுசாக மத்தியானம்வரை பொழுதைக் கழித்தார். சாப்பாட்டுக்குப் பிறகு இரண்டு மணி நேரம் படுத்துத் தூங்கினார். மூன்று மூன்றரைக்கெல்லாம் எழுந்து, தாம் கையோடு கொண்டு வந்திருந்த ஒரு புத்தகத்தை எடுத்துக் கொண்டு ஸ்டேஷனுக்கு வந்துவிட்டார்.

பிளாட்பாரத்தில் ஐந்தாறு வேப்ப மரங்கள் இருந்தன. கோடை காலமானதால் நன்றாகப் பூத்துத் தரையில் படிக் கணக்கில் பூக்களை உதிர்த்திருந்தன. அடர்த்தியாகத் தளிர்த் திருந்த அந்த மரங்களிலிருந்து குளிர்ந்த காற்று சிறிது மலர் மணத்தோடு ஸ்டேஷனை நோக்கி வீசிக்கொண்டிருந்தது. அதனால் ஸ்டேஷன் கட்டடத்தில் காற்றுவரும் பக்கத்தில் ஒரு பெஞ்சில் உட்கார்ந்துகொண்டு புத்தகத்தை விரித்துப் படிக்க ஆரம்பித்தார்.

சிறிது நேரத்தில் தெற்கேயிருந்து வந்த ஒரு எக்ஸ்பிரஸ் வண்டி வழக்கம்போல் அந்த ஸ்டேஷனில் நிற்காமல் போய் விட்டது. இனி மாலை ஆறு மணிக்குமேல்தான் அங்கே வண்டி கள் வரும். ஆகவே ஸ்டேஷன் மாஸ்டர் நண்பரின் பக்கத்தில் வந்து உட்கார்ந்தார். புத்தகத்தை மூடிக் கீழே வைத்த சுப்பராம ஐயர், "இந்த ஸ்டேஷனுக்குப் பிரயாணிகளும் வருவதுண் டல்லவா?" என்று சிரித்துக்கொண்டே கேட்டார்.

"வராமல் என்ன? நேற்றுக்கூட ஒரு பிரயாணி வந்து இறங்கினாரே?" என்றார் ஸ்டேஷன் மாஸ்டர்.

சுப்பராம ஐயர் உரக்கச் சிரித்தார். நேற்று வந்து இறங்கிய பிரயாணி அவரேதான்.

"இப்படி இன்னும் பத்து ஸ்டேஷன்கள் இருந்தால் போதும், இரயில்வே பட்ஜெட்டில் வருஷம் தவறினாலும் துண்டு விழுவது தவறாது" என்று அவரோகணச் சிரிப்போடு சொல்லிப் பேச்சை யும் சிரிப்பையும் ஏககாலத்தில் நிறுத்தினார் சுப்பராம ஐயர்.

"அப்படியும் சொல்லிவிடுவதற்கில்லை. நாளை திங்கட் கிழமை. கோவில்பட்டியில் சந்தை. பத்து டிக்கெட்டுகளுக்காவது ஆள் வந்து சேரும்."

"அப்படியானால் நாளை ஸ்டேஷனுக்கு இரண்டு ரூபாய் வரும்படி இருக்கிறது என்று சொல்லுங்கள்!"

இருவரும் சிரித்தார்கள். அப்போது போர்ட்டர் கருப்பையா வந்து ஒரு மூலையில் நின்று, இவர்கள் பேசுவதை ரஸித்துக் கேட்டுக்கொண்டிருந்தான்.

"எதற்காகத்தான் இந்த ஸ்டேஷனைக் கட்டிப்போட் டானோ? இது இல்லையென்று எவன் அழுதான்?"

"இந்த ஸ்டேஷன் சுற்றுக் கிராமவாசிகளுக்கு வேறொரு வகையில் மிகவும் பிரயோஜனப்பட்டு வருகிறது. இப்படியும் ஸ்டேஷனால் ஒரு நன்மை இருக்க முடியும் என்பதை இங்கு மாற்றுதலாகி வந்த பிறகுதான் பார்த்தேன்."

சுப்பராம ஐயர் ஒன்றும் சொல்லாமல் கேட்டுக்கொண் டிருந்தார். ஸ்டேஷன் மாஸ்டர் தொடர்ந்து சொன்னார்.

"இது கோடை காலமாக இருப்பதனால்தான் சுற்றிலும் உள்ள இந்தப் புன்செய் நிலங்கள் இப்படிப் பயிர் பச்சை யில்லாமல் வறண்டு கிடக்கின்றன. மற்றச் சமயங்களில் இப்படி இராது. நவதானியங்களும் விளையும் செழுமையான பூமிதான்.

நிலத்தில் வேலை செய்பவர்கள் குடிதண்ணீர் பிடிப்பதற்கு மண் கலயங்களோடு இங்கே வருவார்கள். இருபது கலயம் தண்ணீராவது தினமும் தேவைப்படும். அந்த வகையில் இந்த ஸ்டேஷன் பிரயோஜனப்பட்டு வருகிறது."

"அப்படியானால் தண்ணீர்ப் பந்தல் கட்ட வேண்டிய இடத்தில் ஸ்டேஷனைக் கட்டியிருக்கிறான் என்று சொல்லுங்கள்!"

ஸ்டேஷன்மாஸ்டர் இப்போது தமாஷை நிறுத்திவிட்டு மனப்பூர்வமாகவே பேச ஆரம்பித்தார்.

"இப்படித்தான் ஒன்று இருக்க வேண்டிய இடத்தில் மற்றொன்றைக் கொண்டுபோய்க் கட்டுகிறான் மனிதன். ஒரு காரியத்துக்கென்று உண்டாக்கப்பட்டது, மற்றொரு காரியத்துக்குப் பிரயோஜனப்படுகிறது. நியாயமாகச் செய்த செலவு தண்டச் செலவாக மாறிக்கொண்டு வருகிறது. உலகமே அப்படி இருக்கும்போது இந்தக் குமாரபுரம் ஸ்டேஷனை மட்டும் பழித்துப் பேசுவானேன்?"

சுப்பராம ஐயர் பரிகாசமாகச் சிரித்துக்கொண்டு, "உலகத்தை உங்கள் ஸ்டேஷன் ஜன்னல் வழியாகப் பார்க்கிறீர்கள்! ஆறு மாதங்களுக்குள் இந்தக் கல் கட்டடத்தின்மேல் உங்களுக்கு இவ்வளவு பாசம் ஏற்பட்டுவிட்டது ஆச்சரியமாகத்தான் இருக்கிறது" என்றார்.

ஸ்டேஷன்மாஸ்டர் சற்று ஆவேசமாகவே பேச ஆரம்பித்தார்:

"கோவில்பட்டியில் பள்ளிக்கூடம் கட்டியிருக்கிறானே, எதற்காகக் கட்டியிருக்கிறான்? சொல்லுங்கள். பார்ப்போம்!"

"எதற்காகப் பள்ளிக்கூடம் கட்டுவான்? நூறு குழந்தைகள் படிப்பதற்காகத்தான் கட்டுவான்!"

"சரி, ஒப்புக்கொள்ளுகிறேன்! நூறு குழந்தைகளும் எதற்காகப் படிக்கிறார்கள்?" என்று கேட்டார் ஸ்டேஷன்மாஸ்டர்.

"இப்படியெல்லாம் கேள்வி போடுகிறீர்கள்?"

"காரியமாகத்தான் உங்களைக் கேட்கிறேன். பதில் சொல்லுங்கள்."

" ... "

"பிள்ளைகள் அறிவு வளர்ச்சிக்காகப் படிக்கிறார்கள் என்றுதானே சொல்கிறீர்கள்?"

"நீங்கள் வேறு என்ன காரணத்தைச் சொல்லப் போகிறீர்கள்?"

"எந்தப் பைத்தியக்காரனும் அறிவு வளர்ச்சிக்காகப் பிள்ளை களைப் பள்ளிக்கு அனுப்புவதில்லை. நீங்களும் நானும் அறிவு வளர்ச்சிக்காகவா படித்தோம்? படிக்காதவனுக்கும் உத்தியோகம் உண்டு என்று சட்டம் செய்யட்டும், எவனாவது மழைக்குக் கூடப் பள்ளிக்கூடத்தில் வந்து ஒதுங்குகிறானா என்று பார்க் கிறேன்" என்று சவால்விட்டார் ஸ்டேஷன்மாஸ்டர்.

சுப்பராம ஐயர் சிரிக்கும்போது போர்ட்டரும் சேர்ந்து சிரித்தான். அவனை வைத்துக்கொண்டு தமாஷ் பேச்சுப்பேசுவது மரியாதை இல்லை என்று நினைத்தோ என்னவோ, சுப்பராம ஐயர் மேற்கொண்டு எதுவும் பேசாமல் புத்தகத்தைக் கையில் எடுத்துக்கொண்டார்.

"என்ன, பேசாமல் இருக்கிறீர்கள்?" என்று கிண்டினார் ஸ்டேஷன்மாஸ்டர்.

"உங்களிடத்தில் பேசி ஜெயிக்கவா? குமாரபுரம் ஸ்டேஷன் சந்திர சூரியர்கள் உள்ளவரை நிலைத்திருக்கட்டும், எனக்கு ஒரு நஷ்டமும் இல்லை" என்று சொல்லிவிட்டு ஐயர், ஏதோ ஒரு பக்கத்தைத் தேடியவராய்ப் புத்தகத்தைப் புரட்டினார்.

ஸ்டேஷன்மாஸ்டர் போர்ட்டரை அழைத்து, "வீட்டுக்குப் போய்க் காபி போடச் சொல், கருப்பையா" என்று சொல்லி அனுப்பினார்.

"நாமும் போகலாமே" என்றார் ஐயர்.

சிறிது நேரத்தில், இருவரும் எழுந்து ஸ்டேஷனை அடுத் திருந்த வீட்டை நோக்கிப் புறப்பட்டார்கள்.

மூன்றாம் நாள் காலையில் எட்டு மணிக்கெல்லாம் வடக்கே போகும் பாஸஞ்சர் வண்டி ஒன்று இருந்தது. அன்று திங்கட்கிழமை. கோவில்பட்டிச் சந்தைக்குச் செல்லும் பிரயாணி கள் நாலைந்து பேர் ஏழு மணிக்கு முன்னதாகவே சாக்குப் பைகள் சகிதம் ஸ்டேஷனுக்கு வந்து உட்கார்ந்து வெற்றிலை பாக்குப் போட்டவண்ணம் ஏதேதோ பேசிக்கொண்டிருந்தார் கள். ஏழேகால் மணிக்கெல்லாம், சுப்பராம ஐயரும் பலகாரம் சாப்பிட்டு வந்து பிளாட்பாரத்தில் உள்ள வேப்ப மரங்களின் கீழே கிடக்கும் ஒரு பெஞ்சியில் உட்கார்ந்து முந்தியநாள் கையில் வைத்துக்கொண்டிருந்த புத்தகத்தை எடுத்து, விட்ட இடத்தி லிருந்து படிக்க ஆரம்பித்தார். ஆனால் நாட்டுப்புறப் பிரயாணி களின் சுபாவமான உரத்த சம்பாஷணைகளால் அவரால்

நிம்மதியாகப் படிக்க முடியவில்லை. சுகந்தமான வேப்பங் காற்றும் அவருடைய கவனத்தைத் திருப்பிக் கொண்டிருந்தது.

'இந்தப் பாலைவனத்திலும் இப்பேர்ப்பட்ட ஒரு நறுமணம்! இந்த மாதிரியான ஓர் இளங்காற்று! பார்த்தால் ஒரே கருப்பு மண்ணாக இருக்கிறது. இங்கே இப்படிச் சில மரங்கள் முளைத்து, இப்படி ஒரு திவ்யமான வாசனையைக் காற்றில் கலந்துகொண்டிருக்கிறது. இந்த வாசனை கூட இந்த மண்ணில்தான் உற்பத்தி யாகியிருக்கிறது.'

அவர் கண்கள் தூரத்தில் தெரியும் கிராமங்களை ஏறிட்டு நோக்கின.

'இந்த ஊர்களில் வசிக்கும் நூற்றுக்கணக்கான ஆண்களும் பெண்களும் இந்த மண்ணை நம்பித்தான் வாழ்கிறார்கள். இந்தக் கரிசல் மண்ணிலிருந்து மணமும் கிடைக்கிறது; உயிரும் கிடைக்கிறது . . .'

அவருடைய சிந்தனைகளெல்லாம், அவர் படித்துக்கொண் டிருந்த புத்தகத்தின் வசனங்களைப்போல் சுவை பெற்றிருந்தன. தொடர்ந்து படிப்பது போலவே எதிர்பாராத சிந்தனைகள் ஓடிக்கொண்டிருந்தன. அப்போது மேற்கே சுமார் அரைமைல் தூரத்தில் நாலைந்து பேர் அவசரம் அவசரமாக ஸ்டேஷனை நோக்கி ஓட்டமும் நடையுமாக வந்துகொண்டிருப்பது தெரிந்தது.

'வண்டிக்கு நேரம் இருக்கிறது. இப்படி வேர்க்க விறுவிறுக்க ஓடி வருவானேன்?' என்று ஐயர் நினைத்தார். அதைவிட அப்பாவித்தனமாக இருந்தது, சிலர் ஒருமணி நேரத்துக்கு முன்னதாகவே வந்து ஸ்டேஷனில் காத்துக்கொண்டிருந்தது.

'சூதுவாதில்லாத ஜனங்கள்' என்று ஒருமுறை அவர் தமக்குத் தாமே சொல்லிக்கொண்டார்.

வேப்பங் காற்று இருக்க இருக்கச் சுகம் ஏற்றிக்கொண் டிருந்தது. இந்தக் காற்றுக்காகவே அங்கே கோடைகாலத்தைக் கழித்துவிடலாம்போல் அவருக்குத்தோன்றியது. இந்த அடிப்படை யில், சுற்றிலும் உள்ள மண்ணிலும், புல்லிலும், புல் நடுவே பூத்துக் குலுங்கும் காட்டு மலர்களிலும், சாம்பல் நிறக் கற்றாழை களிலும் அவருக்கு ஒரு அன்பும் அனுதாபமும் பிறந்தன. சிறிது நேரத்தில் ரயில் ஏறிவிடப்போகிறோம் என்ற நினைப்பில் அந்த அன்பும், அனுதாபமும் சற்று அழுத்தம் பெறவும் செய்தன.

'மனிதர்கள் எங்கெல்லாம் வாழ்கிறார்கள்! மனிதர்களாகவும் வாழ்கிறார்கள்!'

இரண்டு மூன்று பேர் பிளாட்பாரத்துக்கு வந்து கைகாட்டி மரத்தை ஒருமுறை ஏறிட்டுப் பார்த்துவிட்டு அங்கேயே ஒரு பக்கத்தில் ஒதுங்கி நின்றார்கள். எப்போதோ மாடு வாங்கிய செய்தியை ஓர் ஆசாமி கதையாகச் சொல்ல, மற்றவர்கள் கவனமாக 'உம்' போட்டுக் கேட்டுக் கொண்டிருந்தார்கள்.

சுப்பராம ஐயர் அவர்கள் பேச்சை உற்றுக் கேட்டார். அந்தப் பேச்சில் உண்மை மட்டுமல்ல, அர்த்தமும் சுவாரஸ்யமுமே இருப்பதுபோல் அவருக்குத் தோன்றியது. அவர்களை அழைத்து வைத்துக்கொண்டு அவர்களுடைய வாழ்க்கை வரலாறுகளை யெல்லாம் ஆதியோடு அந்தமாகக் கேட்டுத் தெரிந்துகொள்ளக் கூட அவர் ஆசைப்பட்டார்!

அரை மைல் தூரத்தில் வெள்ளை வேஷ்டிகளாகக் காட்சி யளித்துக்கொண்டு ஓடிவந்தவர்கள், நான்கு சிறுவர்களும் ஒரு பெரியவருமாக இனம் காட்டிக்கொண்டு ஸ்டேஷனுக்கு வந்து சேர்ந்தார்கள். வந்ததும் வராததுமாக, "டிக்கெட் குடுத்தாச்சா?" என்று கேட்டார் ஓடி வந்த பெரியவர்.

பேசிக்கொண்டு நின்றவர்களில் ஒருவர், "இல்லை, இல்லை" என்றார்.

எல்லோரும் ஒரு மூச்சுவிட்டுக் கொண்டார்கள். அந்த நான்கு சிறுவர்களின் கண்களும் ஏககாலத்தில் வேப்பமரத்தடி யில் பெஞ்சியில் உட்கார்ந்துகொண்டிருந்த சுப்பராம ஐயரைத் தான் பார்த்தன. பார்த்த மாத்திரத்தில் மிகுந்த மரியாதை கொடுத்து, மூச்சு விடுவதைக்கூடக் கொஞ்சம் மட்டுப்படுத்தி னார்கள். இப்படிப்பட்ட ஒருவரை அவர்கள் வருஷத்தில் ஒரு தடவை காண்பதே அபூர்வம். அவர்களுடைய பள்ளிக் கூடத்துக்கு எப்போதாவது வரும் பெரிய இன்ஸ்பெக்டரைப் போல் காலில் பூட்ஸ் போட்டுக்கொண்டு குளோஸ் கோட்டும் ஜரிகை அங்கவஸ்திரமுமாகக் காட்சி அளித்தார் ஐயர். தலையில் விழுந்திருந்த வழுக்கையும் அவருடைய கௌரவத்தை உயர்த்திக் காட்டியது. இமை கொட்டாமல் பார்த்துக்கொண்டு நின்ற சிறுவர்களை ஐயரும் பார்த்துக்கொண்டார். நான்கு சிறுவர் களும் ஏறக்குறைய ஒரே பிராயமுடையவர்களாக இருந்தார்கள். பன்னிரண்டிலிருந்து பதினைந்து வயது வரையிலும் மதிக்கலாம். ஒவ்வொருவனுடைய கையிலும் இரண்டொரு புத்தகங்களும், சில வெள்ளைக் காகிதங்களும் இருந்தன. சட்டைப் பைகளில் சீவித் தயாராக வைத்திருந்த பென்ஸில்கள், பள்ளி மாணவர்கள் என்பதைச் சொல்லாமலே தெரிவித்தன.

சிறுவர்களோ, ஐயரோ பரஸ்பரம் பார்த்துக்கொண்டி ருந்தாலும் பேசுவதற்கு முயற்சி செய்யவில்லை. இந்தச் சமயத்

தில் கை இறக்கப்பட்டது. ஸ்டேஷன் மாஸ்டரும் ஐயரிடம் டிக்கெட்டோடு வந்தார்.

"இந்த இடம் உங்களுக்கு ரொம்பவும் பிடித்திருக்கிறது போலிருக்கிறதே; இங்கேயே உட்கார்ந்துகொண்டிருக்கிறீர்கள்!"

"நல்ல காற்று!" என்றார் ஐயர். டிக்கெட்டையும் வாங்கிக் கொண்டார்.

"அப்படியானால் அடுத்த லீவுக்கு வந்துவிடுங்கள். இந்த மாதிரி மூன்று நாட்களில் புறப்பட்டுவிடாமல் சேர்ந்தாற்போல், ஒரு பத்து நாட்களாவது இருந்து விட்டுப்போகலாம்..."

"அப்படியே செய்யலாம்! பத்து நாட்கள்தானே? ராமன் பதினாலு வருஷம் வனவாசம் செய்திருக்கிறபோது நாம் பத்து நாட்கள் இங்கே இருக்க முடியாமலா போய்விடப் போகிறது?"

"அந்த வனவாசத்தில்தான், ராமன் தன் உயிர்த் துணைவர்களையெல்லாம் சம்பாதித்துக்கொண்டான். அவனை ராமனாக்கியதே அந்த வனவாசம்தான்" என்று சொன்னார் ஸ்டேஷன் மாஸ்டர்.

"பள்ளிக்கூடத்தைவிட்ட பிறகு, புராணங்களையெல்லாம் நன்றாக ஆராய்ச்சி செய்திருக்கிறீர்கள் போலிருக்கிறது!" என்று சுப்பராம ஐயர் தமாஷாகச் சொன்னார். ஆனாலும் நண்பரின் வார்த்தைகளில் ஏதோ ஒரு சுகமும் உண்மையும் இருப்பதுபோலவே அவருக்குத் தோன்றியது.

மேற்கொண்டு சாவகாசமாகப் பேசச் சந்தர்ப்பம் இல்லை. வண்டி வரும் நேரம் நெருங்கிக்கொண்டிருந்ததால், காரியார்த்தமாக ஸ்டேஷனுக்குள் போய்விட்டார் ஸ்டேஷன்மாஸ்டர். சிறுவர்களை நிறுத்திவிட்டுப் பெரியவர் போய் டிக்கெட் வாங்கிக்கொண்டு வந்தார். எல்லாப் பிரயாணிகளுமே டிக்கெட்டோடு பிளாட்பாரத்துக்கு வந்து தயாராக நின்றார்கள்.

உரிய காலத்தில் வண்டியும் வந்துவிட்டது. ஐயர் ஏறிய பெட்டியிலேயே கிராமத்துப் பெரியவரும், அவரோடு வந்த சிறுவர்களும் ஒருவருக்குப் பின் ஒருவராக ஏறினார்கள். வண்டியில் நிறையக் காலியிடம் இருந்தது. ஒரு ஜன்னலோரத்தில் போய் உட்கார்ந்தார் ஐயர். அவருக்கு எதிர்வரிசைப் பெஞ்சியில் நிறைய இடம் இருந்தபடியால் சிறுவர்கள் அங்கேயே உட்கார்ந்து விட்டார்கள். பெரியவர் ஐயருக்கு வலதுகைப் பக்கத்தில் வந்து அமர்ந்தார். பெரியவருக்கு வலதுபுறத்தில் பூதாகாரமான

ஆகிருதி படைத்த ஒருவர் ஏராளமான சாமான்களோடு உட்கார்ந்திருந்தார். அவருக்கு எதிரே ஜன்னலை ஒட்டி, அவருடைய கனத்தில் முக்கால்வாசியாவது இருக்கும், ஒரு அம்மாள் இருந்தாள். அம்மாளின் பக்கத்திலும் என்னென்னவோ மூட்டை முடிச்சுகள், பண்ட பாத்திரங்கள் . . .

குமாரபுரம் ஸ்டேஷனைவிட்டு வண்டி நகர்ந்துவிட்டது.

பையன்கள் இரண்டு பக்கத்து ஜன்னல்கள் வழியாகவும், மரம் மட்டைகள் எதிர்த்திசையில் ஓடத் தொடங்கியதை ரஸித்துப் பார்த்துக்கொண்டிருந்தார்கள். அவர்கள் முகத்தில் தோன்றிய ஆச்சரியத்தையும், அங்கே தாண்டவமாடிய ஆனந் தத்தையும் பார்த்த சுப்பராம ஐயருக்கு, அந்தப் பையன்கள் வாழ்க்கையிலேயே அன்றுதான் முதல்முதலாக ரயில் பிரயாணம் செய்கிறார்களோ என்று நினைக்கத் தோன்றியது. அவர்களோடு ஏதாவது பேச வேண்டுமென்று ஆசை; அப்படி யெல்லாம் அவரைப் போன்றவர்களால் சுலபமாகப் பேசிவிட முடிகிறதா? அவருக்கு அது கொஞ்சம் கஷ்டமாகவே இருந்தது.

சில நிமிஷங்கள் கழிந்தபின், பையன்களைப் பார்த்து முதலில் பேச ஆரம்பித்தவர், மேற்குப்புற ஜன்னல் பக்கம் இருந்த பூதாகாரமான மனிதர்தான். எடுத்த எடுப்பிலேயே சௌஜன்யமாகப் பேச ஆரம்பித்தார்.

"ஏண்டா, எங்கே பிரயாணம்?" என்று கேட்டார். அவருடைய குரல் அவருடைய உருவத்தைவிடக் கனமாக இருந்தது.

பையன்களுக்கு அதற்குப் பதில் சொல்லவே தோன்றவில்லை.

அவர்கள் சார்பில் பெரியவர்தான் பேசினார்:

"கோவில்பட்டிக்குப் பெரிய பள்ளிக்கூடத்திலே சேரப் போறாக."

பையன்கள் அவரை மேலும் கீழும் பார்த்தார்கள். அவ ருடைய வைரக் கடுக்கன், வைர மோதிரம், தங்கப் பொத்தான் கள், உள்ளங்கை அகலக் கைக்கடிகாரம் – இத்தனையும் மாறி மாறி அவர்களுடைய கவனத்தைக் கவர்ந்துகொண்டிருந்தன.

"எந்தக் கிளாஸில் சேரப் போறாங்க?"

"நம்ம ஊரிலே ஆறு பாஸ் பண்ணியிருக்கிறாக. அங்கே ஏழிலே கொண்டுபோய்ச் சேர்க்கணும்."

"எந்த ஊர்ப் பையன்கள்?"

“இடைசெவல் கிராமம்.”

“இடைசெவலா? அங்கே ஏழாம் வகுப்பு இல்லையோ?”

“இல்லை; ‘சர்க்கார் சாங்ஸ்’னுக்கு எழுதிப் போட்டிருக்காக.”

“பாஸ் பண்ணினதுக்குச் சர்டிபிகேட் இருக்கா?”

“இருக்கு.”

“இருந்தாலும் பரீக்ஷை வெச்சுத்தான் சேர்ப்பாங்க.”

“அதுக்காகத்தான் பெரிய வாத்தியாரு ஒரு மாசமா வீட்டிலே வச்சிப் பாடம் சொல்லிக் குடுத்தாரு” என்றார் பெரியவர்.

பூதாகாரமான ஆசாமி, ஒரு பையனைப் பார்த்து, “டேய், நான் மூணு கேழ்வி கேழ்க்கிறேன். நீ பதில் சொல்லிட்டா உன்னை ஏழிலே எடுத்துக்குவான்” என்றார். உடனடியாக, “வாட்டீஸ் யுவர் நேம்?” என்று கேட்டார்.

“மை நேம் இஸ் ஸ்ரீனிவாசன்” என்றான் ஒரு பையன்.

“வாட்டீஸ் யுவர் பாதர் நேம்?” – இது அவருடைய அடுத்த கேள்வி.

“மை பாதர்ஸ் நேம் இஸ் ராமசாமி நாயுடு.”

“வாட் கிளாஸ் யூ பாஸ்?” என்று அவர் மூன்றாவது கேள்வியைக் கேட்டார்.

அவர் தப்பும் தவறுமாக ஆங்கிலம் பேசுவதைப் பார்த்துச் சுப்பராம ஐயர் வாய்க்குள்ளேயே சிரித்தார்.

“ஸிக்ஸ்த் கிளாஸ்” என்று அடக்கமாகப் பதில் சொன்னான் ஸ்ரீனிவாசன்.

“போதும்டா! கெட்டிக்காரப் பையனா இருக்கே. இப்படித் தான் ‘டக்டக்’னு பதில் சொல்லணும். நிச்சயம் நீ ஏழாம் வகுப்புத்தான்.”

பையனுக்கு ஒரே சந்தோஷம்.

பெரியவர், அந்த ஆசாமியைப் பார்த்து, “மத்தப் பையன் களையும் ஏதாவது கேளுங்க” என்று கேட்டுக்கொண்டார்.

“நம்ப இங்கிலீஷ் அவ்வளவுதான்! அதுக்குமேலே எங்க வாத்தியார் கத்துக் குடுக்கல்லே!” என்று சொல்லிவிட்டுத் தொப்பை வயறு குலுங்கக் ‘கடகட’வென்று சிரித்தார்.

எதிரே உட்கார்ந்திருந்த அவருடைய மனைவியும் சுப்பராம ஐயரும் இலேசாகச் சிரித்தார்கள்.

"நமக்கு எந்த ஊரோ?" என்று அவரை விசாரித்தார் கிராமத்துப் பெரியவர்.

"திருநெல்வேலி ஐங்ஷனிலே பங்கஜ விலாஸ் காபி கிளப் இருக்கில்லே, அது நம்ப கடைதான். பார்த்திருப்பேளே?"

"திருநெல்வேலிக்குச் சின்னப் பிள்ளையிலே ஒரு தரம் வந்ததுதான் . . ."

"அது நம்ப கடைதான். இந்தப் பையன்களைப்போல் ஆயிரம் பையன்கள் நம்ப கடையிலே சாப்பிட்டுக்கொண்டு படிச்சிருக்கான்கள். ஐங்ஷனிலே நம்ப கடையைவிட்டுக் காலேஜ் பையன்கள் வேறே எங்கேயும் போகமாட்டான்கள். இருபத்தஞ்சு வருஷமாய் பார்த்துண்டு வர்றேன்."

"நல்ல கடையைவிட்டு யார்தான் போவாக!"

அவர் பையன்களைப் பார்த்துத் திரும்பி, "டேய் நீங்களும் காலேஜுக்கு வரப்போ நம்ம கடைக்குத் தாண்டா சாப்பாட்டுக்கு வரணும் . . ." என்றார்.

பையன்களுக்குச் சந்தோஷம் தாங்க முடியவில்லை. ஒரு நகரவாசி தங்களிடம் இவ்வளவு அன்பாகப் பேசுவது அவர் களுக்கு ராஜோபசாரமாக இருந்தது.

"நமக்குப் பிள்ளைகள் எத்தனையோ?" என்று நாட்டுப் புறப் பாங்கில் விசாரித்தார் பெரியவர்.

"நம்ப கடையிலே சாப்பிட்டவன்களும், சாப்பிடப் போறவன்களும் நம்ப பிள்ளைகள்தான்" என்றார் அவர்.

பெரியவருக்கு அது விளங்கவில்லை. இதை ஹோட்டல் காரர் கவனித்துக்கொண்டார். இருந்தாலும் அவருடைய திகைப்பைப் போக்க முயற்சி செய்யாமல், "சொந்தப் பிள்ளை களுக்குப் பணம் வாங்கிண்டா சாப்பாடு போடுவான்னு நீங்க நினைக்கலாம். என்ன செய்யறது! ஹோட்டல்காரன் தர்மம் பண்ணமுடியாது. ஆனால், என்னாலே முடிஞ்ச தர்மத்தைப் பண்ணாமல் இல்லை. எத்தனையோ பேருக்கு ஸ்கூல் பீஸ் கட்டப் பணம் கொடுத்திருக்கிறேன். அதிலே திருப்பி வாங் கினதும் உண்டு; வாங்காததும் உண்டு" என்று திருப்தியோடு சொன்னார். அடுத்த நிமிஷம் மனைவியைப் பார்த்துப் பலகாரங் களை எடுத்து வைக்கச் சொன்னார் – அவர் சாப்பிடுவதற்குத் தான்.

"ரொம்பத் தூரப் பிரயாணமோ?" என்று கிராமத்துப் பெரியவர் கேட்டார்.

"மதுரை வரைக்கும் போகிறோம். ஒரு கல்யாணம்."

திரும்பவும் அந்தப் பெரியவர், "நமக்கு எத்தனை குழந்தை களோ?" என்று அதே கேள்வியைக் கேட்டார்.

"நான்தான் சொன்னேனே, எல்லாக் குழந்தைகளும் நம்ப குழந்தைகள் தான்னு. பெத்தால்தான் குழந்தையா? இந்த நாலு பையன்களும் என் குழந்தைகள்தான். என்ன சொல்றீங்க?"

பெரியவருக்கு ஒருவாறு புரிந்துவிட்டது. அதைக் காட்டிக் கொள்ளும் முறையில், "குழந்தைகள் இல்லை போலிருக்கு! அதுக்கென்ன, ஐயா சொன்னாப்லே உலகத்திலே உள்ள குழந்தை களெல்லாம் நம்ம குழந்தைகள்தான். இப்போ பாருங்க, இதிலே ஒருத்தன்தான் என்பேரன். மத்த மூணுபேரும் கூடப்படிக்கிற பையன்கள்தான். எல்லாரையும் சொந்தப் பிள்ளைகள் மாதிரி நான்தான் கோவில்பட்டிக்குக் கூட்டிக்கிட்டுப் போகிறேன். அந்தக் கடைசிப் பையன் குடும்பம் கொஞ்சம் ஏழைக் குடும்பம். எப்படிப் படிக்கவைக்கிறதுன்னு அவனோட அப்பன் கொஞ்சம் யோசனை பண்ணினான். பையன்களோட பையனாகப் படிக் கட்டும், இப்போ ஆகிற செலவை நான் தாறேன், பின்னாலே பார்த்துக்கிடலாம்னு நான்தான் தைரியம் சொல்லிக் கூட்டி யாறேன். அவனுக்குப் படிப்பிலே அக்கறை. மேலே படிக்கப் போகணும்னு மூணு நாளாச் சாப்பிடாம அழுதிருக்கான்..." என்று கூறிக்கொண்டே போனார்.

ஹோட்டல் முதலாளியின் மனைவி பலகாரப் பாத்திரத் தைத் திறந்தாள். அதனுள் இருந்த பக்ஷணங்கள் ஒரு கல்யாணத் துக்கே போதும்போல் இருந்தன. இவர் சொல்லாமலே அந்த அம்மாள் ஒரு பெரிய இலையை ஐந்தாறு துண்டுகளாகக் கிழித்துப் பையன்களுக்கும் பெரியவருக்கும் சேர்த்து என்னென் னவோ பலகாரங்களை எடுத்து வைத்துக்கொடுத்தாள். பையன் கள் வாங்கிக்கொள்ளத் தயங்கினார்கள்.

"டேய்! வயத்துக்கு வஞ்சகம் பண்ணாதீங்கடா. வாங்கிச் சாப்பிடுங்க" என்றார் ஹோட்டல் முதலாளி.

"உம், வாங்கிக்கோங்க" என்று பெரியவரும் சொன்னார்.

பையன்கள் கை நீட்டி அவற்றை வாங்கிக்கொண்டார்கள்.

ஹோட்டல்காரர் மற்றொரு இலையைச் சுப்பராம ஐயர் பக்கம் நீட்டினார். அவர் நாசூக்காக, "இப்போதான் காபி

சாப்பிட்டேன். வேணடாம், நீங்க சாப்பிடுங்கோ" என்று சொல்லிவிட்டுக் கோட்டுப் பையிலிருந்து புத்தகத்தை வெளியே எடுத்தார்.

ஹோட்டல் முதலாளி விடவில்லை. கட்டாயப்படுத்தி ஒரு டம்ளர் காபியைக் குடிக்கவைத்துவிட்டார்.

எல்லோரும் பலகாரம் சாப்பிட்டுக்கொண்டிருக்கும் போது, வண்டி நாலாட்டின்புத்தூர் ஸ்டேஷனில் வந்து நின்று அதையும்விட்டுப் புறப்பட்டுவிட்டது.

சுப்பராம ஐயர் புத்தகத்தை விரித்துப் படித்துக்கொண் டிருந்தார். பையன்களும் எழுந்து போய்க் கையைக் கழுவிவிட்டு வந்து உட்கார்ந்தார்கள். சுப்பராம ஐயரின் கையிலிருந்த புத்த கத்தின் பெயரை எழுத்துக்கூட்டி, "அன்னா கரேனினா, லியோ டோல்ஸ்டோய்" என்று மெல்லியக் குரலில் வாசித்தான் ஒரு பையன். அது ஐயர் காதில் விழுந்தது.

'டோல்ஸ்டோய்! அதுவும் சரிதான்! சொல்லிக் கொடுக்காத வரையில் யாருக்கும் டோல்ஸ்டோய்தானே ஒழிய டால்ஸ்டாய் எப்படி ஆகமுடியும்?' என்று நினைத்துக்கொண்டார்.

சிறிது நேரத்தில் சிறுவர்கள் தங்கள் கையிலிருந்த காகிதங் களை விரித்துப் படிக்கத் தொடங்கினார்கள்.

"என்னடா அது?" என்று கேட்டார் ஹோட்டல்காரர்.

"எங்கள் ஹெட்மாஸ்டர் எழுதிப்போட்டது."

"என்ன எழுதிப் போட்டிருக்கிறார்?"

ஒரு பையன் சொன்னான்: "பசுவைப்பற்றி இங்கிலீஷில் ஒரு வியாசம். 'நரியும் திராக்ஷையும்' கதை. 'ஓநாயும் ஆட்டுக் குட்டிகளும்' கதை. நண்பனுக்கு ஒரு கடிதம்."

"எல்லாம் இங்கிலீஷில்தான். பெரிய வாத்தியார் ரொம்பப் படிச்சவரு. நல்ல மனுஷன். பெத்த தகப்பன் மாதிரி இவுகளுக்குப் பாடம் சொல்லிக்கொடுத்து எழுதிப் போட்டிருக்காரு" என்றார் பெரியவர்.

"நன்னாப் படிங்கடா. இப்படித்தான் ஏதாவது எழுதச் சொல்லிப் பரீக்ஷை வைப்பாங்க" என்றார் ஹோட்டல்காரர்.

புத்தகத்தைப் படிப்பதுபோல் பாவனை செய்துகொண்டு, பேச்சுக்களைக் கவனமாகக் கேட்டுக்கொண்டிருந்தார் சுப்பராம ஐயர்.

ஹோட்டல்காரர் காபியைச் சாப்பிட்டுவிட்டு, "பையன்கள் 'நன்னாப் படிக்கக்கூடிய பையன்கள்'னு தோணுது" என்று பெரியவரிடம் சொன்னார்.

"பட்டிக்காட்டுப் புள்ளைகளானாலும் படிப்பு நல்ல படிப்புத்தான். வாத்தியாரு அப்படி. அந்த மாதிரி ஒரு தகப்பன் கூடப் புள்ளைகமேலே பிரியமா இருக்கமாட்டான்னு சொல்றேனே!" என்றார் பெரியவர்.

"அது சரிதான். வாத்தியாரும் ஒரு தகப்பன்தானே?" என்றார் ஹோட்டல்காரர்.

இதைக் கேட்டதும் சுப்பராம ஐயரின் உடம்பு சிலிர்த்தது. பெரியவர், "அதில் சந்தேகம் வேறயா? இந்தப் பையன்கள் படிப்பிலே மட்டுமில்லே, வேலையிலும் சூட்டிகைதான்" என்றார்.

"வேலையா?"

"ஆமா, வேலை செய்யாம எப்படி? பள்ளிக்கூடம்போக முன்னாலே, மாட்டைப் பத்திக்கிட்டுப் போய் மேய்ப்பாக. பருத்திக்கொட்டை ஆட்டுவாக. இப்படி வீட்டு வேலைகளைச் செஞ்சிட்டுத்தான் பள்ளிக்கூடம் போறது..."

"பேஷ்! அப்படித்தான் இருக்கணம். பொழைக்கிறவனுக்கு அதுதான் லட்சணம்! அழுக்குப் படாத படிப்பு படிப்பிலே சேர்த்தியா? அவனாலே ஊருக்குப் பிரயோசனமாயிருக்கு? என்னை எடுத்துக்கோங்க... நான் இரண்டாம் கிளாஸுக்கு மேலே படிச்சதில்லே. பி.ஏ., எம்.ஏ., படிச்சிருந்தா உத்தியோகம் பார்த்திருப்பேன். பார்த்திருந்தா, இத்தனை வருஷமாப் பள்ளிப் பிள்ளைகளுக்குப் பண்ணி வந்த உபகாரத்தைப் பண்ணியிருக்க முடியுமா? நாலு பேருக்கு உபகாரமா இருந்தாத்தான் படிப்பிலே சேர்த்தி. ஊர்க்காரனை மெரட்டுற படிப்பு வேண்டவே வேண்டாம். நான் சொல்றது எப்படி?"

"அதிலே சந்தேகம் வேறயா?" என்றார் பெரியவர். இப்படியே பேசிக்கொண்டிருந்தார்கள். வண்டி கோவில்பட்டிக்கு வந்து விட்டது. வாசிப்பதுபோல் விரித்து வைத்துக்கொண்டிருந்த புத்தகத்தை மூடிப் பழையபடியும் கோட்டுப்பைக்குள் வைத்தார் சுப்பராம ஐயர். எல்லோரும் இறங்குவதற்கு ஆயத்தமானார்கள்.

"தைரியமாய்ப் பரீக்ஷை எழுதுங்கடா! நான் வயசானவன். ஆசீர்வாதம் பண்ணறேன்: எல்லோரும் பாஸ் போய்ட்டு வாருங்க. திருநெல்வேலியிலே படிக்க வரப்போ பங்கஜ

விலாஸை மறந்துட வேண்டாம். தெரிஞ்சதா?" என்று சொல்லி வழியனுப்பினார் ஹோட்டல் முதலாளி.

வண்டியைவிட்டு சுப்பராம ஐயரும், அந்தப் பையன்களும், பெரியவரும் இறங்கினார்கள். போகும்போது ஐயர், ஹோட்டல் முதலாளியைப் பார்த்துப் புன்னகை ததும்பும் முகத்தோடு வணங்கி விடைபெற்றுக்கொண்டார். அவரைப் பின்தொடர்ந்து நடந்தார்கள் பையன்கள். முன்னே நடக்க ஒருவிதத் தயக்கம். அவ்வளவு தூரத்துக்கு அவரிடம் மரியாதை பிறந்துவிட்டது.

ஸ்டேஷனைவிட்டு வெளியே வந்ததும், குதிரை வண்டியை எதிர்பார்த்துக்கொண்டு நின்றார் சுப்பராம ஐயர். கோவில்பட்டி ஸ்டேஷனில் போர்ட்டர் வேலை செய்யும் ஒருவன், அன்று தனக்கு இரவு வேலையானதால், வெளியே ஓரிடத்தில் நின்று கொண்டிருந்தான். பெரியவரையும், சிறுவர்களையும் பார்த்து, "வாங்க வாங்க" என்று சொல்லிக்கொண்டே வந்தான். அவர்கள் வந்த காரியத்தையும் விசாரித்துத் தெரிந்துகொண்டான். அவனும் இடைசெவல் கிராமத்தைச் சேர்ந்தவன்தான் என்பதைப் பேச்சிலிருந்து சுப்பராம ஐயர் ஊகித்துவிட்டார்.

பையன்களையும், பெரியவரையும், தன் வீட்டுக்கு அந்தப் போர்ட்டர் பலகாரம் சாப்பிட அழைத்ததோடு, அன்றிரவு தங்கி விட்டு மறுநாள் ஊருக்குப் போகலாம் என்றும் சொன்னான்.

சுப்பராம ஐயருக்குக் குதிரை வண்டி கிடைத்துவிட்டது. அதில் ஏறிக்கொண்டு, வண்டி மூலை திரும்பும் வரையில் சிறுவர்களையே பார்த்துக்கொண்டு சென்றார். குமாரபுரம் ஸ்டேஷன், ஸ்டேஷன் மாஸ்டரின் தர்க்கங்கள், வேப்பம்பூ மணத்தோடு வீசிய காற்று, கரிசல் மணமும் உயிரும் கொடுப்பது, ஹோட்டல்காரரின் தர்ம குணம், படிப்புக்கு அவரும் ஸ்டேஷன் மாஸ்டரும் கொடுத்த விளக்கம், கிராமத் தலைமையாசிரியர் தந்தையைப்போல் சிறுவர்களை நடத்தியது, டால்ஸ்டாயை 'டோல்ஸ்டோய்' என்று வாசித்த 'அறிவு', ஏழைப் போர்ட்டரின் விருந்துபசார அழைப்பு – இப்படி, எல்லாமே அவருக்கு ஞாபகத் துக்கு வந்துகொண்டிருந்தன. இருபது நிமிஷ ரயில் பிரயாணத் தில், இருபது வருஷங்கள் படித்தாலும் தெரிந்துகொள்ள முடியாத எத்தனையோ அரிய விஷயங்களைத் தெரிந்துகொண் டது போன்ற ஆனந்த பரவசம்... கிராமத்து ஹெட்மாஸ்டரை யும் ஹோட்டல் முதலாளியையும் போர்ட்டரையும்விடப் பெரிய வாத்தியார்கள் இந்த உலகில் இருக்க முடியுமா என்று கூட அவருக்கு ஒரு நிமிஷம் தோன்றியது. அவர்களிடம் படிக்காத படிப்பையா இந்தச் சிறுவர்கள் இனிமேல் படிக்கப் போகிறார்

கள் என்று தமக்குள் சொல்லிக்கொண்டார். 'குமாரபுரம் ஸ்டேஷனுக்குப் பிரயாணிகள் வராததைவிடப் பெரிய கேலிக்கூத்து, மேல்படிப்புக்காக இவர்கள் இந்தப் பள்ளிக்கூடத்துக்கு வருவது! அந்த ஸ்டேஷனுக்காவது தண்ணீர்ப் பந்தல் என்ற மதிப்பு உண்டு. ஆனால் . . .'

சுப்பராம ஐயர் குதிரை வண்டியில் வீடுபோய்ச் சேர்ந்தார்.

பெரியவரையும், பையன்களையும் அந்தப் போர்ட்டர் தன் வீட்டுக்கு அழைத்துச் சென்றான். ஊரிலேயே காலை ஆகாரம் பண்ணிக்கொண்டு வந்தவர்களானதால் அங்கே அவர்கள் ஒன்றும் சாப்பிடவில்லை. போர்ட்டருடைய கட்டாயத்துக்காகக் காபியை மட்டும் வாங்கிக் குடித்தார்கள்; மத்தியானம் சாப்பிட வருவதற்கும் சம்மதித்தார்கள். அப்புறம் எல்லோருமாக – போர்ட்டர் உட்பட – பள்ளிக்கூடத்துக்குப் போனார்கள். பள்ளிக்கூட வராண்டாவில் மற்றவர்களை நிறுத்திவிட்டுப் போர்ட்டர் மட்டும் நேரே தலைமை ஆசிரியரின் அறையை விசாரித்துத் தெரிந்துகொண்டு அங்கே போனான். இடைசெவல் கிராமத்திலிருந்து ஆறாவது வகுப்புத் தேறிய நான்கு பையன்கள் ஏழாம் வகுப்பில் சேர வந்திருக்கும் செய்தியை அவரிடம் தெரிவித்தான். அவர் உடனே ஓர் ஆசிரியரை வரவழைத்து, அவரிடம் இரண்டு மூன்று கேள்வித் தாள்களை எடுத்துக் கொடுத்து, அந்தக் கிராமத்துப் பையன்கள் ஏழாம் வகுப்புத் தகுதி உடையவர்கள்தானா என்பதைச் சோதித்துப் பார்க்கும்படி சொல்லி அனுப்பினார்.

ஓர் அறையில் நான்கு சிறுவர்களும் தனித்தனியே உட்கார வைக்கப்பட்டார்கள். கேள்வித்தாளில் உள்ள கேள்விகளை எழுதிக்கொள்ளும்படி சொல்லி உதவி ஆசிரியர் வாசித்தார். எல்லாம் ஆங்கிலக் கேள்விகள். பையன்கள் எழுதிக்கொண்டார்கள். ஒரு மணி நேரத்துக்குள் பதில்களை எழுதிவிட வேண்டுமென்றும் சொன்னார் ஆசிரியர். பையன்களும் எழுதத் தொடங்கினார்கள்.

போர்ட்டரும் பெரியவரும் பள்ளியைவிட்டு வெளியே வந்து, ஒரு புளியமரத்து நிழலில் உட்கார்ந்து ஊர்ச் சமாச்சாரங்களைப் பற்றிப் பேசிக்கொண்டிருந்தார்கள்.

பத்தரை மணிக்கெல்லாம் ஆங்கிலப் பரீக்ஷை முடிந்தது. அப்புறம் கணக்கு, தமிழ், பொது அறிவு ஆகியவை சம்பந்தப் பட்ட பரீக்ஷைகள். எல்லாமே பன்னிரண்டு மணிக்குள் முடிந்து விட்டன. பள்ளிக்கூடம் விட்டு எல்லாப் பையன்களும் மத்தி

யானச் சாப்பாட்டுக்காக வீடுகளுக்குப் போனார்கள். அவர்களை நான்கு சிறுவர்களும் மிரள விழித்துக்கொண்டு பார்த்தார்கள். உதவி ஆசிரியர் அவர்களை அந்த அறையிலேயே உட்கார வைத்துக்கொண்டு விடைத் தாள்களை வேகமாகத் திருத்தி மார்க்குப் போட்டார். பிறகு எழுந்து தலைமை ஆசிரியரின் அறைக்குப் போனார். அப்போது பெரியவரும் போர்ட்டரும் அங்கே வந்து சேர்ந்தார்கள்.

"பரீக்ஷை நல்லா எழுதியிருக்கீங்களா?" என்று கேட்டான் போர்ட்டர்.

"கணக்குத்தான் கஷ்டமாக இருந்தது."

"இங்கிலீஷ்?"

"ரொம்ப லேசு."

"ஊரிலே ஹெட்மாஸ்டர் எழுதிப்போட்ட கேள்விகள்தான். ஒரு நொடியில் பதில் எழுதிவிட்டேன்" என்றான் ஒருவன். மற்றவர்களும் அப்படியே சொன்னார்கள்.

"இங்கிலீஷ் நல்லா எழுதினால் பாஸ்தான்" என்று போர்ட்டர் சொல்லிக்கொண்டிருக்கும்போதே பெரியவர், "ஊர் வாத்தியார் வாத்தியார்தான்! எப்பேர்ப்பட்ட மனுசன்! இங்கே என்ன கேப்பாங்கன்னு அங்கேயே தெரிஞ்சி சொல்லிக் கொடுத்திருக்கிறாரே, அதில்லே மூளை!" என்று இடைசெவல் கிராமத்துத் தலைமை ஆசிரியரை வானளாவப் புகழத் தொடங்கினார்.

"கெட்டிக்கார வாத்தியார் போலிருக்கு!"

"கெட்டிக்காரருன்னா, அப்படி இப்படியா! அதுக்கு ஏத்தாப்பிலே கொணமும் அமைஞ்சுதே தம்பி, அதைச் சொல்லு. இப்படி ஒரு வாத்தியார் நம்ம ஊருக்கு வந்ததே இல்லை. பிள்ளைகள்கிட்டே பெத்த தகப்பன்கூட அவ்வளவு பிரியமா இருக்கமாட்டான்னா, அப்புறம் பார்த்துக்கோயேன்" என்றார் பெரியவர் பூரிப்புடன்.

எல்லோரும் வெற்றியை எதிர்நோக்கிக்கொண்டு கோலா கலமாகப் பேசிக்கொண்டிருந்தார்கள்.

சிறிது நேரத்துக்குள்ளேயே, பரீக்ஷை வைத்த உதவி ஆசிரியர் வந்து, சிறுவர்களையும், பெரியவரையும், போர்ட்டரையும் தலைமை ஆசிரியரிடம் அழைத்துக்கொண்டு போனார். அப்போதுதான் அவர்களுடைய மனம் கோலாகலத்தை இழந்து, 'திக்திக்' என்று அடித்துக்கொள்ளத் தொடங்கியது.

"இப்படி வாருங்கள்" என்று அவர்களை ஓர் அறைக்குள் அழைத்துச் சென்றார் உதவி ஆசிரியர்.

எல்லோரும் உள்ளே போனார்கள். தலைமை ஆசிரியரைப் பார்த்ததும், போர்ட்டர் கும்பிட்டான். பெரியவருக்கோ கும்பிடப் போன கைகள் குவியாமல் நடுங்கின. பையன்கள் எதுவுமே செய்யாமல், அப்படியே நின்றுவிட்டார்கள். ஆச்சரியத்தினால் அவர்களுடைய கண்கள் அகல விரிந்துவிட்டன. மூடியிருந்த வாய்கள் தாமாகத் திறந்துகொண்டன. ஒவ்வொரு கையிலும் விரல்களை விரல்கள் பிசைந்துகொண்டிருந்தன.

குமாரபுரம் ஸ்டேஷனிலிருந்து டால்ஸ்டாய் புத்தகமும் கையுமாக அவர்களோடு பிரயாணம் செய்த அதே பிரமுகர் தான் இங்கே தலைமை ஆசிரியராக உட்கார்ந்துகொண்டிருந்தார்! இதைப் பையன்கள் எப்படி எதிர்பார்த்திருக்க முடியும்?

"வாருங்கோ" என்று சிரித்துக்கொண்டே அவர் வரவேற்றார்.

"பெரிய வாத்தியாரைக் கும்பிடுங்க" என்று போர்ட்டர் சொன்ன பிறகுதான், பையன்களும் பெரியவரும் வணக்கம் செய்தார்கள்.

"கேள்விகளெல்லாம் கஷ்டமாக இருந்ததா?" என்று கேட்டு விட்டு மறுமுறையும் சிரித்தார் சுப்பராம ஐயர். அந்தச் சிரிப்பில் இருந்த அழகும், கவர்ச்சியும், அன்புப் பெருக்கும் ஒரு பையனுடைய கண்களில் கண்ணீரையே வரவழைத்து விட்டன.

அவருடைய கேள்விக்குப் பதில் சொல்லாமல் எல்லோரும் வாயடைத்துப் போய்த் திகைத்து நின்றார்கள்.

அடுத்தாற்போல், "உங்கள் பெயர்களைச் சொல்லுங்கள்" என்றார்.

"நாராயணசாமி", "ஸ்ரீனிவாசன்", "சுப்பையா", "திருப்பதி."

"எல்லோரும் பாஸ்!" என்றார் சுப்பராம ஐயர். பையன்கள் நால்வருக்கும் ஆனந்தக் கண்ணீர் பொங்கிவிட்டது.

"எல்லோரும் ஏழாம் வகுப்பில் சேர்ந்துகொள்ளுங்கள். நன்றாகப் படியுங்கள். ஒவ்வொரு பரீக்ஷையிலும் நல்ல மார்க் வாங்க வேண்டும்" என்று கூறிவிட்டு, "உங்கள் ஊர் வாத்தியார் மட்டுமல்ல இந்த ஊர் வாத்தியாருமே தகப்பனாரைப் போன்ற வர்தான். பெரியவரே! நான் சொல்லுவது சரிதானே?" என்று சிரிப்பும் பரவசமுமாகக் கேட்டார் தலைமை ஆசிரியர்.

"அதிலே சந்தேகம் வேறயா?" என்று கிராமியப் பாணியில் சத்தம் போட்டுச் சொல்லிவிட்டு ஒருமுறை கும்பிட்டார் பெரியவர்.

சுப்பராம ஐயர் மூன்றாவது தடவையும் அழகாகச் சிரித்தார்.

"போய் வாருங்கள்" என்று விடை அளித்து அவர்களை அனுப்பியபின், குமாரபுரம் ஸ்டேஷன்தான் அவர் மனக் கண்ணில் காட்சியளித்தது.

வாய்க்குள்ளேயே, 'அது பெரிய பள்ளிக்கூடம்!' என்று ஒருமுறை சொல்லிக்கொண்டார் சுப்பராம ஐயர்.

கல்கி, மே 1960

திருவொற்றியூர் வல்லி

திருவொற்றியூர் சதுரானன பண்டிதர் மடத்தில் அன்று சில விசேஷ அலங்காரங்கள் செய்யப்பட்டன. வாசலில் மாவிலைத் தோரணங்கள் கட்டினார்கள். வாழை மரங்களை வெட்டிக்கொண்டு வந்து இருபுறமும் நிறுத்தினார்கள். மடத்தின் முற்றத்தில் சிறு பந்தலும் போடப்பட்டு உள்ளே விதானங்கள் கட்டி, இளநீர், தென்னம்பாளைகள் முதலியனவும் தொங்கவிடப்பட்டன. அன்றைய தினம் ஒரு பண்டிகை நாளும் அல்ல. ஏன் இந்த விசேஷ அலங்காரங்கள் என்று ஊர் ஜனங்கள் திகைத்தார்கள். மடத்தில் கல்வி பயிலும் ஒரு மாணாக்கனை விசாரித்தபோதுதான் விஷயம் இன்னது என்று தெரிந்தது.

அன்று கவிச் சக்கரவர்த்தி கம்பர் அந்த மடத்துக்கு விஜயம் செய்வதை முன்னிட்டுத்தான் இத்தனை ஏற்பாடுகளும் செய்யப்பட்டன. வாரங்கலில் காகதீய மன்னன் பிரதாப ருத்திரனின் ஆஸ்தானத்தில் பல நாட்கள் தங்கியிருந்த கம்பர் தமிழ்நாட்டுக்குத் திரும்பி வந்து கொண்டிருந்தார். தமிழகத்தில் பிரவேசித்தபின் கூவம் ஆற்றின் கரையிலுள்ள தியாகசமுத்திரம் கிராம வாசிகள் அவருடைய வருகையை எப்படியோ கேள்விப்பட்டு, ஊரோடு திரண்டு சென்று கவிஞர் பெருமானை எதிர்கொண்டழைத்தார்கள். தங்கள் கிராமத்திற்கு எழுந்தருள வேண்டுமென்று வணங்கிக் கேட்டுக்கொண்டார்கள். அவர்கள் வேண்டுகோளுக்கிணங்க வழி விலகி அங்கே சென்ற கம்பர், மறுநாளே திருவொற்றியூருக்கு வந்தார்.

திருவொற்றியூர் மடத்து வாசலில் கம்பரின் சிவிகை வந்து நிற்கும்போது சரியான நண்பகல். அந்த வெய்யிலிலும்

பெருங்கூட்டம் அவரை வரவேற்கக் காத்திருந்தது. ஊர்வாசி களின் வரவேற்புக்கும் சந்தோஷ ஆரவாரத்துக்கும் பிறகு, சதுரானன பண்டிதர் அவரை மடத்துக்குள் அழைத்துச் சென்றார்.

பண்டிதரின் மாணவர்கள் ஆளுக்கு ஒரு பணிவிடையைச் செய்து கம்பரை உபசரித்துக் கொண்டிருந்தார்கள்; அவர்களோடு ஒரு பெண்ணும் பணி செய்வதைக் கம்பர் கவனித்தார். 'மடத்தில் இப்படி ஒரு பெண்ணுக்கு என்ன வேலை?' என்றுகூட அவர் யோசித்தார்.

பெண்ணுக்கு இருபத்தைந்து வயது இருக்கக்கூடும். அழகியாக இருந்தாள். அதிலும் எதிர்பாராத ஓரிடத்திலே தோற்றம் அளித்த அழகானதால் பன்மடங்கு விகசித்தது. அதோடு மட்டுமல்ல; அவள் எவ்வித ஆபரணங்களும் அணியாமல், உயர்ந்த பட்டும் உடுத்தாமல், துவைத்து உலர்த்திய ஒரு பழைய வெண்ணிறப் புடவையோடு தபஸ்வினியைப்போல் எளிமைக் கோலம் பூண்டிருந்தது, அழகை வரம்பின்றி வளரவும் வியாபிக்கவும் செய்துவிட்டது.

கம்பர் இரண்டாவது முறை அவளைக் கவனிக்கும்போது, அவள் தன் இருகரங்களிலும் அவருடைய பாதுகைகளைச் சுமந்துகொண்டு முற்றத்தின் ஒரு மூலையை நோக்கிச் சென்றாள். ஏதோ ஓர் ஓரத்தில் பிடித்துத் தூக்காமல், கைநிறைய மலர்களைக் கொண்டு செல்வதுபோல் அவ்வளவு பயபக்தியுடன் அவள் அவற்றை எடுத்துச் சென்றாள்.

ஒரு மூலையில் போய் உட்கார்ந்த பெண் தன் மடியில் அந்த இரண்டு பாதுகைகளையும் வைத்துக்கொண்டாள். ஒன்றை முதலில் எடுத்துத் தனது முந்தானையால் துடைத்தாள். இதைப் பார்த்த கம்பர், சதுரானன பண்டிதரைப் பார்த்து, "அந்தப் பெண்ணை இங்கே கூப்பிடுங்கள். என் கால் செருப்புகளை அவள் மடியில் வைத்துத் துடைக்கிறாள். இதைக் காண எனக்குப் பிடிக்கவில்லை" என்று படபடப்போடு சொன்னார். பண்டிதரும் ஒரு மாணாக்கனைத் திரும்பிப் பார்த்து முகக் குறிப்பால் கட்டளையிட்டார். அவன் போய் அவளை அழைத்துக்கொண்டு வந்தான்.

"அம்மா! யார் நீ? என்ன வேலை செய்கிறாய்? செருப்பு களை இப்படி வைத்துவிடு. இப்படி வேலைகளை நீயாகவும் செய்யாதே; யார் சொன்னாலும் செய்யாதே" என்று கூறினார் கம்பர்.

அவள் ஒன்றும் பேசாமல் தலைகுனிந்த வண்ணமே ஒரு படிக்கட்டின்மேல் பிரதிஷ்டை செய்வதுபோலச் செருப்புகள் இரண்டையும் வைத்துவிட்டு, அடுத்த கணமே அங்கே நிற்கத் துணிவின்றி வேகமாக ஒதுங்கிச் சென்று மடத்தின் ஒரு பகுதிக்குள் போய் மறைந்தாள்.

"பண்டிதரவர்களே! யார் இந்தப் பெண்? எந்த மடத்திலும் ஓர் இளம் மங்கை வந்து கல்வி பயின்றதாக நான் கேள்விப் பட்டதுகூட இல்லை. இங்கே இவளைக் காண்பது எனக்கு ஒரு புதுமையாகவே இருக்கிறது" என்றார் கம்பர்.

"எங்களுக்கும் இது ஒரு புதுமைதான் கவிச் சக்கரவர்த்தி! எங்கிருந்தோ வந்தாள். மடத்தில் அடைக்கலம் தர வேண்டும் என்று கும்பிட்டாள். நான் மறுக்கவில்லை. ஏறக்குறைய ஓர் ஆண்டும் ஆகிவிட்டது. இங்கே நாங்கள் சொல்லாமலே எல்லாப் பணிகளையும் செய்கிறாள். நாங்கள் கொடுக்கும் உணவை உண்டு, இந்த ஊர்க் காளிகோவில் பூசாரியின் வீட்டில்போய் அவன் வீட்டுப் பெண்களோடு இரவில் தங்கிவிட்டு வருகிறாள். இவள் எந்த ஊர் என்பதும் எங்களுக்குத் தெரியாது. இவளுடைய பெயரையும் இவள் சொல்ல மறுத்துவிட்டாள்."

'ஊரையும் பெயரையும் சொல்ல ஏன் மறுக்க வேண்டும்?' என்று கம்பர் யோசித்தார்.

அப்போது கம்பருக்குப் பகலுணவு படைப்பதற்காக மாணாக்கர்கள் கைகட்டிய வண்ணம் வந்து ஓர் ஓரத்தில் நின்றார்கள்.

"கவிச்சக்கரவர்த்தியவர்களே! எழுந்து முதலில் அமுது செய்ய வேண்டும்" என்று பண்டிதர் பணிவோடு கூறிக் கம்பரை அழைத்துச் சென்றார்.

மடத்தின் வேறொரு பகுதியில் மாணாக்கர்கள் கவிச் சக்கரவர்த்திக்கு உணவு பரிமாறினார்கள். அப்போது, கம்பரின் பிரயாணத்தையும் காகதீய மன்னனையும் ஆந்திர நாட்டின் வளப்பங்களையும் பற்றி பண்டிதர் ஏதேதோ கேட்டுக்கொண் டிருந்தார். சாப்பாடு முடிந்து அவர்கள் வெளியே வரும்போது, வேறொரு வாசல் வழியாகச் சாப்பாட்டு இடத்தை நோக்கி அந்த இளம்பெண் சென்றாள். அனைவருமே அவளைப் பார்த்தார்கள்.

எல்லோரும் வந்து உட்கார்ந்த பிறகு சதுரானன பண்டிதர் கம்பருக்கு அருகில் வந்து மிகவும் பணிவோடு அமர்ந்து கொண்டார்.

"கவிச்சக்கரவர்த்தியவர்களே! தெய்வ தரிசனத்துக்குக் காத்திருப்பது போல் தங்களுக்காகக் காத்திருந்தோம். எங்கள் மண்ணுலக வாழ்க்கையில் நாங்கள் அடையக்கூடிய அழியாத பேரின்பம், தங்கள் திவ்விய தரிசனத்தைத் தவிர வேறு இருக்க முடியாது. கவிச்சக்கரவர்த்தி இந்தச் சிறுமடத்தினுள் தம் மலர்ப் பாதங்களால் நடந்து, இதைத் தெய்வத்தலமாக மாற்ற வருகிறார் என்று எண்ணி எண்ணிக் களித்தோம். தங்கள் திருவாயால் பாடும் அமுதமயமான கவிகளைக் கேட்டு ஜன்ம சாபல்யம் பெறத் துடிக்கிறோம். ஆனால் தாங்கள் உண்ட களைப்போடு இருக்கிறீர்கள். சற்றுச் சிரமபரிகாரம் செய்து கொள்ளுங்கள். நான் தங்களிடம் உத்தரவு பெற்றுச் சிறிது வெளியே போய்வர எண்ணுகிறேன்" என்று சொல்லிக்கொண்டு எழுந்தார் சதுரானன பண்டிதர்.

கம்பரும் அவருக்கு விடைகொடுத்து அனுப்பினார். பிறகு, பஞ்சணையில் சாய்ந்துகொண்டார் கவிஞர் பெருமான். மாணாக்கர் இருவர் அவருக்கு விசிறியால் வீசிக்கொண்டிருந் தார்கள்.

o o o

பிற்பகலின் உக்கிரம் தணிந்து மாலை நெருங்கிக் கொண்டிருக்கும் போது பண்டிதர் வந்தார். அப்போது கம்பர் மாணாக்கர்களுடன் பேசிக்கொண்டிருந்தார். பண்டிதரும் அமர்ந்து உரையாடலில் கலந்துகொண்டார். வெய்யில் நன்றாகத் தணிந்தபின் அவர்கள் கடற்கரைக்கு உலாவச் சென்றார்கள். கடற்கரை மணலிலும் இரண்டு நாழிகைப் பொழுது அமர்ந்து உரையாடினார்கள். சதுரானன பண்டிதரின் பெரும் புலமையை யும் அடக்கத்தையும் கண்டு அவரைப் பெரிதும் பாராட்டினார் கம்பர். மடத்தின் நிலைமை, அதன் வருவாய்த் துறைகள், மாணாக்கர்களுக்குக் கற்பிக்கும் நூல் விவரங்கள், எல்லா வற்றையும் கம்பர் விசாரித்து அறிந்தார். பண்டிதரின் சமயப் பணியும் தமிழ்ப் பணியும் கம்பருடைய உள்ளத்தைப் பெரிதும் கவர்ந்தன.

o o o

அந்தி மயங்கி இரவு வந்தது. நிலவொளியில் அவர்கள் மடத்தை நோக்கித் திரும்பி வந்தார்கள். வரும் வழியில் தியாகராஜப் பெருமானின் ஆலயத்துக்குச் சென்று வழிபாடு செய்தார்கள். கடைசியில் மடத்துக்குத் திரும்பினார்கள். இரவு உணவும் ஆயிற்று. மடத்து முற்றத்தில் நிலவில் அமர்ந்து கவிச் சக்கரவர்த்தியுடன் பண்டிதர் உரையாடிக் கொண்டிருக்க,

மாணாக்கர்கள் அக மகிழ்ந்து கேட்டுக்கொண்டிருந்தார்கள். அப்போது அந்தப் பெண் ஒரு பெரிய தட்டில் பாலும் பழங்களும் எடுத்துக்கொண்டு வந்து, சற்றுத் தூரத்தில், ஆனால் அனைவர் கண்ணிலும் படும்படியாக நின்றாள். ஒரு மாணவன், எழுந்து சென்று தட்டை வாங்கிக்கொண்டு வந்து பண்டிதருக்கும் கம்பருக்கும் நடுவே வைத்தான்.

தட்டிலே வாழை, பலா, மா என்ற மூவகைக் கனிகளும் இருந்தன. ஒரு பாத்திரத்தில் பால் இருந்தது. கம்பரைச் சாப்பிடும் படிக் கேட்டுக்கொண்ட பண்டிதர், முப்பழங்களும் அன்று மடத்துக்கு எப்படிக் கிடைத்தன என்று ஆச்சரியப்பட்டார். ஆனால் ஆச்சரியத்தை வெளியே காட்டிக்கொள்ளவில்லை. அதே சமயத்தில் கம்பரும் அந்த மூவகைக் கனிகளைக் கண்டு வியந்தார். ஆனால் அவரது வியப்பில் சோகமும் கலந்திருந்தது. தேன் கலந்த பாலைப் பருகியபோது கம்பரால் சிறிது நேரம் எதுவுமே பேச முடியவில்லை. ஒரு நீண்ட பெருமூச்சு விட்டார். "பண்டிதரே! இந்தக் கனிகளும் இந்தத் தேன் கலந்த பாலும் எனக்குப் பழைய நாட்களையெல்லாம் நினைவுக்குக் கொணர்கின்றன. திருவெண்ணெய் நல்லூரில்... சடையப்ப வள்ளல்... இரவுதோறும் எனக்கு அன்போடு படைப்பவை மூவகைப் பழங்களும் தேன் கலந்த பாலும்தான். இங்கும் அவ்வண்ணமே செய்து என்னை உபசரிக்கிறீர்கள். அமரராகிவிட்ட என்னுடைய ரட்சகர் சடையப்ப வள்ளலை இப்போது தங்கள் வடிவில் காண்கிறேன்" என்று உணர்ச்சி பொங்கச் சொன்னார் கம்பர்.

உடனே பண்டிதர் அதை மறுத்துப் பேசினார்: "கவிச் சக்கரவர்த்தியவர்களே! இந்தச் சிறியேனுக்கு அவ்வளவு ஏற்றம் கொடுப்பது பொருந்தாது. அவையடக்கமாக நான் சொல்ல வில்லை. உண்மையைக் கூறுகிறேன். இவ்வாறு தங்களுக்குக் கனி விருந்து செய்ய நான் எண்ணியவனே அல்ல. (பணிப் பெண்ணின் ஏற்பாடு என்று சொல்ல விரும்பாமல்) தெய்வ சங்கல்பமாக இவ்வாறு நடந்திருக்கிறது."

"இல்லை. தாங்கள் என்னதான் மறுத்தாலும் நான் ஒப்ப மாட்டேன்... எப்படி வேண்டுமானாலும் இருக்கட்டும்; என் வள்ளலை இந்த நேரத்தில் எண்ணும்படி தாங்கள் செய்தது, ஒரு மாபெரும் புண்ணிய கைங்கரியம்..."

பணிப்பெண்ணைப் பற்றிப் பிரஸ்தாபிக்க வேண்டிய கட்டம் நெருங்குகிறதே என்று வருந்திய பண்டிதர், "கவிஞர் பெருமான் இரண்டொரு பாடல்களையாவது நாங்கள் செவிகளாரப் பருகப் பாடியருள வேண்டும்" என்று விண்ணப்பித்தார்.

"பாடுவதா? பண்டிதரே, என்னை மன்னியுங்கள். இன்று, அதுவும் இனிமேல், நான் பாடுவது இயலாத காரியம். வெண்ணெய் நல்லூர் வள்ளலைப் பற்றிச் சிந்திக்கத் தொடங்கிய பின் பாடுவது எங்கே? மிகவும் கடினம்... தங்கள் மாணாக்கர்களையே பாடச் சொல்லுங்கள், நாம் இருவருமே கேட்போம். சிறுவர்களே! உங்களுக்கு உங்கள் ஆசிரியர் இசைப் பயிற்சியும் செய்வித்திருப்பார் என்றே எண்ணுகிறேன்" என்றார் கம்பர்.

"சிவஞானம்! நீயும் காளத்திநாதனும் சேர்ந்து கவிச் சக்கரவர்த்தியின் பாடல்களையே பாடுங்கள். அவர்கள் கேட்டு ஆசீர்வதிக்கட்டும். கிடைத்தற்கரிய பாக்கியம் இன்று உங்களுக்குக் கிடைத்திருக்கிறது" என்று பணித்தார் ஆசிரியர்.

கம்பராமாயணப் பாட்டுக்களை மாணாக்கர்கள் இசையோடு பாடினார்கள். இரண்டு பாட்டுக்களைப் பாடி முடித்து மூன்றாவது பாட்டைத் தொடங்கும்போது, சற்று எட்டத் தூண் மறைவில் நின்றுகொண்டிருந்த அந்த இளம்பெண் திடீரென்று அழத் தொடங்கிவிட்டாள். அழுகையும் விம்மலும் எல்லோருக்கும் கேட்டன. உடனே, தூண் இருக்கும் பக்கம் திரும்பிப் பார்த்தார்கள். "யாரோ அழும் குரல் அல்லவா?" என்று கம்பர் கேட்டார்.

"ஆம், கவிஞர் பெருமானே! என்று கூறிய ஆசிரியர், "காளத்தி! போய்ப் பார்!" என்றார்.

காளத்திநாதன் எழுந்து சென்று பார்த்துவிட்டு வந்தான்.

"பணிப்பெண்."

"பணிப்பெண்ணா? அவளை இங்கே கூப்பிடு" என்றார் பண்டிதர். காளத்திநாதன் போய் அவளை அழைத்து வந்தான்.

"அம்மா! ஏன் அழுகிறாய்?" என்று கம்பர் கேட்டார்.

பேச முடியாமல் தலைகுனிந்து நின்றவள் சில வினாடிகளில் விக்கிவிக்கிப் பேசினாள்:

"சுவாமி! இந்த அடிமையை மன்னிக்க வேண்டும். தங்கள் உரையாடலுக்கு இடையூறு செய்த மகா பாவி நான். நான் போகிறேன். போய் வருகிறேன்..."

"வேண்டாம். நீ போகவேண்டாம். இங்கே அருகில் வந்து, அழுத காரணத்தைச் சொல்" என்றார் கம்பர்.

"என்னை மன்னித்துவிடுங்கள், சுவாமி! தங்களோடு நின்று பேசக் கூடத் தகுதியற்றவள் நான். தெய்வ சந்நிதியில்

வந்து நான் நிற்பதே பாவம்! போய்விடுகிறேன். என் முகத்தைப் பார்க்காதீர்கள் ..."

கம்பருக்குத் திகைப்புக்குமேல் திகைப்பாக இருந்தது. திடீரென்று உறுதியும் திண்மையும் நிறைந்த குரலில் அவர் பேசலானார்: "அருகில் வா. ஆம், நீ இப்படி வரவேண்டும்."

பணிப்பெண் வந்தாள்.

"எதற்காக அழுதாய்?"

"சுவாமி! இந்தப் பாவ ஜன்மத்தையும் ஒரு பொருட்டாகக் கருதிப் பேசுகிறீர்கள் என்பதை எண்ணும்போது என் மனமே என்னைக் கொல்கிறது. ஆனாலும் தெய்வத்தைப் போன்ற தங்கள் கட்டளையை என்னால் மீறவும் முடியவில்லை!... தாங்கள் அருளிய இந்தக் கவிதைகள் இந்த அடிமைக்கும் பாடம் உண்டு ..."

"என்ன? உனக்குக் கம்பராமாயணம் தெரியுமா?" என்று ஆச்சரியத்தோடு கேட்டார் பண்டிதர்.

"என் அன்னை இசையோடு எனக்குச் சிறு வயதில் கற்பித்தாள் ... என் அன்னை கற்பித்த இந்தப் பாடல்களை நான் மனம் தோய்ந்து விதம்விதமாய்ப் பாடி மகிழ்வேன். சிறுமியாக இருந்த அந்த நாட்களும் என் அன்னையின் முகமும் நினைவுக்கு வந்தன."

"இப்போது நீ ஒரு பாட்டையேனும் பாடு. பாடினால் தான் நீ சொல்வதை உண்மை என்று ஒப்புக்கொள்ள முடியும்" என்றார் பண்டிதர்.

"பாடு!" என்று கம்பரும் கூறினார்.

அவள் கண்ணீரைத் துடைத்துக்கொண்டிருக்கும்போதே, "உட்கார். உட்கார்ந்தே பாடு" என்று கம்பர் கூறியும் அவள் உட்காரவில்லை. நின்றவண்ணமே தியானம் செய்பவள் போன்று கண்களை மூடிக்கொண்டாள். கரங்களைக் கூப்பினாள். பாடினாள்.

முதலில் பாடிய பாட்டில் அவளுடைய இசைத் திறமை யும் குரலினிமையும் நூற்றில் ஒரு பங்குகூட வெளிப்படவில்லை. ஆனால் அதுவே கம்பரையும் பண்டிதரையும் மாணாக்கர் களையும் மெய்ம் மறக்கச் செய்துவிட்டது. அப்புறம் இரண் டாவது பாட்டு: அதைத் தொடர்ந்து வேறு பாட்டுக்கள். ஐந்தாவது பாட்டில் அங்கே கந்தர்வ லோகமே வந்து இறங்கியது போல் இருந்தது.

அப்படிப்பட்ட தீஞ்சுவைக் கானத்தைப் பண்டிதர் அதற்குமுன் எங்குமே கேட்டதில்லை. ராஜ சபைகளில் புகழ் பெற்ற காயகச் செல்வர்கள் பாடியதையெல்லாம் கேட்டவரான கம்பரும், பணிப்பெண்ணின் இன்னிசைக்கு ஒப்புவமை கூறுவது கடினம் என்றே கருதினார்.

ஒவ்வொரு சொல்லிலும் பொருளும், உணர்ச்சியும் ஒலித்தன என்பது பெரிதல்ல, இம்மை மறுமையைத் தொடுவது போலவும், மண்ணுலகம் வானுலகத்தைத் தீண்டுவது போலவும் மனிதன் தெய்வத்தோடு கைகோப்பது போலவும் கம்பருடைய இலக்கியத் தோடு உறவாடியது அவளுடைய இசை. அந்த இலக்கியமும் அந்த இசையும் மேலே மேலே உயர்ந்தன.

சுவர்க்கத்துக்கு இரண்டு ஏணிகள் போட்டதுபோல் இருந்தது.

அவளாகப் பாடுவதை நிறுத்தும்வரை அவர்கள் கேட்டுக் கொண்டிருந்தார்கள்.

பாட்டு முடிந்தது.

கம்பர் பேசத் தொடங்கினார்:

"இனி நீ யார் என்பதையும் சொல்லிவிட வேண்டும். இது என் கட்டளை என்று வேண்டுமானாலும் நினைத்துக் கொள்."

"சுவாமி! எனக்குப் பூர்வத்தில் இதே ஊர்தான்..."

"இதே ஊரா!" என்று பண்டிதரும் மாணாக்கர்களும் திகைத்தார்கள்.

"என் தாய் இசையையும் நடனத்தையும் குலத்தொழிலாகக் கொண்டவள். அவள் இந்தக் கலைகளில் மேலும் அதிகப் பாண்டித்தியம் பெற விரும்பி, சோழ மண்டலத்துக்குச் சென்றாள். அங்கே தக்க ஆசான்களிடம் பல ஆண்டுகள் பயின்றாள். பிற்காலத்தில் எனக்கும் கற்பித்தாள்..."

"சோழ மண்டலத்தில் எந்த ஊரில் இருந்தீர்கள்?" என்று கம்பர் கேட்டார்.

"தஞ்சையிலும் திருக்கடவூரிலும் இருந்தோம். இறுதியில் என் அன்னை காலமான ஊரும், நான் சோழ மண்டலத்தை விட்டு இங்கே புறப்பட்டு வந்த ஊரும் திருவெண்ணெய்நல்லூர்."

கம்பரால் ஆச்சரியத்தைத் தாங்கவே முடியவில்லை.

“திருவெண்ணெய்நல்லூரா! அப்படியானால் சடையப்ப வள்ளலைத் தெரியுமா?” என்று படபடப்போடு கேட்டார் கம்பர்.

“சுவாமி! எனக்கு அவரைத் தெரியும் என்றோ, என்னை அவருக்குத் தெரியும் என்றோ சொன்னால் என் நாக்கு அழுகி விடும். பாவத்தின் அவதாரமான நான், தரும தேவதையின் எதிரில் நின்றிருந்தால், என்றோ எரிந்து சாம்பலாகியிருப்பேன் ...”

“இப்படியெல்லாம் ஏன் மனம் நொந்து பேசுகிறாய்? உன் இசையினால் ஏழு உலகையும் வெல்லும் பேராற்றல் படைத்த உனக்கு என்ன குறை?”

“எனக்கு என்ன குறை என்றா கேட்கிறீர்கள், சுவாமி?” என்று சொல்லிச் சற்று முகம்தூக்கிப் பார்த்தாள்; பெருமூச்சுடன் கண்ணீர் விட்டாள்.

“நான் வேறு, குறை வேறா? நானே ஒரு குறைதான், சுவாமி!”

“அது இருக்கட்டும், நீ ஏன் திருவெண்ணெய்நல்லூரை விட்டு இங்கே வந்தாய்? உன்னை யார் அங்கிருந்து போகச் சொன்னார்கள்!”

“என்னை யாருமே போகச் சொல்லவில்லை. தெய்வம்தான் போகச் சொன்னது; வள்ளல் இருக்கும்படிதான் சொன்னார். இருப்பினும் தெய்வ சித்தமே வென்றது. ஒருநாள் இரவு கடுமை யான புயல் மழை அருவியாகக் கொட்டியது. எங்கள் வீட்டுக் கூரை சரிந்து விழுந்து வெள்ளத்தில் போய்விட்டது. எங்க ளுடைய அற்பசொற்பமான உடைமைகளையும் இழந்தோம். காலையில் வெறும் சுவர்களுக்கு நடுவே திசை தெரியாமல் தவித்துக்கொண்டு நாங்கள் நின்றபோது, திடீரென்று சடையப்ப வள்ளல் வீட்டிலிருந்து சிலர் வந்தனர். அவர்களைத் தொடர்ந்து ஒரு வண்டியில் நாணற் புல் வந்தது. வந்தவர்கள் சுவர்களில் ஏறிக் கூரை வேய்ந்தார்கள். இந்த வேலை நடந்துகொண்டிருக்கும் போதே, வள்ளல் வீட்டுக் காரியஸ்தர் வந்து எங்களுக்கு ஆடைகளும் உணவுப் பொருள்களும் பணமும் கொடுத்தார். அவ்வளவு வஸ்திரங்களும் அவ்வளவு உணவுப்பொருள்களும் அதற்குமுன் எங்கள் வீட்டில் ஒரே சமயத்தில் இருந்ததில்லை. ஓர் ஆண்டுவரை எங்கள் ஜீவனத்தைப்பற்றிக் கவலைப்படாமல் இருக்க வழிசெய்தார் அந்த வள்ளல். நாங்கள் பொது மாதர்கள். இந்த அற்ப ஜந்துக்களால் அவருடைய அறத்துக்கும் அவருடைய கீர்த்திக்கும் மாசு ஏற்படுமோ என்று பயந்தோம். பொதுமகளிராக இருந்த எங்கள் வாழ்க்கை அன்றோடு முடிந்தது. என் தாயோ,

உயிர் வாழக்கூட மனமில்லாமல் சில மாதங்களில் இறந்து விட்டாள். நான் ஊரைவிட்டே வந்துவிட்டேன்..."

கம்பர் அவளுடைய கதையைக் கேட்டுக்கொண்டிருந்தார்; கண்களில் நீர் துளிக்கக் கேட்டுக்கொண்டிருந்தார்.

"ஒரு பெருமகனின் உதவி, இவளையும்கூட தபஸ்வினி யாக்கிவிட்டது" என்றார் பண்டிதர்.

"அது தவறு! வள்ளல் செய்தது உதவியே அல்ல. உதவி, பாத்திரம் அறிந்து செய்யப்படுவது. அவர் அளித்தது பொருளும் அல்ல. வெறும் பொருள் மட்டும் மனிதாத்மாக்களை உயர்த்தி விடுவதில்லை. அவர் செய்தது அறம். அதன் பலன்தான் இந்தப் புனிதமான இடத்தில் கொண்டுவந்து இந்த வல்லியை..." என்று கம்பர் சொல்லிக்கொண்டிருக்கும்போதே...

"ஆ!" என்று உள்ளடங்கிய குரலில் அவள் கத்தினாள்.

வல்லி என்ற பெயரைக் கம்பர் சொன்னதும் பண்டிதரும் சீடர்களும் திகைத்தனர்.

"வல்லீ! இப்பொழுது நீ யார் என்பதை அறிந்துகொண் டேன். பொதுமாதர் வீட்டைச் சடையப்பவள்ளல் வேய்ந்ததை நான் அப்பொழுதே புகழ்ந்து பாடினேன். அன்று நான் வள்ளல் வீட்டில்தான் இருந்தேன்" என்றார் கம்பர்.

"தாங்கள் இருந்தீர்கள் என்பதும் எனக்குத் தெரியும், சுவாமி."

"வல்லீ! அப்போது நீ சிறு குழந்தையாக இருந்திருப்பாய்..."

"என் பெயரை மட்டும் சொல்லவேண்டாம், சுவாமி" வேதனையோடு கூறினாள் வல்லி.

"உன் பெயரில் உனக்கு ஏன் வெறுப்பு? அப்படியானால் வேறு பெயர் வைத்துக்கொண்டிருக்கலாமே?" என்றார் கம்பர்.

அவள் உள்ளக் கருத்தை இப்போது பூரணமாக உணர்ந்து கொண்டார் கம்பர்.

"சுவாமி! பெயரை ஒழிக்கலாம்; பிறப்பை ஒழிப்பது எப்படி? குலத்தை மாற்றுவது முடிகிற காரியமா?

"வல்லீ! இறைவனுக்குத் தொண்டு செய்யப் புகுந்த அன்றே, ஒருவனுடைய பண்டைக் குலம் அழிந்துபடுகிறது என்பார்கள் பெரியவர்கள். தொண்டக் குலத்தில் பிறப்பினால்

வரும் உயர்வு தாழ்வுகள் இருக்கமுடியாது. சதுரானன பண்டிதருக்குப் பணி செய்யும் நீ இப்போது தொண்டக் குலம். உன் பழைமை ஒழிந்தது. உன் பெயரையுமே நீ அழித்துவிட்டாய். 'நான்' என்ற தன்மையைக்கூட அறவே ஒழித்துவிட்டாய். இது முனிவர்களுக்கும்கூட சாமான்யத்தில் சித்தியாகாத ஒரு பெருஞ்சாதனை. செயற்கரிய செய்த நீ, துன்பத்தை வைத்துக் கொண்டிருப்பது அறியாமை. வள்ளலின் அறச் செயல் உன் வாழ்க்கையை மாற்றியதோடு, உயர்த்தியும்விட்டது, வல்லீ!..."

"காவியப் பாத்திரங்களையும் வள்ளல் பெருமானைப் போன்ற மனித தெய்வங்களையும் பற்றிப் பேசும் தங்கள் திருவாயினால் என் பெயரை உச்சரிக்க வேண்டாம்" என்று வணங்கிக் கேட்டுக்கொண்டாள் அவள்.

"பெண்ணே! 'நான்' என்ற அகங்காரத்தைக் கொல்ல முயல்வதன் மூலமே, அதை நீ மேலும் மேலும் வளர்த்துக் கொண்டு இருக்கிறாய்! உச்சரிப்பவர்களின் தூய்மையையும் கெடுத்துவிடக்கூடிய அவ்வளவு பெரிய சக்தி உன் பெயருக்கு இருப்பதாக நினைக்கிறாயே! உன் பெயர் என்னைச் சுட்டு விடாது!" என்றார் கம்பர்; இலேசாகச் சிரித்தார். வல்லி உடனே கவிச்சக்கரவர்த்தியை நோக்கிக் கீழே விழுந்து வணங்கினாள்.

"நான் ஒன்றும் அறியாதவள், சுவாமி! என் புத்திக்குத் தோன்றியதைச் சொன்னேன். குற்றம் இருந்தால் மன்னிக்க வேண்டும்."

"பண்டிதர் அவர்களே! வல்லியின் பெயரை உங்களால் இனி மறக்கமுடியுமா? என்னால் முடியாது. வள்ளலின் அறம் இவளுக்குக் கலம் தந்து, ஆன்மீகச் செல்வமும் தந்துவிட்டது. வல்லீ! உனக்கு இனி யாரும் வழிகாட்ட வேண்டாம். உன்னை நீயே காத்துக்கொள்வாய். ஆனால் உனது இப்பிறப்புக்குத் துன்ப உணர்வு எதுவுமே ஆகாது. இதை மட்டும் நீ மறந்து விடாதே" என்று கம்பர் அவளுக்கு அறிவுரை கூறினார்.

"மறக்கமாட்டேன், சுவாமி! ஆனால் தாங்கள் என்னை மறந்துவிடுங்கள். கவி உள்ளத்தில் இடம் பெறுவதை நினைக்கும்போதே என் உள்ளமும் உடம்பும் கூசுகின்றன." – இவைதான் வல்லி அன்றிரவு பேசிய கடைசி வார்த்தைகள். அதற்குமேல் கம்பர் அவளைப் பேசவிடவில்லை.

"நீ உன் இருப்பிடத்துக்குப் போ. அகாலமாகிவிட்டது" என்று கம்பர் கட்டளையிட்டார். பூசாரியின் வீட்டை நோக்கி வல்லி புறப்பட்டுச் சென்றாள்.

அவள் போனபின் கம்பர் மறுபுறம் திரும்பி ஞாபகமாகக் கேட்டார்.

"சதுரானன பண்டிதரே! எனக்கு மூவகைக் கனிகளும் தேனும் பாலும் மிகவும் பிடிக்கும் என்று தங்களுக்கு எப்படித் தெரிந்தது? வள்ளல் செய்வதைப் போன்றே தாங்களும் செய்தவிதம் எப்படி?"

"கவிச்சக்கரவர்த்தி அவர்களே! இங்கே இரவில் நாங்கள் வாழைப் பழங்கள் மட்டும்தான் உண்பது வழக்கம். மடத்தில் பாலும் தேனும் மற்ற பழங்களும் கிடையாது. வல்லிதான் எங்கிருந்தோ சேகரம் செய்துகொண்டு வந்திருக்கிறாள். அவள் தட்டில் கொண்டுவந்ததும் நான் ஆச்சரியப்பட்டேன்" என்று பண்டிதர் விடை பகர்ந்தார்.

"எனக்கு என்ன பிடிக்கும் என்பதைக்கூட இந்தப் பெண் அறிந்துவைத்திருக்கிறாள்! திருவெண்ணெய்நல்லூரில் எனக்கு இப்படி ஒரு ரஸிகை, என்னைப் பற்றி எல்லா விவரங்களையும் நுட்பமாகவும் ஆவலாகவும் விசாரித்தறிந்துள்ள ஒரு ரஸிகை இருந்தது, அப்போது எனக்குத் தெரியாது. தெரிந்திருந்தால், வள்ளலிடம் கூறியிருப்பேன். அவர் எனக்குச் செய்த மரியாதை களையெல்லாம் இவளுக்கும் செய்திருப்பார் என்பதில் ஐயமே இல்லை . . .

அதற்குமேல் அவர்கள் பேசவில்லை. படுத்துறங்கப் போய் விட்டார்கள்.

❍ ❍ ❍

மறுநாள் காலையில் உணவு உண்டபின் கம்பர் பயண மானார். சதுரானன பண்டிதரிடம் விடைபெற்றுக்கொண்டார். காலில் விழுந்து வணங்கிய மாணாக்கர்களுக்கு ஆசி கூறினார். ஊர் மக்களுக்குச் சுபிட்சம் உண்டாக வேண்டும் என்று வாழ்த் தினார். அங்கே அதுவரையிலும் இல்லாத வல்லி, திடீரென்று வந்தாள். தன் இரு கைகளிலும் கம்பரின் பாதுகைகளை ஏந்திக் கொண்டு வந்தாள். கவிச்சக்கரவர்த்தியின் முன்னால் முழந் தாளிட்டு அவர் திருவடிகளின் பக்கம் பாதுகைகளை ஏந்தினாள்.

"கீழே வைத்துவிடு" என்றார் கம்பர்.

"இது நான் கோரும் வரம். இதை அருளாமல் என் தெய்வத்தை விடமாட்டேன். என் கைகளில் இருக்கும் பாதுகை களைத்தான் தங்கள் திருப்பாதங்கள் சூட வேண்டும்" – குனிந்த தலை நிமிராமல் இந்த வார்த்தைகளைச் சொன்னாள் வல்லி.

கம்பர் சிரித்தார். அவருடைய சிரிப்பில் காணப்பட்ட உருக்கம் அனைவர் கண்களையும் கலங்கச் செய்துவிட்டது.

பாதுகைகளைக் காலில் தரித்துக்கொண்டார் கம்பர். மறுமுறையும் விடைபெற்றுக்கொண்டார்.

வல்லி அதிவேகமாக அவ்விடத்தைவிட்டு மடத்தினுள் செல்வதற்காகத் திரும்பினாள். அவளால் அங்கு நிற்கவே முடியவில்லை.

கம்பர் அவளை அழைத்தார்.

அவளும் அருகில் வந்தாள்.

"நீ என் கண்பார்வையிலிருந்துதான் மறைய முடியும். என் உள்ளத்திலிருந்து மறைய முடியாது. சதுரானன பண்டிதரின் மடத்தில் இருக்கும் திருவொற்றியூர் வல்லி, இனி என் மனத்திலும் இருப்பாள். தெய்வம் உனக்குத் துணை செய்யும்."

வல்லியை ஆசீர்வதித்துவிட்டுக் கம்பர் சிவிகையில் ஏறிக்கொண்டார். உடனே, அவருடைய பாதங்கள் பட்ட மண் தரையைத் தொட்டு வணங்கினாள் வல்லி. அவளைப் பின்பற்றி அதே இடத்தைச் சதுரானன பண்டிதரும் தொட்டு வணங்கினார். கூடியிருந்த மக்கள் திரள் உச்சிமேல் கரம் கூப்பித் தொழுது கவிச் சக்கரவர்த்தியை வழியனுப்பியது.

1965

தேவ ஜீவனம்

சாயங்காலம் ஐந்தரை மணி இருக்கும். அதற்குப் பதினைந்து நிமிஷம் முன்பாகவே அருணாசல முதலியார் தெருவாசல் படிக்கு வந்து உட்கார்ந்தார். ஓர் அரைமணி நேரம் அங்கே உட்கார்ந்திருப்பதாக உத்தேசம். சென்னையில் உள்ள ஒவ்வொரு மனிதனையும் போல் தனியாளாகவே இந்தப் பத்து வருஷ காலமும் வாழ்ந்து வந்த முதலியார், வாசற்படியிலும் ஏகாங்கியாக உட்கார்ந்துகொண்டிருந்தார். அது ஒரு திருவல்லிக்கேணி தெரு. திருவல்லிக்கேணித் தெருக்கள் பெயரிலும் பெயரள விலுமே ஒன்றுக்கொன்று வேறுபட்டிருந்த நிலையில் அந்தத் தெருவின் பெயரைச் சொன்னாலும் ஒன்றுதான். சொல்லாவிட்டாலும் ஒன்றுதான். வழக்கம்போல் தெருப் பிடிக்காதவாறு ஜனங்கள் ஆணும் பெண்ணுமாக இங்கும் அங்கும் போய்க்கொண்டிருந்தார்கள். நிமிஷத்திற்கு ஒரு சைக்கிள் வீதம் ஓடிக்கொண்டிருந்தது. ஏகதேசமாக டாக்ஸி, ஸ்கூட்டர் போன்ற வாகனங்கள் தெருவின் ஜனக்கூட்டத்தை ஆங்காங்கே சுவரோடு சுவராக ஒண்டச் செய்துகொண்டு ஓடின. தலைச்சுமை வியாபாரிகள், கிரோசின், கறிகாய் தள்ளு வண்டிகள், பலூனை வாத்திய மாக்கிச் சினிமாப் பாட்டைக் கொறகொறத்துக்கொண்டு போகிறவன், பால்காரனோடும் பால்காரனில்லாமலும் நடந்துவரும் எருமைகள், பசுக்கள், தெருவின் இரண்டு கோடிகளையும் பொதுக் கக்கூஸ்களாகப் பயன்படுத்திக் கொள்ளும் ஆசாமிகள் – இப்படி இடம்கொள்ளாமல் நிரம்பி வழியும் தெருவில் கூச்சலும் இரைச்சலும் இருக்க வேண்டிய அளவுக்கு இருந்தன. இது போதாதென்று பத்துப் பன்னிரண்டு வயதுள்ள சிறுவர்கள் ஏழெட்டுப் பேர் சேர்ந்து உற்சாகமாகக் கத்திக்கொண்டும் ஓடி

ஒளிந்து விளையாடிக்கொண்டும் வேறு இருந்தார்கள். அவர்களில் முதலியாரின் பேரன் சுப்ரமணியனும் ஒருவன். அவன் எங்கே கீழே விழுந்துவிடுவானோ, உயரமான திண்ணை யிலிருந்து குதித்துக் காலை கையை முறித்துக் கொள்வானோ, எருமையின் காலடியிலோ, டாக்ஸி சக்கரத்திலோ அகப்பட்டுக் கொள்வானோ என்று முதலியாருக்குப் பலவிதமான பயம். அதனால் இடையிடையே, "எலே சுப்ரமணியம்! மெல்லடா! அப்படி விழுந்து ஓடுறயே, மாடு கீடு வந்து முட்டுனா என்னலே பண்ணுவே?" என்றோ, "டேய் டேய்! திண்ணையிலிருந்து குதிக்காதேடா, எத்தனை தவா ஒனக்குச் சொல்றது? விழுந்து ஒண்ணு கெடக்க ஒண்ணு ஆச்சின்னா என்னடா பண்றது?" என்றோ அவன் தமக்கு எதிரே அருகாமையில் ஓடும் சந்தர்ப்பங் களிலெல்லாம் சொல்லி எச்சரித்துக் கொண்டே இருந்தார். அவனோ இவருடைய எச்சரிக்கையைக் கொஞ்சமும் பொருட் படுத்தவில்லை. விளையாட்டிலேயே கவனமாக இருந்தான்.

'இந்த காலத்துப் பயப்புள்ளை சொன்னாக் கேக்குமா? அந்தக் காலமா? வீட்டிலே பெரியவுக கீச்சுன கோட்டைத் தாண்டாம வளர்ந்த காலம் அது. இப்பத்தான் சின்னவன் பெரியவன் இல்லையே! இந்த ஊரிலே பொடிப்பயகூட என்னைப் பார்த்து 'நீ, நான்' இண்ணுதானே பேசுறான்! எல்லாம் 'வாப்பா போப்பா'தான். மதுரைக்கு வடக்கே மரியாதை இல்லேன்னு தெரியாமலா சொன்னாக..!'

முதலியார் பட்டணத்து நாகரிகத்தையும் பழக்கவழக்கங் களையும் தமக்குள்ளேயே எள்ளி நகையாடிச் சிறிது கண்டன மும் செய்துவிட்டு முகத்தை எதிர்வீட்டை நோக்கித் திருப்பினார். எதிர்வீட்டு வாசல் திண்ணையில் மூன்று பெண்கள் உட்கார்ந்து கொண்டு ஒருவரோடு ஒருவர் பேசாமல் முதலியாரைப் போலவே தெருக்காட்சிகளைப் பார்த்துக் கொண்டிருந்தார்கள். தினமும் பார்க்கும் அதே பெண்களை அன்றும் அவர் பார்த்தார்; கவனித்தார். ஒரு பெருமூச்சும் விட்டுக்கொண்டார். 'அவ்வளவு தான்!' என்று தமக்குள் சொல்லிக்கொண்டு அந்தப் பெண்கள் மூவரிடமிருந்து தமது பார்வையை வேறுபக்கம் திருப்பினார். எதிர் வீட்டுக்கு அடுத்த வீட்டிலும், தெருவில் இருந்த எல்லா வீடுகளிலுமே காற்றுக்காகவும், வெளிச்சத்துக்காகவும் சிற்சிலர் நின்றுகொண்டோ, திண்ணைகளில் உட்கார்ந்துகொண்டோ இருந்தார்கள். சில வீடுகளில் தெரு வாசல்களின் உட்புறத்து நடைபாதையில் நின்ற வண்ணம் சில பெண்கள் தலையை மட்டும் வெளியே நீட்டிக்கொண்டிருந்தார்கள். அந்த வீடுகளில் வெளியே வந்து உட்கார இடவசதி இல்லை.

'ஜனக்கூட்டம் பெருத்துப் போச்சு. இந்தச் சின்னத்தெருவில் இத்தனை பேர் நடமாட்டம்; இத்தனைபேர் குடித்தனம். இந்த முப்பது நாப்பது வீட்டிலே ஆடு மாடுகள் மாதிரி அடைஞ்சி கிடக்க வேண்டியிருக்கு. ஆடு மாடாவது பட்டப்பகல்லே காடு கரைக்கு மேய்ச்சலுக்குப் போகும். இங்கே மனுஷனுக்குக்கூட வீட்டை விட்டா போக்கிடம் இல்லாமல் இருக்கு . . .'

முதலியார் பத்து வருஷங்களுக்கு முன் கோவில்பட்டிப் பக்கத்தில் உள்ள தம்முடைய சொந்த கிராமத்தைவிட்டுச் சென்னைக்கு வந்தபோது அவர் கண்ணில் முதலில் தென்பட்ட சென்னை நகர விசேஷமே இந்த ஜனக்கூட்டம்தான். 'இத்தனை கூட்டமா – எங்கே பார்த்தாலும் தலையா – நத்தத்திலே நாய் பெருத்த மாதிரி!' என்று அப்போது நினைத்துக்கொண்டது போலத்தான் இப்போதும் நினைத்துக்கொண்டார். சென்னையின் மோசமான அம்சங்கள் என்று அவர் கருதியவை அனைத்துமே இந்தப் பத்து வருஷப் பழக்கத்துக்குப் பிறகும் நடைமுறையாகி விடாமல், இன்னும் அப்படியே மோசமான அம்சங்களாகவே இருந்தன. முதல் முதலில் பார்த்தபோது ஏற்பட்ட அதிர்ச்சியும் அருவருப்பும் இன்னும் அவரைவிட்டு நீங்கவில்லை.

திரும்பவும் எதிர்வீட்டுப் பெண்களைப் பார்த்தார், முதலியார். ஒரு செகண்டுதான். பிறகு பார்வையைப் பழையபடியும் தெருவில் ஓடவிட்டார். அவருக்கு முன்பாக இரண்டு எருமைகள் எதேச்சையாக நடந்து போய்க்கொண்டிருந்தன. ஒரு எருமையின் கொம்புகள் பக்கவாட்டில் அதிகமாக நீண்டிருந்ததால், ஒரு கொம்பு முதலியாருக்கு ஒரு சாண் தூரத்தில் நகர்ந்து கொண்டிருந்தது. அவர் உடனே பேரப்பிள்ளையைப் பார்க்கத் திரும்பினார். "டேய், சுப்ரமணியம்! மாடு வருதுடா!" என்று ஒரு எச்சரிக்கைக் குரல் கொடுத்தார். பேரன் ஆபத்தில்லாத இடத்திலேயே ஒதுங்கி நிற்கிறான் என்பதைப் பார்த்துக் கொண்டு, நிதானமாக எதிர் வரிசையில் ஐந்தாறு வீடுகள் தள்ளியிருக்கும் ஒரு வீட்டைப் பார்த்தார். அந்த வீட்டு வாசலில் வெள்ளையடித்த காரைத் தூண்களில் இரண்டு பசுக்கள் கட்டியிருந்தன. பசுக்களின் பக்கம் தெருவோரத்திலேயே முளை அறையப்பட்டு இரண்டு கன்றுக் குட்டிகளும் கட்டிக் கிடந்தன. அந்த வீட்டில் போன வாரம் ஒரு பத்து வயதுப் பையன் ஜுரத்தினால் திடீரென்று செத்துப் போய்விட்டான். சுப்ரமணியனோடு ஒரே வகுப்பில் படித்துக்கொண்டிருந்தவன். சாவின் சாயை இன்னும் விலகாமல் இருக்கும் அந்த வீட்டின் முன்னால் சைக்கிளோடு நின்ற இரு வாலிபர்களின் கையிலிருந்து டிரான்சிஸ்டர் பாட்டு வந்துகொண்டிருந்தது. வாலிபர்களில் ஒருவன் அதற்குப் பக்கத்து வீட்டைச் சேர்ந்தவன். வேறொருவன் எங்கிருந்தோ அவனைத் தேடி வந்திருக்கும் நண்பன்.

பெத்தவங்களுக்கு எப்படி இருக்கும்? கொஞ்சங்கூட இரக்க மில்லாமே அங்கேயே நிண்ணு ரேடியோவைப் போட்டுப் பாட்டுக் கேக்கிறாங்களே! நம்ம ஊரா இருந்தா இப்படி நடக்குமா? இப்படி எவனும் ரேடியோ வச்சா மத்தவன் பார்த்துக்கிட்டு இருப்பானா? இந்த ஊரிலே யாரை யார் தட்டிச் சொல்றாப்லே இருக்கு? அவனவனுக்கு அவனவன் ராஜா. பிச்சைக்காரன்கூட நிமுந்து நிண்ணு சட்டம் பேசுறான். கைமாத்து வாங்குறதுக்கு வந்து பல் இளிக்கிற பயல்களும்தான் ஏதாவது கூசுறாங்களா? கடன் வாங்கிக் கஞ்சி குடிச்சாலும் ‘நானே ராஜா’ன்னு ராஜ நடை நடக்கிறான். என்னைப் போல் அறுபது வயசுக் கிழவன் –அனுபவசாலியா இருக்கப்பட்டவன் – ஏதாவது புத்தி சொன்னா, ‘நீ யாரையா கேக்கிறதுக்கு? உன் வேலையைப் பாரு’ இண்ணு எவனுமே சொல்வான். ஊரிலே, அந்தக் காலத்திலே நான் புளியமரத்திலே ஏறிக் காய் புடுங்குனா, ‘ஏலே! கீழே விழுந்தா உன் கெதி என்ன ஆகுமிலே? இறங்குலே கீழே’ண்ணு வழியிலே போறவனெல்லாம் சொல்வான்; புளிய விளாரைப் புடுங்கி இடுப்பைச் சுத்தி நாலு விளாசும் விளாசுவான்.

பெத்தவங்களும், ‘இப்படி கண்ட கண்டவுக சாத்துனாத் தான் இவனும் அடங்குவான்’னு சொல்வாங்க. இந்த ஊரிலே ஒருவனுக்கு ஒருவன் புத்தி சொல்லிறப்படாது. அப்படி இருக்கு தர்பார்! செருப்பாலே அடிக்க! பட்டணமாம் பட்டணம்..! ஒருத்தனோட ஒருத்தன் ஒட்டாமே தனிக்காட்டு ராஜாவா வாழுற ஊர் எங்கே உருப்படும்? ஆடு மாடுகூட சேந்துதான் மேயுது. காக்காக் கூட்டமும் ஒண்ணாத்தான் உக்காந்து சாப்பிடுது. நாயை எடுத்துக்கோயேன், ஒரு வீட்டு நாயா இருந்தா – பத்து நாய் இருந்தாலும் – சண்டை போடாம ஒத்துமையா இருக்கு. ஒரு வீட்டுக்குள்ளே ஒம்பது குடித்தனம் இண்ணா ஒம்பது சண்டை. குடித்தனத்திலே ஒம்பது பேர் இருந்தா, ஒம்பது கட்சி! சீச்சீ சீச்சீ..!

முதலியார் தலையைக் குனிந்துகொண்டு சிறிது சிந்தனை செய்தார். ‘எல்லாம் ஜனக்கூட்டம் பெருத்தா இப்படித்தான். பாதிப்பேர் செத்தா தாராளமா நடமாடலாம். தாராளமாகக் குடியிருக்கலாம். அரிசி, பருப்பு தட்டில்லாமக் கிடைக்கும்னு ஒவ்வொரு பயலும் நெனைக்கிறப்போ, இவங்களுக்குள்ளே எப்படி சிநேகம் உண்டாகும்? ஒருத்தன் மேலே ஒருத்தன் எப்படி எரக்கப்படுவான்...’

நிமிர்ந்து எதிர்வீட்டுப் பெண்களைப் பார்த்தார்.

‘இவ்வளவு வயசாகியும் பெத்த தகப்பன் ஒரு கவலையில்லா மல் இருக்கிறான். மூத்ததுக்கு முப்பத்தஞ்சு வயசாவது இருக்கும்.

பார்த்தா நாப்பது மதிக்கிறாப்லே இருக்கு. தலையிலேயும் பாதி நரைச்சாச்சி. அடுத்தவளுக்கு இருபத்தஞ்சுக்குக் குறையாது. கடைசிப் பொண்ணுக்கு ஒரு வயதுதான் குறைச்சலா – இருபத்து நாலா மதிக்கலாம். மூணுக்கும் இண்ணைக்கு வரையிலே கலியாணம் ஆகல்லே; அதைப்பத்திப் பேச்சுமில்லே. அப்பன் காரன் ஒத்த ரூம்பை வாடகைக்குப் புடிச்சு இந்த மூணுபேரை யும் போட்டு அடைச்சிட்டு தினமும் ஊர் சுத்தப் போயிர்ரான். இந்தப் பெண்களோட ஆத்தாக்காரி மகராசி. காலா காலத்திலே போய்ச் சேந்துட்டா – இருந்து இந்தக் கண்றாவியைப் பார்க் காமே. அவ சோத்துக்கில்லாமச் செத்தாளோ? இல்லே, இடைஞ்சல்லே அகப்பட்டு மூச்சு முட்டிச் செத்தாளோ? எப்படியோ, போயாச்சு; அந்த வரைக்கும் க்ஷேமம்... நான் அந்நியன். கோவில்பட்டிக் காட்டிலிருந்து மகனோட இருக்க லாம்னு பட்டணத்துக்கு வந்தவன். எனக்கு இதுகளை முன்னைப் பின்னே தெரியாது. எனக்கே இதுகளைப் பார்க்கப் பாவமா இருக்கு. ஆனா அப்பன்காரன் இப்பவும் அஞ்சி ரூபா கடன் கெடைச்சாக் குதிரைப் பந்தயத்துக்கு ஓடிக்கிட்டிருக்கிறான். ஊரிலே கடன் வாங்காத எடம் பாக்கியில்லையாம். ஆனா பேச்சு எப்படிப் பேசுறான்? பெரிய ஐக்கோர்ட் ஜட்ஜி தோத்துப் போயிருவான் அந்த மாதிரி சட்டப் பாயின்ட் பேசுறான். அண்ணைக்குப் பழனியப்பன்கிட்ட (பழனியப்பன், முதலியாரின் மகன்; பக்கத்துத் தெருவில் பத்துப் பன்னிரண்டு வருஷங்களாகப் பெரிய மளிகைக் கடை நடத்தி வருபவன்) பத்து ரூவா கேக்க வந்தானே எவ்வளவு தைரியமா வந்தான்! கடையிலே சாமான் வாங்கின பாக்கி அறுபதுக்கு மேலே இருக்கு, ஆசாமி மூணு மாசமாகத் தட்டுப்பட மாட்டேங்கிறானே, இவனை எப்படிப் புடிச்சி மடக்கிக் கழுத்திலே துண்டைப்போட்டுப் பாக்கியை வசூல் பண்றதுன்னு பழனியப்பன் சமயம் பார்த்துக் காத்துக் கிட்டிருக்கிறப்போ, இவன் தைரியமா வீட்டுக்குள்ளே வந்து பழைய கடன் பத்தாதுன்னு மேற்கொண்டு பத்து ரூவா ரொக்கக் கடன் குடுன்னு கேட்டான். எல்லாக் கடனையும் ஒரு மாசத் திலே தீர்த்துர்ரதா வேறே பீத்தினான் – என்னமோ, கப்பல்லே வந்து எறங்கப் போறமாதிரி. இந்தப் பயலுக்குப் புத்தி குடுக் கணும்னு நான் போய், "என்ன ஐயா! இது நல்லா இருக்கா?"ன்னு கேட்டேன்.

"நான்தான் ஒரு மாசத்திலே பாக்கியை முழுக்கக் குடுத்திட றேண்ணு சொல்றனே! அப்புறம் என்ன?" இண்ணு என்னைக் கேள்விகேட்டான் அவன்.

"பாக்கியைப் பத்தி நான் சொல்லல்லே ஐயா, அது ஓங்கப்பாடு, பழனியப்பன்பாடு; நான் சொல்ல வர்ரது வேறே

சமாச்சாரம்"ணு சொல்லி, "இந்தப் பெண்களுக்கு எப்போ கல்யாணம் காட்சி பண்றதா நினைச்சிக்கிட்டிருக்கிறீக? வயசு ஆனது பத்தாதா?"ன்னு கேட்டேபிட்டேன். அதுக்கும் அவன் என்னையே கேள்விபோட்டு மடக்கிப்பிட்டான். "கல்யாணம் பண்ணணும். எப்படிப் பண்றது? பணம் வேண்டாமா? நானாவது மூணு பொண்களை வச்சிக்கிட்டிருக்கிறேன். நாலு அஞ்சைப் பெத்து வச்சிக்கிட்டிருக்கிறவங்களே கட்டிக் குடுக்க முடியாமத் தலையிலே கையை வச்சிக்கிட்டு இருக்கிறாங்க. இந்தத் தெரு விலேயே அப்படி ஏழெட்டு வீடு இருக்கு. அது அதுக்கு எப்படி விதிச்சிருக்கோ, அப்படித் தானே ஆகும்? நம்ம செயல்லே என்ன இருக்கு? நான் சொல்றது என்ன? சொல்லுங்க. சும்மா இருக் கிறீங்களே?"ன்னு எனக்கு கேள்வி போட்டான்; பழனியப்பன் பணம் தரமுடியாதுன்னு சொன்னதும், ஒரு நிமிசம் நிக்காம ஓடிப்பிட்டான்.

'அது அதுக்கு எப்படி விதிச்சிருக்கோ அப்படித்தான் ஆகுமாம்! எங்கே ஆகிறது? நாப்பது வயதுக்கு மேலேயா?'

எதிர்வீட்டுப் பெண்கள் மூவரையும் ஓரக் கண்ணால் ஒரு பார்வை பார்த்தார்.

"வேறு பொண்களா இருந்தா இந்த வயசு வரை இந்தப் பெருச்சாளிப் பொந்தே கெதின்னு கிடக்காதுகள். அப்பன்காரன் காலாகாலத்திலே கல்யாணத்தைப் பண்ணி வைக்கலேன்னா, எவனையாவது, ஒரு கெழட்டுப் பயலையாவது பிடிச்சிக்கிட்டு ராவோட ராவோ ஓடிப்போயிரும். இல்லே இதுகளைத் தேடி யாவது எவனாவது ஒரு பயல் வந்து சேருவான். இதுகள் பாவம், எதுக்கும் லாயக்கில்லாமல் கிடந்து புழுங்குதுகள். உம், அப்படி எவனும் வந்துட்டாத்தான் என்ன? இங்கே உட்காரவே எடம் கெடையாது; ஒண்ணுக்கு மூணு ஒத்த ரூம்பிலே அடைஞ்சி கிடக்கு. ஒருத்திக்குத் தெரியாம ஒருத்தி அவனோடு பேசக்கூட முடியாதே!'

எதிர் வீட்டுப் பெண்களின் பிரச்சனை நல்லவிதமாகவும் தீராமல் மோசமான விதத்திலும் தீர்வதற்கு வழியில்லாமல் இருப்பது முதலியாரின் மூளையைக் குழப்பியது. இப்படி எத்தனையோ நாட்கள் குழம்பியிருக்கிறது. திரும்பத் திரும்பக் கவலைப்பட்டு என்ன பிரயோஜனம் என்று சலித்துக்கொண்டு, முகத்தைத் திருப்பி எதிர் வரிசைச் சுவர்களில் ஒட்டப்பட்டிருந்த போஸ்டர்களைப் பார்த்தார். அவர் குறிப்பாகத் தேடிய அந்தப் போஸ்டர் அங்கேயே கிழிபடாமல் இருக்கிறதா என்று கவனித் தார். பச்சை எழுத்துக்களில் அச்சாகியிருந்த அது அங்கேயே இருந்தது. மூன்று நாட்களுக்கு முன் இரண்டு பையன்கள்

வந்து அதை ஒட்டும்போது முதலியார் வாசற்படியில் நின்று பார்த்துக்கொண்டிருந்தார். ஒட்டி முடிந்ததும் இவர் தெருவைக் கடந்து போஸ்டருக்குப் பக்கமாகப் போய் நின்று என்ன எழுதியிருக்கிறது என்று வாசித்துப் பார்த்தார்.

"திருவல்லிக்கேணி ரங்கசாமி மடத்தில் 27.6.66 திங்கட் கிழமை மாலை 6:30 மணிக்கு சுவாமி பரமாத்மானந்தா அவர்கள் 'தேவ ஜீவனம்' என்னும் பொருள் குறித்து உபந்யாசம் நிகழ்த்து வார்கள் அனைவரும் வருக!"

ரங்கசாமி மடம் அந்தத் தெருவுக்கு மூன்றாவது தெருவில் இருந்ததால், அந்தச் சொற்பொழிவுக்குப் போக வேண்டும் என்று முதலியார் அப்பொழுதே தீர்மானித்துவிட்டார்.

இப்பொழுது போஸ்டரைப் பார்த்ததும், 'நேரம் ஆகி யிருக்குமே! பொறப்பட வேண்டியதுதான். சுப்ரமணியம் பயல் எங்கே போய்ட்டான்? அவனைப் பார்த்து இழுத்துக்கொண் டாந்து பாடம் படிக்கச் சொல்லி விட்டுத்தான் போகணும்' என்று திட்டம் போட்டுக்கொண்டு படியை விட்டு எழுந்தார் முதலியார். பையன்கள் விளையாடும் இடத்தை நோக்கி நடந்தார். போகும்போதே, பசுக்கள் கட்டிக் கிடக்கும் வீட்டை – நான்கு நாட்களுக்கு முன் சுப்ரமணியத்தின் பள்ளித் தோழன் செத்துப் போன வீட்டை – திரும்பிப் பார்த்தார். 'பாவம்! சின்ன வயசு! பிஞ்சு, அநியாயமாய்ச் செத்துப் போயிட்டான்...' – துக்கத்தோடு பசுக்களைத் திரும்பிப் பார்த்தார். அந்த இடத்தில் ஒரே சேறும் சாணமுமாக இருந்தது. 'ஆபாசம்; துர்நாத்தம். இப்படி இருந்தா இந்த வீட்டிலே சீக்கு ஏன் வராது? அந்தப் பையன் இந்தப் பத்து வயசு வரையிலும் உசுரோடு இருந்ததே பெரிய காரியம் தான்...'

அந்தப் பசுக்கள் அந்த வீட்டில் குடியிருக்கும் எந்தக் குடித்தனத்துக்கும் சொந்தமானவை அல்ல. அதற்கும் இரண்டு வீடுகளுக்கு அப்பால் இருக்கும் ஒரு பால்காரனுக்குச் சொந்த மானவை. அந்த வீட்டில்தான் தூண்கள் இருக்கின்றன என்ற காரணத்தால் பசுக்களைக் கொண்டுவந்து அங்கே கட்டிப் போட்டிருந்தான். நிரந்தரமாக அந்த இடத்தை அவன் தொழு வாக்கிவிட்டான். மழை காலத்தில் பசுக்களை அவிழ்த்து, அதே வீட்டின் குறுகலான வராந்தாவிலேயே ஒன்றன்பின் ஒன்றாக நிறுத்தி வைப்பான். சில வருஷங்களுக்குமுன் அந்த வீட்டுக்குப் புதிதாக வந்து சேர்ந்த ஒரு குடித்தனக்காரர் – பள்ளிக்கூட ஆசிரியர் – அங்கே கொண்டு வந்து மாடுகளைக் கட்டக்கூடாது என்று ஆட்சேபித்தார். வீட்டில் கொசுக்கள்

பெருத்து நோய் பரவும் என்றும், வீட்டில் உள்ள குழந்தை குட்டிகள் தெருவில் இறங்கினால் மாடுகள் முட்டிவிடும் என்றும் சொல்லி அவர் தடுத்தார். அதற்குப் பால்காரன், “அப்படின்னா வேறே வூட்டுக்குப் போயேன். இங்கே ஏன் வந்தே? பங்களா கட்டிக்கினு போறதுதானே! வூட்டுக்காரரே ஒண்ணும் சொல்லல்லே, நீ கொடக்கூலிக்கு வந்து இருந்துக்கினு தெருவையே அதிகாரம் பண்றியே! என்னான்னு நெனைச்சிக் கினே?” என்று மிரட்டலாக கேட்டான்.

இது அநியாயம் என்று கொதித்த ஆசிரியர், “என்ன மரியாதையில்லாமே பேசுறே? தெருவே உனக்குச் சொந்தமா? உன் மாடுகளை உன் வீட்டிலே கட்டேன். இங்கே கொண்டு வந்து ஏன் கட்டுறே?” என்று படபடத்தார்.

“நீ யாரையா கேக்கிறதுக்கு! இத்தனை குடித்தனக்காரங்க இருக்கிறப்போ, உனக்கு மட்டும் என்ன வந்தது? வூட்டுச் சொந்தக்காரன் மாதிரி பேசுறியே? நான் எங்கேயும் கட்டுவேன். என் இஸ்டம், ஜாஸ்தியாய் பேசுனா (இங்கே ஒரு ஆபாச வார்த்தையைச் சொல்லிவிட்டு) தவடை பிஞ்சிபோகும். வாத்தியா ராம்! பெரிய்ய வாத்தியாரு!” என்று இழிவாகப் பேசினான் பால்காரன்.

பக்கத்துக் குடித்தனக்காரர்களோ, தெருவில் போன வேறு யாருமோ அவனைக் கண்டிக்கவில்லை; தடுத்துப் பேசவுமில்லை. வாத்தியார் ஆவேசத்தை அடக்கிக்கொண்டு, “இப்படிப் பேசாதே! கடவுள் ஒருத்தர் இருக்கிறார் என்கிறதை மறந்துடாதே. அநியாய மாய்ப் பேசினா, அழிஞ்சே போயிடுவே” என்றார்.

பால்காரன் கேட்கச் சகிக்காத ஆபாச வார்த்தைகளால் திட்டிக் கொண்டு வாத்தியாரை அடிக்கப்போய்விட்டான். அப்போது அவனை ஏதோ ஒருவிதத்தில் தடுத்து நிறுத்தியவன் அவனுடைய சிநேகிதனான மற்றொரு பால்காரன்தான். “வாய்யா நீ! இருந்திருந்து இவனைப் போய் அடிக்கப்போறியே! இவன் என்னா மன்ஷன்! நாளைக்கே இந்தத் தெருவைவுட்டு வெரட்டினாப் போச்சு. அடிப்பானேன் . . ?” என்று சொல்லி, தன் சிநேகிதனை இழுத்துக்கொண்டு வந்தான். தெருவுக்கு வந்து இரண்டு பேருமாகச் சேர்ந்து ஆசிரியரைத் திட்டிக் கொண்டே அப்பால் நகர்ந்தார்கள். இந்தச் செய்தி அன்றிரவு சுப்ரமணியனின் வாய்மொழி மூலம் முதலியாருக்குத் தெரிய வந்தது. அப்போது அவர் மகன் பழனியப்பன் “இந்தப் பயல் களோடட சண்டையே வச்சிக்கக் கூடாது, என்னமும் பேசுவாங்க என்னமும் செய்வாங்க! வாத்தியார் பாவம், உலகம் தெரியா தவர்” என்றான்.

"நல்ல உலகம்டா! அயோக்கியப் பய உலகம்" என்று முதலியார் முத்தாய்ப்பு வைத்தார்.

அந்த வாத்தியார் மறு மாதமே அந்த வீட்டைக் காலி செய்துகொண்டு ஓடும்படியாகிவிட்டது. சில வருஷங்களுக்கு முன் நடந்த இந்தக் கதை இப்போது முதலியாருக்கு ஞாபகம் வந்தது. 'அப்போ வாத்தியாரை வீட்டைவிட்டு விரட்டினாங்க இப்போ இந்தப் பத்து வயசுப் பாலகனை ஒலகத்தைவிட்டே விரட்டிட்டாங்க. இது ஊரா? ஒருத்தன் தட்டிக்கேக்கிறானா? பயந்து சாகிறாங்களே! நம்ம ஊரிலே இது நடக்குமா? அக்கிரமக் காரப் பயல்கள் பேசுறதைக் கேட்டுக்கிட்டு இருப்பானா ஒருத்தன்? வேட்டை நாய் மாதிரி வந்து பாஞ்சிருக்கமாட் டானா..? இந்தப் பயல்களோட சண்டையே வச்சிக்கக்கூடா துன்னு பழனியப்பனும் வேறே பேசுறான்! அவனும் மெட்ராஸ் காரனாயிட்டான்! வந்து பத்து வருசத்துக்கு மேலே ஆச்சில்லே! இவங்களோட சண்டை வச்சிக்கக் கூடாதுன்னா, யோக்கியங் களோடதான் வச்சிக்கிடணுமோ?'

முதலியார் பேரனைத் தேடிக்கொண்டு நடந்தார். விளை யாடும் சிறுவர்களுக்கு நடுவில் அவனைக் காணவில்லை. எங்கே போய்விட்டான் என்று திகைத்துக்கொண்டு, ஒரு சிறுவனைப் பார்த்து, "சுப்ரமணியன் எங்கடா?" என்று கேட்டார்.

அவன் தூரத்தில் கையைக் காட்டினான். பத்துப் பதினைந்து வீடுகள் தள்ளி இரண்டு சிறுவர்கள் நின்றுகொண்டிருப்பதை முதலியார் பார்த்தார். "எலே சுப்ரமணியம்!" என்று கூவினார். அவன் "என்ன தாத்தா?" என்று கேட்டுக்கொண்டே ஓடி வந்தான். "போய்ப் பாடத்தைப் படிலே, எவ்வளவு நேரந்தான் வெளையாடுறது?" என்றார். கொஞ்சம் கழித்து வருவதாகச் சொல்லிவிட்டுத் திரும்பி ஓடிய பேரனை இவர் பின்தொடர்ந்து சென்று விரட்டிப் பிடித்தார். அவனுக்குப் புத்திமதிகள் சொல்லிக் கொண்டும், வலது பக்க வரிசையில் உள்ள ஒவ்வொரு வீட்டை யும் திரும்பிப் பார்த்துக்கொண்டும் வீட்டை நோக்கி வந்தார் முதலியார்.

ஒரு வீட்டின் தெரு வாசலில் இரண்டு பெண்கள் – இளம் பெண்கள் – நின்றார்கள். 'யார் இவங்க? அப்போ அந்தச் சூதாடிப் பயல் சொன்ன மாதிரி இதுகளுக்கும் கல்யாணம் ஆகல்லியா? பாவம், இதுகளுக்கும் எப்போ விடியப் போகுதோ?.. பணம் இல்லையாம்..!'

முதலியார் பேரப் பிள்ளையை வீட்டுக்குக் கொண்டுவந்து, "பாடத்தைப் படி உட்கார்ந்து" என்று சொல்லிவிட்டு, ஒரு

அங்கவஸ்திரத்தை எடுத்துப் போட்டுக்கொண்டு ரங்கசாமி மடத்தை நோக்கி நடந்தார்.

தெருக்கோடியில் வழக்கம்போல் அங்கவஸ்திரத்தால் மூக்கைப் பொத்தி சுவாசப் பந்தனம் செய்தார். 'பொதுஜனக் கக்கூஸ்' கடந்ததும் துணியை எடுத்து தாராளமாகச் சுவாசித்துக் கொண்டார். வழியில் ஒரு ரிக்ஷா ஸ்டாண்ட். அதன் அருகே இரண்டு நாய்களின் ஓடிப்பிடிக்கும் சரஸ விளையாட்டு, பெண் நாயை ஆண் நாய் துரத்துவதையும், அகப்பட்டுக்கொள்ளும் போது பெண் நாய் சீறி விழுவதையும், அதை லட்சியம் பண்ணா மல் ஆண் நாய் கருமமே கண்ணாக விடாமுயற்சி செய்வதையும் முதலியார் பார்த்தார். 'இது என்ன மாசம்' என்று ஒரு கணம் யோசித்தார்: 'ஊரிலே புரட்டாசி மாசம்னு சொல்வாங்க. சில ஊர்களிலே ஆடி மாசத்திலேகூட நாய்கள் இப்படி வெரட்டிக்கிட்டுத் திரியும்னு சொல்வா. இந்த ஊரிலே எப்படியோ?'

முதலியாருக்கு அப்போது தம்முடைய தெருவில் உள்ள கன்னிப் பெண்களின் ஞாபகம்தான் வந்தது. 'இங்கே ஆண் நாய் வெரட்டுது; பொட்டை நாய் கிராக்கி பண்ணுது. அங்கே ..? பொட்டைகள் ஏங்கிச் சாகுது. நாய் பண்ற கிராக்கியை மனுஷப் பிறவி பண்ண முடியல்லேன்னா, அப்போ நாய் ஒசத்தியா? மனுஷன் ஒசத்தியா? உம் .. ?'

அவருக்கே மனசுக்குக் கஷ்டமாக இருந்தது. நாய்களோடு மனித ஜீவன்களை ஒப்பிட்டு நாய்களையே சிலாகிக்க வேண்டி யிருப்பதற்காக வருந்தினார். இன்னும் சிறிது தூரம் நடந்தபின், நாய்களைப் பாராட்டுவதற்கான மற்றொரு சந்தர்ப்பமும் வந்துவிட்டது.

அங்கே ஒரு வீட்டு வாசலில் ஒரு எச்சில் இலை கிடந்தது. அதை விரித்து ஒரு நாய் சாப்பிட முயலும்போது அதைவிடப் பெரிய நாய் ஒன்று குறுக்கிட்டுக்கொண்டே இருந்தது. சிறிய நாய்தான் அந்தப் புதையலை மிகவும் பிரயாசைப்பட்டு அலைந்து முதலில் கண்டுபிடித்திருக்க வேண்டும் என்பதும், பிறகுதான் பெரிய நாய் வந்து சேர்ந்திருக்க வேண்டும் என்பதும் அவை இரண்டும் நடந்துகொண்ட விதத்திலிருந்து தெரிய வந்தது. சிறிய நாய் பாத்தியதை உணர்ச்சியோடு பெரிய நாயைப் பலமாகக் குரைத்து விரட்டியது. பெரிய நாயோ பதிலுக்கு பலமாகக் குரைக்காமல் – குரைப்பதற்கு சக்தியும் வீரமும் இருந்தும் – பெயரளவுக்கு மட்டும் ஒரு தடவை இலேசாகக் குரைத்துப் பதில் கொடுத்துக்கொண்டு எச்சில் இலையை அபகரிக்க முயன்றது. ஆனால் என்ன செய்தும் சிறிய நாய்

விடவில்லை. சாதாரண சமயங்களில் வாலைச் சுருட்டிக் கொண்டு பயந்து ஓடக்கூடிய அந்தச் சிறிய நாய் அப்போது தன் உயிரையே லட்சியம் செய்யாமல் தர்மாவேசத்துடனும் வெறியுடனும் பெரிய நாயை நோக்கிப் பாய்ந்தவண்ணம் இருந்தது.

'இதிலே சென்மம்! விடுதா பார்! மனுசனா இருக்கட்டும், ஒரு பயல் மீசையை முறுக்கிட்டு வந்து 'குடுடா'ன்னு கேட்டா, எதையும் குடுத்திட்டு, 'என்னை ஒண்ணும் செய்யாதே சாமி'ன்னு கும்பிடுவான். இப்படித்தானே அந்த மாட்டுக்காரன் வந்த வல்ரூட்டியா மாட்டைக் கட்டிப்போட்டு இடத்தைத் தனக்குப் பட்டாப் பண்றான்; மாசா மாசம் வாடகைக் குடுத்துக் குடி யிருக்கிறவங்க 'வம்பு வேண்டாம்'னு வாயைப் பொத்திக்கிட்டிருக் கிறாங்க. வம்பு வேண்டாமாம்! எது வம்பு? இவங்க, கையா லாகாத்தனம் வம்பு! வேறு என்ன வம்பு? எங்கே, அந்த வீட்டிலே ஒரு குட்டி நாய் கிடக்கட்டும், ஒரு பயல் கிட்டப் போக முடியுமா? கேக்கிறேன்...'

முதலியார் ரங்கசாமி மடத்திற்கு வந்துவிட்டார்.

ரங்கசாமி மடம் பிரம்மாண்டமான ஒரு கட்டடம் அல்ல என்றாலும், உள்ளே இருநூறுபேர் தாராளமாக உட்காரலாம்; அது பெரும்பாலும் நாம சங்கீர்த்தனங்கள், பஜனைகள், சிறிய அளவிலான கதா காலக்ஷேபங்கள், தர்ம உபநயனங்கள் போன்றவை நடக்கும் இடம். அங்கே முதலியார் போய்ச் சேர்ந்தபோது, ஏறக்குறைய கட்டடம் முழுவதிலுமே ஆட்கள் நிறைந்திருந்தார்கள். நூறு நூற்றைம்பதுபேர் இருந்தார்கள். சுவாமி பரமாத்மானந்தர் இன்னும் வரவில்லை. எல்லோரும் எதிர்பார்த்துக்கொண்டிருந்தார்கள். 'கார் போயிருக்கிறது. சீக்கிரம் வந்துவிடும்' என்று பேசிக்கொண்டார்கள். முதலியாரும் ஒரு மூலையில் போய் உட்கார்ந்தார். பக்கத்தில் இருப்பவர்கள் உம்மணா மூஞ்சியுடன் இல்லாமல் பரஸ்பரம் கலகலப்பாகப் பேசிக்கொண்டிருப்பதைப் பார்த்த முதலியாருக்கு அவர்களோடு தாமும் பேச்சில் கலந்துகொள்வது சாத்தியம் என்றே தோன்றியது. சுவாமி பரமாத்மானந்தா எந்த ஊர், எதில் கெட்டிக்காரர்; அவருடைய பெருமைகள் யாவை – இவற்றையெல்லாம் விசாரித்துத் தெரிந்துகொள்ள விரும்பினார். சமயம் பார்த்துப் பக்கத்தில் இருப்பவரிடம் தம்முடைய கேள்விகளைப் போட்டார். அப்போது பின் கண்ட தகவல்கள் கிடைத்தன.

சுவாமி பரமாத்மானந்தா மகாயோகி; வடக்கே கயாவில் ஓர் ஆஸ்ரமம் கட்டி அங்கே வசித்து வருகிறார். பல நூல்கள் எழுதியவர், சாஸ்திர ஞானக்கடல், தம்முடைய சொற்பொழி

வால் எப்படிப்பட்டவர்களையும் கவர்ந்து நல்வழிப்படுத்தும் தெய்வீக சக்தி பெற்றவர். இப்போது தென்னாட்டுச் சுற்றுப் பிரயாணம் தொடங்கியிருக்கிறார். சென்னையில் இது அவருடைய மூன்றாவது சொற்பொழிவு, இன்றும் நூற்றுக் கணக்கான இடங்களிலிருந்து அவருக்கு அழைப்புகள் வந்து குவிந்திருக்கின்றன...

'ஓஹோ!' 'அப்படியா?' 'சரி சரி' 'உம்' என்றெல்லாம் சொல்லி வியந்துகொண்டே சுவாமிஜியின் பிரபாவத்தைச் செவிமடுத்தார் முதலியார். 'நல்லவேளை, மறக்காமல் வந்தோம்! இப்படிப்பட்ட மகான்களோட பேச்சையாவது கேப்போம் – அங்கே அந்தத் தெருவிலே கிடந்து, பார்த்த கண்றாவிகளையே பார்த்துக்கிட்டிருக்காமல்' என்று சந்தோஷத்துடன் அவர் நிமிர்ந்து உட்கார்ந்துகொண்டார்.

மணி ஆறு நாற்பதுக்கு சுவாமிஜி வந்துவிட்டார். அவரை நான்கு பேர் அழைத்துக்கொண்டு வந்தார்கள். பின்னாலேயே சுமார் ஐம்பதுபேர் அடங்கிய ஒரு கூட்டம் வந்து உள்ளே அடக்க ஒடுக்கமாக உட்கார்ந்தது. மடத்தில் இடம் பிடிக்க வில்லை. அவ்வளவு பெரிய கூட்டத்திலும் ஒரே அமைதி. ஒரே பக்திப் பெருக்கு.

வரவேற்புரை, மாலை சூட்டல், சாஷ்டாங்க நமஸ்காரங்கள் ஆகியவையெல்லாம் முடிந்தபின் சுவாமிஜி சொற்பொழிவைத் தொடங்கினார். முதலில் 'தேவ ஜீவனம்' என்பதன் பொருளை விளக்கினார். அதை முதலியார் கூர்ந்து கேட்டார். ஏனென்றால் அவர் இந்த வார்த்தையை இதற்கு முன் கேட்டதில்லை. 'சுக ஜீவனம்' 'கஷ்ட ஜீவனம்' என்று கேள்விப்பட்டிருக்கிறாரே ஒழிய 'தேவ ஜீவனம்' என்று யாரும் சொல்லக் கேட்டதில்லை. எனவே அதன் பொருள் விளக்கத்தில் அவருடைய முழு கவனமும் சென்றது. சுமார் இருபது நிமிஷ நேரம் சுவாமிஜி விளக்கினார். 'தேவ ஜீவனம்' என்றால், இந்த மண்ணுலகிலேயே அமர நிலை பெற்றுத் தேவர்களாக வாழும் வாழ்க்கை, தெய்வ வாழ்க்கை என்பது விளக்கத்தின் சாரம். அப்போது சுவாமிகள் வெளியிட்ட சில கருத்துக்கள் முதலியார் முன்பின் கேள்விப் படாதவையாக இருந்தன. சொர்க்கம், நரகம் என்பன எங்கோ ஆகாயத்தில் இல்லை என்றும், மக்கள் யாவரும் தேவ ஜீவனம் நடத்தினால் அன்று இந்த மண்ணுலகமே சொர்க்கமாக மாறும் என்றும், அதுதான் சொர்க்கம் என்றும் சுவாமிஜி கூறினார். மதச் சடங்குகள் பூஜை புனஸ்காரங்கள் போன்றவற்றை வற்புறுத்தாமல், எந்த நேரமும் தெய்வத்தைப் பற்றிய சிந்தனை யோடு அவரவர்க்குரிய வேலையைச் செய்யவேண்டும் என்று

சொன்னார். முதலியாருக்கு எல்லாம் அதிசயமாக இருந்தது. சுவாமிஜி யாருக்கும் விபூதி கொடுக்காமல் தாமும் திருநீறணியாமல் வெறும் நெற்றியோடு இருப்பதும், செத்த பிறகு விண்ணுலகில் அடையப்போகும் சொர்க்கத்தை மண்ணுலகில் கொண்டுவந்துவிடலாம் என்று சொல்வதும், விரதம், அனுஷ்டானம், பூஜை போன்றவற்றை அறவே பிரஸ்தாபிக்காததும் ஏட்டிக்குப் போட்டியான காரியங்களைப் போலவே இருந்தது முதலியாருக்கு. 'இவர் என்ன சாமியார்!' என்று அலட்சியமாகத் தமக்குள் சொல்லிக்கொண்டார்.

தேவ ஜீவனத்தை அடைய என்னென்ன செய்ய வேண்டும் என்பதையும் சுவாமிஜி விவரித்தார்.

"முதலில் பற்றை ஒழிக்கவேண்டும். பற்றை ஒழித்தவன் அன்றே தேவ ஜீவனத்தைத் தொடங்குகிறான். ஆசைதான் துன்பங்களுக்கும் பாவங்களுக்கும் ஆணிவேர். மனிதன் தேவனாவதற்கு முதலில் செய்ய வேண்டியது பற்றை ஒழிப்பது தான். தேவையில்லாமலே மேலும் மேலும் செல்வத்தைச் சேர்ப்பதோ, அநித்தியமான இன்பங்களை அனுபவிக்கும் வேட்கையில் ஆயுளைக் கழிப்பதோ, கோபம் என்ற தீயை வளர்ப்பதோ கூடாத காரியங்கள். பற்றற்ற தன்மை, பேரின்ப நாட்டம், சாந்தம் முதலியவற்றுடன் உள்ளும் புறமும் சத்தியத்தைக் கடைபிடிக்க வேண்டும். புறத் தூய்மையைவிட அகத் தூய்மை முக்கியம். சத்தியம் ஒன்றால்தான் அகத் தூய்மையை அடைய முடியும்."

தேவ ஜீவனத்தை அடைவதற்கான மார்க்கங்கள் இவையே என்று சொன்ன சுவாமிஜி, சில தவறான எண்ணங்களைப் போக்கும் நோக்கத்துடன் பின்வருமாறு சொன்னார்:

"பற்றை விடுவதென்பது மனைவி மக்களைவிட்டு ஓடுவதோ வாழ்நாளெல்லாம் பிரம்மச்சாரியாக இருப்பதோ அல்ல. இல்லறத்தில் இருந்துகொண்டே பற்றைவிட முடியும்; விட வேண்டும். சிலர் உண்ணாமல் உறங்காமல் இருந்து யோகம் புரிவதையே உயர்நிலை என்று கருதுகிறார்கள். இது தவறு. பட்டினி கிடக்க வேண்டும் என்று சொல்வதில் ஒரு நியாயமும் இருக்க முடியாது; நன்றாக சாப்பிட வேண்டும்; நல்ல உணவுகளைச் சாப்பிட வேண்டும்; உடலை உறுதி செய்ய வேண்டும். உடல் அழிந்தால் உயிர் அழியும். உயிர் அழிந்தால் எது மிஞ்சும்? எதைச் செய்ய முடியும்? ஆகவே உடலை உறுதி செய்ய வேண்டியது அவசியத்திலும் அவசியம்."

சுவாமிஜியின் இந்த இரு கருத்துக்களுள் – பற்றைக் கைவிட நினைப்பவன் குடும்பஸ்தனாகவே இருக்கலாம் என்பதும்,

உடம்பைப் பேண வேண்டும் என்பதும் – முதலியாருக்குப் புரட்சிக் கருத்துக்களாகவே தோன்றின. 'மனிதன் தெய்வ நிலையை அடைய சந்நியாசியாகாமல் குடும்பஸ்தனாகவே இருக்கலாம் என்றும், உடம்பைப் பேணலாம் என்றும் முற்றும் துறந்த உண்மையான முனிவர்கள் கூறுவார்களா?' இவர் என்ன இப்படிச் சொல்றார்!' என்று அதிசயித்தார்.

பிரசங்கம் முடிய மேலும் அரைமணி நேரம் ஆயிற்று. ஒரு வார்த்தையைக்கூட விடாமல் கவனமாகக் கேட்ட முதலியாருக்கு தேவ ஜீவனம் என்பது என்ன, தேவ ஜீவனத்தை அடையும் வழிகள் யாவை என்பவையெல்லாம் தெள்ளத் தெளிவாக விளங்கிவிட்டன. விளங்கிய பிறகு சுவாமிஜியை மற்றவர்களைப்போல் மனசுக்குள் பாராட்டாமல், "இவ்வளவு சொல்லி என்ன பிரயோசனம்? யாருக்கு வேணும்?" என்று சொல்லிக்கொண்டே எழுந்தார். இவரைப் போலவே சொற் பொழிவைக் கேட்ட நாலைந்து பேர், இவர் நடந்து வந்த தெரு வழியாகச் சற்று முன்னால் தள்ளி நடந்து சென்றார்கள். அவர்கள் சுவாமிஜியின் பிரசங்கத்தைப் புகழ்ந்து பேசிக் கொண்டே போனார்க்ள். புதுமைக் கருத்துக்கள், எண்ணில் அடங்காத மேற்கோள்கள், அற்புதமாக சமஸ்கிருத உச்சரிப்பு, சிறு குழந்தைகளுக்கும் புரியக்கூடிய எளிமை என்றெல்லாம் சொல்லிச் சொல்லிப் பாராட்டினார்கள். கேட்டுகொண்டே பின்னால் நடந்து வந்த முதலியார், அவர்கள் அருகில் சென்று, "ஆமா, எனக்கு ஒரு சந்தேகம்... இவ்வளவும் சொன்னாரே, யாருக்குச் சொன்னார்? மனுசனுக்குத்தானே சொன்னார்?" என்று ஒரு கேள்வியைப் போட்டார்.

'யாரடா இந்தப் பைத்தியக்காரன்?' என்று எண்ணிக் கொண்டு திரும்பிப் பார்த்த அவர்கள், "மனுஷனுக்குச் சொல்லாமே மாட்டுக்காச் சொன்னார்?" என்று கேட்டார்கள். "ஐயா, நான் பட்டிக்காட்டுக்காரன். தெரியாமக் கேக்கிறேன். கோவிச்சுகாதிங்க. மனுசனுக்குச் சொன்னார்ன்னுதான் நானும் நெனைச்சேன். ஆனா மனுசன் எங்கே இருக்கிறான்? மனுசன் இருந்தாவில்லே இவ்வளவும் சொல்லணும்? இவ்வளவும் கேக்கணும்? மனுசன் எங்கே இருக்கிறான், சொல்லுங்க?" என்று முதலியார் ஆணித்தரமாகக் கேட்கவும், அந்த ஆசாமிகள் அவரை வேடிக்கை பார்க்கும் நோக்கத்துடன் பேச்சை வளர்க்க முயன்றார்கள்.

"மனுஷன் எங்கே இருக்கிறானா? யானை பார்க்க வெள்ளெழுத்துன்னு சொல்றீங்களே? மனுஷன் இல்லாத இடம் ஏது? வீட்டுக்கு வீடு அவன்தானே ஐயா இருக்கிறான்!"

"அப்படியா? ரெண்டு கால் இருந்தா மனுசன்னு நெனைச்சிட்டீங்க போலிருக்கு! சரிதான் ... ஐயா, நான் சொல்றேன், மனுசனே ஊரிலே கெடையாதுன்னு. இப்போ மனுசன்னு சொல்லிக்கிடுறவன் எல்லாம் ..."

"மிருகம்! அப்படித்தானே?" என்று ஒரு ஆசாமி கிண்டலாகக் கேட்டான்.

"என்னது? மிருகமா? மிருகமா இருந்தாத்தான் லேசா மனுசன் ஆயிரலாமே! இந்தச் செத்த சவங்களை மிருகம்னு சொல்ல முடியுமா? எந்த மிருகமாவது சோத்துக்குத் திண்டாடுமா? காத்துக்குத் திண்டாடுமா? வெளிச்சத்துக்குத் திண்டாடுமா? ஜோடி கிடைக்காமத் திண்டாடுமா? காட்டிலே எங்கேயாவது புலி பட்டினி கிடந்திருக்கா ஐயா, கேள்விப் பட்டிருக்கிறீர்களா? ஒரு நரிகூட ஜோடி கிடைக்காமத் திண்டாடி யிருக்கா? அநியாயமா வந்து ஒரு நாய் கடிச்சு பிடுங்கறபோது அடங்கி ஒடுங்கிக் குடுத்துக்கிட்டிருக்கிற வேறொரு நாயையாவது பார்த்திருக்கிறீர்களா? போட்டுப் பேசுறீகளே ..! மிருகமா இருந்தாத்தான் இப்போ இருக்கப்பட்டவன் முக்கால் மனுசனா யிருவானே! இவன் நாயிலும், நரியிலும் கேடுகெட்டுப் போய்ப் பிழைக்கிறான், இவன் மனுசனாம்! இவங்களுக்குப் பற்றுக் கூடாதுன்னு சுவாமிஜி உபதேசம் பண்றார்! எவன்கிட்டே பற்று இருக்கு? சொறிஞ்சு மாளல்லே! வயித்தை ரொப்பினாப் போதும், புருஷன்னு ஒரு சண்டி சப்பாணியாவது கெடைச்சாப் போதும், வீடுன்னு ஒரு எலி வளை கிடைச்சாலே அதிட்டம். எவன்கிட்டே இம்சைப்பட்டாலும், எவன்கிட்டே அவமானப் பட்டாலும் உசுரோட இருந்தாப் போதும்னு நெனைக்கிறது பற்றா? இல்லே, பேராசையா? அற்ப ஆசைகூட நமக்கு நெறைவேறப் போறதில்லைன்னு தெரிஞ்சு, நம்ம காலம் கழிஞ்சாப் போதும்னு ஒவ்வொருத்தனும் ஒவ்வொருத்தியும் எப்பவோ முடிவுக்கு வந்தாச்சு. இவங்களுக்குப் பற்றாவது ஆசையாவது! இவங்க ஆசை வேண்டாம்னு சொன்னா, எட்டாத பழம் புளிக்கும்னு சொன்ன கேலிக்கூத்தாவில்லே இருக்கும் .. ?"

"சரி, நீங்க இப்போ என்ன சொல்றீங்க?"

"நான் என்னத்தைச் சொல்லப் போறேன்? சாமியார் பண்ணின உபதேசம் தேவையில்லாத உபதேசம்னு சொல்றேன். அவ்வளவுதான். மனுசனுக்குச் செய்யவேண்டிய உபதேசத்தை இந்த மெட்ராஸ்காரங்களுக்குச் செஞ்சாரு! இவங்களா, மிருகம் மாதிரிக்கூட வாழமுடியவில்லையேன்னு தவிக்கிறாங்க. என்னைக் கேட்டா, இவங்களை முதல்லே மிருகமாக்கணும். மிருகம்னா அடிச்சுத் திங்கிற மிருகம்னு சொல்லல்லே; ஒரு

நாய் மாதிரி, நரி மாதிரி, காக்கா மாதிரி, குருவி மாதிரி ஒரு படிமேலே ஏறின மாதிரி. அதுக்குப் பெறகு மிருகங்களை யெல்லாம் மனுசங்களாக்கணும்; மனுசங்களாக்குன பிறகு தேவர்களாக்கணும். ஆக இன்னும் ரெண்டுபடி தாண்டித்தான் மூணாவது படியிலே கால் வைக்கவேண்டியிருக்கு. இப்பவே மூணாவது படியைப் பார்த்துக் குதிடான்னா எவனுக்குச் சீவன் இருக்கு? இல்லே, எவனுக்கு ஆசையாவது இருக்கு? நம்மளாலே அவ்வளவு ஒசரம் குதிக்க முடியாதுன்னு அவனவன் அவனவன் பாட்டிலே திரும்பிப் போயிருவான். தப்பித்தவறி எவனாவது குதிச்சானோ, கீழே விழுந்து பல்லுப் போயிரும். ஆமா, ஒவ்வொருபடியா ஏறாமே, மூணுமூணு படியாத் தாவுனா விழவேண்டியதுதானே . . ?"

முதலியாரை ஒரு முழுப் பைத்தியம் என்றே அவர்கள் முடிவு கட்டிவிட்டதால், மேற்கொண்டு அவருடன் பேச்சுக் கொடுக்கவில்லை.

முதலியாரும் வீட்டை நோக்கி வேகமாக நடந்தார். எச்சில் இலை நாய்களும், விரட்டிப்பிடித்து சரஸமாடிய நாய்களும் அங்ங்கே இருக்கின்றனவா என்று ஒரு முறை ஆவலோடு திரும்பிப் பார்த்தார். காணவில்லை. தெருமுனை திரும்பி வீட்டை நோக்கி வந்தார். வாசற்படியில் ஏறி நின்றுகொண்டு எதிர்வீட்டை, ஒரு பார்வை பார்த்தார். பெண்கள் மூவரையும் காணவில்லை. உள்ளே விளக்கு வெளிச்சம் மட்டும் தெரிந்தது. 'சாப்பிட்டோ சாப்பிடாமலோ முடங்கியிருக்கும். எண்ணைக்கு விடியப் போகுதோ? ஊருக்குள்ளே என்னடான்னா, தேவ ஜீவனம் பத்திப் பெரசங்கம் நடக்கு! மிருக ஜீவனத்துக்கு லொண்டா அடிக்கிறப்போ' என்று சலித்துக்கொண்டும், கண்டனத்தைத் தெரிவித்துக் கொண்டும் கதவைத் தள்ளிக் கொண்டு உள்ளே போனார் முதலியார்.

***தாமரை*, ஜூலை 1966**

அபார ஞாபகம்

அருணகிரி முதலியாருக்குப் பிறந்த பிள்ளைகள் மூன்றும் மூன்று ஆயுதங்களாக இருந்தன. ஒவ்வோர் ஆயுதமும் அவரை நோக்கியே பாய்ந்துகொண்டும் இருந்தது. 'மகா தத்தாரிகள்' என்று பிள்ளைகளை மொத்தமாகக் குறிப்பிடுவார் அவர்.

கடந்த ஆறு வருஷங்களாக அவருக்குப் பக்கத்து வீட்டுக்காரனாக இருந்து வரும் எனக்கு இந்த ஆறு வருஷக்காலமும் ஆச்சரியமாகத்தான் இருந்து வந்திருக் கிறது. அருணகிரி முதலியாருக்கு இப்படிப்பட்ட பிள்ளை கள் எங்கிருந்து பிறந்தார்கள்? கள்ளி வயிற்றில் அகில் பிறக்கும்; சேற்றிலே செந்தாமரை மலரும் என்று சொல் வார்கள், இங்கே நேர்மாறாக, அகிலில் கள்ளியும் செந் தாமரையில் சேறும் பிறந்திருக்கின்றனவே என்று நான் ஆச்சரியப்பட்டுக்கொண்டே – முந்தாநாள் வரை – இருந் திருக்கிறேன். ஏனென்றால் முதலியார் அவர் மனைவி யைப் போலவே பரம சாது. அழுத்தமான சிவபக்தர். தமிழில் ஓரளவு புலமையும் உண்டு. எந்நேரமும் புத்தக மும் கையுமாக மாடியறையில் உட்கார்ந்திருப்பாரே ஒழிய ஒரு வம்புக்கும் போக மாட்டார். பிள்ளைகள் மூவருக்கும், தேவாரம் பாடிய மூவர் பெயர்களையே வைத்தார். மூத்தவன் விவரம் தெரியும் வயது வந்தவுடன் முதல் காரியமாகத் தன் பெயரையே மாற்றிக்கொண்டான். 'ஞானசம்பந்தம்! இது என்ன பெயர்! நாகரிகமாக இருக்க வேண்டாமா?' என்று தன் பெயரை 'சம்பத்' என்று வைத்துக்கொண்டான். அவனைப் பார்த்து இரண்டாவது மகன் திருநாவுக்கரசு, தன் பெயரை மோஹன் ஆக்கினான். கடைசிப்பிள்ளை சுந்தரமூர்த்தியோ அவ்வளவு தூரம்

புரட்சி செய்யாமல் மூர்த்தி என்று மட்டும் வைத்துக் கொண்டான்.

அப்பா வைத்த பெயர்களையே ஏற்றுக்கொள்ளாத பிள்ளை கள் அப்பாவின் உபதேசங்களையும் ஆசார அநுஷ்டானங்களை யும் கடைப்பிடிப்பார்கள் என்று எதிர்பார்க்க முடியுமா? எந்நேர மும் நீறு பூசிய நெற்றியோடு காட்சியளிக்கும் முதலியாருக்கு எதிரில் சிகரெட்டும் கையுமாக வீட்டினுள் நுழைவான் ஞானசம்பந்தம் – அதாவது சம்பத்.

இரண்டாவது மகன் மோஹன், பிரபல சினிமா நடிகன் ஒருவனின் பிரதி பிம்பமாகத் தன் தோற்றத்தையே எப்படியோ மாற்றியமைத்துக் கொண்டுவிட்டான். அவன் படியில் ஏறினாலும் இறங்கினாலும் அதிலே ஒரு பாய்ச்சல் இருக்கும்; ஒரு சாதனை இருக்கும். எங்கள் தெருவில் இதுவரை மூன்று பெண்களிடம் அவன் வம்பு செய்ததாகப் புகார் வந்திருக்கிறது. ஒரு தடவை அவனைச் சந்தில் தள்ளி மூன்றுபேர் அடித்துவிட்டார்கள். அதற்கும் பெண் விவகாரம்தான் என்று கேள்வி.

கடைசி மகன் அப்படியில்லை. அவனுக்கு இருபத்து நாலு மணி நேரமும் சைக்கிளோடுதான் சகவாசம். எப்பொழுது பார்த்தாலும் சைக்கிளில் போவதும் வருவதுமாக இருப்பான். எதற்கென்று யாருக்கும் தெரியாது. கடந்த இரண்டு வாரங்களாக அவனுக்கும் அப்பாவுக்கும் தீராப் பகையே மூண்டுவிட்டது. அவன் ஸ்கூட்டர் வாங்கித்தர வேண்டும் என்று கேட்டான். அவர் வாங்கித் தரவில்லை. ஜென்ம விரோதிகள் ஆகிவிட்டார் கள். என்றாவது ஒருநாள் அவருடைய மண்டையை உடைக்கப் போவது நிச்சயம் என்று அவன் வெளிப்படையாகவே சொல்லிக் கொண்டு திரிந்தான். எனக்குவேறு பயம் திக்திக்கென்று அடித்துக்கொண்டது. முதலியாருக்கு மிகவும் வேண்டியவனாகப் போய், தினந்தோறும் அவருடன் அவர் வீட்டில் ஒரு மணி நேரமாவது உட்கார்ந்து பேசிக்கொண்டிருந்து விட்டு வருவது என் வழக்கமாக இருந்தது. அவர் மண்டைக்குப் பதிலாக என் மண்டையில் குறிவைத்து விட்டால்? நல்ல வேளையாக இருவர் தலையும் தப்பிவிட்டது. இனி என் தலைக்கு ஆபத்து வந்தாலும் வரலாமே ஒழிய, முதலியார் தலைக்கு ஆபத்து வரவே முடியாது. முந்தாநாளே அவர் காலமாகிவிட்டார்; அவராகவே அவர் மண்டையைப் போட்டுவிட்டார்.

முதலியார் வீட்டு மாடியில் அவரோடு எனக்கு என்ன பொழுது போக்கு என்பதைச் சொல்ல வேண்டியது அவசியமே. முதலியாரிடம் சைவ சமய நூல்களும் மற்றும் தமிழ் நூல்களும் ஏராளமாக இருந்தன. சில அவராக வாங்கியவை; சில

அவருடைய அப்பா வாங்கி வைத்து விட்டுப் போனவை. முதலியார் தினந்தோறும் திருவாசகம் படிப்பார். எனக்கும் படித்துக்காட்டிப் பொருள் கூறுவார். சில மாதங்களுக்குள் எனக்கு அதில் ஈடுபாடு ஏற்படும்படியும் செய்துவிட்டார். அதன் விளைவாக என் சொற்ப சம்பளத்தில் ஒன்று இரண்டு மிச்சம் வைத்து சொந்தத்துக்கு என்று ஒரு திருவாசகம் புத்தகம் வாங்கினேன்; பிறகு தேவாரமும் பெரிய புராணமும் வாங்கினேன். திருக்குறள் வாங்கினேன். மலிவுப் பதிப்புகள் வெளி வரத் தொடங்கியதும் அநேகமாக, எல்லாத் தமிழ்ச் செய்யுள் நூல்களையும் வாங்கி அடுக்கிவிட்டேன். அதன்பின் முதலியார் விளக்க, நான் விளங்கிக்கொள்ள என்றிருந்த நிலைமாறி, இரண்டுபேருமே நுட்பமான கருத்துகளை எடுத்துரைக்கவும் அவைபற்றி விவாதிக்கவும் தொடங்கிவிட்டோம். இருவரும் கல்விக்கு இருவர் என்று சகபாடிகளாகிவிட்டோம். ஆனால் அவருக்கு வயது அறுபத்து மூன்று; எனக்கு முப்பத்து மூன்று கூட ஆகவில்லை. இருபத்தொன்பதுதான்.

ஒரு தடவை முதல் தேதி சம்பளம் வாங்கியதும் ஒரு தாயுமானவர் பாடல் புத்தகம் வாங்கினேன். அதை முதலியாரிடம் கொண்டு போய்க் காட்ட விரும்பி, மாலை ஆறு மணிக்கு அவருடைய மாடிக்குச் சென்றேன். முதலியார் அப்போது இலக்கிய விசாரத்தில் மூழ்காமல் வெறும் விசாரத்தில் ஆழ்ந்து கிடப்பதை அவருடைய முகக்குறிப்பால் உணர்ந்து கொண்டேன். என்னைப் பார்த்தும்கூட முகம் மலரவில்லை.

"ஏன் ஒரு மாதிரியாக இருக்கிறீர்கள்?" என்று கேட்டேன்.

"எல்லாம் இந்தத் தத்தாரிப் பசங்களாலேதான். என்னத்தைச் சொல்றது. நூத்து முப்பது ரூபாயைத் தூக்கிக்கிட்டும் போயிட்டான்க. எவன்னு தெரியவில்லை. மூணு பேரையுமே வீட்டிலே காணல்லே" என்றார்.

"நூத்து முப்பது ரூபாயா?"

"ஆமா, சார்! கொடக்கூலி வசூல் பண்ணிக்கிட்டு வந்து பீரோவிலே வைச்சேன். கடைத் தெருவுக்குப் போயிட்டுத் திரும்பி வர்றேன். பணத்தைக் காணல்லே."

"இதென்ன மாயமா இருக்கு."

"மாயம் என்ன மாயம்? இப்படி இதுக்கு முன்னாலேயும் ரெண்டு தடவை மாயம் நடந்திருக்கு. 'நான்தான் எடுத்தேன்'னு கொஞ்சம்கூடக் கூசாமல் சொன்னான் ஞானசம்பந்தம். இப்போ பணத்தை எவன் எடுத்தானோ?"

"உங்களுக்கு வயசுக் காலத்திலே இப்படி மனக்கஷ்டம் குடுக்கப்படாது. கேட்கவே எனக்கு வருத்தமா இருக்கு. உங்களைப் போல ஒருத்தருக்கு இப்படிப் பிள்ளைகளான்னு நம்ப முடியல்லே."

உடனே முதலியார் ஏதோ நம்பிக்கை ஒளியைக் கண்டு விட்டவர் போலவும் அவருடைய பிள்ளைகளை நான் ஒரே யடியாகப் பழித்துவிடக் கூடாது என்று அறிவுறுத்துகிறவர் போலவும் பேசினார்: "இந்த வயசில அப்படித்தான் இருக்கும். நூத்திலே ஒண்ணுதான் தாய் தகப்பனுக்கு அடங்கி நடக்கும். காலம் அப்படி ஆயிட்டது. இந்தப் பசங்களுக்கும் காலாகாலத் திலே கால்கட்டைப் போட்டு வச்சிட்டா தானா வழிக்கு வந்துடுவாங்க" என்று சொன்னார். அடுத்த வருஷமே சொன்னதைச் செய்தும் காட்டிவிட்டார்.

இப்போது முதலியார் வீட்டில் அவர் குடும்பமும் பிள்ளைகள் குடும்பமுமாக நான்கு குடும்பங்கள் ஆகிவிட்டன. பிள்ளைகள், மூன்று ஆயுதங்கள், மனைவிமாரைச் சேர்த்து ஆறு ஆயுதங்கள். இதிலே மனைவிமார் என்ற ஆயுதங்கள் நேரடியாக முதலியார் மீது பாய்வதில்லை. ராக்கெட்டுகள் விண்வெளிக் கோள்களை ராக்ஷஸ வேகத்தில் வெளியே தள்ளுவதுபோல், கணவன்மாரைத் தள்ளிவிடும் கருவிகளாக இருந்தனர். பிள்ளையார் பிடிக்கக் குரங்காய் அமைந்த கதையாகி விட்டது. கல்யாணம் ஆன புதிதிலேயே மூத்த மகனுக்கும் அவன் மனைவிக்கும் சண்டை ஆரம்பித்துவிட்டது. 'யார் பேச்சை யார் கேட்பது?' 'யாருக்கு யார் அடங்கி நடப்பது?' என்ற அற்பப் பிரச்னையைத் தீர்க்கவே அன்றாடம் வாய்ச் சண்டை, கைச் சண்டை போட்டுக்கொண்டிருந்தார்கள். இரண்டாவது மகன் இந்தப் பிரச்னைக்கே இடம் வைத்துக் கொள்ளவில்லை. எடுத்த எடுப்பிலேயே மனைவியிடம் சரணடைந்துவிட்டான். இது பரவாயில்லை என்று பாராட்டும் படியாகவே இருந்தது. பிரச்னை தீராமல் சண்டை போடுவதை விட, எப்படியோ ஒரு வழியில் பிரச்னை தீருவது உசிதம் அல்லவா? இப்படி முதலியாரே என்னிடம் ஒருமுறை சொல்லியிருக்கிறார்.

கடைசி மகன் ஸ்கூட்டர் வாங்கும் வரை தகப்பனைத் தவிர வேறு யாருடனும் சண்டை போடுவதில்லை என்ற உறுதியுடன் இருந்ததால், அவன் மனைவிக்கும் அவனுக்கும் தீவிரமான மோதல் எதுவும் ஏற்பட்டுவிடவில்லை.

மூன்று பிள்ளைகளுக்கும் அவரவர் கைச்செலவுக்கென்று ஆளுக்கு முப்பது ரூபாய் கொடுப்பார். இந்த ஏற்பாட்டில்

பிள்ளைகளுக்குத் திருப்தி ஏற்படவில்லை. காலமெல்லாம் அப்பாவின் கையை எதிர்பார்த்துக்கொண்டிருப்பது ஆண் பிள்ளைகளுக்கு அழகல்ல என்ற விபரீத புத்தி ஒவ்வொரு வனுக்குமே தோன்றிவிட்டது. அதன் பலனாக, முதலியாருக்குச் சொந்தமாக எங்கள் தெருவிலேயே இருந்த ஒரு வீட்டில், நான்கு குடித்தனக்காரர்களிடமும் இரண்டாம் தேதியானதும் வாடகை வசூலுக்காக ஒவ்வொருவனும் போய் நிற்கத் தொடங்கிவிட்டனர்.

குடித்தனக்காரர்கள் பார்த்தார்கள். மூன்று பிள்ளைகளிட மும், "உங்களுக்குள் ஆயிரம் சண்டை இருக்கும். அதுக்கு நாங்க பலியாக முடியாது. உங்க அப்பாதான் எங்களுக்கு வீட்டை வாடகைக்கு விட்டார். அவர் கையிலேதான் கொடக்கூலி கொடுப்போம்" என்று கூறிவிட்டார்கள்.

பேச்சுத் தடித்துப் போலீசுக்குப் புகார் போயிற்று. பிள்ளைகள் மூவரும் போலீஸ் ஸ்டேஷனுக்குக் கொண்டு போகப்பட்டார்கள். மறுநாள் தலையில் அடித்துக்கொண்டு வந்தார் முதலியார்.

"ஸார்! எனக்கு மன நிம்மதியே இல்லை. வீட்டிலே ஒரு நிமிஷம் உட்கார்ந்திருக்க முடியல்லே. எங்காவது பரதேசம் போயிட்டாத் தேவலே போலே இருக்கு. என்ன செய்யறதுன்னே தெரியல்லே. துண்டை உதறித் தோளிலே போட்டுக்கிட்டு நான் போயிடுவேன். பாவம், அவ பாடு கஷ்டமாப் போயிடுமேன்னு பார்க்கிறேன்" என்றார் முதலியார்.

"அவ பாடு" என்பது அவருடைய மனைவியை – அவரைப் போலவே பரம சாதுவுமான அவருடைய மனைவி கற்பகாம்பாள் பாடு.

நான் ஒரு யோசனை சொன்னேன்: "நீங்க ரெண்டு பேரும் ஒரு தடவை வடக்கே யாத்திரை போய்ட்டு வாருங்களேன், காசி, கயா, ஹரித்வார், ரிஷிகேசம்னு."

என் யோசனை முதலியாருக்கு மிகவும் பிடித்துவிட்டது. அப்படியே செய்யத் தீர்மானித்துவிட்டார். போலீஸ் கேஸில் சிக்கியிருக்கும் பிள்ளைகள் மூவர் விஷயமும் பைசலான பிறகு போகலாம் என்று தீர்மானித்தார். மூன்று பேருக்கும் அபராதம் விதித்தால் கட்டுவதற்கு ஆள் வேண்டும் அல்லவா? இல்லை யென்றால் பிள்ளைகள் ஜெயிலுக்குப் போய் விடுவார்கள். ஊர் சிரிக்கும். பிள்ளைகள் ஜெயிலிலே இருக்கும் போது அம்மாவும் அப்பாவும் ஸ்தலயாத்திரை போயிருக்கிறார்கள் என்று ஊர் கேலி செய்யுமே என்று முதலியார் பயந்தார். 'இதுவரையிலும் மெச்சியிருக்கிறார்கள். இனிமேல்தான் கேலி

செய்யப்போகிறார்கள் – இவர்கள் குடும்பத்தைப் பார்த்து' என்று நான் எனக்குள் சொல்லிக்கொண்டேன்.

தலா நூறு ரூபாய் அபராதத்துடன் பிள்ளைகளின் வழக்குப் பைசலானது. ரூபாய் முந்நூறைக் கோர்ட்டில் கட்டிய முதலியார் கையில் எழுநூறை எடுத்துக்கொண்டு, அடுத்த மாதமே ஸ்தல யாத்திரைக்கு மனைவியோடு கிளம்பத் திட்டமிட்டுவிட்டார். டிக்கட்டும் வாங்கியாகிவிட்டது. அவருடைய வீட்டில் இந்த இடைக்காலத்தில் தகராறு இல்லாமல் அசாதாரணமான ஓர் அமைதி நிலவியது. நானும் பழையபடி திருவாசக ஆராய்ச்சிக்கு அங்கே போகத் தொடங்கினேன்.

2

முதலியார் தம்பதிகள் யாத்திரைக்குப் புறப்படுவதற்கு முதல் நாள் இரவு. நான் சாப்பிட்டுவிட்டே அங்கே போனேன். ஒன்பதரை மணி இருக்கும். வழக்கம்போல் திருவாசகம் படித்துக் கொண்டிருந்தோம்.

முத்திநெறி அறியாத
மூர்க்கரொடு முயல்வேனை

என்று தொடங்கும் பாடலை நான் பாடத் தொடங்கினேன்.

"இந்தப் பாட்டு எனக்கு ரொம்பப் பொருத்தம். மூணு மூர்க்கர்களோட என் காலம் போய்க்கிட்டிருக்கு" என்றார்.

எனக்கு அடக்க முடியாமல் சிரிப்பு வந்தது.

"கல்யாணம் பண்ணினால் வழிக்கு வந்து விடுவாங்கன்னு சொன்னீங்களே!" என்றேன்.

பிள்ளைகளின் கௌரவத்தை விட்டுக்கொடுக்க விரும்பா தவர்போல், "இந்த வயசிலே அப்படித்தான் இருக்கும். அவனவ னுக்குப் பொறுப்பு வர்றபோது எல்லாம் சரியாய்ப் போயிடும்" என்றார்.

"பொறுப்பு எப்ப வர்றது? இப்பவே பொறுப்புத் தெரியற வயசுதானே?"

"ரெண்டு பிள்ளைகுட்டின்னு ஆகட்டும் அப்போ பாருங்க. இதைவிட மோசமான பசங்ககூடப் பெட்டிப் பாம்பா ஒடுங்கி யிருக்கிறாங்க."

'ஓஹோ! பிள்ளைகள் பிறந்துதான் பொறுப்புத் தெரிய ணுமோ? சரிதான்' என்று எகத்தாளமாக எனக்குள் சொல்லிக் கொண்டேன்.

திருவாசக விளக்கம் தொடர்ந்து நடந்தது. மணி பத்து அடித்துவிட்டது. ஒரே நிசப்தம். முதலியார் வீட்டில் கீழே அவருடைய மனைவி மக்களும், மருமக்களும் படுத்துறங்கி விட்டார்கள். நானும் புறப்பட வேண்டியதுதான் என்று தீர்மானித்து, "நாளைக்கு இந்நேரம் ரயில்லே இருப்பீங்க ரெண்டு பேரும். சௌக்கியமாய்ப் போய்ட்டு வாங்க. நான், ஸ்டேஷனுக்கும் வர்றேன்" என்று சொல்லிவிட்டு எழுந்தேன். எழுந்து வரும்போது முதலியாரின் கண்ணாடி பீரோவுக்குள் இருக்கும் புத்தகங்களை ஒருமுறை பார்த்தேன். அங்கே இருந்த ஒரு பழைய தமிழ் அகராதி என் கண்ணில்பட்டது. அநேகமாகத் தினம் தவறாமல் அதை எடுத்துப் புரட்டிப் பார்த்து அரும்பதங்களுக்குப் பொருள் தெரிந்துகொள்வது என் வழக்கம். அகராதியைப் பார்த்ததும், "இந்த அகராதியை எடுத்துக்கிட்டுப் போறேனே, நீங்க வர்றவரையிலும் என் வீட்டிலேயே இருக்கட்டும்!" என்றேன்.

"எடுத்துக்கிட்டுப் போங்க" என்றார் முதலியார்.

நானும் சந்தோஷமாக அந்தப் பெரிய புத்தகத்தை எடுத்துக் கொண்டு மாடியிலிருந்து கீழே இறங்கினேன். முதலியார் என் கூடவே வந்து மாடிப்படி விளக்கைப் போட்டார். கீழே வாசல் வரையும் வந்து வழியனுப்பிவிட்டு மறுபடியும் மாடிக்குப் போனார்.

"இப்படித் தங்கமான மனிதருக்கு இப்படிப் பிள்ளைகள்" என்று ஒரு தடவை நினைத்துக்கொண்டு என் வீட்டுக்கு வந்தேன்.

முதலியார் தம்பதிகளை மறுநாள் நான் ஸ்டேஷனுக்குச் சென்று வழியனுப்பினேன். பிள்ளைகள் மூன்றுபேரும் வந்திருந்தும்கூட, ரயில் புறப்படுகிறவரை என்னோடுதான் பாசத்தோடு பேசிக்கொண்டிருந்தார் முதலியார். வீடு திரும்பும் போது, பிள்ளைகள் மூவரும் தனித்தனியாக என்னை முறைத்துப் பார்த்துக்கொண்டு போனார்கள்.

சுமார் பத்து நாட்களுக்குப் பிறகு ஒரு விஷயம் கேள்விப் பட்டேன். நான் வேலைக்குப் போயிருந்த சமயத்தில், தான் நேரில் கண்ட காட்சியை என் மனைவி என்னிடம் கூறியதும் எனக்குத் தூக்கிவாரிப் போட்டது. முதலியாரின் பையன் ஒருவன் அபூர்வமான புத்தகங்களில் பத்துப் பதினைந்தை எடுத்து வீட்டு வாசலில் பழைய காகிதம் வாங்குகிற ஒருவனுக்கு நிறுத்துப் போட்டுக் காசு வாங்கினானாம்.

"எல்லாம் அருமையான புத்தகங்களாச்சே, முதலியார் பார்த்தால் உயிரை விட்டுவிடுவாரே" என்று சொன்னேன்.

"இன்னிக்கு நான் பார்த்தது. இதுக்கு முன்னாலே எவ்வளவு போயிருக்கோ?" என்று என் கவலையை அதிகப்படுத்தினாள் மனைவி.

ஒரு ஞாயிற்றுக்கிழமையன்று முதலியார் வீட்டிலிருந்து ஒரு கட்டுப் புத்தகம் மாடியிலிருந்து தலைச்சுமையாகக் கீழே இறங்கி வந்ததை நானே என் கண்களால் பார்த்தேன். பழைய பேப்பர் வாங்குகிறவன் ஒருவன்தான் எடுத்துக்கொண்டு வந்தான்.

முதலியாரும் நானும் சேர்ந்து படித்த, பக்கக் குறிப்புகள், எழுதி வைத்த எத்தனை இலக்கியங்கள் நிறுவையில் போய் விட்டனவோ? கடவுளுக்குத்தான் வெளிச்சம்!

முதலியார் ஒரு மாதத்துக்குப் பிறகு சௌக்கியமாக மனைவியோடு திரும்பி வந்தார். வந்ததும் வராததுமாக என்னைக் கூப்பிட்டு, எத்தனையோ கோயில் பிரசாதங்களையும், கங்கா ஜலம் அடங்கிய தகரப் பாத்திரத்தையும் கொடுத்தார்.

நான் வீட்டுக்கு வந்து சிறிது நேரத்துக்கெல்லாம் முதலியார் என் வீட்டுக்கு ஓடோடி வந்தார். "சார் போயிட்டதே சார்! அவ்வளவும் போயிட்டதே! பீரோவில் இருக்கிற புத்தகங்களெல் லாம் காணாமல் போயிட்டதே!" என்று கூவிப் புலம்பித் தலையிலும் அடித்துகொண்டார்.

"என்ன ஆச்சு?" என்று ஒன்றும் தெரியாதவன்போல் கேட்டேன்.

"என்ன ஆயிருக்கும்? இந்தத் தத்தாரிப் பசங்கதான் அரை காலுக்கு விற்றுத் தொலைச்சிருப்பாங்க. கேட்டா ஒவ்வொருத் தனும் எனக்குத் தெரியாதுன்னு கையை விரிக்கிறானே! கடவுளே! நான் கண்ணுக்குக் கண்ணா வச்சிருந்த புத்தகங்கள்! உங்ககிட்டக் குடுத்திட்டுப் போயிருந்தாலும் பத்திரமாக இருந்திருக்கும். நீங்களாவது பிரியமாய்ப் படிச்சிட்டிருந்திருப்பீங்க. இந்த முட்டாள் பயல்கள் அநியாயமாய்ப் பாழாக்கிப் போட் டான்களே! பணத்தை இழந்தாக்கூட நான் இவ்வளவு கவலைப் பட்டிருக்க மாட்டேன். என் புஸ்தகங்கள் போச்சே! பீரோவிலே ஒண்ணுக்குக் கால்வாசிகூடப் புஸ்தகங்கள் இல்லையே..."

"இனி அழுது என்ன பிரயோசனம்? போனது திரும்புமா, போகுது போங்க, உங்களுக்கு நான் புஸ்தகம் தரேன். வேண்டிய புஸ்தகங்கள் வாங்கி வச்சிருக்கிறேன். ஒண்ணா உட்கார்ந்து படிப்போம்" என்று முதலியாரைச் சமாதானப்படுத்தினேன்.

நான் எவ்வளவு தேறுதல் சொல்லியும் அவர் துயரம் ஆறவில்லை. புலம்பலும் நிற்கவில்லை. யாத்திரை போய்விட்டு வந்த காலோடு வெகுநேரம் அழுது புலம்பிவிட்டுத்தான் தம் வீட்டுக்குப் போனார்.

3

முதலியாரின் ஜாதக ராசியோ என்னவோ யாத்திரை போய் வந்தும் அவரைப் பிடித்த கஷ்ட காலம் நீங்கவில்லை. அவருக்கு மன நிம்மதி கிட்டவுமில்லை. அதற்கு மாறாகப் புஸ்தகங்கள் போய் மனச் சஞ்சலம் தாங்க முடியாத அளவுக்கு அதிகமாகிவிட்டது. அதுவே கவலையாக ஆள் உருக்குலைந்து விட்டார். போதும் போதாததற்கு எப்போதும்போல் பிள்ளைகள் சண்டை, எடுத்ததற்கெல்லாம் வீட்டிலே கூச்சல்.

'தாயைப் போல் பிள்ளை: நூலைப் போல் சேலை' என்ற பழமொழியும், 'தக்கார் தகவிலர் என்பது) அவரவர் எச்சத்தால் காணப்படும்' என்ற குறளும் எவ்வளவு பொய்யான கூற்றுகள் என்று நான் ஒரு நாளைக்கு ஒரு தடவையாவது சொல்லிக் கொள்வது வழக்கமாகிவிட்டது.

முதலியார் அப்புறம் அதிக காலம் உலகத்தில் வாழ விரும்பவில்லை. அவர் மட்டும் என்ன, அவர் பிள்ளைகளும் அவர் உயிர் வாழ்வதை விரும்பவில்லை. அவர் படும் கஷ்டத்தை யும் அனுபவிக்கும் மன வேதனையையும் பார்த்து, அவர் சீக்கிரம் இறந்தால் நல்லது என்று நானுமே நினைத்தேன். அவர் உட்பட எல்லோரும் விரும்பாத உயிர் அவர் உடம்பை விட்டு நீங்குவதற்கு பல மாதங்கள் ஆகிவிட்டன. கடைசியில் முந்தாநாள் இரவு, பதினொரு மணிக்குத்தான் அவருடைய ஆவி பிரிந்தது.

முதலியார் இறந்த செய்தி தெரிந்ததும் எனக்குக் கண்ணீர் வரவில்லை. துக்கப்படக்கூட இல்லை. நான் அவர் வாழ்ந்ததற் காகத்தான் அழுதிருக்கிறேனே ஒழிய, செத்ததற்காக அழவில்லை. அவருடைய வாழ்க்கையை விட அவரது சாவு எவ்வளவோ மேல் என்பதால், இப்பொழுதாவது அவரது ஆத்மா சாந்தி யடையும் என்று சந்தோஷப்பட்டேன். சாகும்போது அவர் அருகில் நான் இருந்திராமல் போனேனே என்றுதான் எனக்கு வருத்தம். இவ்வளவு காலம் உயிருக்குயிராய்ப் பழகிவிட்டு அவரை அந்திம காலத்தில் வழியனுப்ப முடியாமல் போய் விட்டது.

அவர் இறந்தது நல்லது என்று நினைத்தாலும், நான் கண்ணீர்விட்டு அழாவிட்டாலும், அவரது மறைவுக்காகவும் பிரிவுக்காகவும் துக்கப்படாமல் என்னால் இருக்க முடியவில்லை.

'அபூர்வ மனிதர். மூர்க்கர்களிடையே முத்திநெறி நாடியவர். சூழ்நிலையை மறந்து குடும்பக் கவலைகளில் மூழ்கிவிடாமல் தாமரை இலைத் தண்ணீராக ஒட்டியும், ஒட்டாமலும் ஒரு துறவிபோல் வாழ்ந்து நாள் தவறாமல் திருவாசகம் படித்துக் கொண்டிருந்த ஞானி, வேறொருவராக இருந்தால் இந்தக் கவலைகளையும் வைத்துக்கொண்டு திருவாசகம் படித்துக் கொண்டிருப்பாரா! இவர் பந்த பாசங்களில் கட்டுண்டு கிடந்தாலும் அகத் துறவு பூண்டுவிட்டவர் என்றுதான் சொல்ல வேண்டும் . . .' – அவரைப் பலவிதமாக நினைத்துப் போற்றிய வண்ணம் இருந்தேன். எந்நேரமும் அவர் நினைவுதான். ஆபீசில் வேலை ஓடவில்லை.

முதலியார் காலமான இரண்டாம் நாள்; தகனக் கிரியைக்கு மறுநாள் மாலை. நான் ஆபீஸிலிருந்து திரும்பிப் பத்து நிமிஷங் களுக்குள்ளாக முதலியாரின் மூத்த மகன் சம்பத்தும் அவனுக்குச் சாட்சி சொல்ல அவர்களுடைய உறவினர் ஒருவரும் திடீரென்று என் வீட்டுக்கு வந்தார்கள்.

"உங்ககிட்ட அப்பாவோட புஸ்தகம் இருக்காமே . . . அவராதி" என்றான் சம்பத்.

அதற்குள் "அகராதி" என்று திருத்தினார் சாட்சி சொல்ல வந்தவர், "ஆமா இருக்கு" என்று பயந்துகொண்டே சொன்னேன். அவன் கேட்ட தோரணை பயப்படும்படியாக இருந்தது.

"அதைக் குடுங்க" என்று கையை நீட்டினான் சம்பத்.

"சரி, தர்றேன்."

"இப்பவே குடுங்க" என்று சம்பத் அவசரப்படுத்தவும், "ஏன் அப்படிக் கேட்கிறே? அவர் என்ன குடுக்கமாட்டேன்னா சொன்னார்?" என்று அவனைக் கண்டித்துவிட்டு, என்னைப் பார்த்துத் திரும்பினார்.

என்னிடத்தில், அகராதி இருப்பது இவர்களுக்கு எப்படித் தெரிந்தது? நான் முதலியாரிடம் வாங்கிக்கொண்டு வந்ததை யாருமே பார்க்கவில்லை. பார்த்திருந்தாலும் அந்த இரவு வேளையில் அது அகராதி என்பது தெரிந்திருக்காது. இப்போது இவர்கள் வந்து கேட்கிறார்களே! என்ன அதிசயம்!

உள்ளே போய் அகராதியைத் தூக்கிக்கொண்டு வந்தேன். அதைச் சம்பத் வாங்கி ஒருதடவை என்ன புஸ்தகம் என்று புரட்டிப் பார்த்தான். இவ்வளவுதானா என்பதுபோல் மூடி விட்டான். கனமான புத்தகம் என்பதில் அவனுக்கு ஒரு திருப்தி ஏற்பட்டது என்பதை அவன் புத்தகத்தைப் பிடித்திருந்த பிடியும், முகபாவமும் எடுத்துக்காட்டின.

அப்போது சாட்சிக்காரர் கதையை ஆரம்பித்தார். "பெரிய வருக்கு எவ்வளவு ஞாபக சக்தி என்கிறீங்க! நீங்க வந்துட்டுப் போனீங்களா, இல்லையா? அப்புறம் ஒரு மணி நேரம் வரைக்கும் ஒண்ணும் பேசாமல் இருந்தவர், திடீர்னு பேச ஆரம்பிச்சுட்டார். பிள்ளைகளையெல்லாம் கூப்பிட்டுப் பக்கத்திலே வச்சிக்கிட்டு "எல்லோரும் சௌக்கியமா இருங்க. நான் போறேன்"ன்னு சொன்னார். பிறகு பேசல்லே . . ."

இந்தச் சமயத்தில் சம்பத் அகராதியோடு போய்விட்டான். சாட்சிக்காரர் கதையைத் தொடர்ந்தார்.

"அதுக்கு அப்புறம் ஒரு அரை மணி நேரம் ஆகியிருக்கும். சம்பத்தைக் கிட்டத்திலே கூப்பிட்டார். சம்சாரத்தையும் கூப்பிட்டார். நானும் அங்கேதான் இருந்தேன். கொஞ்சம் கூடக் குழறாமல், தடுமாறாமல், மகன்கிட்ட சொன்னார்: 'ஞானசம்பந்தம்! பக்கத்து வீட்டு அழகிரிசாமிகிட்டே என் அகராதி இருக்கு. யாழ்ப்பாணத்து அகராதி. என் பேரும் அதிலே எழுதியிருக்கும். அப்பவே பத்து ரூபாய்க்கு வாங்கினது. அதை ஞாபகமா வாங்கிப்பிடு . . . இப்படியே சொன்னார். ஒரு வார்த்தை கூடப் பிசகலே. பிறகு கொஞ்ச நேரம்தான். பதினொரு மணிக்கு ஆத்மா பிரிஞ்சுட்டது. சாகிற காலத்திலே இவ்வளவு ஞாபகசக்தியோட இவ்வளவு பிரக்ஞையோட ஒரு மனிதன் இருந்திருக்க முடியாது."

அவர் முதலியாரைப் பாராட்டப் பாராட்ட என்னுள் ஏதோ குமுறிக்கொண்டிருந்தது. வயிற்றெரிச்சல் தீர, "அபாரப் பிரக்ஞை! அபார ஞாபக சக்தி! மனுஷன் ஆயிரத்திலே ஒருத்தர்!" என்று பேசித் தீர்த்தேன்.

"இல்லையா அப்புறம்? . . சரி நான் வர்றேன்" என்று சொல்லிவிட்டு அவர் போய்விட்டார்.

உடனே மனைவியைக் கூப்பிட்டேன்.

"பார்த்தியாடி! முதலியார் சமாசாரத்தை இவ்வளவு நேரமும் சொன்னாரே கேட்டியா? என்ன ஞாபக சக்தி! எவ்வளவு பிளானாச் சொல்லிவிட்டு உசிரை விட்டிருக்கிறார்

மனுஷன். இந்த அகராதிக்காகத் தான் ஒன்பது மணிக்குப் போயிருக்க வேண்டிய உசிரு, பதினொரு மணிக்கு மேலும் ஊசலாடியிருக்குன்னு இப்பதான் தெரியுது. ஞாபகமா வாங்கிப் பிடணுமாம். யாழ்ப்பாணத்து அகராதியாம், அவரோட பேரும் எழுதியிருக்காம்... இதெல்லாம் அடையாளம். நான் அகராதியை வாங்கல்லே, தொலைச்சிட்டேன்னு ஏதாவது சொல்லி ஏமாத்திட்டா, பத்து ரூபாயை வசூல் பண்ணிப் பிடுன்னு விலையையும் சொல்லிப்பிட்டுப் போயிருக்கிறார். அகராதியை வச்சி ஞானசம்பந்தம் திருவாசகம் பாராயணம் பண்ணப் போறான் பாரு. இப்படியே பழைய பேப்பர்க்காரன் கிட்டே கொண்டு போய்த் தள்ளிட்டு, சிகரெட் பெட்டியோட திரும்பப் போறான்... எல்லாத்தையும்விட ஆச்சரியம் ஞானசம்பந்தம் சாட்சிக்கு ஓர் ஆளையும் கூட்டிக்கிட்டு வந்தானே, அதைச் சொல்லு. அப்பனுக்கு மேலே பிள்ளை; பிள்ளைக்கு மேலே அப்பன்! குறள் சொல்றது பொய்யின்னு சொன்னேனேடி! 'தக்கார் தகவிலர் என்பது அவரவர் எச்சத்தால் காணப்படும்'னு வள்ளுவர் சொன்னது பொய்யின்னு சொன்னேனே, அவரா பொய் சொல்வார்; மனுஷன் யார் என்கிறது இப்பவில்லே தெரியுது..."

"நீங்க ஏன் இப்படிச் சொல்லிக்கிட்டிருக்கீங்க? ஆயிரமானாலும் தன் சொத்து தன் பிள்ளைக்குத்தான். ஊராருக்குக் குடுக்க மனசு வருமா?" என்று புத்தி சொன்னாள் என் மனைவி.

கல்கி, அக்டோபர் 1966

தன்னையறிந்தவர்

நான் யார்? அதாவது "நான்" என்பது யார்? இந்தச் சாதாரணக் கேள்விக்கு அல்லது சாதாரணமாகத் தோன்றும் கேள்விக்கு – வெங்கடாசல முதலித் தெரு ஸ்ரீமுருக பக்தஜன சபையில் மறைதிரு பழனிவேலனார் சுமார் ஒரு மணி நேரம்வரை விளக்கம் சொன்னார். எவ்வளவோ கவனமாக ஒரு வார்த்தைவிடாமல் செவி கொடுத்துக் கேட்டும் சுந்தரத்திற்கு "நான்" என்பது விளங்கி விடவில்லை. அதற்காக அவன் அவ்வளவாகக் கவலைப் படவுமில்லை. ஏன்? நான் யார் என்பது தெரியாவிட்டால் ஆபீஸ் சம்பளத்தில் சல்லிக்காசு குறையப் போகிறதோ? தெரிந்துவிட்டால் அதற்காக எவனும் உத்தியோக உயர்வு கொடுத்துவிடப் போகிறானோ? இரண்டும் இல்லை. எனவே இது ஒரு காரணம். அடுத்த இரண்டாவது காரணம், பெரிய பெரிய முனிவர்களே 'நான் யார்' என்பதை அறிய அரும்பாடு பட்டு, கடைசியில் லட்சத் தில் ஒருவரைத் தவிர மற்றவர்களெல்லாம் தோல்வியே அடைந்தார்கள் என்று மறைதிரு பழனிவேலனார் ஆதாரபூர்வமாகச் சொன்னதே ஆகும். ராமலிங்க வள்ளலாரே 'தன்னையறிந்தின்பம் உற ஒரு தந்திரம் சொல்லவேண்டும்' என்று பிரார்த்தித்தாராம்.

'சரிதான்! இது இவ்வளவு பெரிய காரியமா இருக்கும் போது நம்மைப்போல ஆசாமிகள் எந்தக் காலத்தில் தன்னையறிந்து எந்தக் காலத்தில் இன்புறப் போகிறோம்?' என்று சொல்லிக்கொண்டே சுந்தரம், திடீரென்று ஏதோ நினைவுக்கு வந்ததுபோல், 'என்ன அது? தன்னையறிந்து இன்பமும் உறுவதா? அது எப்படி? தன்னை அறிந்து விட்டால் இன்பம் உண்டாவது எப்படி?' என்று

தனக்குத்தானே ஒரு சந்தேகத்தைக் கிளப்பிக்கொண்டான். மறைதிரு பழனிவேலனாரின் மீதிச் சொற்பொழிவில் தனக்கு விளக்கம் கிடைக்கும் என்று எதிர்பார்த்தான்.

'தன்னையறிந்தவனே மகாஞானி, அவனே ஆண்டவனையும் அறிந்தவன். அப்புறம் அவனே ஆண்டவன். அவன் அறியாத ஒன்று அப்புறம் இருக்க முடியாது. இதுவே அறிவின் உச்ச நிலை; ஆனந்தத்தின் உச்சநிலை; எனவே இன்பத்தின் உச்ச நிலை என்று சொற்பொழிவாளர் சொல்லியும் சுந்தரத்திற்கு அது உண்மையாகத்தான் இருக்க வேண்டும் என்று உறுதியாக நம்பத் தோன்றவில்லை. தன்னை அறிவதற்கும் இன்பத்திற்கும் என்ன சம்பந்தம் என்ற அவனுடைய சந்தேகம் தீரவில்லை. கூட்டம் முடிந்து வீடு திரும்பும்போது இதைப்பற்றிச் சிறிது ஆராய்ந்து பார்த்தான். அலுப்புத் தட்டியது; மூளையும் அனாவசியமாகக் குழம்பியது. 'இந்த எழவெல்லாம் நமக்கு எதுக்கு? விடிஞ்சா ஆபீசுக்குப் போகணும். தன்னையறிய வில்லையேன்னு எவன் கவலைப்பட்டுக்கிட்டிருக்கிறான்?' என்று ஆராய்ச்சியைக் கைவிட்டான். சொற்பொழிவில் கேட்ட அரிய விஷயங்களோ அறவே மறந்துவிட்டன. 'இது தெரிந்தது தானே? மகா மேதாவிகள் பேசும்போது கேட்பதற்கு நன்றாக இருக்கும்; பிரமிப்பாகவும் இருக்கும்; கேட்டுவிட்டு வெளியே வந்தால் என்ன பேசினார் என்று யாருக்கும் தெரியாது.' என்னவோ, ஒன்றரை மணி நேரம் நன்றாகப் பொழுது போயிற்று என்ற ஒரு திருப்தியும், சொற்பொழிவில் திரும்பத் திரும்பக் கேட்ட "தன்னையறிந்தின்பம் உற வெண்ணிலாவே – ஒரு – தந்திரம் நீ சொல்ல வேண்டும் வெண்ணிலாவே" என்ற பாடல் வரிகளுமே ஞாபகத்தில் எஞ்சி நின்றன. வாய்க்குள்ளேயே அந்தப் பாடலை முனகிக்கொண்டு வீடு வந்து சேர்ந்தான். அப்போது மணி ஒன்பதேகால்.

வீட்டின் முன்போர்ஷன் வேதாசல முதலியாரின் குடித்தனப் பகுதி. அவரும் அவர் மனைவியும்; ஊருக்குள்ளேயே வானப்பிரஸ்த வாழ்க்கை. பிள்ளைகள் பெண்களுக்கெல்லாம் கல்யாணமாகி எங்கெங்கோ சௌக்கியமாக வாழ்ந்து கொண் டிருக்கிறார்கள். இந்த வயோதிகத் தம்பதிகள் பாங்கில் நிறையப் பணம் போட்டு வைத்திருந்தும் சொந்தத்தில் ஒரு பெரிய வீடு கட்டி வைத்திருந்தும் பென்ஷனை மட்டும் வைத்துக் கொண்டு இந்த வாடகைப் போர்ஷனில் இருபத்தைந்து ஆண்டு களாக வாழ்ந்து வருகிறார்கள். இது ஆகிவந்த வீடு என்பது புறக்காரணமே ஒழிய, 'இது நமக்குப் போதும்' என்ற சிக்கனம் தான் அக்காரணம், அதாவது அசல் காரணமாகும்... வாடகை

நாற்பது ரூபாய். இப்போது காலி பண்ணினால் நூற்றிருபதுக்குக் குறையாமல் வாடகை வரும்.

இந்தப் போர்ஷனைக் கடந்தான் சுந்தரம். இரண்டாவது போர்ஷன் – நடுப்போர்ஷன் சம்பந்தம் பத்தாண்டுகளாக இல்லறம் நடத்தும் பகுதி. அவர் – வயது நாற்பது மூன்று; பிள்ளைகள் மூன்று; சம்பளம் இருநூற்றைம்பது; கடன் பாக்கி . . . அது அவருக்கே தெரியாது; வாடகை ஐம்பத்தேழு (மின்சாரக் கட்டணம் நீங்கலாக) – பி டபிள்யூ டி குமாஸ்தா. இக்கால வழக்கில் பொதுப்பணித் துறை எழுத்தர்.

இந்தப் போர்ஷனைக் கடந்து, தான் குடியிருக்கும் பின் கடைசிப் பகுதிக்குச் சுந்தரம் நடந்து செல்லும்போது, உள்ளே விளக்கு எரிவதைக் கவனித்தான். 'ஐயோ, அம்மா' என்ற முனகல் கேட்டது; பரபரப்பு மிகுந்த ஒரு அமைதி அந்த நான்கு சுவர் களுக்குள்ளே கிடந்து குமைந்து கொண்டிருந்தது. சுந்தரத்தின் உள்ளத்தில் ஒலித்துக்கொண்டிருந்த 'தன்னையறிந்தின்பமுற' பாட்டு அந்த இடத்திலேயே நின்றுவிட்டது. அவன் சிரித்துக் கொண்டான். இப்படியெல்லாம் வாழ்க்கை நடக்கிறது! இதிலே எவனுக்குத் தன்னையறிவதைப் பற்றிக் கவலை? இது தெரிந்துதான் இந்தமாதிரி பிரசங்கங்களுக்கெல்லாம் ஒருநாள் கூடச் சம்பந்தம் போகாமல் இருக்கிறார்!

சுந்தரம் தன் போர்ஷனுக்குப் போய்க் கதவை இலேசாகத் தட்டினான். கதவைத் திறந்த நாமகிரி "ஏன் இவ்வளவு நேரம்?" என்று கேட்டாள்.

பதில் சொல்லாமல் உள்ளே நுழைந்த சுந்தரம் வாய்க்குள் ளேயே ரகசியமாக "டிராமா ஆரம்பமாயிட்டதுபோல் இருக்கே!" என்று சொல்லிவிட்டு இலேசாகச் சிரித்தான்.

"என்ன டிராமா?"

பக்கத்து வீட்டுத் திசையை விரலால் சுட்டிக்காட்டி, "அம்மாவோட டிராமாதான், எத்தனை மணிக்கு ஆரம்பம்" என்று கேட்டான் அவன்.

"சரியாக மாலை ஆறுமணி பதினஞ்சு நிமிஷத்துக்கு. அவர் ஆறுமணி முப்பத்தஞ்சு நிமிஷத்துக்கு வந்தார். வழக்கம் போல்தான்!"

"என்ன ஆச்சரியமா இருக்கு இது! அவர் வர்ற நேரம் இந்த அம்மாளுக்கு ஞானதிருஷ்டியிலே தெரிஞ்சி போயிடுதா? சரியாக் கால்மணி இல்லேன்னா அரைமணி நேரத்துக்கு முன்னாலேதானே இந்தத் தலைவலி ஆரம்பமாகுது! காலை

யிலேயோ மத்தியானத்திலேயோ ஆரம்பமாக மாட்டேங்குதே! உம்? இது என்ன அதிசயம்னு கேட்கிறேன். இந்த அம்மாளுக்கு இப்படி ஞானதிருஷ்டி எப்படிக் கெடைச்சது? வெறும் திருஷ்டியே பத்தாமல் சோடாபாட்டில் தூளிலே கண்ணாடி செஞ்சிப் போட்டுண்டு இருக்கிறாளே! இந்த அம்மாள் தன்னையறிஞ் சிட்டாளோ, ஒரு வேளை?"

நாமகிரி வாய்விட்டு அழகாகச் சிரித்தாள். "போதும், சாப்பிடுங்கோ" என்று சொல்லிவிட்டுத் தட்டை எடுத்து வைத்தாள்.

பேச்சைத் தொடரச் சுந்தரம் முயன்றபோது "பகலிலே பக்கம் பார்த்துப் பேசணும். ராத்திரிலே அதுவும் பேசக்கூடா துன்னு சொல்வாங்க! நமக்கு வேண்டாம் வம்பு – சாப்பிடுங்கோ" என்று சொல்லிவிட்டுச் சப்பாத்தி குருமாவை நாமகிரி எடுத்து வைத்தாள்.

சுந்தரம் சாப்பிட்டுக்கொண்டே, "இன்னிக்கிப் பக்கத்துத் தெருவிலே ஒரு பிரசங்கம். மறைதிரு பழனிவேலனார் பேசினார் . . ." என்றான்.

"என்னையும் கூட்டிக்கிட்டுப் போயிருக்கப்படாதோ? ரொம்ப நல்லாப் பேசுவாரே . .!"

"ரொம்ப நல்லாத்தான் பேசினார். வழக்கம்போல என்ன பேசினார் என்கிறது இப்போ மறந்து போச்சு! 'நான் யார்' என்கிறதைப் பத்தி மனுஷன் சொன்னார் பாரு. என்னென்னு சொல்றது?"

"நான் யாரா?"

"ஆமா. அதாவது நான் என்கிறது யாரு?"

"இது என்ன பிரசங்கம்? இவரு யாருன்னு இவருக்கே ஏன் தெரியாமல் போயிட்டுது – திடுதிடுப்புன்னு . .!"

நாமகிரி உரக்கச் சிரித்தாள்.

"நீ சிரிக்கிறே! உனக்கு என்ன தெரியும்? நான் யாருன்னு தெரிஞ்சிட்டா அப்புறம் அவன்தான் மகாஞானியாம் . . ."

இந்தச் சமயம் பார்த்து "ஸார் ஸார்" என்று சம்பந்தம் கதவைத் தட்டினார்.

"நாமகிரி! கதவைத் தொற."

அவள் எழுந்து போய்க் கதவைத் திறந்தாள்.

சம்பந்தத்தின் உடம்பெல்லாம் வேர்த்திருந்தது; உச்சியிலிருந்து உள்ளங்கால்வரை ஒரு படபடப்பு. முகத்திலே ஒரு பீதி; கண்களிலே ஒரு மிரட்சி. வந்ததும் வராததுமாக, "ஸார், உங்களண்டே ஓ – டி – காலோன் இருக்குமா?" என்று கேட்டார்.

"இல்லையே ஸார். ஏன்? எதுக்கு?" என்று கேட்டான் சுந்தரம்.

"அவளுக்கு உடம்பெல்லாம் வலி . . ."

"தலைவலின்னு சொன்னா நாமகிரி . . ."

"அப்புறம் ஜொரம் வந்து ஒடம்பெல்லாம் முறிச்செடுக்குது. கால் ஜில்லுன்னு குளுந்திருக்கு, ஓ – டி – கொலோனை நனைச்சி நெத்தியிலே போட்டுட்டு, காலிலேயும் தேய்க்கணும்."

"அட பாவமே, இங்கே இல்லையே ஸார், நாங்க வாங்குறதும் இல்லை".

"பரவாயில்லை. கடைக்குத்தான் போகணும். ஒங்களைச் சாப்பாட்டு வேளையிலே வந்து தொந்தரவு பண்ணிட்டேன். . ."

"அதெல்லாம் ஒண்ணுமில்லை."

"எக்ஸ்க்யூஸ்மி" என்று சொல்லிவிட்டுச் சம்பந்தம் திரும்பினார்.

அவர் போனதும் கதவை அடைத்துவிட்டுக் காலைப் பொத்திப் பொத்தி நடந்துவந்த நாமகிரி, "அப்பவே சொன்னேனே, சரியாப் போயிட்டுதா? பகலிலே பக்கம் பார்த்துப் பேசணும். . ." என்றாள்."

"அதுசரி. ஆனா நம்ப என்னத்தைப் பேசிப்பிட்டோம் . .! மனுஷன் ஒரு பாட்டில் வாங்கி வச்சிட்டால் என்ன?"

"எத்தனை பாட்டில் வாங்குறது? வீடெல்லாம் அந்தப் பாட்டில்தான். இப்போ தேதி இருபத்துமூணு. இப்போ ரெண்டே காலணா குடுத்தே வாங்க முடியாது. அந்தப் பாட்டில் ரெண்டே கால் ரூபாயாமே."

"அதுவும் சரிதான். ரெண்டாம் தேதியே இவராலே வாங்க முடியாது. இருபத்தி மூணாம் தேதி வாங்குறது எங்கே!"

இருவரும் சிரித்தார்கள்.

"மனுஷன் கடைக்குத்தான் போனாரோ? இல்லை, தெருவிலே அத்தனை பேர் வீட்டுக் கதவையும் போய்த் தட்டி எல்லாரையும் கலக்குறாரோ?"

"சாயங்காலம் முன்வீட்டுப் பெரியம்மா சொன்னதை நினைச்சா எனக்குச் சிரிப்பா வருது. அப்போ அங்கேதான் நின்னு பேசிக்கிட்டிருந்தேன். லோகநாயகியம்மாளுக்குத் தலைவலி வந்துட்டது. முதல் வேலையாக வெளியே வந்து பிள்ளை களைக் கூப்பிட்டுக் 'கூச்சல் போடாதீங்க. வெளியிலே போய் வெளையாடுங்க, எனக்குத் தலைவலி மண்டையைப் பொளக்குது'ன்னு சொல்லிட்டு– எங்களுக்குக் கேட்கும்படியாச் சொல்லிட்டே – உள்ளே போய்ப் படுத்தா. பெரியம்மா உடனே சொன்னாள் 'புருஷன் வர்ற நேரம் இதுதான். தெரிஞ்சுதா! இன்னிக்கு விடிய விடிய மனுஷனுக்குத் தூக்கமில்லை. கண் முழிச்சி வைத்தியம் பார்க்கணும். மாசத்திலே நாலு நாளாவது இப்படி அவரை ஆட்டி வைக்கணுன்னே தலைவலி வந்து சேருதே, அதைச் சொல்லு! இந்தத் தலைவலி இன்னிக்கு நேத்திக் கில்லே, பத்து வருஷமா வருது...' பெரியம்மா சொன்னதும். 'ஏன் இப்படி?'ன்னு கேட்டேன். அதுக்குப் பெரியம்மா சொன்னா. 'அவளுக்கு ஒரு ஆசையம்மா ஆசை! அப்படித்தான் நினைக் கிறேன். புருஷன் தன்கிட்டே பிரியமா இருக்கிறானான்னு பார்க்குறதுக்கு இப்படிப் பரிக்ஷை வைக்கிறா. அத்தோடே, புருஷனை ஆட்டி வச்சி ஊரெல்லாம் அதைப் பார்க்க வச்சு 'தாம்தான் அதிகாரி; அவர் இல்லை'ன்னு எல்லார் முன்னாலே யும் அவருக்குக் காட்டுறான்னு சொல்லணும். இது என்ன ஆசையோ?"

"அப்போ உள்ளே இருந்த பெரியவர் ஜன்னல் வழியாகவே பேசினார். 'இந்த ஆசை இவளுக்கு மட்டுந்தான்னு நினைச்சிக் காதே. ஊரிலே சில பெரிய மனுஷாளுக்கே இந்த ஆசை உண்டு. திடீர்ன்னு ஒரு நாளைக்கு வேணும்னே ஆஸ்பத்திரிலே அட்மிட் ஆய்க்குவாங்க. எதுக்கு? நோயா? நொடியா? அதெல் லாம் கெடையாது. தன்னை மத்தப் பெரிய மனுஷாளெல்லாம் தினமும் ஒவ்வொருத்தரா வந்து பார்க்கணும். அது தினமும் பேப்பரிலே வரணும். ஆஸ்பத்திரியிலேருந்து வெளியே வந்தப் புறம் மறுநாளே கன்னியாகுமரி வரைக்கும் ஒரு சுற்றுப் பிரயாணம் போய் வரணும். சுற்றுப்பிரயாணத்துக்கு முன்னாலே ஒரு விளம்பரம் வேணும்னு ஆஸ்பத்திரிக்கு அப்பப்போ போய் அட்மிட் ஆய்க்குவாங்களாம்' என்றார். அவர் அத்தோடு நிறுத்தா மல் "அவள்தான் வேஷம் போடுறான்னு நினைக்காதே. அவள் போடுறது வேஷம்னு தெரிஞ்சு அவனுமே வேஷந்தான் போடுறான். துடியாத் துடிக்கிறான்; ஓடுற மாதிரியும் ஆடுற மாதிரியும் பாவலா பண்றான். அதுதான் சமாச்சாரம்" என்றார். பெரியம்மாளுக்கும் எனக்கும் சிரிப்பு வந்துட்டது. கொஞ்ச நேரத்துக்குள்ளே அவர் ஆபீசிலேருந்து வந்துட்டாரு. அவர்

உள்ளே போனதும், 'மடப்பயல்! இந்த மாதிரி பொண்டாட்டியைத் தாங்குற பயல் லோகத்திலேயே கிடையாது. உசுரையே விடுகிறான்'னு சொன்னார் பெரியவர். பிறகு நானும் உள்ளே வந்துட்டேன்..."

"மடப்பயலோ, தடிப்பயலோ! மனுஷன் நல்லவரா இருக்கிறார். ஒரு நாளைக்கு ஒரு தடவையாவது என்னைப் பார்த்து ஏதாச்சும் இரண்டு வார்த்தை பேசாமல் இருக்கமாட்டார். மத்த மெட்ராஸ்காரங்க மாதிரி 'நீ யாரோ நான் யாரோ'ன்னு இருக்கிறதில்லே. பெரியவர் வேதாசல முதலியார் இதுவரையிலும் என்னைப் பார்த்து ஒரு வார்த்தை பேசுனதில்லை..." என்றான் சுந்தரம்.

இருவரும் படுத்துவிட்டார்கள்.

இரவு எத்தனை மணி ஆகியிருக்குமோ? சுந்தரம் கடிகாரத்தைப் பார்க்கவில்லை. மணி பன்னிரண்டைத் தாண்டியிருக்கும் என்பது நிச்சயம். திடீரென்று, "ஐயையோ, அம்மம்மா! பொறுக்க முடியவில்லையே..! பொறுக்க முடியல்லையே..!" என்று பக்கத்துப் போர்ஷனிலிருந்து லோகநாயகி பயங்கரக் கூக்குரல் போட்டாள். குழந்தைகள் மூவரும் பயந்தடித்துக்கொண்டு அலறினார்கள். சம்பந்தம், "சும்மா இருங்க சும்மா இருங்க" என்று சொல்லிக் குழந்தைகளை அமர்த்திவிட்டு, "லோகா" என்று தவித்துக் கொண்டிருந்தார். இந்தக் கூக்குரல் கேட்டு விழித்த சுந்தரம் நேரே எழுந்து சம்பந்தம் போர்ஷனுக்குப் போனார். உள்ளே விளக்கு எரிந்தது, வெளிக் கதவு பூட்டியிருந்தது; அங்கேயே நின்று கவனித்துக் கேட்டான்.

"லோகா! சும்மா இரு... பயப்படாதே லோகா... காலையிலே டாக்டரை அழைச்சிட்டு வர்றேன். பசங்க பயப்படுது பாரு... ஏன் கூப்பாடு போடுறே? பல்லைக் கடிச்சிக்கிட்டு பொறுத்துக்கோ. இது ஒண்ணுமில்லே. உடம்பு அலுப்பிலே வலி முறிச்செடுக்குது. என்ன செய்யும்..?" என்று தேற்றிக் கொண்டிருந்தார்.

உள்ளே நடப்பது வேஷம் போடாத நாடகம் என்று சுந்தரம் நினைக்க விரும்பினாலும் அப்படி நம்பத் தயக்கமாக இருந்தது. ஒருவேளை உண்மையிலேயே நெருக்கடியான நிலைதானோ? எப்படியானாலும் பக்கத்து வீட்டுக்காரன் சம்பிரதாயத்திற்காவது போய் விசாரிக்க வேண்டாமா?

கதவைத் தட்டினான். "ஸார்!"

சம்பந்தம் கதவைத் திறந்தார்.

“என்ன ஸார்?” என்று சுந்தரம் கேட்டான்.

“ஒண்ணுமில்லே உடம்பு வலி ...”

அப்போது லோகநாயகி பற்களைக் கடித்துக்கொண்டு உடம்பின் ஒவ்வொரு அங்குலத்தையும் வளைத்து நெளித்து புரண்டுகொண்டிருந்தாள். முகத்திலே பேயறைந்த மாதிரி ஒரு கோரக் களை!

“அவ்வளவுதானே? வேறே ...”

“வேறொண்ணுமில்லை. காலையிலே சரியாப் போயிடும், அரைமணி நேரத்திக்கு முன்னாலே பிரக்ஞையில்லாமே கெடந்தா. நானே பயந்துட்டேன். இப்போ, இவ கூப்பாடு போட்ட பிறகுதான் எனக்கு உசிரே வந்தது. இனிமே பயப்பட வேண்டியதில்லை...”

“காலையிலே டாக்டரை அழைச்சிட்டு வந்து பாருங்க” என்று சொல்லிவிட்டுச் சுந்தரம் திரும்பினான். முதலியார் வீட்டிலிருந்து யாரும் வெளிவரவில்லை என்பதையும் பார்த்துத் தெரிந்து கொண்டான்.

“நாமகிரி! நெஜமாகவே அந்த அம்மாள் ரொம்பக் கஷ்டப் படுறா!”

“அவரு படுற கஷ்டத்தைவிடவா? பேசாம இருங்கோ. வேற வேலை இல்லை” என்றாள் நாமகிரி.

“நாமகிரி, இந்த வீட்டுக்கு நாம்ப வந்து மூணுமாசம் ஆகல்லே. இதுவரையிலும் முப்பது தடவை தலைவலி வந்திருக்கு; ஆனா இப்படி நடுராத்திரிலே ஒரு நாளும் கூப்பாடு போட்ட தில்லே. இதுதான் முதல் தடவை.”

“அதெல்லாம் ஒண்ணுல்லை. எப்பவுமே இப்படி ஜாமத் திலே கூப்பாடு போடுறதும் உண்டாம். ஒண்ணும் புதுசில்லே. ஒருசமயம் முதலியார் வெளியே வந்து ‘இதென்ன, வாரத்திலே ரெண்டு நாள் இந்தக் கூப்பாடு? மனுஷன் தூங்குறது எப்படி? ஆஸ்பத்திரிலே கொண்டு போய்ச் சேர்த்து ஒரேயடியாகக் குணப்படுத்திக்கிட்டு வர்றதுக்கென்ன’ன்னு சத்தம் போட்டா ராம். உடனே முதலியாரோடே இந்த மனுஷன் சண்டைக்குப் போயிட்டாராம். அப்போ இருந்துதான் ரெண்டு பேரும் பேசுறதே இல்லையாம்.”

“ஓஹோ! அதனாலேதான் பேசுறதில்லையோ..?”

இருவரும் இரண்டாவது தூக்கத்தைத் தொடங்கினார்கள்.

மறுநாள் விடிந்ததும் சுந்தரம் விசாரித்துவிட்டு வரப் போனான். லோகநாயகிக்கு இட்டிலியும் சாம்பாரும் பரிமாறிக் கொண்டிருந்தார் சம்பந்தம்.

"இப்போ சரியாயிட்டுதா?" என்று கேட்டான்.

"சரியாயிட்டது, ஸார்" என்று மகிழ்ச்சியோடு சம்பந்தம் சொல்லவே சுந்தரம் வீடு திரும்பி மனைவியிடம் "அம்மாள் இட்டிலி சாம்பார் சாப்பிடுறா! வயிறு முட்ட!" என்றான்.

"டாக்டரை அழைச்சிக்கிட்டு வரல்லியோ?"

"அவர் வந்தால் பத்தியச் சாப்பாடு சாப்பிடச் சொல்வாரே! கஞ்சியை மட்டும் குடி நாலு நாளைக்குன்னு சொல்லிட்டா என்ன பண்றது? சமயம் பார்த்துத் தலைவலி ஓடிப் போயிடும், தெரியுமோ?"

சுந்தரம் தலையில் அடித்துக்கொண்டு போய்க் குளித்தான். சாப்பிட்டுவிட்டு ஆபீசுக்குப் போய்விட்டான்.

'இப்படியும் ஒரு மனிதன் இந்த உலகத்தில் இருப்பான்' என்று சுந்தரம் நினைத்துப் பார்த்தது கூடக் கிடையாது. நமக்கு ஊர் சேலம், மெட்ராஸ்காரர்கள் இப்படித்தான் இருப்பார்கள் என்று நினைக்கலாம் என்றால், முன் போர்ஷன் வேதாசல முதலியார் அப்படி இல்லையே!' சுந்தரம் இப்படியே சிந்தனையை ஓட்டிக்கொண்டிருந்தான். குடும்ப வாழ்க்கையில் ஆறு மாதங் களுக்கு முன்னால் புகுந்த தானும், நாற்பது வருஷங்களுக்கு முன்னால் புகுந்த வேதாசல முதலியாரும் – வெவ்வேறு ஊர்க் காரர்களாக இருந்தாலும் – ஒரே மாதிரியாக இருக்கும்போது சம்பந்தம் மட்டும் வேறு விதமாக இருப்பானேன் என்று யோசித்துப் பார்த்தும் அவனுக்கு விளங்கவில்லை. எந்த வகை யிலுமே சம்பந்தம் அவனுக்கு ஒரு புதிராகவே இருந்தார். சம்பளம் இருநூற்றைம்பது வாங்கியும் மாதத்தில் பாதி நாட்களைக் கடன் வாங்கியே ஓட்டிக்கொண்டிருக்கிறார். எல்லோரிடத்திலும் கடன். மளிகைகடைக் கடன், மற்றக் கடன்களைவிடப் பெரிதாக இருக்குமாதலால் அதை ஒரு தேதியில் தீர்க்க முடியாததில் ஆச்சரியம் ஒன்றும் இல்லை என்று சொல்லலாம். பத்து ரூபாய் பால்கடன், மூன்று ரூபாய் தயிர்க்கடன், ஏன் – இரண்டு ரூபாய் கறிக்காய் கடனைக்கூடத் தீர்க்காமல், ஒவ்வொருவனிடமும் மானக்கேடான சொற்களை மாதம் தவறாமல் வாங்கிக் கட்டிக்கொள்கிறாரே இது ஏன்? ஒரு நாள் பால்காரன் வந்து பேசிய பேச்சைச் சுந்தரம் காதாரக் கேட்டான். மாலை நேரம் சம்பந்தம் தெருப்படியில் நின்று கொண்டிருக்கிறார். சுந்தரம் அவரோடு பேசிக்கொண்டு

நிற்கிறான். மொழிப் பிரச்சனையைத் தீர்ப்பதற்கு ஒரு சுலபமான வழி இருக்கிறது என்று சொல்லி, அது என்ன வழி என்பதைச் சம்பந்தம் விவரிக்கத் தொடங்கிய சமயம். திடீரென்று பால்காரன் பிரசன்னமாகி, வலது கைவிரல்களால் சம்பந்தத்தின் முகத்தில் இடித்துக்கொண்டு, "நீ ஒரு மனுஷனா? நீ ஒரு சம்சாரியான்னு கேட்கிறேன். ஆறு மாசமாப் பாக்கியை வச்சிக்கினு மனுஷ னாட்டம் நடமாடறியே ஐயா! ஒடம்பிலே ஒனக்கு சொரணை இருக்கான்னு கேட்கிறேன். கொடுக்கக் கெதி இல்லேன்னு சொல்லிப்பிடேன்; நான் போயிடுறேன். அப்புறம் ஒன்னைக் காசு கேட்டா என்னைச் செருப்பாலே அடி. என்ன ஸார் நான் சொல்றது?"என்று சுந்தரத்தையும் இழுத்துப் போட்டுக் கொண்டு பேசினான் பால்காரன். சுந்தரமோ – அதைக் கேட்காதவன்போல் உள்ளே வந்துவிட்டான். உள்ளே இருந்த முதலியார், இருட்டாக இருந்தாலும் பரவாயில்லை என்று தெருவை நோக்கியிருந்த ஜன்னலின் இரண்டு கதவுகளையும் இழுத்து அடைத்துவிட்டார்.

பால்காரன் ஆத்திரத்தையெல்லாம் கொட்டித் தீர்க்கட்டும் என்று பொறுமையாகக் காத்திருந்தார் சம்பந்தம். 'உனக்குப் பொண்டாட்டி பிள்ளை கேடு! பேமானி! எங்க தெருவிலே ஒரு பொம்மனாட்டி ரெண்டாம் தேதி ஆயிட்டா தேடிக் கொண்டாந்து பால் வாங்கின பணம் இந்தான்னு குடுக்கிறா, ஐயா. நீ சம்பளத்தை வாங்கி ஜோபியிலே போட்டுக்கினு அடுத்த மாசம் அடுத்த மாசம்னு ஆறு மாசமாச் சொல்றியே, ஒனக்கு வெட்கமா இல்லை? மானங்கெட்ட மனுஷன்! சீ..." – இத்தனை வார்த்தைகளும் கடைசிப் போர்ஷனுக்குக் கேட்டன.

அப்புறம் அதாவது பால்காரனின் ஆத்திரம் அடங்கியதற்கு அப்புறம் – சம்பந்தம் அமைதியாக வாயைத் திறந்தார். என்னென்னவோ பேசினார். அந்த வார்த்தைகள் உள்ளே கேட்கவில்லை. ஒரு மணி நேரம் நின்று சமாதானம் கூறினார். 'பால்காரன் பணம் வராவிட்டாலும் பரவாயில்லை. இந்தப் புராணத்தைக் கேட்டுக்கொண்டு நிற்க வேண்டாம்' என்பது போல் தப்பி ஓடப் பார்த்தான். 'இதைக் கொஞ்சம் கேட்டுக்கோ, இதைக் கொஞ்சம் கேட்டுக்கோ' என்று அவனை இழுத்துப் பிடித்துக்கொண்டு பேசினார் சம்பந்தம். அவனால் தாங்க முடியவில்லை. "அடப் போய்யா, ஒன் கதை யாருக்கு வேணும்?" என்று சொல்லிவிட்டு அவன் ஓடிவிட்டான்.

"கடன்காரர்கள் கத்தியை எடுத்துக்கிட்டு வந்தாலும் இங்கே பாச்சா பலிக்குமா? எதையாவது சொல்லி சமாளிச்சி ஆளை அனுப்பிப் போடுறாரே! அன்னிக்கிக் கறிகாய்க்காரன்

என்ன பேச்சுப் பேசினான்! அப்படிப் பேசினவனையே சமாதானப்படுத்திப்பிட்டார். கடைசியில் கொஞ்சிக் குலாவவே ஆரம்பிச்சிட்டாரே மனுஷன்!" என்று சுந்தரம் மனைவியிடம் சொல்லிக்கொண்டிருக்கும்போது, சம்பந்தம் அவனைத் தேடி அங்கே வந்துவிட்டார்.

"ஸார்! பார்த்தீங்களா, ஸார்?' என்று ஆரம்பித்தார் சம்பந்தம்.

'இன்னும் எதைப் பார்க்கணும்? என்று நினைத்துக் கொண்டு சுந்தரம் அவர் முகத்தை நோக்கினார்.

"அவன் எவ்வளவு கோபமா வந்தான்? இப்போ எவ்வளவு சாந்தமாகப் போறான் பாருங்க! கடன் குடுத்தவன் நாலும் தான் பேசுவான்! இப்படி ஒவ்வொருத்தர் வீட்டிலேயும்தான் பேசுறான்! அவனுக்குச் சொல்ற விதமாப் பதில் சொல்லத் தெரியணும். அது தெரியாமத்தான் முட்டாப்பசங்க சண்டை போட்டுக்கிறாங்க. இப்போ நான் சண்டை போட்டனா? அடிச்சனா? பிடிச்சனா? நாலு வார்த்தை பேசினேன். 'ஸார், கோபத்திலே என்னென்னவோ பேசிப்பிட்டேன். நீங்க குடுக்கிறப்போ குடுங்க'ன்னு சொல்லிப்பிட்டுப் போயிட்டான். எப்படிச் சாதுவாயிட்டான். பாருங்க! எதுவும் நாம்ப பேசுறதிலே இருக்கு. என்ன நான் சொல்றது? அதுதான் ... ஆமாம், நாம்ப பேசிக்கினு இருந்ததை மறந்துட்டமே? அதுதான் 'லாங்குவேஜ் பிராப்ளம்'..."

சம்பந்தம் மொழிப் பிரச்சனைக்குத் தாவவே, "பால்காரங்க மாதிரி உள்ளவங்ககிட்டே இப்படிக் கடன்வச்சிக்கிடக் கூடாது ஸார்" என்று சுந்தரம் துணிந்து சொல்லிவிட்டான்.

ஏற்கெனவே தன்னிடம் சம்பந்தம் இருபது ருபாய் கடன் வாங்கியிருப்பதால் தம்முடைய புத்திமதியைக் கேட்டு அவர் சண்டைக்கு வரமாட்டார் என்ற நம்பிக்கை வேறு அவனுக்கு இருந்தது.

சம்பந்தம் உடனே சொன்னார். "கடன் வாங்கினா என்ன ஸார்? இந்த ஊரிலே யார் வாங்கலே? கவர்மென்ட்டே வாங்குதே ஸார், அமெரிக்காகிட்டே, பிரிட்டன்கிட்டேயெல்லாம்..."

"ஸார், நான் கொஞ்சம் வெளியே அவசரமாப் போகணும்" என்று சொல்லிவிட்டுச் சுந்தரம் வேகமாக வெளியே போய் விட்டான்.

அன்று நடந்த இந்தச் சம்பவமும் சுந்தரத்திற்கு இப்போது ஆபீஸில் ஞாபகத்திற்கு வந்தது. தொடர்ந்து இப்படிப் பல

சம்பவங்கள் ஞாபகத்திற்கு வந்துவிட்டன. சம்பந்தம் மாதா மாதம் வாங்கும் சம்பளத்தை அவர் மனைவி ஒரு பைசா குறையாமல் வாங்கிக்கொள்கிறாள் என்றும், அதுதான் சம்பந்தத்தின் கடன் பாக்கிகள் தீராமல் இருப்பதற்கு மூல காரணம் என்றும் முதலியார் வீட்டு அம்மாள் சொன்னதாக நாமகிரி ஒருசமயம் கூறியதை சுந்தரம் நினைத்துப் பார்த்த போது 'இந்த ராக்ஷஸி ஏன் இப்படி அவரைக் கொடுமைப் படுத்துகிறாள்? அந்த மனுஷன் எதற்காக இப்படி அவளிடம் அடிமைப்பட்டுக் கிடக்கிறான்?' என்று யோசித்தான். இந்தக் கேள்விகளுக்கு அவனால் விடையே கண்டுபிடிக்க முடியவில்லை. சிரிப்புத்தான் வந்தது.

லோகநாயகியின் தோற்றத்தைப் பார்த்தால் பத்து நாளைக்குச் சாப்பாடு இறங்காது. அந்த ரம்பையிடத்தில் இந்த மயக்கமா?

2

சரியாக ஐந்து நாட்கள் கழிந்தன. தேதி இருபத்தெட்டு. எட்டிலேயே பிச்சை எடுக்கும் சம்பந்தத்திற்கு இருபத்தெட்டில் நிலைமை எப்படி இருக்கும்? ஆபீசுக்குப் போய் ஒரு காபிகூடக் குடிக்காமல், பஸ் ஏறவும் காசில்லாமல் கால்நடையாக வீடு திரும்பிக்கொண்டிருக்கும் காலகட்டம். அந்தச் சந்தர்ப்பத்தில் ஞாயிற்றுக்கிழமை பகல் – சினிமாக் காட்சிக்கு எதிர் வீட்டுப் பெண்மணிகள் சிலருடன் லோகநாயகி கிளம்பினாள். எப்போதும், வெளியே கிளம்பும்போது பிள்ளைகளுக்கும் கணவனுக்கும் அவள் உத்தரவுகள் போடுவாள். அப்போது அவள் வெளியே நடை பாதைக்கு வந்துவிடுவது வழக்கம். அவளுக்கு அதுதான் தர்பார் மண்டபம் என்று மற்றவர்கள் பேசிக்கொள்வதும் உண்டு. அன்று அவளுடைய தர்பாரைக் கண்டுகளிக்கா விட்டாலும் கேட்டாவது களிப்போம் என்று சுந்தரமும் நாமகிரி யும் தங்கள் குடியிருப்பில் அரவமில்லாமல் காதையும் கவனத்தை யும் திருப்பி வைத்துக்கொண்டு காத்திருந்தார்கள். காலை பத்து மணி. அப்போது போய் கியூவில் நின்றால்தான் மூன்றரை மணிக் காட்சிக்கு இடம் பிடிக்கமுடியும். லோகநாயகி தர்பார் மண்டபத்திற்கு வரும்போது தெரு வாசற்படியில் சகாக்கள் காத்துக்கொண்டு நின்றார்கள்.

மூத்த மகனை அழைத்தாள். "டேய் துரை, மறந்துடாமே பாலை வாங்கி வை. அப்புறமா மிஷினுக்குப் போய்க் கோதுமையை அரைச்சிக்கிட்டு வா. வெளையாடப் போயிடாதே. கண் முழியைத் தோண்டிப்பிடுவேன்."

அந்தப் பத்து வயதுப் பையன் கைகட்டி வாய் புதைத்து உத்தரவுகளை வாங்கிக்கொண்டு அப்பால் சிறிது நகர்ந்தான்.

"பாபு!"

இது இரண்டாவது பையனை. அவனுக்கு வயது எட்டு,

"பாபு! பேபியோட வெளையாடு. அடிச்சே சீண்டுனேன்னு தெரிஞ்சுது, முதுகுத்தோலை உரிச்சிப்பிடுவேன்" என்று சொல்லும் போது, மூன்று வயதுப் பெண் பேபி "நானும் வருவேன்" என்று பக்கத்தில் வந்தது. "தோ பாரு! உனக்கு மிட்டாய் வாங்கி வர்ரேன்னு சொன்னனே, இன்னும் அடம்பிடிக்கிறயே, போ போ பேசாமே" என்று சொன்னாள்.

குழந்தை பிடிவாதமாக வந்து ஒட்டியது. அதை ஒரு தள்ளுத் தள்ளி, "சனியன்!" என்று அருவருப்போடு சொன்னாள். கோபக் கண்களோடு கணவனை ஏறிட்டுப் பார்த்தாள். "பார்த்துக்கினு நிக்கிறியே கொயந்தையை அந்தப் பக்கம் கொண்டு போயேன். வேடிக்கையா பார்க்கிறே?" என்று கடிந்து கொண்டாள்.

சம்பந்தமோ அந்த வார்த்தைகளைக் காதில் வாங்கிக் கொள்ளாமல், "லோகா! நல்ல படம்னு எல்லாரும் சொல்றாங்க நானும் வர்றேனே" என்று பற்களைக் காட்டிக்கொண்டே சொன்னார்.

உடனே வீட்டையே இரண்டாகப் பிளக்கக் கூடியவாறு அவ்வளவு கூர்மையாக 'சீ' என்று கத்தினாள். அது சம்பந்தத்தின் நெஞ்சை மட்டும் பிளக்கவில்லை.

"என்ன லோகா, இப்படிச் சொல்றே?"

"உனக்கு புத்தி இருக்கா? புத்தி இருக்கான்னு கேக்றேன். இத்தனூண்டு பசங்களை தனியா வுட்டுட்டுப் படம் பார்க்க வர்ரேன்னு சொல்றியே? அதுங்களுக்கு யார் காபி போட்டுக் கொடுப்பா? மொதல்லே பக்கத்து வீட்டு பொம்மனாட்டிங்க என் கூட வர்றாங்கன்னு தெரிஞ்சும் நீ கூட வரணும்னு சொல்லலாமா? முண்டம்!"

சம்பந்தம் ஒடுங்கிவிட்டார்.

"சரி சரி, கோவிச்சுக்காதே, போய் வா" என்று விடை கொடுத்தார்.

கம்பீரமாக லோகநாயகி தெருவைப் பார்த்துத் திரும்பினாள். முகத்திலே சிரிப்பை வரவழைத்துக்கொண்டு மற்றப் பெண்மணி களோடு புறப்பட்டுவிட்டாள்.

சம்பந்தம் உள்ளே திரும்பும்போது சுந்தரம் தன் வீட்டு வாசலில் வேண்டும் என்றே வந்து நின்றான். அவனால் தாங்க முடியவில்லை. உடம்பெல்லாம் தகித்தது. லோகநாயகியைத் தூணில் கட்டிவைத்துச் சவுக்கால் அடிக்க வேண்டும் என்று அவனுக்கு ஆத்திரம் வந்தது. இல்லையென்றால் சம்பந்தத்தை யாவது உயிரோடு தீயில் தூக்கிப்போட்டுப் பொசுக்கிவிட வேண்டும் என்று துடித்தான். 'பட பட'வென்று அவனே அவரைப் பார்த்து வந்தான். அனாவசியத் தலையீடு, அநாகரிகத் தலையீடு என்று மெட்ராஸ்காரர்கள் யாரும் நினைத்தால் நினைக்கட்டும் என்று அவரை நோக்கி வந்து "ஸார், நல்லாயில்லை ஸார்" என்று சொன்னான்.

"எது நல்லாயில்லை?" என்று கேட்டார் சம்பந்தம்.

சுந்தரத்திற்குப் பதில் சொல்லத் தெரியவில்லை. உதடுகள் மட்டும் துடித்தன.

"கோவிச்சுக்காதீங்க. எனக்குக் கஷ்டமா இருக்கு. குடும்பத் திலே இப்படி... அதிலும் என்னைப்போல நாலுபேரை வச்சிக்கிட்டு... பக்கத்து வீட்டுப் பொண்கள் வேறே வெளியே நிற்கிறாங்க... நீங்க கேப்பீங்க 'நீயாருடா என் குடும்ப விசயத்திலே தலையிடுறதுக்குன்னு.' ஆனா, எனக்கே பொறுக்கல்லே..."

"நீங்க என்ன சொல்றீங்க?" என்று புரியாமல் கேட்டார் சம்பந்தம்.

"புருஷனைப் பார்த்து நீ நான்னு பொண்டாட்டி பேசினா எங்க ஊரிலே ரெண்டா வெட்டிப் போட்டுடுவான். நீங்க என்னடான்னா..."

சம்பந்தம் உடனே, "யாரு, லோகா கோவிச்சுக்கிட்டதைச் சொன்னீங்களா?" என்று கேட்டார்.

"இதைப் பத்தி எனக்குப் பேசவே பிடிக்கல்லே. நீங்க ரொம்ப எடம் குடுத்திட்டீங்க... வேண்டாம், நான் வர்றேன்" என்று சிறிது பயத்தோடே சுந்தரம் புறப்பட்டான்.

சம்பந்தம் திடீரென்று கூச்சல்போட்டுச் சண்டைக்கு வந்து விடுவாரோ என்று அவனுக்கு உள்பயம். அவருக்கு அவன் இருபது ரூபாய் கடன் கொடுத்திருப்பது உண்மைதான் என்றாலும், இன்னொரு குடும்ப விவகாரத்திலே, தலையிடும் அளவுக்குத்தானே தலையிடமுடியும்?

அவன் திரும்பிப் போய்க்கொண்டிருக்கும்போது, "அதைப் பத்தி அப்புறம் சொல்றேன்" என்று சம்பந்தம் சொல்லிவிட்டு

பிள்ளைகளுக்குச் சாப்பாடு போட உள்ளே அழைத்துக்கொண்டு போனார்.

அன்று சாயங்காலம் ஐந்து மணிக்கு சுந்தரம் வீட்டிலிருந்து வெளியே போய்க்கொண்டிருந்தான். சம்பந்தம் அவனைப் பார்த்துக்கொண்டார். “எந்தப் பக்கம் போறீங்க? கொஞ்சம் இருங்களேன். நானும் வர்றேன்” என்று சொல்லிவிட்டு அவர் அவனைப் பின் தொடர்ந்தார். பக்கத்திலே ஒரு சிறு பிள்ளையார் கோவில். இரண்டு பேர் நின்று நிம்மதியாகப் பேச அந்த இடமே போதும் என்று சுந்தரத்தை அவர் அங்கேயே நிறுத்தினார்.

சுந்தரம், “என்ன ஸார் சமாச்சாரம்? எனக்கு உங்களோடே பேசவே இஷ்டமில்லை, நீங்க சண்டைக்கு வந்தாலும் சரி, நான் சொல்றேன். ஒரு ஆம்பிளை இப்படி இருக்கக்கூடாது. நீங்க உசிரையே விடுறிங்க. உங்க வீட்டு அம்மாளோ கொஞ்சம் கூட மரியாதையில்லாமே ‘சீ, முண்டம் அப்படி இப்படி’ன்னு பேசுறாங்க. அதை கேட்டுட்டுச் சும்மா நிற்கிறீங்களே, ஸார். கடன்காரன்தான் பேசுறான்; கட்டின பெண்டாட்டியுமா பேசுறது அப்படி!” என்று கோபமாகவே பேசிவிட்டான்.

சம்பந்தம் இமை கொட்டாமல் அவனுடைய கண்களையே பார்த்துக்கொண்டு மௌனமாக நின்றார். பிறகு இலேசாக, பரிகாசமாகவே ஒரு சிரிப்புச் சிரித்தார். “ஸார், நீங்க பேசுறீங்க என்கிறதனாலே, எனக்குக் கோபம் வராமே, சிரிப்பு வர்றது. வேறொருத்தன் பேசியிருந்தால் அப்போ நான் என்ன செய்வேன். என்ன சொல்வேன்னு எனக்கே தெரியாது. நீங்க சொந்த பிரதர் மாதிரி. அதிலும் கொஞ்ச வயது. ஆமா, உங்களுக்கு கல்யாணமாகி எத்தனை வருஷமாச்சு?”

சுந்தரம் பதில் சொல்லவில்லை.

“சொல்லுங்க ஸார். எத்தனை வருஷமாச்சு?”

“அதை ஏன் இப்போ கேட்கிறீங்க? ஆறு மாசமாச்சு”

“ஆறு மாசமாச்சு . . . சரி, என்ன சம்பளம் இப்போ உங்களுக்கு?”

“சுமார் இருநூறு.”

“இருநூறு. குழந்தைகள் எத்தனை?”

சுந்தரம் சிரித்தான். “என்ன நீங்க போடுற கேள்வி? எத்தனை குழந்தைன்னு உங்களுக்குத் தெரியாதா?”

“இதுவரையிலும் குழந்தைகள் இல்லை . . . தெரியும் . . . கடன் எவ்வளவு இருக்கு?”

"அந்தப் பெருமை எனக்கு இன்னும் கிட்டல்லே. இங்கே குடிவந்து கொஞ்ச நாள்தானே ஆச்சு. அதுக்குள்ளே என்னை ஒருத்தன் நம்பிக் கடன் குடுப்பானோ? இன்னும் ஒரு வருஷம் இருந்துதான் அந்தப் பெருமையைத் தேடமுடியும் . . ."

"ஸார். . .!" என்று ஒரு பெரிய இழுப்போடு ஆரம்பித்தார் சம்பந்தம். "நீங்க ஏன் எனக்கு இப்படியெல்லாம் புத்தி சொல்றீங்க என்கிறதுக்கு உங்க வாயாலேயே பதில் சொல்லிட்டீங்க! புதுக் குடித்தனம்; குழந்தை இல்லை; கடன் இல்லை; சம்பளம் இருநூறு. நீங்க அப்படித்தான் பேசுவீங்க. இப்போ நீங்க இருக்கிற கட்டத் திலே நான் பதினஞ்சு வருஷத்துக்கு முன்னாலே இருந்தேன். அப்போ, உங்களுக்கு மேலே நான் வீரம் பேசினேன். உங்களுக்குத் தெரியாது. ஆனா அந்த முதலியாருக்குத் தெரியும். என் ஒய்பை உசுர் போறாப்லே அடிச்சிருக்கிறேன், மூணு தடவை அவளைப் பொறந்த வீட்டுக்கே அடிச்சுத் தொரத்தியிருக்கிறேன். நான் இப்படி ஒரு கோயிலிலேயே வந்து உட்கார்ந்திருந்தாலும், என்னைத் தேடி வேளாவேளைக்குக் காப்பி டிபன் வந்தாகணும். சாம்பாரிலே உப்பு கொஞ்சம் கூடினாலும் போச்சு. கொறைஞ்சா லும் போச்சு, சாம்பார் பாத்திரத்தை அப்படியே எடுத்துச் சாக்கடையிலே கொண்டுவந்து கொட்டுவேன். அன்னிக்கு அவ வாங்குற அடியை ஆடு, மாடுகூட வாங்காது. . . தெரிஞ்சதா . . ? தம்பிடிக் காசுகூட என்கிட்டே கேட்டு வாங்கினா, ராத்திரியிலே அதுக்கு என்ன செலவுன்னு கணக்குச் சொல்லணும். . . கொரங்கா ஆட்டி வச்சேன். என் தலையைக் கண்டுட்டா நடுங்குவா — இத்தனையும் கதைன்னு நெனைக்காதீங்க. உங்க முகத்தைப் பார்த்தா நீங்க நம்பலலேன்னு தோணுது. வேணும்னா முதலியாரைக் கேட்டுப் பாருங்க . . ."

சுந்தரம் கேட்டான். "அப்போ அப்படி இருந்துட்டுத்தான் இப்போ இப்படி ஆயிட்டீங்களா?"

"அப்புறம் பொய்யா சொல்றேன். முதலியாரைக் கேட்டுப் பாருங்கன்னு சொல்றனே! அப்புறம் குழந்தை குட்டியாச்சி . . . நாலு நல்லது கெட்டது நடந்தது . . . எங்க தம்பி கல்யாணம்; எங்க அப்பா செத்தது; மச்சினனைப் படிக்க வச்சது. . . இப்படி ஒண்ணுபோக ஒண்ணு பெரிய செலவு; அதனாலே பெரிய கடன். வாங்குற சம்பளம் செலவுக்கே பத்தாதபோது கடனை அடைக்கிறது எப்படி? என்னாலே நிர்வாகம் பண்ணவே முடியல்லே. லோகா, விடிஞ்சா அதுக்கு இதுக்குன்னு காசு கேட்டுக்கிட்டே இருப்பா. ஒருநாள் பார்த்தேன், 'நீயே பணத்தை வச்சிக்கோ; நீயே செலவு பண்ணு. குடும்பத்தை நீயே நிர்வாகம்

பண்ணிக்கோ'ன்னு சம்பளத்தை அவ கையிலே குடுத்தேன். இப்பவும் குடுத்துக்கிட்டிருக்கேன். செலவுக்குப் பத்துதோ பத்தலையோ அவ பொறுப்பு. குடும்ப பாரத்தையே இப்போ அவ தாங்குறா..."

சம்பந்தம் கொஞ்சம் மூச்சுவிட்டார். பிறகு பழையபடியும் தொடர்ந்தார்.

"என்ன ஸார், அவளுக்கு என்னாலே ஒரு நகை பண்ணிப் போட முடியல்லே, ஒரு பட்டுப் புடவை வாங்கித்தர முடியல்லே..."

"அதுக்காக இந்தச் சொல்லா கேட்கிறது?"

"கொஞ்சம் பொறுங்க... இந்தச் சொல் என்ன, எந்தச் சொல்லும் கேட்பேன். ஏன்? அதைத்தான் சொல்ல வந்தேன்... ஒருநாள் இப்படித் தனியா ஒரு இடத்திலே உட்கார்ந்து யோசனை பண்ணினேன். மனுஷன் எதுக்காக வாழ்றான்? இந்த வாழ்க்கையிலே அவன் எதை அனுபவிக்கிறதிலே சந்தோஷப் படுகிறான்? இப்படி யோசனை பண்ணினேன்னு வச்சிக் கோங்களேன். ஒலகத்திலே அத்தனை பேரும் வயித்துக்குச் சோறும் கட்டிக்கத் துணியும் குடியிருக்கவூடும் துணைக்குப் பொண்டாட்டியும் வேணும்னுதான் ஆசைப்படுறான். மத்த ஆசைகள் இருக்கும். ஆனா இந்த நாலும் தானே 'எஸ்ஸன்ஸ்!' இல்லையா? இந்த நாலும் நமக்குக் கெடைக்குதான்னு பார்த் தேன். கெடைக்குது. கஞ்சியோ கூழோ கெடைக்குது; கொடக்கூலி வூடாவது இருக்கு; பொண்டாட்டி இருக்கிறா. இந்த நாலுக்கும் ஆபத்து வராமே இருக்கணும். மத்த ஆசைகள் நமக்குத் தேவை இல்லை; ஆசைப்பட்டாலும் கெடைக்காதுன்னும் முடிவு பண்ணிட்டேன். பொண்டாட்டி திட்டுனா என்ன, அடிச்சா என்ன? நம்மைவிட்டுப் போகாமே நம்மோட இருக்கிறா. நமக்குப் பிள்ளைப் பெர்றா, அப்புறம் ஆக்கிப் போடுறா. சோறும் பொம்ம னாட்டியும்தானே ஸார் நாம்ப கண்ட சொகம். வேற சொகம் ஆசைப்பட்டாலும் கிடைக்கப் போகுதா – இந்த ஜன்மத்திலே? அதுவும் இந்தச் சம்பளத்திலே? பார்த்தேன் அவ என்ன பேசினாலும் சரி, கடன்காரங்க என்ன பேசினாலும் சரி, கவலைப்படுறதும் சண்டைக்குப் போறதும் முட்டாள்தனம்னு விட்டுட்டேன்..."

"நீங்க சொல்றது சரியில்லை. மனுஷன் கௌரவமாகவும் வாழணுமே!"

"முடிஞ்சால் வாழலாம்தான். ஆனா நமக்கு எங்கே முடியும்? எங்கே முடியுது? ஆபீசிலே முட்டாப் பயல்களும் காலிப் பயல்களும் கூட அதிகாரியாக வந்துடுறாங்க. அவங்

களுக்கு நாம்ப அடிமையா நடக்கிறோம்; பத்து நிமிஷம் லேட்டுன்னா பயந்து சாகிறோம். ஆயிரம் மன்னிப்புக் கேட்கிறோம். நாய்களையெல்லாம் முகஸ்துதி பண்றோம். அங்கே அப்படியா! இங்கே வூட்டிலே இந்தக் கதை இப்படி! வூட்டுக்காரன் கொடக் கூலியை ஏத்திடப்படாது, காலிப் பண்ணச் சொல்லிடக் கூடாதுன்னு அவன் நாடியைத் தாங்குறோம். காலிலேதான் வுழல்லே. அப்புறம் பொண்ணைப் பெத்திட்டா கட்டிக்கச் சொல்லி கண்ட கண்ட கழுதைகளையெல்லாம் போய்க் காலைப் பிடிக்கிறோம். நமக்கு என்ன ஸார் கௌரவம்? ஒருத்தன் அடிச்சிட்டா திருப்பி அடிக்கப் பயப்படுறமே, அது ரொம்ப கௌரவமோ? இப்படி எவன் எவன் கிட்டவோ அவமானப்படுறப்போ, அரிசியும் பருப்பும் அவசரத்துக்குக் கடன் குடுக்கிறவன்கிட்டே அவமானப்பட்டா என்ன? கட்டின பொண்டாட்டிக்கிட்டே அவமானப்பட்டா என்னா?"

"ஸார், நீங்க சொல்றதை இன்னும் நான் ஒப்புக்கொள்ள மாட்டேன். எல்லாரும் உங்களைப் போல்தான் பயப்படுறாங்களான்னு கேட்கிறேன். எந்த வீட்டிலே இப்படி மரியாதைக் குறைவா 'ஒய்ப்' பேச ஒருத்தன் கேட்டுக்கிட்டு நிக்கிறான்?"

"நீங்க எத்தனை வீட்டைப் பார்த்துட்டீங்க? அங்கங்கே என்ன நடக்குதுன்னு உங்களுக்கு என்ன தெரியும்? அப்படியே எவனாவது 'ஒய்ப்'பை அடக்கினா என்ன நடக்கும்? சண்டைதான் மிச்சம். நாலு நாளைக்குச் சோற்றுக்கு லாட்டரி. அது மட்டுமா? கல்யாணம் பண்ணியும் பிரம்மச்சாரி. பயல் தூக்கம் வராமே அலைமோதுவான். அப்புறம் அவ காலிலே ரகசியமாக வுழுவான். தெரியாத சங்கதியா இது?"

சுந்தரம், முதலியாரைத் திருஷ்டாந்தம் காட்டி "வேதாசல முதலியார் இருக்கிறார். அவர் வீட்டு அம்மாவைப் பாருங்க..." என்று சொல்லும் போதே, சம்பந்தம் இடைமறித்து ஒரு சிரிப்பும் சிரித்துக்கொண்டு, "ஸார், அவர் அடக்கியாளலாம். பொண்டாட்டி செத்தாலும் கவலையில்லை. வயது அறுபதுக்கு மேலே ஆச்சு. இந்த வயசிலே பொண்டாட்டி இருந்தா என்ன இல்லாட்டா என்ன? நான் சொல்றது புரிஞ்சதா?"

சுந்தரத்தினால் சிரிப்பை அடக்க முடியவில்லை.

சம்பந்தம் அதைக் கவனிக்காமல், "ஆமா ஸார், நம்ப யாரு? நம்ப நிலைமை என்ன? – இந்த ரெண்டையும் ஒருத்தன் முதலிலே தெரிஞ்சிக்கணும் இதைத் தெரிஞ்சிக்கிட்டா அதைப் போல நிம்மதி, ஒரு இன்பம் உலகத்திலே ஒண்ணு கிடையாது. எவன் திட்டட்டுமே, எவன் வையட்டுமே! நம்ப காரியம்

நிறைவேறினாச் சரிதானே? அதை மறந்துட்டு தன்னைப்பத்தி என்னென்னவோ பெரிசா நினைச்சிருக்கிறதாலேதான் உலகத் திலே அத்தனை சண்டையும், அத்தனை வம்பும்! நான் சொல்றது புரிஞ்சதா?" என்றார்.

"புரிஞ்சுது" என்று சொல்லிவிட்டு கடைத் தெருவைப் பார்த்துப் போனான் சுந்தரம். பக்கத்துத் தெருவையும் ஸ்ரீமுருக பக்த ஜனசபையையும் கடக்கும்போது சுந்தரத்திற்கு மறைதிரு பழனிவேலனார் சொன்ன விஷயம் ஞாபகத்திற்கு வந்தது. மகா முனிவர்களிலேயே தன்னையறிந்த ஞானி லட்சத்திலே ஒருத்தர் என்று அவர் சொன்னார். தன்னையறிந்துவிட்டால் அதுவே இன்பநிலை என்றும் சொன்னார். ஏன் அப்படி என்று அவனுக்கு அப்போது புரியவில்லை. ஆனால் இப்போது புரிந்துவிட்டது. மறைதிரு பழனிவேலனார் சொன்னதை ஒப்புக் கொள்ள வேண்டியதுதான் என்று தோன்றியது. ஆனால் முதலாவது கூற்றை மட்டும் அவனால் ஒப்புக்கொள்ள முடிய வில்லை. தன்னையறிவதற்கு ஒருவன் முனிவனாக மாற வேண்டிய அவசியம் என்ன வந்தது – இல்லறத்தில் இருந்து கொண்டே, மனைவியிடமும் கடன்காரனிடமும் மானங் கெட்ட வார்த்தைகளைத் தினமும் கேட்டுக்கொண்டே தன்னை யறிவதற்குச் சாத்தியம் இருக்கும்போது?

சுந்தரம் சிரித்துக்கொண்டே நடந்தான்.

இவனை நினைத்துச் சம்பந்தம் எந்தத் தெருவில் சிரித்துக் கொண்டு நடந்தாரோ?

கணையாழி, ஆகஸ்ட் 1968

முகக் களை

பாண்டுரங்கத்திற்கும் தேவகியம்மாளுக்கும் கல்யாணமாகி ஏறக்குறைய இருபது வருஷங்கள் ஆகின்றன.

ஏதோ ஒருவகையில் தான் அழகாக இருப்பதாய் தேவகியம்மாள் நினைக்கத் தொடங்கியது கல்யாணத் திற்குப் பிறகுதானே ஒழிய முன்னால் அல்ல. கன்னிப் பெண்ணாக இருந்தபோது தன்னை அவள் அழகியாகக் கருதவில்லை என்பதோடு, ஒரு கட்டத்தில் தன் முகம் அவலட்சணமாய் இருப்பதாகவும்கூட நினைத்திருக்கிறாள். அதற்குக் காரணம், அவளுக்குப் பேசிய இரண்டு கல்யா ணங்களும் நின்றுவிட்டதுதான். இரண்டு இடங்களிலும் மாப்பிள்ளைகளின் பெற்றோர்கள் முகூர்த்தம் வைக்கத் தயாராகவே இருந்தார்கள்; ஆனால் பெண்ணை நேரில் வந்து பார்த்த மாப்பிள்ளைகள்தான் திரும்பிப் பார்க்காமல் போய்விட்டார்கள்.

இது தெரிந்து அப்போது அக்கம்பக்கத்தார் கை கொட்டிச் சிரித்தார்கள். "அதுதானே பார்த்தேன்? இவளை யும் இவ பல்லையும் இவ மூஞ்சியையும் பார்த்துட்டு ஒருத்தன் இவளைக் கட்டிக்கச் சம்மதிப்பானான்னு கேட்டேன். இவளைப் பார்த்துட்டு மாப்பிள்ளைங்க தப்பினேன், பொழைச்சேன்னு ஓடிட்டாங்க!" என்றாள் ஒருத்தி.

"என் பொண்ணுக்கு மாப்பிள்ளை வரப்போறான் ... என் பொண்ணுக்கு மாப்பிள்ளை வரப்போறான்னு அம்மாக்காரி குதிச்சாளே, இப்போ என்ன ஆச்சு? இவளை, ஒருத்தன் எதிர்க்கே ஒக்காத்தி வெச்கிக்கினு சோறு துண்ணவே முடியாதேம்மா, கண்ணாலம் எப்படி

பண்ணிக்குவான்?" என்றாள் இன்னொருத்தி. வெறொருத்தியோ, தேவகியின் காதுகள் எலிக்காதுகள் மாதிரி மேலே ஏறிப்போய் உச்சந் தலையில் இருப்பதாகக் குறை சொன்னாள். அவள் இமை கொட்டும்போது, கோழி கண்ணை மூடித் திறப்பதுபோல் இருப்பதாகச் சொன்னாள் மற்றொருத்தி. தேவகியின் முகத்தில் பல் இருப்பதுதான் தெரிகிறது என்றும், மூக்கு, கண், நெற்றி முதலியவற்றைப் பட்டப் பகலிலேகூட விளக்கைப் பக்கத்தில் கொண்டு போய் வைத்துப் பார்த்தால்தான் தெரியும் என்றும் ஆளுக்கொன்று சொல்ல எல்லோரும் குலுங்கிக் குலுங்கிச் சிரித்தார்கள்.

அக்கம் பக்கத்துப் பெண்கள் இப்படித் தன்னுடைய முகத் தோற்றத்தைப் பற்றிக் கேவலமாகப் பேசிக்கொண்டது தேவகியின் காதுக்கும் எட்டிவிட்டது. ஆனால் அவர்களில் ஒவ்வொருத்தியுமே தனித்தனியாக வந்து மற்றவர்கள்தான் அப்படி அநியாயமாகப் பேசிக்கொண்டார்கள் என்றும் 'இந்தப் பொம்மனாட்டிகளுக்கு வாய் சும்மா இருக்காது, யாரையாவது குத்தம் சொல்லணும். இதே பொழைப்பாப் போச்சு' என்றும் சொன்னார்கள்.

என்றாலும் தேவகிக்கு மனம் உடைந்துவிட்டது. தான் அவலட்சணமாக இருப்பதாய் அவளே நினைக்கும்படி ஆகி விட்டது. இப்படி எண்ணிவிட்ட ஒரு பெண்ணால் உயிரோடு இருக்கவே முடியாது என்றும் உலகத்தில் ஒவ்வொரு பெண்ணும் தன்னிடத்தில் ஏதோ ஒரு கவர்ச்சி இருப்பதாக நினைத்துக் கொண்டிருப்பதால்தான் உயிர் வாழ்கிறாள் என்றும் அவளுக்குத் தோன்றவே, மூன்றாவதாகத் தன்னைப் பார்க்க வரும் ஒருவன் தன்னைத் தட்டிக்கழித்தால் தன் உயிரைத் தானே போக்கிக் கொள்வது என்று முடிவு கட்டிவிட்டாள். மூன்றாவதாக அவளைப் பார்க்கப் போனவர் பாண்டுரங்கம். பார்த்த மாத்திரத் திலேயே அவளைக் கல்யாணம் பண்ணிக்கொள்ள அவர் மனப்பூர்வமாகச் சம்மதம் அளித்துவிட்டார்.

"எத்தனையோ பெண்களை வேண்டாம் வேண்டாம் என்று சொன்னவன், உங்க பொண்ணைப் பார்த்ததுமே சரின்னுட்டான். நான்கூட ஆச்சரியப்பட்டுப் போயிட்டேன். 'என்னடா சங்கதி?'ன்னும் அவனைக் கேட்டேன். அவன் என்ன சொன்னான் தெரியுமா? 'இந்தப் பொண்ணோட முகக்களை வேற யாருக்கு இருக்கும்?'னு சொன்னான்" – பாண்டுரங்கத்தின் தந்தை தேவகியின் பெற்றோரிடம் இவ்வாறு சொன்னார். அவர் சொன்னது நூற்றுக்கு நூறு உண்மையே. தேவகியின் முகக்களையைப் பற்றி பாண்டுரங்கம்

அவ்வாறு போற்றிப் புகழ்ந்தது வாஸ்தவந்தான். அப்படிப் புகழ வேண்டிய ஒரு நிலை பாண்டுரங்கத்திற்கு ஏற்பட்டிருந்ததால் புகழ்ந்தார், ஒரேயடியாகவும் புகழ்ந்தார்.

பாண்டுரங்கம் பெற்றோருடன் வசித்த வீடு, சொந்த வீடாகும். சென்னை நகரில் வாடகைக்கு வீடு கிடைக்காமல் தெருத்தெருவாக எத்தனையோபேர் அலைவதைப் பார்த்த அவருக்குச் சிறு வயதிலேயே சொந்த வீடு என்பது குபேர சம்பத்து என்று தோன்றிவிட்டது. எனவே, தாம் கஷ்டப்பட்டுப் படிப்பது அனாவசியம் என்று எண்ணி, ஆறாம் வகுப்பில் 'பெயில்' ஆகி, அதற்குமேல் பள்ளிக்கூடத்திற்குப் போக முடியாது என்று பிடிவாதமாக மறுத்துவிட்டார். இரண்டொரு வேளை சாப்பிடாமல் இருந்துகூடத் தம் விரதத்தை நிலை நாட்டினார். ஏக புத்திரனை மிகவும் கஷ்டப்படுத்திவிடக் கூடாது என்று பெற்றோரும் வற்புறுத்தவில்லை. அவ்வாறு ஆறாம் வகுப்பு 'பெயில்' என்ற கல்வித் தகுதியோடு வளர்ந்த அவருக்கு இருபது வயது ஆயிற்று. 'உத்தியோகம் புருஷ லட்சணம்' என்று, அவருக்கு மிகவும் சிரமத்தின்பேரில் ஒரு மார்வாடியின் அடகுக்கடையில் ரசீது போட்டுக் கொடுத்துக் கணக்கு எழுதும் ஒரு வேலையை வாங்கிக் கொடுத்தார் தந்தை. சம்பளம் அறுபது ரூபாய்க்கு உயர மூன்றாண்டுகள் ஆயின. அப்படியும் அவருக்குக் கல்யாணம் செய்யப் பெற்றோர் தீர்மானித்தனர்.

சொந்த வீடு இருப்பதால், பங்களாவிலேயே பெண் கட்டலாம் என்று நினைத்துக்கொண்டிருந்தார் பாண்டுரங்கம். ஆனால் பங்களாப் பெண் கிடைக்காமல் போனதோடு, குடிசைப் பெண்ணாவது தனக்குக் கிடைப்பாளா என்றும் ஆகிவிட்டது. கால்காசு வேலையானாலும் கவர்ன்மென்ட் வேலை பார்ப்பவனுக்குத்தான் – அவன் பியூனாக இருந்தாலும் சரி – பெண்ணைக் கொடுப்போம் என்றும் அறுபது ரூபாய் சம்பாதிக்கும் மார்வாடிக் கடைக் கணக்குப் பிள்ளைக்குக் கொடுக்க முடியாது என்றும், ஒவ்வொன்றாக மூன்று இடங் களிலும் ஒரே மாதிரி சொல்லிவிட்டார்கள். இதனால் பாண்டுரங்கம் இடிந்துபோய்விட்டார். சொந்த வீடு இருந்தும் தமக்குச் சம்சார பாக்கியம் கிட்டவில்லை என்றால் இந்த உலகத்தில் சந்நியாசியாகத்தானே வாழவேண்டும் என்று எண்ணி மனம் கலங்கினார். அந்நிலையில்தான் தெய்வாதீனமாக ஒருவர் கொடுத்த தகவலின் பேரில் தேவகியைப் பேசுவதற்குப் போனார்கள். "குரங்காக இருந்தாலும் சரி, பெண்ணாக இருந்தாலும் சரி" என்ற மனப்பக்குவத்துடன் காத்திருந்த

பாண்டுரங்கம் உடனே சம்மதித்து, தேவகியின் முகக்களையையும் உயர்த்திப் பேசிவிட்டார்.

கல்யாணம் நடந்தது. தேவகியும் தனக்கு முகக்களையும் ஏதோ ஒரு வகையில் ஒரு அழகும் பார்த்த பார்வையிலேயே ஒருவன் மனத்தைப் பறிகொடுக்கும்படி செய்யக்கூடிய ஒரு கவர்ச்சியும் இருப்பதாகத் திடமாக நம்பிவிட்டாள். உயிரை விட்டுவிட நினைத்திருந்தவளுக்குப் பாண்டுரங்கம் உயிர்ப் பிச்சை கொடுத்ததோடு, முகக்களையையுமே கொடுத்துவிட்டார். கணவனே கண்கண்ட தெய்வம் என்று அவள் பாண்டுரங்கத் திற்குப் பணிவிடை செய்தாள். அவள் தம்மை மணந்துகொண்ட தால்தான் தாமும் ஒரு சம்சாரியாக வாழமுடிகிறது என்றும் இல்லையென்றால் வெள்ளை வேஷ்டிப் பண்டாரமாக வாழ் நாளைக் கழிக்க நேர்ந்திருக்கும் என்றும் நினைத்த பாண்டுரங்கம் மனைவியைத் தலைக்குமேல் தூக்கிச் சுமக்கத் தயாராக இருந்தார்.

தாம்பத்தியத்தில் அன்பு வெள்ளம் கரைபுரண்டு ஓடியது. ஆனால் பெற்றோர் உயிரோடு இருக்கும் வரையில் அந்த வெள்ளத்தை அவ்வப்போது அணைபோட்டுத் தடுப்பது என்பது நெடுங்கால மரபாக இருந்து வருவதால், சிறிது காலத்திற்குள் ளாகவே, மாமியார் – மருமகள், சண்டைகளும் சில சமயங்களில் மாமனார் – மருமகள் சண்டைகளுமே மூண்டு விட்டன. ஒவ்வொரு சண்டைக்கும் மூலகாரணமாக இருந்தது, வீட்டு வேலைகளைச் செய்யாமல் தேவகி எப்போது பார்த்தாலும் நிலைக் கண்ணாடியின் முன்னால் நின்று தன்னை விதவிதமாக அலங்கரித்துக் கொள்வதிலேயே நேரத்தைப் போக்குகிறாள் என்ற புகார்தான். 'காலையில் ஒரு அலங்காரம், மாலையில் ஒரு அலங்காரமா? அவள் பூசுகிற சென்ட் நெடி தாங்கவே முடியவில்லை. குமட்டல் எடுக்கிறது. வீட்டு நடுக்கூடத்தின் வழியாகக் குடித்தனக்காரர்கள் – ஆடவர்கள் – நடந்து சென்றால் வெட்கம் தாங்காமல் ஓடி வந்து கண்ணாடி இருக்கும் அறை யினுள் புகுந்துகொள்கிறாள்; அப்புறம் நாள் முழுவதும் வெளியே வர மறுக்கிறாள்' இப்படியெல்லாம் பெற்றோர் புகார் செய்தும் பாண்டுரங்கம் அதைப் பற்றிக் கவலைப் படாமல் இருந்தார். அப்புறம் அவர்கள் எத்தனையோ நீதி நியாயங்களை எடுத்துக்கூறியும், ஒவ்வொரு சமயத்தில் கண்ணீர் விட்டு அழுதும் மகனைத் தங்கள் பக்கம் இழுக்க முயன்றார்கள். ஆனால் பாண்டுரங்கமோ ஒவ்வொரு சண்டையிலும் மனைவி யின் பக்கமே தோளோடு தோளாக நின்றாரே ஒழிய, கட்சி மாறுவதற்குச் சிறிதும் இசையவில்லை. இதைக் கண்டு பெரிதும் கவலைக்குள்ளான பெற்றோர், இந்தக் கவலையினால்தானோ அல்லது வேறு காரணங்களினாலோ ஒருவர் பின் ஒருவராக

நான்கு மாத இடைவெளிவிட்டுப் பரலோகம் போய்ச் சேர்ந்தார்கள். அந்த வருஷத்திலேயே பாண்டுரங்கத்தின் மூத்த மகள் லல்லு (லலிதா) பிறந்தாள்.

2

"கோடிக்கு ஒரு வெள்ளை; குமரிக்கு ஒரு பிள்ளை" என்பார்கள். ஒரு தடவை வெளுக்கப் போட்டுவிட்டால் கோடி வேஷ்டி பழைய வேஷ்டிதான்; குமரிப்பெண்ணின் கதையும் அதுதான். ஒரு குழந்தை பெற்றதோடு குமரிப் பட்டம் போய்விடும். ஆனால் தேவகியம்மாள், லல்லுவைப் பெற்றெடுத்த பிறகும் தன் அலங்காரத்தையோ சங்கோஜத்தையோ நிறுத்திக்கொள்ள – குறைத்துக் கொள்ளக்கூட – தயாராக இல்லை. முகக்களை இருக்கிறது. ஏதோ ஒரு கவர்ச்சி தனக்கு இருக்கிறது என்பது தெரிந்துவிட்டதால், அதைக் கொண்டு தன்னுடைய அழகின்மையை ஈடுகட்டிவிட வேண்டும் என்பதில் விடாமுயற்சியோடு இருந்தாள். இப்படி முயற்சி செய்துவந்த தேவகியின் அபார நம்பிக்கையைச் சோதிக்கக் கூடியவாறு ஒரு சம்பவம் நடந்தது. அப்பொழுது தேவகி மிகுந்த ஆக்ரோஷத்துடன் புலிப்பாய்ச்சல் பாயவே ஆரம்பித்துவிட்டாள்.

பாண்டுரங்கம் தம் வீட்டு மொட்டை மாடியில் புதிதாகக் கட்டி முடித்த ஓர் அறையை முதன்முதலாக இரண்டு பிரம்மச்சாரிகளுக்கு வாடகைக்கு விட முடிவுசெய்து மூன்று மாத அட்வான்சும் வாங்கிவிட்டார். வீட்டின் 'பின்போர்ஷ'னில் அப்போது ஒரு குடும்பம் வாடகை கொடுத்துக் குடியிருந்து வந்தது. அந்தக் குடும்பத் தலைவியையும் தன்னையும் மனத்தில் வைத்துக்கொண்டு தேவகி கணவனைக் கேட்டாள்: "குடியும் குடித்தனமுமா இருக்கிற வூட்லே மொட்டைப் பசங்களை வைக்கலாமா!"

பாண்டுரங்கம் சிரித்துக்கொண்டே, "நீ இன்னா சொல்றே தேவு? அந்த ரூம்பிலே மொட்டைப் பசங்கதானே இருக்க முடியும்? அங்கே என்ன சமையக்கட்டா, அம்மியா, ஆட்டுக் கல்லா, இன்னா இருக்குது?" என்று கேட்டார்.

"கடனோட கடனா இன்னும் கொஞ்சம் வாங்கிப்போட்டு ஒரு கொட்டா போடுறதுதானே சமையக்கட்டுக்கு?"

"தேவு, தோ பாரு! உனக்கு இன்னா தெரியும்? குடும்பக்காரன் இன்னிக்கெல்லாம் குடுத்தாலும் இருபத்தஞ்சு ரூபாய்க்கு மேலே குடுக்கமாட்டான். இந்தப் பசங்க ஒண்டிக் கட்டைங்களா இருந்தாலும் ஆளுக்கு இருபது ரூபா தரப்போறாங்க! சொளையா நாற்பது ரூபா! கரண்டுக்காசு வேறே! இன்னா சொல்றே நீ?"

தேவகியம்மாளால் பதில் சொல்ல முடியவில்லை. ரூபாய் நாற்பது என்ற சொல், கோடையிலே சாப்பிட்ட ஐஸ்கிரீம் மாதிரி உள்ளுக்குள்ளே ஜிலு ஜிலுத்துக்கொண்டே கரைந்து நிறைந்தது. இருந்தாலும், தோல்வியடைந்த மாதிரி காட்டிக்கொள்ள விரும்பாமல், "உனக்கு ரொம்பத்தான் துணிச்சல்! உன்னைத் தவுத்து வேறே யாரும் இப்படி மொட்டைப் பசங்களை இட்டாந்து கொடக்கூலிக்கு வுடமாட்டாங்க. எனக்கு இதெல்லாம் புடிக்கல்லே. அவ்வளோதான் சொல்லுவேன்" என்று சொல்லிவிட்டுத் திரும்பினாள்.

அப்போது அவளுடைய கவலையைப் போக்க விரும்பிய பாண்டுரங்கம், "தேவு, நீ ஒண்ணுத்துக்கும் பயப்படாதே. உன்னை இவங்க திரும்பிக்கூட பார்க்கமாட்டாங்க. ரொம்ப நல்ல புள்ளையாண்டாங்க..." என்று சொன்னார்.

அவர் அப்படிச் சொன்னாரோ இல்லையோ, நடுத் தெருவில் மானபங்கப்படுத்தப்பட்டவள்போல் பெருங்கூச்சல் போட்டாள் தேவகி. "என்னைத் திரும்பிக்கூடப் பார்க்க மாட்டாங்களா? நான் என்ன அப்படியா அவலச்சணமாக இருக்கறேன்? இதைக் கேட்டுக்கினு நான் உசுரோடே இருக் கனுமா! நான் அவலச்சணமா இருக்கறேன்னா என்னை எதுக்காக நீ கண்ணாலம் பண்ணிக்கினே?" என்று கேட்டு விட்டு, இரண்டு தடவை தலையிலும் அடித்துக்கொண்டு, "கடவுளே! நான் இன்னும் உசுரோடே இருக்கிறேனே! கட்டின புருஷனே என்னைக் குரங்குன்னு பேசுறானே! என் அம்மாக் காரி – அந்தச் சண்டாளி – பேச்சைக் கேட்டு இந்த மனுசனுக்குக் கயுத்தை சாச்சேனே..!" என்று ஓலமிட்டாள்.

பாண்டுரங்கம் "தேவு! தேவு!" என்று பதற்றத்துடன் அவளைச் சுற்றிச் சுற்றி வந்தார். அவளும் அவரைப் பார்க்க விரும்பாமல் ராட்டினமாகச் சுற்றினாள். அவளுடைய கையைப் பிடித்து அவர் சமாதானப்படுத்த முயன்றபோது, "அட சீ!" என்று உதறிவிட்டு, "இன்னிக்கே நான் சமுத்திரத்திலே போய் வுயல்லே, என் பேரு தேவகி இல்லை" என்று சொல்லிக்கொண்டே போய்க் கட்டிலில் தொப்பென்று விழுந்தாள். பாண்டுரங்கம் அதிர்ச்சி யால் விதிர்விதிர்த்து, விழிகள் பிதுங்க முரண்டு, அந்தக் காலத்து நட்டுவனார்கள்போல் குடுகுடு என்று அவளைப் பின்தொடர்ந்து ஓடினார். "தேவு! தேவு! தேவு!" – இந்த ஒரு சொல்லைத்தான் அவர் வாய் உச்சரித்துக்கொண்டே இருந்தது. லல்லு – அந்த மூன்று வயதுப் பெண் – பயந்துபோய் அவர் வேஷ்டியை ஆதரவாகப் பிடித்ததும் அவருடைய கவனத்தில் விழவே இல்லை.

"நான் ஒண்ணும் தப்பாச் சொல்லல்லியே, தேவு! ஏன் இப்படிக் கூச்சல் போடுறே? வேணாம் நான் உன்னை இன்னா சொன்னேன்? ஒண்ணுமே சொல்லல்லியே!" என்றபடியே பாண்டுரங்கம் கட்டிலில் அமர்ந்தார். உடனே அவள் அவரைக் கீழே தள்ளினாள். அவர் தரையில் உட்கார்ந்து கொண்டார். ஆயிரம் சொல்லிக் கெஞ்சினார். அவளோ குப்புறப்படுத்த நிலையிலிருந்து அணுவளவும் புரளவில்லை; ஆக்ரோஷமான பெருமூச்சும் அழுகையை அடக்கும்போது பற்களைக் கடிக்கும் நறநறப்பும் நிற்கவில்லை. பாண்டுரங்கம் சோர்ந்துபோய் ஆயாசத்தோடு தலையில் கையை வைத்துக்கொண்டு யோசித்தார். திடீரென்று மார்வாடிக் கடை ஞாபகம் வந்துவிட்டது. "வேலைக்குப் போகவேண்டுமே!" என்று பயத்தில் வெளியே வந்துவிட்டார்; கடைக்கும் போய்விட்டார்.

இரவு அவர் திரும்பி வந்தபோது தேவகியம்மாள் அதே நிலையில் கட்டிலில் கிடந்தாள். ஆனால் உடை மாறியிருந்தது. தலையில் பூவும் பிடரியில் பவுடரும் இருந்தன. அவர் உள்ளே நுழையவும் அவள் பற்களைக் கடிக்கவும் சரியாக இருந்தது. அன்றிரவு அவர் தாமாகவே எடுத்துப் போட்டுக்கொண்டு சாப்பிட்டார். அதைப்பற்றிக்கூட அவர் கவலைப்படவில்லை; அவசியமானால் தாமே சமையல் செய்யவும் அவளுக்கு ஊட்டவும்கூட, அவர் தயாராக இருந்தார். அவளுடைய கவலை வேறு: துன்பமும் வேறு. அந்த ஓர் இரவு அவர் மனைவியைப் பிரிந்திருக்கும்படி நேர்ந்தது. ஓர் இரவு ஒரு யுகமாகக் கழிந்தது. மனம் கலங்கி, புத்தியும் பேதலித்து, "இப்படியே தான் இனி வாழ வேண்டுமா? கல்யாணம் பண்ணியும் பிரம்மச்சாரியா? கடவுளே!" என்று மறுகி, அன்று கடைக்கு லீவு போட்டுவிட்டு வந்து தாமே சமையல் பண்ணினார். பிறகு மனைவியைச் சமாதானப்படுத்துவதில் ஈடுபட்டார்.

தேவகியம்மாளோ அன்றே ஒரு முடிவைப் பார்த்துவிடுவது, ஒரு தெளிவைக் கண்டுவிடுவது என்று வைராக்கியமாக இருந்தாள். மணிக்கணக்கில் முறையிட்ட பாண்டுரங்கம் கடைசியில் அழமாட்டாத குறையாகச் சொன்னார். "கண்ணு! என் மனசு உனக்குத் தெரியாது. எத்தினியோ பணக்காரப் பொண்ணுங்களை வேணாம்னுட்டு உன்னைக் கண்ணாலம் பண்ணிக்கினேன். எனக்கு சொந்த வூடு இருக்குதுன்னு தெரிஞ்சி எவன் எவனோ பொண்ணைப் பெத்தவன் வந்து காலைப் புடிச்சான். ரெண்டொரு பெண்ணையும் பார்த்தேன். ஒண்ணொன்னும் ரதம் மாதிரி அலங்காரமாத்தான் இருந்திச்சி. ஆனா, நான் ஒத்துக்கல்லே. ஏன்? அழகு இருந்தால் போதுமா? மூஞ்சியிலே லெச்சுமி இருக்க வேணாம்? அப்பாலே, அப்பாலே அதையும்

மறைப்பானேன்? அதுவும் உன்கிட்ட மறைப்பானேன்? – காலேஜிலே படிக்கிற ரெண்டு மொட்டைங்க என்னைச் சுத்திச் சுத்தி வந்துச்சு. நானும் அதுகளோட, அதுகளோட ... சிநேகமாக இருந்தேன்னு வச்சுக்கோயேன், அது ஒரு ரெண்டு வருசம். கண்ணாலம் கட்டிக்கச் சொல்லி பார்த்திச்சு. நான் ஒரே முட்டா முடியாதுன்னுட்டேன் ...”

பாண்டுரங்கத்தின் குரலில் துயரம் குறைந்து, உற்சாகம் மேலோங்கியது. அவருடைய கட்டுக்கதைகள் அவருக்குக் கிளுகிளுப்பை ஊட்டியது போல், அவளுக்கும் ஊட்டின. அவள் பெருமூச்சு விடுவதை நிறுத்தி கணவனின் ராஸக் கிரீடை களைப் பற்றிய விவரங்களை உற்றுக் கேட்டுக்கொண்டிருந்தாள்.

“தேவு! உன்னைப் பார்த்தேன். உன் மூஞ்சியைப் பார்த்தேன். லெச்சுமி தாண்டவமாடினா. அப்படியே காலிலே வுயந்த மாதிரி வுயந்துட்டேன். எனக்கு நீ தான் லெச்சுமி. நீ என் வூட்டுக்கு வந்தே ...”

‘என் அப்பனும் ஆத்தாளும் செத்தாங்க’ என்று பாண்டுரங்கம் சொல்லப் போகிறாரோ என்று அப்போது காரணமில்லாமலே பயந்தாள் தேவகியம்மாள்.

“ ... நீ என் வூட்டுக்கு வந்தே, அன்னியிலேருந்து எனக்கு நல்லகாலம் தான். இப்போ மாடியும் கட்டிட்டேன். மொதல் மாசக் கொடைக் கூலியிலே உனக்குப் பட்டுப் பொடவை வாங்குறதாயும் இருக்கறேன். தேவு, ஏந்திரு. வா, சாப்பிடு. கோவிச்சுக்காதே” என்று சொல்லிக் கையைத் தொட்டார் பாண்டுரங்கம். அப்போது அவள் உதறவில்லை. சாகஸமாகச் சிறிது மறுத்தாள்; சற்று திமிறினாள்; கடைசியில் எழுந்து விட்டாள்.

தேவகியம்மாள் சாப்பிட்டாளே ஒழிய அவளுடைய பிணக்கு முற்றாகத் தீரவில்லை. அவர் மேலும் பல கட்டுக் கதைகளையும் பாராட்டுரைகளையும் சொல்லி, ஒரு தமிழ்ப் படத்துக்கும் அவளை அழைத்துக்கொண்டு போனார்; பத்துக் காசுக்கு மல்லிகைப் பூவும் பத்துக் காசுக்குப் பக்கவடாப் பொட்டலமும் பத்துக் காசுக்குப் பூவன் பழங்களும் வாங்கிக் கொடுத்தார். அதன் பிறகுதான் அவளுடைய ஆத்திரம் தணிந்தது. ஆனந்தமும் திரும்பியது. பாண்டுரங்கத்தின் ஒரு நாளையக் கட்டாயப் பிரம்மச்சரியமும் அந்த ஒரு நாளோடு போய்விட்டது. அதன்பின் தம்பதிக்கிடையில் எந்த விதமான தகராறும் ஏற்பட வில்லை. அவ்வப்போது கணவனின் உள்ளத்தைச் சோதித்தறிவதற் காக, தன்னை அழகி என்று அவர் தொடர்ந்து கருதுகிறாரா என்பதைத் தெரிந்து கொள்வதற்காக அவள் ஏதேனும் ஒரு

சிறு பரீட்சை வைப்பாள். அலங்கரித்துக்கொண்டு அவர் எதிரே போய் நிற்பாள். அவருடைய முகம் மலர்கிறதா என்று பார்ப்பாள். அவர் வாயிலிருந்து பாராட்டும் பரவச மொழிகளும் வெளி வரும் வரையில் அங்கேயே நிற்பாள், முன்னும் பின்னும் நடை பயில்வாள்; கொஞ்சுவாள்; கோபிப்பாள்; கூப்பிட்டால் வரமாட்டாள். கூப்பிடாமலே வருவாள். கடைசியில் வெற்றியோடு தான் அன்றிரவில் படுக்கைக்குச் செல்லுவாள்.

இப்படிப் பதினைந்து வருஷங்கள் கழிந்தன. இந்தத் தாம்பத்திய ஐக்கியத்தை, அன்பு வெள்ளத்தை, பின்போர்ஷனில் வாழையடி வாழையாக வசித்து வந்த குடித்தனக்காரர்களும், மாடி அறை ஒண்டிக் கட்டைகளும் நிரந்தரமாகப் பார்த்துப் பார்த்துத் தமக்குள் சிரித்திருக்கிறார்கள்.

3

லல்லுவுக்கு இப்பொழுது வயது பதினெட்டு, எஸ்.எஸ். எல்.ஸி.யில் பெயிலாகி வீட்டோடு இருக்கிறாள். அவளுக்கு பதினான்கு வயதிலும் பத்து வயதிலும் இரண்டு தம்பிகள் இருக்கிறார்கள்.

மாடி அறையில் விநாயகம் என்ற இருபத்து நான்கு வயது பிரம்மச்சாரி ஒருவன் தன் இருபத்தொன்றாம் வயதிலிருந்தே வாடகைக்கு இருந்து வருகிறான்; அவனோடு ஒரு வருஷமாக வசிப்பவர் நாற்பது வயது துரை. அவர் குடும்பஸ்தர். குடும்பத்தை இதற்குமுன் அவர் உத்தியோகம் பார்த்த ஊரில் விட்டுவிட்டு வந்திருக்கிறார். திரும்பவும் அங்கேயே போய்விடுவதற்கான முயற்சிகளைச் செய்துகொண்டு மாறுதல் உத்தரவை எதிர் பார்த்துக் கொண்டிருப்பவர் அவர்.

விநாயகத்துக்கு எப்போதுமே பிரம்மச்சாரியாக இருந்து விட வேண்டும் என்ற உத்தேசம் எதுவும் கிடையாது. நேரம் வரும்போது எல்லாம் தானாக நடக்கும் என்று இருப்பவன்தான் அவன்.

வீட்டின் பின்போர்ஷனில் இரண்டு மாத காலமாகக் குடியிருப்பவர்கள் மாணிக்கம் என்ற ஒரு ஆசாமியும் அவருடைய மனைவி விசாலாட்சியும். அந்த தம்பதிக்குப் பிள்ளை குட்டிகள் இல்லை. அதனால்தான் பாண்டுரங்கமும் அவர்களுக்கு வீட்டை விட்டார். ஒரு பிள்ளை பிறந்தால் காலிபண்ணச் சொல்லிவிடலாம் என்பது அவர் உத்தேசம். பிள்ளை குட்டிகள் இருந்தால் – அதாவது குடித்தனக்காரர்களுக்கு இருந்தால் – வீட்டில் அமைதி நிலவாதே!

மாணிக்கமும் விசாலாட்சியும் தங்கள் போர்ஷனை விட்டு வெளியே வரவேண்டும் என்றால், தேவகியம்மாளின் அறையைத் தாண்டித்தான் வரவேண்டும். அப்போது வலதுபுறம் உள்ள அந்த அறையின் வாசலைத் திரும்பிப் பார்த்தால் எந்நேரமும் உள்ளே ஒரு பெரிய நிலைக்கண்ணாடியின் முன்னால் தேவகியம்மாள் நின்றுகொண்டிருப்பதைக் காணலாம். கண்ணாடியில் மாணிக்கத்தின் நிழல் விழுந்துவிட்டால் போதும், அவள் அப்படியே வெட்கத்தினால் ஓடி ஒளிந்துகொள்வாள். அவர் எப்போதாவது எதிரே வந்துவிட்டாலோ அவள் உடம்பில் ஐஸ் தண்ணீர் கொட்டிவிட்டதுபோல் நடுங்கி, வெட்கத்தினால் முகம் கோணி, கடைக் கண்ணால் பார்த்துக்கொண்டே உள்ளே போய்விடுவாள்.

"இவளுக்கு என் தாயார் வயது இருக்கும் போலிருக்கு! என்னைப் பார்த்து இப்படி ஏன் வெட்கப்படுகிறாள்?" – இது தான் முதன்முதலாக ஆச்சரியத்தோடு மாணிக்கம் தன் மனைவியிடம் சொன்ன வார்த்தைகள்.

"அது வெட்கமோ? பயமோ?" என்றாள் விசாலாட்சி.

"பயமா? என்னைப் பார்த்துப் பயப்படுவானேன்? இவளைப் பார்த்தால்தான் எமனே பயப்படணும்போல இருக்கு. இவளுக்கு எதுக்குப் பயம்? பார்த்தால் அப்படியே தூக்கிட்டுப் போயிடுற மாதிரி அழகு சுந்தரியா இருக்கிறா பாரு, பயப்பட வேண்டியது தான்!"

"நீங்க அப்படிச் சொல்றீங்க. அவருக்கோ அவ அழகு சுந்தரியா இருக்கிறாளே! ரம்பையாத் தோணுறாளே! அது தெரிஞ்சுதானே அவ இந்த பயம் பயப்படுறா. ஆம்பளைகளைக் கண்டதும் அந்த அம்மாள் தன்னைவிட அழகி இந்தப் பூலோகத்திலேயே கிடையாதுன்னு நிஜமாவே நினைக்கிறா! தெரியுமா?"

"நிலைக்கண்ணாடியையும் வீட்டிலே வெச்சிக்கிட்டு அவளுக்கு இப்படியும் நினைக்கத் தோணுதே, அதுதான் ஆச்சரியத்திலும் ஆச்சரியம்!"

வரவர தேவகியம்மாளின் தளுக்கும் மினுக்கும் நாணமும் ஓட்டமும் மாணிக்கத்தின் பொறுமையைச் சோதித்துவிட்டன. அவர் பாண்டுரங்கத்தை ஒரு நாள் சந்தித்தபோது தனது எரிச்சலைப் பரிகாசமாக மாற்றி, "ஸார் ..." என்று பேச்சைத் தொடங்கி, ஊரில் தன் தம்பி ஒரு பணக்காரப் பெண்ணை அழகில்லை என்று சொல்லிக் கல்யாணம் பண்ணிக்கொள்ள மறுப்பதாக ஒரு பொய்க்கதையைப் பேச்சின் நடுவிலேயே திரித்து, உள்ளே இருக்கும் தேவகியம்மாளுக்கும் கேட்கும்

படியாக, “பாருங்க, ஸார். அழகில்லை அழகில்லைன்னு அதையே சொல்லிக்கிட்டிருக்கிறானாம். அழகிலே என்ன ஸார் இருக்கு? முகக்களைதானே ஸார் முக்கியம்? குரங்கா இருந்தாலும் களையா இருந்தா, எடுத்துக் கொஞ்சத்தோணுமே, ஸார்! முகத்திலே மகாலக்ஷ்மி மாதிரி ஒரு களை இருந்தா, அப்புறம் அழகை லட்சியம் பண்ணுவானேன்! தெருவுக்கு ஆயிரம் அழகிகளைப் பார்க்கலாம்; ஆனால் முகக்களையோட ஊருக்கு ஒண்ணுகூட பார்க்கமுடியாதே, ஸார்” என்றார்.

“வாஸ்தவம்” என்றார் பாண்டுரங்கம்.

“அந்தப் பொண்ணை நானும் ஒருசமயம் பார்த்திருக்கிறேன். ஏறக்குறைய உங்க மிஸஸ் ஜாடைதான். முகத்திலே இதே லக்ஷ்மீகரம்! இந்தக் களையேதான்” என்று மாணிக்கம் துணிந்து சொல்லிவிட்டார்.

தேவகியம்மாளுக்கு உள்ளே நிலைகொள்ளவில்லை. இங்கே பாண்டுரங்கமும் சந்தோஷத்தினால் திறந்த வாய் மூட முடியாமல் நின்றார். மனைவியின் முகத்தில் அபாரக்களை சொட்டுவதாய்ப் பல வருஷங்களுக்கு முன் உபசாரமாகவும் உபாயமாகவும் சொன்ன பொய்யுரையை அவரே இப்பொழுது மெய்யுரை என்று நம்பத் தொடங்கிவிட்டார்.

தேவகியம்மாளுக்குத் தன் முகக்களையில் இருந்த நம்பிக்கை நூறு மடங்கு பெருகிவிட்டது. அதன் பலனாக மாணிக்கத்தையும் மாடி அறை ஆசாமிகளையும் பார்த்து அதிகமாக நாணவும் அதிகமாக ஓடி ஒளியவும் ஆரம்பித்தாள்.

வயது ஏற ஏற, தலை நரைக்க நரைக்க, அந்த அம்மாளுக்கு மேன்மேலும் இளமை திரும்புவதைக் கண்டு விநாயகமும் அதிசயித்தான். அவன் மாடியில் நின்று கீழே முற்றத்தில் நடமாடும் தேவகியம்மாளைச் சந்தர்ப்பம் கிடைக்கும்போதெல்லாம் பார்த்து ரஸிப்பதுண்டு. துரையிடம் சொல்லித் தலையில் அடித்துக் கொள்வதும் உண்டு. அவன் தன்னை அடிக்கடி திரும்பிப் பார்க்கிறான் என்பதைத் தேவகியம்மாளும் கவனித்துவிட்டாள். தன்னை யாரும் திரும்பியே பார்க்க மாட்டார்கள் என்று சொன்ன கணவனின் முகத்தில் கரி பூசியாகிவிட்டது என்று எக்களிப்புக் கொண்ட தேவகியம்மாள், விநாயகத்திடம் அலாதியாக வாத்ஸல்யமே கொண்டு விட்டாள்.

அவன் வந்த மறுமாதத்திலிருந்தே சிறுவர்கள் அவனுடைய அறைக்குப் போய் மிட்டாய் வாங்கித் தின்பதும் அங்கேயே விளையாடுவதும் சகஜமாகிவிட்டது. லல்லுவுக்கும் பரீக்ஷையின் போது அவன் பாடம் சொல்லிக் கொடுத்தும் இருக்கிறான்.

"அஷோக் எங்கே?" "ரவி எங்கே?" என்று அவன் பாண்டுரங்கத்தின் பிள்ளைகளைத் தேடிக்கொண்டு கீழே இறங்கி வந்தால், அவன் தன்னைச் சரசசல்லாபத்துக்கு அழைப்பது போல் தேவகியம்மாள் பார்த்துக்கொண்டு, நாணம் மேலிடத் தலை குனிந்து, கடைக்கண்ணால் கொஞ்சமும் புன்னகையால் கொஞ்சமும் அப்புறம் வாய்ச்சொற்களால் கொஞ்சமும் பேசிப் பதில் சொல்வாள். இந்தக் காட்சியை எல்லோருமே பலமுறை பார்த்திருக்கிறார்கள். மாணிக்கத்துக்குச் சந்தேகம் கூட ஏற்பட்டு, "இவள் வலை வீசுகிறாளா அவன் வலை வீசுகிறானா தெரியல்லே. ரொம்ப ரொம்ப இழையறாங்க!" என்று தன் மனைவியிடம் சொல்லிவிட்டார். தனக்கும் அந்தச் சந்தேகம் உண்டு என்றும் இன்னும் தெளிவு ஏற்படாமல் தான் தவித்துக்கொண்டிருப்பதாகவும் விசாலாட்சி சொன்னாள்.

"அவன் மூணு வருஷமா மெத்தை மேலே குடியிருக்கிறானாம். அதனாலே ஒருவேளை நெருங்கிப் பழகலாம். எந்த நேரமும் இந்தப் பையன்களும், ஒவ்வொரு சமயத்திலே பொண்ணும்கூட அங்கே போய் 'கேரம் போர்டு' விளையாடுதுகள்" என்றார் மாணிக்கம்.

"பொண்ணு மாடிக்குப் போறா. அவன் கீழே வந்தாலும், பொண் அவனோட நிமிர்ந்து நின்னு பேசுறா. ஆனா அம்மாக்காரிக்கு அவனைக் கண்டால் வெட்கம்! இதைப்போல ஒரு அதிசயம் வேறே எங்கேயும் பார்க்க முடியாது" என்றாள் அவள்.

ஒரு மாதத்துக்குப் பிறகு துரை உத்தியோக மாறுதலாகி அறையைக் காலி செய்துவிட்டு, சென்னையை விட்டே போய் விட்டார். அவருக்குப் பதிலாக ஒரு நல்ல ஆசாமி வந்து சேரட்டும் என்று காத்திருந்த பாண்டுரங்கம் வீட்டுப் புரோக்கர்களிடமும் சொல்லி வைத்திருந்தார். மாடியறையில் ஒரு ஆள் குறைந்து விடவே, அந்த இடம் விளையாடுவதற்கு வசதியாக இருந்தது. நவராத்திரி விடுமுறையில் லல்லு, அஷோக், ரவி ஆகிய மூவரும் அங்கே மாலையிலும் முன்னிரவிலும் விநாயகத்தோடு அமர்க்களமாகக் 'கேரம்' ஆடிக்கொண்டிருந்தார்கள். அப்பொழுது ஒருநாள் விநாயகம் அந்த மூவருடனும் கீழே இறங்கி வந்தபோது, எதிரே நின்ற தேவகியம்மாள் வாரிச் சுருட்டிக்கொண்டு உள்ளே ஓடினாள். ஓடிய ஓட்டத்தில் அங்கே சட்டை போட்டுக்கொண்டு நின்ற பாண்டுரங்கத்தின் மேல் போய் விழுந்துவிட்டாள். அவர் அப்படியே கட்டிலில் போய் விழுந்தார். முழங்கை கட்டில் சட்டத்தில் மோதிவிடவே தாங்கமுடியாத வலி ஏற்பட்டு அவருக்கு ஒரு கணம் கண் இருட்டியும்விட்டது. மீண்டும்

கண்ணுக்கு வெளிச்சம் தெரிந்தபிறகு முழங்கை வேதனை பொறுக்கமாட்டாமல் மனைவியைப் பார்த்து முதல் முதலாகச் சீறி விழுந்தார்.

"ஏன் இப்படி மாடாட்டம் வந்துவுயரே? கண்ணு தெரியல்லியா?" என்று பாய்ந்தார் பாண்டுரங்கம். அடிப்பதற்குக் கையை ஓங்கியிருப்பார். ஆனால் அடிக்கும் கையில்தான் அடி. தூக்க முடியவில்லை. அதனால் ஆத்திரம் மிகுதியாகி விட்டது. "நீ ஒரு பொம்மனாட்டிதானா?" என்றும் கேட்டு விட்டார்.

அவள் தன் குற்றத்தை உணர்ந்து, "நான் பார்க்கல்லே. மெத்தை மேலே இருக்கிறவர் எதிரே வந்துட்டார் . . ." என்று சமாதானம் சொல்ல முயன்றாள்.

"வந்துட்டா இன்னா? அவருக்கு வயசு இருவது; உனக்கு வயசு நாப்பது. சின்னப் பொண்ணாட்டம் பயந்து சாவுறியே, எதுக்கு? எதுக்கும்மா இந்த வெக்கம்? கேக்கறேன்."

பாண்டுரங்கமா இப்படித் துணிந்து பேசுகிறார் என்று வீட்டில் அத்தனை பேரும் – விநாயகம், மாணிக்கம். விசாலாட்சி உட்பட – வியப்பில் ஆழ்ந்தார்கள். அவருடைய குரல் வீடெல்லாம் கேட்டது. அவளை, அவர் எவ்வளவு மட்டம் தட்டினாலும் தகும் என்று தத்தம் இடங்களில் இருந்துகொண்டே அவர்கள் மகிழ்ச்சியில் ஆழ்ந்தார்கள். ஆனால் அப்படித் துணிந்து பேசியது அவருடைய முழங்கை வேதனையே ஒழிய அவரல்ல என்பது யாருக்கும் தெரியாது.

"நாப்பது வயசுக்கு மேலே அம்மாளுக்கு இன்னா வெக்கம்டா, இன்னா வெக்கம்! உன் பல்லைப் பார்த்தாலே பத்து நாளைக்குச் சாப்பிடமாட்டாங்களேடி" என்று பயங்கரமாக ஒரு போடு போட்டுவிட்டு, "டேய் அஷோக்! போய் ஒரு ரிக்ஸா இட்டாடா. டாக்டர்கிட்டே போவணும். நோவு பிராணன் போவுது" என்று சொல்லிக்கொண்டே வெளியே வந்தார் பாண்டுரங்கம்.

தன் தப்பை உணர்ந்து பதில் பேச முடியாமல் தேவகியம்மாள் நின்ற பரிதாபம் போதாதென்று, அவளுடைய பற்களைப் பற்றிக் கணவன் சொன்ன வார்த்தைகள் வேறு ஈட்டிபோல் பாய்ந்தன. அவமானம் தாங்காமல் குப்புறப்படுத்து முகத்தை தலையணையில் புதைத்துக் கொண்டாள் அவள். இனி, அவள் பிழைத்தால் மறுஜன்மம்தான் என்று உள்ளே விசாலாட்சி சொல்லிக்கொண்டாள்.

டாக்டர் வீட்டுக்குப் போன பாண்டுரங்கம், எலும்புக்குச் சேதமில்லை என்று அறிந்து, ஒரு களிம்புப் பூச்சோடு மார்வாடி கடைக்குப் போய்விட்டார்.

மாலை வந்தது. அப்புறம் இரவும் வந்தது. இரவு வந்ததுமே, மனைவியைக் கடுஞ்சொற்களால் திட்டியது தவறு என்று பாண்டுரங்கத்துக்குத் தோன்றிவிட்டது. அவளைச் சமாதானப் படுத்தவும் அவளுடைய அன்பை மீட்கவும் பத்துக்காசு மல்லிகைப் பூ, பத்துக்காசு பக்கவடாப் பொட்டலம், பத்துக்காசு பூவன் பழம் ஆகிய காணிக்கைகளோடு வீடு திரும்பினார். தன்னுடைய தவறுக்காகவும் தான் அடைந்த அவமானத்திற்காகவும் வெளியே தலைகாட்டப் பயந்து மூலையில் கிடந்த தேவகியம்மாள் கணவர் கொண்டுவந்த காணிக்கைகளைக் கண்டாள்; மாண்டவள் மீண்டாள் என்னும்படி புத்துயிர் பெற்றாள். கணவன் தன் பற்களைப் பற்றிச் சொன்னது கோபத்திலே சொன்ன வார்த்தைகளே ஒழிய பழிப்புரையோ, மெய்யுரையோ அல்ல என்று உணர்ந்தாள். மறுநாள் வழக்கம்போல் அலங்கரித்துக் கொள்ளவும் ஆடவர்களைக் கண்டு அஞ்சிக் கூசவும் தனக்குக் கணவன் சுதந்திரம் கொடுத்துவிட்டார் என்பதையும் உணர்ந்து கொண்டாள். சற்றே அசைவு கண்ட அவளுடைய நம்பிக்கை தன் முகக்களையில் இருந்த நம்பிக்கை பழையபடி உரம் பெற்றுவிட்டது.

4

அப்புறம் சரியாக ஒரு வாரம் கழியவில்லை. ஒரு இளைஞன் புரோக்கருடன் மாடியறையை வந்து பார்த்தான். அவன் ஒரு கம்பெனியில் ஸ்டெனோவாக வேலை பார்ப்பவன். விநாயகத் துடன் அறையைப் பகிர்ந்து வசிக்க முப்பது ரூபாய் வாடகை தர இசைந்து, புதன்கிழமை நல்ல நாள் என்றும் அன்று பெட்டி படுக்கையோடு வருவதாகவும் சொல்லி மூன்று மாத வாடகையை அட்வான்ஸாகவும் கொடுத்தான். பிறகு புரோக்கரோடு வெளியே போனான்.

புதன்கிழமைக்கு நடுவே இரண்டு நாட்கள்தான் இருந்தன – திங்கட்கிழமை, செவ்வாய்க்கிழமை.

திங்கட்கிழமை மாலையில் கேரம் ஆட்டத்தின்போது "அஷோக், உங்கம்மாகிட்டே போய்ச் சொல்லு: இன்னிக்குக் காலையிலே நான் ஆபீசுக்குப் போறப்போ உங்க அம்மா எதிரே வந்தாங்க. அவங்க எப்போ எதிரே வந்தாலும் அன்னிக்குக் கட்டாயம் ஒரு நல்ல காரியம் நடக்கும். இன்னிக்கும் அப்படியே நடந்தது. நான் மூணு வருஷத்துக்கு முன்னாலே ஒரு ஆதாரமும்

இல்லாமே ஒருத்தருக்கு முந்நூறு ரூபா கடன் குடுத்தேன். அவரும் வெளியூருக்குப் போயிட்டார். நான் எத்தனையோ லெட்டர் போட்டும் அவர் பதில் எழுதலே. பணத்தை மோசம் பண்ணிப்பிட்டார்; இனிமே அது திரும்பாதுன்னு நான் முடிவு பண்ணிட்டுப் பேசாம இருந்தேன். ஆனால் இன்னிக்கு என்ன நடந்தது தெரியுமா? ரிஜிஸ்டர் தபாலிலே அவர் அசலும் வட்டியுமாச் சேர்த்து ரூபா நானூத்தி எட்டுக்கு ஒரு 'செக்' அனுப்பிட்டார். என்னாலே நம்பவே முடியல்லே. உங்க அம்மாவைப் பார்க்கறது மகாலக்ஷ்மியைப் பார்க்கறமாதிரி. அவங்க முகத்திலே அஷ்டலக்ஷ்மியும் தாண்டவமாடுது, அஷோக்" என்று சிரிக்காமல் சொன்னான் விநாயகம்.

அவன் அன்றிரவே தன் தந்தையின் முன்னிலையில் தாயாரிடம் சொன்னான். அன்றிரவு அந்த அம்மாளுக்குச் சந்தோஷத்தை எப்படித் தாங்குவது என்றே தெரியவில்லை.

"நான் அப்படி இல்லேன்னா உங்க அப்பா என்னைக் கண்ணாலம் பண்ணியிருப்பாரா, அசோக்கு?" என்றாள் தேவகியம்மாள். உடனே கணவனைப் பார்த்து, "அவருக்கு ஒருநாள் சாப்பாடு போடணும்" என்றாள்.

"கட்டாயம்" என்றார் அவர்.

தம்முடைய மனைவியின் முகத்தை மற்றொருவன் மெச்சு வதை அறிந்து அவருக்கும் உடம்பு பூரித்தது. அவளை வேறு வழியில்லாமல் கலியாணம் செய்து கொண்டதாக அப்போது நினைத்தது எவ்வளவு பெரிய தவறு என்று சொல்லிக்கொண்டார்.

செவ்வாய்க்கிழமை மாலை. அஷோக்கும் ரவியும் மொட்டை மாடியில் காற்றாடி பறக்கவிட்டுக்கொண்டிருந் தார்கள். அறையில் கிடந்த 'கேரம் போர்டு'க்கு இரண்டு பக்கமும் விநாயகமும் லல்லுவும் உட்கார்ந்து விளையாடிக்கொண்டிருந் தார்கள். அப்போது இரண்டு பேருடைய கைகளும் 'கேரம்' போர்டில் இல்லை. கண்கள் அடிக்கொரு தடவை வெளியே திரும்பித் திரும்பிப் பார்த்துக்கொண்டிருந்தன.

கீழேயிருந்து தேவகியம்மாள் தன் மக்களைக் குரல் கொடுத்து அழைத்தாள். விளையாட்டு சுவாரஸ்யத்தில் பையன்கள் காதில் அவள் அழைப்பு விழவேயில்லை. ஆனால் அறைக்குள் அவளுடைய குரல் கேட்டது. சிறுவர்கள் கீழே இறங்குவதற்குத் திரும்பும்வரையில் தங்கள் விளையாட்டை நிறுத்த வேண்டிய அவசியமில்லை என்று இந்த இருவரும் கருதிவிட்டார்கள்.

தேவகியம்மாள் ஐந்தாறு தடவை கூவியும் பிரயோஜன மில்லாமல் போகவே கோபாவேசத்தோடு மாடிக்கு ஓடிவந்தாள். அறையின் வாசலை அவள் திரும்பிப் பார்த்தாள். விநாயகமும் லல்லுவும் தங்கள் வலது கைகளை உடனே பின்னுக்கு இழுத்து 'கேரம் போர்'டில் வைத்ததை அந்த அம்மாள் பார்த்துக்கொண் டாள். இருவர் வாயிலும் ஒவ்வொரு மிட்டாய் இருந்தது. இருவரும் வாயை மூடிக்கொண்டு கண்களை மட்டும் அகலத் திறந்து பேச்சு மூச்சற்று விழித்தார்கள்.

தேவகியம்மாள் கோபப் படபடப்பில் "ஒருத்தருக்கொருத்தர் சோறு ஊட்டுறீங்களா?" என்று கேட்டாள். பிறகு உடம்பெல்லாம் நடுங்கப் பயங்கரமாகக் கூச்சல் போட்டாள். "திருடா! சோமாறி! பேமானி! கம்மனாட்டி! பொறுக்கி!.." என்று விநாயகத்தைத் திட்டிக்கொண்டே மகளின் கூந்தலைப் பிடித்து இழுத்துக் கீழே கொண்டுவந்தாள்.

"என்ன, ஏது?" என்று விசாலாட்சி ஓடி வந்தாள்.

"உங்களுக்குச் சொல்ல வேண்டியதில்லே. நீங்க உள்ளே போங்க" என்று விசாலாட்சியை விரட்டிவிட்டு, மகளின் இரண்டு கன்னங்களிலும் "பளார், பளார்" என்று வாங்கிக் கொண்டே இருந்தாள்.

சிறுவர்கள் ஓடிவந்து பயத்தினால் அழுதுகொண்டே அம்மாவைத் தடுத்தார்கள். அவர்களை ஆளுக்கு ஒரு மிதி கொடுத்து அப்பால் தள்ளினாள் தேவகியம்மாள். அப்பொழுதும் அவள் "பாழாப் போறவன்! மோசக்காரன்! பொறுக்கி! திருடன்..!" என்று உரக்கத் திட்டிக்கொண்டிருந்தாள்.

மாணிக்கம் ஆபீசிலிருந்து திரும்பி வீட்டினுள் நுழைந்து கொண்டிருந்தார். ஒன்றும் புரியாமல் அவர் திகைத்து நின்ற போது, உள்ளே நின்ற விசாலாட்சி அவரைக் கை ஜாடை செய்து அழைத்தாள். விஷயத்தையும் ரகசியக் குரலில் சொல்லி விட்டாள்.

"மாடியிலேருந்து மகளை இழுத்துக் கொண்டாந்து உதைக்கிறா. மாடியிலே அவன் இருக்கான். என்ன நடந்ததுன்னு இன்னும் சொல்லணுமா?"

"அப்படியா கதை! விசாலம், கதை எப்படியோ திரும் பிட்டதேடி!" என்று சொல்லிக்கொண்டே மாணிக்கம் உள்ளே கும்மாளம் போட்டார்.

இதற்குள் மகளுக்குச் சூடு போடுவதற்காக இரும்புக் கரண்டியை எடுத்து அடுப்பில் காய வைத்தாள் தேவகியம்மாள்.

அஷோக் பயந்துபோய் மார்வாடிக் கடைக்கு ஓடி அப்பாவை அழைத்துக்கொண்டு வந்தான். அவர் உள்ளே வந்ததும், மாணிக்கமும் வேண்டுமென்றே அங்கே வந்து நின்றார்.

தேவகியம்மாள் உடம்பெல்லாம் வாயாகக் கத்தி ஓலமிட்டாள். பாண்டுரங்கம் விஷயத்தை அறிந்து உள்ளே போனார். உடனே மனைவியைக் கீழே இழுத்துப் போட்டு உதைத்தார்.

"இத்தினி நாள் நீ இன்னாடி பண்ணிக்கினு இருந்தே, வூட்டிலே? கதையை இவ்வளவு முத்த விட்டுட்டுக் கூச்சல் வேறே போடுறியா, கூச்சல்! பொண்ணை ஊர்மேலே வுட்டுட்டு நீ வெக்கப்பட்டு ஓடி ஒளிஞ்சியேடி, பெரிய ரம்பை மாதிரி! அத்தோட பலன்டி இது..!" என்று சொல்லிக்கொண்டே ஒவ்வொரு வாக்கியத்தின் முடிவிலும் காலால் உதைத்துக் கொண்டிருந்தார்.

மாணிக்கம் இனியும் சும்மா இருக்கக்கூடாது என்று ஓடிப்போய்த் தடுத்து அவரை இந்தப் பக்கம் இழுத்துக்கொண்டு வந்தார்.

"பாருங்க ஸார், கூச்சல் வேறே போடுறா! மானம் கெட்டவ! இவ ஏன் கூச்சல் போடுறா தெரியுமா, ஸார், அவன் இவ கையைப் புடிச்சு இஸ்க்காமல், பொண்ணு கையைப் பிடிச்சிட்டானேன்னு இவளுக்கு ஆத்திரம்? ஸார்..!"

"ஸார்! என்ன பேச்சுப் பேசுறீங்க. ஸார்? போதும். சும்மா இருங்க" என்று தடுத்தார் மாணிக்கம். இவ்வளவு ரசாபாசத்துக்கும் மூலகாரணம் அவர் மனைவியைத் தூக்கிச் சுமந்தது தான் என்று எண்ணிய மாணிக்கம், "யாரோ செஞ்ச தப்புக்கு அம்மாளை ஏன் ஸார் திட்டுறீங்க? சும்மா இருங்க" என்றார்.

ஆனால் பாண்டுரங்கம் சும்மா இருக்கவில்லை. சொன்னதையே வாய் ஓயுமட்டும் திரும்பத் திரும்பச் சொல்லிக்கொண்டு தான் இருந்தார்.

மேலே மாடியறையில் இருந்த விநாயகமோ, எந்த நிமிஷத்திலும் எதற்கும் தயாராக இருக்க வேண்டும் என்று கையை முஷ்டி பிடித்த வண்ணம் நின்றுகொண்டிருந்தான். கடைசி வரையிலும் பாண்டுரங்கம் மாடிக்குப் போகவே இல்லை; மாணிக்கம்தான் போனார்.

5

மாணிக்கத்தின் அபார முயற்சியால் விநாயகத்திற்கும் லல்லுவுக்கும் கல்யாணமே நிச்சயமாகிவிட்டது. அவன்

மாதம் முந்நூற்றைம்பதுக்குமேல் சம்பளம் வாங்குகிறவன், சுய ஜாதி, சொந்த ஊராகிய விழுப்புரத்தில் கொஞ்சம் சொத்து சுகங்களும் உடையவன் என்பது தெரிந்ததாலும் அவனும் லல்லுவும் உயிருக்குயிராகக் காதலித்ததாலும் அவனுடைய பெற்றோரின் ஆட்சேபத்தையும் மீறிக் கல்யாணம் நிச்சயமாகி விட்டது.

தேவகியம்மாள் நூறு ரூபாய் சம்பளத்தில் தன் பெண்ணுக்கு மாப்பிள்ளை கிடைப்பானா என்று சந்தேகப்பட்டுக் கொண் டிருந்தபோது, இவ்வளவு பெரிய இடத்திலிருந்து ஒருவன் கிடைத்தும்கூட அவளால் சந்தோஷப்படவே முடியவில்லை.

மகளுக்குக் கல்யாணம் ஜாம் ஜாம் என்று நடந்தது. ஆனால் தேவகியம்மாளுக்கோ வாழ்க்கையே இருண்டுவிட்டது. அவள் அலங்காரத்தையும் கைவிட்டாள்; வெட்கப்பட்டு ஓடி ஒளிவதை யும் கைவிட்டாள். உலகத்தையே வெறுத்தவளாக வீட்டுக்கும் வாசலுக்கும் நடமாடிக்கொண்டிருந்தாள்.

சுதேசமித்திரன், நவம்பர் 1969